இஸ்லாமிய வரலாறு

ஆறாம் பாகம்

வெளியீடு
ரஹ்மத் பதிப்பகம்
இது ஒரு சென்னை ரஹ்மத் அறக்கட்டளை நிறுவனம்

இஸ்லாமிய வரலாறு

பாகம்–ஆறு

[அரபு மற்றும் ஆங்கில மூல நூற்களின் ஆதாரங்களின் அடிப்படையில்]

ஆசிரியர்

அல்அஸூமத்

மொழிபெயர்ப்பு மேலாய்வாளர்

குளச்சல் யூசுப்

மெய்ப்புத் திருத்தம்

சிராஜுல் ஹஸன்

நூலாக்கம்

தமிழ்அலை, சென்னை

அச்சிட்டோர்

ஜோதி எண்டர்பிரைசஸ், சென்னை

நூல் விவரம்

முதல் பதிப்பு: ஆகஸ்ட், 2019

பிரதிகள்: ஆயிரம்

பக்கங்கள்: 304

விலை: ரூ. 400/-

ISBN : 978-93-82132-26-4

பதிப்பாளர்

எம்.ஏ. முஸ்தபா

musthafa@agccapital.co

நிர்வாகி

யாசீன் முஸ்தபா

yasin@agccapital.co

வெளியீடு

ரஹ்மத் பதிப்பகம்

இது ஒரு சென்னை ரஹ்மத் அறக்கட்டளை நிறுவனம்

6, இரண்டாவது பிரதான சாலை, சி.ஐ.டி. காலனி, மைலாப்பூர், சென்னை – 600 004.

PHONE: 044 24997373 MOBILE: 94440 25000

Email : sales@rahmath.net. Website : www.rahmath.net.

Facebook: www.facebook.com/rahmathtrust

உள்ளே...

பதிப்புரை

01.	எகிப்திலும் திரிப்போலியிலும் உபைதியர்	013
02.	பஹ்ரைனிய கரமாஷியர்	055
03.	கரமாஷிய பதினியர்	064
04.	செங்கீஸிய மங்கோலியர், துருக்கியர், தார்த்தாரிய மங்கோலியர்	071
05.	பாரசீகத்தின் இஸ்லாமிய வரலாற்றுச் சுருக்கம்	121
06.	இஸ்லாமிய வரலாற்றின் சுருக்கம் : எகிப்து, சிரியா	150
07.	உஸ்மானிய வம்சாவளியினர்	161
08.	உஸ்மானியப் பேரரசு	169
09.	இரண்டாம் முஹம்மதுக்குப் பின்	249

மொழிபெயர்ப்பாளர்

இலங்கையைச் சேர்ந்த மூத்த எழுத்தாளர் அல் அஸூமத் அவர்கள், குறிப்பிடத்தக்க முன்னணி இலக்கிய ஆளுமைகளுள் ஒருவர். 1942இல் பிறந்த இவர், 1959இல் எழுத்துலகில் கால் பதித்தார். இன்றுவரை ஏராளமான கவிதைகளையும் சிறுகதைகளும் மூன்று புதினங்களும் எட்டுக் குறுங்காவியங்களும் எழுதியுள்ளார். இவை தவிர இவர் எழுதியுள்ள கட்டுரைகளும் மொழிபெயர்ப்பு நூல்களும் தனி.

'வெள்ளைமரம்' (சிறுகதைத் தொகுப்பு), 'புலராப் பொழுதுகள்' (நெடுங்கவிதை), 'மலைக்குயில்' (கவிதைத் தொகுப்பு) 'நபித்தோழர் பிலால்' (மொழிபெயர்ப்பு) ஆகியவை இவருடைய முக்கியப் படைப்புகளாகும்.

முதல் இரண்டு நூல்களும் பரிசு பெற்ற நூல்களாகும்.

வானொலி, தொலைக்காட்சிகளில் பல கவியரங்குகளையும், புதிய கவிஞர்களுக்கான கவிதைப் பட்டறையும் நடத்தியுள்ளார். படைப்பிலக்கியம் மட்டுமின்றி, இதழியல் துறையிலும் தடம் பதித்துள்ளார். 'பூபாளம்', 'பௌர்ணமி', 'மேகம்' ஆகிய சிற்றிதழ்களை நடத்தி பேரனுபவம் பெற்றவர்.

1992இல் இலங்கை அரசின் சார்பாக 'நஜ்முல் ஸூரா' விருது, 2006 இல் 'கலாபூஷண்' விருது, 2009 இல் இலங்கை முஸ்லிம் கலைஞர் முன்னணியின் 'இலக்கிய சாகரம்' விருது, 2011 இல் இஸ்லாமியத் தமிழ் இலக்கியக் கழகத்தின் சார்பாக 'தமிழ் மாமணி' விருது ஆகியவை இவரைத் தேடி வந்த விருதுகளாகும்.

அகவை 75 என்றாலும் அயராமல் எழுத்துப் பணியில் ஈடுபட்டிருக்கும் அல் அஸூமத் அவர்கள், தற்போது யாப்பிலக்கணம் குறித்து எழுதிவருகிறார். அத்துடன் நபிக்குறளையும் உருவாக்கி வருகிறார். இவைதவிர பல மொழிபெயர்ப்புப் பணிகளிலும் முனைப்புடன் ஈடுபட்டுவருகிறார்.

பதிப்புரை

யா அல்லாஹ் உன்னையே வணங்குகிறோம்.

உன்னிடமே உதவி தேடுகிறோம்.

எல்லாப் புகழும் அல்லாஹ்வுக்கே...

எமது சென்னை ரஹ்மத் அறக்கட்டளையின் ரஹ்மத் பதிப்பகம் சார்பாக, இறைத்தூதர் முஹம்மத் நபி (ஸல்) அவர்களது நபிமொழித் தொகுப்புகளான, **ஸஹீஹுல் புகாரீ, ஸஹீஹ் முஸ்லிம்** ஆகிய இரண்டு தொகுப்புகளையும் முழுமையாக வெளியிட்டுள்ளோம். தொடர்ந்து, ஜாமிஉத் திர்மிதீயை மூன்று பாகங்களாக வெளியிட்டுள்ளோம். இதன் தொடர்ச்சியாக, **சுனன் அபூதாவூத், சுனனுந் நஸாயீ, சுனன் இப்னு மாஜா** ஆகிய நபிமொழித் தொகுப்புகள் இன்ஷா அல்லாஹ் விரைவில் வெளிவர உள்ளன.

மேலும், **ஸிஹாஹுஸ் ஸித்தா** எனும் முக்கியமான ஆறு நபிமொழித் தொகுப்புகளையும் முழுமையாகத் தமிழாக்கம் செய்து, மக்களிடம் சேர்க்க இருக்கிறோம் என்பதில் மிகுந்த மகிழ்ச்சியடைகிறோம். அல்ஹம்துலில்லாஹ்! எங்களது பணிகள் நிறைவுபெற்று, நபிமொழித் தொகுப்புகள் அனைத்தையும் உங்கள் கைகளில் கிடைக்கச் செய்ய

எல்லாம் வல்ல இறைவனிடம் பிரார்த்தனை செய்யுமாறு வேண்டுகிறோம்.

திருக்குர்ஆன் விரிவுரையில் புகழ்பெற்ற **தஃப்சீர் இப்னு கஸீரைத்** தமிழில் மொழியாக்கம் செய்து மொத்தம் ஒன்பது பாகங்களாக வெளியிட முடிவு செய்து, ஏழு பாகங்கள் வெளியிட்டுள்ளோம். இன்ஷா அல்லாஹ், மீதமுள்ள இரண்டு பாகங்களும் விரைவில் வெளிவரும்.

★ ★ ★ ★

உலக வாழ்விலும் மறுமை வாழ்விலும் மானுடம், வெற்றியும் மேன்மையும் அடைவதற்கான வரலாற்றுப் படிப்பினையின் தேவை குறித்து, சங்கைமிகு திருக்குர்ஆன் நமக்குக் கூறியுள்ளது. தங்களது தீய செயல்களின் விளைவாக அழிவுற்ற சமூகங்கள் குறித்தும் நற்செயல்களின் விளைவாக, பேறுபெற்ற சமூகங்கள் குறித்தும் பல்வேறு போதனைகளை நாம் வரலாற்றின் மூலமே பெற்று வருகிறோம். இதை மனதில்கொண்டு நபிவழி கலீஃபாக்களின் வரலாறு மற்றும் இஸ்லாமிய வரலாற்றை ரஹ்மத் பதிப்பகம் சார்பில் வெளியிட வேண்டும் என்ற சீரிய நோக்கத்துடன் கடந்த மூன்று ஆண்டுகளாக, இஸ்லாமிய வரலாற்றாய்வாளர்கள் மற்றும் மார்க்க அறிஞர்களைக் கொண்ட ஒரு குழுவின் கூட்டு முயற்சியின் நல்விளைவாக, அது குறித்த நூல்களை இப்போது வெளியிடுகிறோம்.

உலகின் பேரொளி எனும் தலைப்பில் இறைத்தூதர் (ஸல்) அவர்களின் வரலாறு; **அதிசயத் தோழர்** எனும் தலைப்பில் அபூபக்ர் (ரலி) அவர்களின் வரலாறு; **உன்னத ஆட்சியாளர்** எனும் தலைப்பில் உமர் (ரலி) அவர்களின் வரலாறு; **ஒப்பற்ற வள்ளல்** எனும் தலைப்பில் உஸ்மான் (ரலி) அவர்களின் வரலாறு; **அறிவின் நுழைவாயில்** எனும் தலைப்பில் அலீ (ரலி) அவர்களின் வரலாறு என ஐந்து நூல்களும், இஸ்லாமிய வரலாறு குறித்த நூல் மூன்று பாகங்கள் என எட்டு நூல்கள்.

மூன்று பாகங்களாக வெளியிடும் இஸ்லாமிய வரலாற்றின் இம்முதல் பாகம், இஸ்லாமிய வரலாறு, அரபு இனக்குழுக்கள் குறித்த அறிமுகத்துடன் தொடங்கி, இறைத்தூதர் முஹம்மத்

நபி (ஸல்) அவர்களின் தூதுத்துவ வாழ்வும் பணிகளும், அபூபக்ர் (ரலி), உமர் (ரலி), உஸ்மான் (ரலி), அலீ (ரலி), ஹஸன் (ரலி) ஆகிய நபிவழி கலீஃபாக்களின் கிலாஃபத் மற்றும் அவர்களது பணிகள் என விரிவடைகிறது.

இரண்டாம் பாகம், உமய்யா கிலாஃபத் தொடங்கி, இமாம் ஹுஸைன் (ரலி) அவர்களின் உயிர்த்துறவு, அப்பாசிய ஆட்சி, அதன் இறுதிவரைக்குமான தொலைவுகளை உள்ளடக்கி இஸ்லாம் பரவியிருந்த பகுதிகள் என விரிவடைகிறது.

மூன்றாம் பாகம், இஸ்லாமிய ஆட்சிக்கு முன்பின்னுள்ள ஸ்பெய்னின் நிலைமைகள், உமய்யா, அப்பாசிய வம்சாவளிகள், அல்முராவித், அல்முஹாத் ஆட்சிகள், கிறிஸ்தவர்களுடனான போர்கள், இதிரீசியர், அக்லபியர் ஆட்சிகள், மொராக்கோ வடஆப்பிரிக்க வெற்றிகள், மங்கோலியர், துருக்கியர், தார்த்தாரியர் பற்றிய விளக்கமான குறிப்புகள், குவாரிஸ்ம் ஷா, அத்தபெக்கியர், ஸிஸ்தானிய அரசர்கள், ஸஃப்ஃபாரியர், ஸமனியர், தெலாமியர், கர்னவியர், ஸெல்ஜூக்குகள், கோரியர், முலுக்கியர் பற்றிய குறிப்புகள், பாரசீகத்தின் இஸ்லாமிய வரலாறு, உபைதுல்லாஹ், அய்யூபிய, மம்லுக் வம்சாவளியினர், கான்ஸ்டான்டிநோபிள் வெற்றி, உஸ்மானியப் பேரரசின் தொடக்க கால ஆட்சியாளரான சுல்தான் ஸலீமின் இறப்பு ஹிஜ்ரீ *926* (கி.பி. *1520*) வரையிலான உள்ளடக்கங்களுடன் விரிவடைகிறது.

இந்த அரியதோர் பணிக்கு உறுதுணையாக இருந்த, இலங்கையைச் சேர்ந்த அல் அஸூமத், எழுத்தாளர் குளச்சல் யூசுஃப், சிராஜூல் ஹஸன், மௌலவி ஸைஃபுர் ரஹ்மான் பிலாலி மற்றும் அச்சாக்கம் செய்து உதவிய தமிழ் அலை பதிப்பகம் ஆகியோருக்கு மனமார்ந்த நன்றிகள்.

இஸ்லாம் தொடர்பான அனைத்து நூல்களையும் ரஹ்மத் பதிப்பகம் மூலம் தமிழில் வெளியிடுகிற எங்களது சீரிய நோக்கத்தை நிறைவேற்றும் வாய்ப்பை வழங்கிய அல்லாஹ்வுக்கே எல்லாப் புகழும்.

இஸ்லாத்தை முழுமையாக அறிந்துகொள்ளவும் அதன்படி வாழவும் உதவியாக, இல்லங்கள் தோறும், பள்ளிவாசல்கள்

தோறும் இஸ்லாமிய நூலகங்கள் உருவாகவும் இதன் மூலம், மக்கள் அனைவரும் படித்துப் பயன்பெறவும் தெளிவு பெறவும் இந்நூல்கள் உதவியாக இருக்குமென்று நம்புகிறோம். இவ்வரிய வாய்ப்பை எங்களுக்கு வழங்கிய எல்லாம் வல்ல அல்லாஹ்வுக்கே புகழ் அனைத்தும். யா அல்லாஹ், உன்னையே வணங்குகிறோம். உன்னிடமே அடைக்கலம் தேடுகிறோம்.

எல்லாம் வல்ல அல்லாஹ் நம் அனைவருக்கும் நல்லருள்புரிவானாக. ஆமீன்!

வஸ்ஸலாம்.

எம்.ஏ. முஸ்தபா

நிறுவனர் - பதிப்பாளர்
(ரஹ்மத் பதிப்பகம்)

மறுவெலியீட்டுக் குறிப்பு: ***2017***இல் வெளியிட்ட இஸ்லாமிய வரலாற்றின் மூன்று பாகங்களும் முறையே 632, 816, 574 பக்கங்கள் கொண்ட பெரிய நூல்களாக அமைந்திருந்தன. இவற்றின் அளவு, கையாள்வதற்கு சிரமமாக இருப்பதாக வாசகர்கள் தெரிவித்த கருத்தைக் கவனத்தில்கொண்டு மேற்கண்ட மூன்று பாகங்களையும் ஆறு நூல்களாக மறுவெளியீடு செய்துள்ளோம் என்பதைத் தெரிவித்துக்கொள்கிறோம்.

இஸ்லாமிய வரலாறு
ஆறாம் பாகம்

01. எகிப்திலும் திரிப்போலியிலும் உபைதியர்

அப்பாசிய கிலாஃபத்தின் தொடக்கத்திலேயே அலவியர் எதிர்நடவடிக்கைகளை ஆரம்பித்தனர். தொடர்ந்து, இஸ்லாமிய கிலாஃபத்துக்கு அவர்கள் இடைஞ்சல் ஏற்படுத்தி வந்தனர். இதில், ஒவ்வொரு முறையும் தோல்வியையே எதிர்கொண்டனர். யூதனான அப்துல்லாஹ் பின் ஸபா, மைய அரசுக்கெதிராக மக்களிடையே கருத்து வேறுபாடுகளை உருவாக்கியும் சதித்திட்டங்களில் ஈடுபட்டும் வந்தான். இவற்றைப் புதிய முஸ்லிம்கள் எனும் போர்வையிலிருந்த அக்னியை வழிபடுபவர்களும் யூதர்களும் பர்பர்களும் முன்நின்று நடத்தினர். அப்பாசிய வம்சாவளியினர், பலவீனமாகும்போதெல்லாம் தங்கள் பலத்தை அதிகரித்துக்கொள்ளும் நோக்கத்துடன் அக்னி ஆராதனையாளர்களும் யூதர்களும் தங்களை அலவியராகக் காட்டிக்கொண்டனர். ஆட்சியின் அதிகார மையமான பாக்தாதுக்கும் பர்பர் இன ஆட்சிப்பகுதிகளுக்கும் இடையிலான தொலைதூர இடைவெளி இவர்களுக்கு வசதியாக அமைந்திருந்தது. சிரியாவின் ஹோம்ஸின் அருகே ஸல்மியா எனுமிடத்தில் வசித்து வந்த முஹம்மத் ஹபீப் என்பவர், ஹிஜிரீ மூன்றாம் நூற்றாண்டின் இறுதியில், தான் இஸ்மாயீலின் மகனாகிய இமாம் ஜஅஃபர் ஸாதிக்கின் வழித்தோன்றல் என்று சொல்லி அரங்கேறினார். இந்த உறவை முன்வைத்து அவர் இலாபமடைய முயன்றனர். இமாம் ஜஅஃபர் ஸாதிக்கின் புகழ் யேமன், ஆப்பிரிக்கா, மொராக்கோ

போன்ற பகுதிகளில் பரவியிருந்தது. வெகுவிரைவில் இமாம் மஹ்தி வரவிருப்பதாகச் சொல்லி மக்களை இதற்குத் தயார்ப்படுத்துவதற்கான எல்லா வாய்ப்புகளையும் ஆற்றலையும் பயன்படுத்தினார். இமாம் மஹ்தி, ஃபாத்திமிய வம்சாவளியிலிருந்துதான் தோன்றுவார் என்ற நம்பிக்கையையும் மக்களிடம் உருவாக்கினார். வெகு விரைவில் இமாம் வருகை தரவிருக்கிறார் என்று யேமன் மக்களை நம்பச் செய்வதற்காக, தனது ஆதரவாளர்களில் ஒருவரான ருஸ்ட்டம் பின் ஹஸன் பின் ஹொஷாபை அனுப்பி வைத்தார். யேமனுக்குச் சென்ற ருஸ்ட்டம் தனது கடமையை மிகுந்த கவனத்துடன் செவ்வனே நிறைவேற்றினார்.

தொடர்ந்து, ஷியா மற்றும் அலவிய ஆதரவாளரான அபூ அப்துல்லாஹ் ஹஸன் பின் முஹம்மத் பின் ஸக்கரியா என்பவர் முஹம்மத் ஹபீபிடம் வந்தார். தனது பணிக்கு இவர் பொருத்தமாக இருப்பார் என்பதைப் புரிந்துகொண்ட ஹபீப் தகுந்த அறிவுரைகளுடன் ருஸ்ட்டமிடம் சிறிது காலம் பிரச்சார முறைகளைக் கற்றுத் தேர்ந்த பிறகு பர்பர்களிடம் சென்று பிரச்சாரம் செய்யும்படி அனுப்பி வைத்தார்.

யேமனுக்கு வந்து ருஸ்ட்டமிடமிருந்து பிரச்சாரக் கலையைக் கற்றுத் தேர்ந்த அபூ அப்துல்லாஹ், ஹஜ் காலத்தில் மக்காவுக்குச் சென்றார். வடஆப்பிரிக்காவிலுள்ள குதாமா நகர் முக்கியஸ்தர்கள் பலர் ஹஜ் கடமையை நிறைவேற்றுவதற்காக வந்திருந்தனர். அவர்களுடன் நெருக்கமாகப் பழகிய அபூஅப்துல்லாஹ், ஹஜ் முடிந்ததும் அவர்களுடன் குதாமாவுக்குச் சென்று பிரச்சாரத்தில் ஈடுபட்டார். தனது இறைபக்தியையும் அர்ப்பணிப்பு உணர்வையும் பறைசாற்றியதன் மூலம் பெருமளவிலான மக்களைக் கவர்ந்து, மிகப்பெரும் செல்வாக்கைப் பெற்றார். ஹிஜ்ரீ 288 ரபீயுல் அவ்வல் மாதம் 15ஆம் நாள் குதாமாவுக்கு வந்த அபூஅப்துல்லாஹ், வெகுவிரைவில் இமாம் மஹ்தி வரவிருக்கிறாரென்று மக்களை மிக எளிதாக நம்ப வைத்தார். மக்கள், அபூ அப்துல்லாஹ்வுக்கு ஒரு வீடு கட்டிக்கொடுத்தனர். அதை அவர் பிரச்சார மையமாக்கினார். குதாமாவில்தான் இமாம் மஹ்தி தோன்றுவார் என்று தன்னைச் சுற்றியிருந்த மக்களை மிக எளிதாக அவரால் நம்ப வைக்க முடிந்தது. அதில் அவருக்கும் சந்தேகமில்லை. இமாம் மஹ்தியை வரவேற்கவும் ஆதரவளிக்கவும் பின்பற்றவும் சித்தமாக மக்கள்

விழிப்புடனிருக்க வேண்டும் என்றும் அவர் போதனை செய்தார்.

அபூஅப்துல்லாஹ் குறித்துக் கேள்விப்பட்ட ஆப்பிரிக்க ஆட்சியாளரான இப்ராஹீம் பின் அஹ்மத் பின் அக்லப், அபூ அப்துல்லாஹ் தனது நடவடிக்கைகளைக் கைவிட வேண்டுமென்றும் மறுத்தால், தண்டிக்கப்படுவார் என்றும் அறிவித்தார். குதாமாவிலும் அதன் அண்மைப் பகுதிகளிலுமுள்ள அனைத்து இனக்குழு மக்களும் அபூஅப்துல்லாஹ்வின் பிரச்சாரத்தை முற்றிலுமாக ஏற்றுக்கொண்டிருந்தனர். தனது வலுவை அறிந்திருந்த அபூ அப்துல்லாஹ் அரசுத்தூதரை மிகவும் அவமரியாதையாக நடத்தியதுடன் திருப்பியனுப்பினார். இதன் எதிர்விளைவுகளை நினைத்துப் பயந்துபோன மக்கள், சூழ்நிலையிலிருந்து தப்பிப்பதற்காக அபூஅப்துல்லாஹ்வைக் குதாமாவிலிருந்து வெளியேற்றி வடஆப்பிரிக்க ஆட்சியாளரான இப்ராஹீம் பின் அஹ்மதிடம் அனுப்பி வைப்பதாக முடிவு செய்தனர்.

ஆனால், அபூ அப்துல்லாஹ்வுக்கு ஆதரவான சமயத் தலைவர்கள் ஒன்றிணைந்தனர். அவர்களது முயற்சியால் தோக்கார்த் மாகாண ஆளுநர் ஹாரூன் கஸ்ஸானி தனது நாட்டுக்கு வருமாறு அபூ அப்துல்லாஹ்வுக்கு அழைப்பு விடுத்தார். குதாமா மக்களுக்கு மிகவும் ஏற்புடையதாகவே இருந்தது இம்முடிவு. தங்களுடைய அனைத்து ஆதரவையும் அபூஅப்துல்லாஹ்வுக்கு அவர்கள் தெரிவித்துக்கொண்டனர். இத்துடன், அவரது ஆற்றலும் செல்வாக்கும் பன்மடங்கு பெருகின. சாதகமான சூழ்நிலைகளுடன் மகத்தான வலுவையும் திரட்டிக்கொண்ட அபூஅப்துல்லாஹ், மேற்குப் பகுதியின் ஆட்சியாளரானார். இவை அனைத்தும் மிகக்குறுகிய ஒன்றரை ஆண்டு காலகட்டத்தினுள் நடந்து முடிந்திருந்தன.

ஆட்சிப்பொறுப்புக்கு வந்த இப்ராஹீம் அக்லபியின் மகன் அபுல் அப்பாஸ், அபூ அப்துல்லாஹ்வுக்கு மரண தண்டனை வழங்கும்படி உத்தரவிட்டு, தன் மகன் அபுல் குல்லை அனுப்பி வைத்தார். முதல் போரில் அபூ அப்துல்லாஹ் தோற்றார். பின்னர், அபுல் குல் கொல்லப்பட்டார். இத்துடன் அபூ அப்துல்லாஹ்வுக்குத் தடங்கல்கள் அகன்றன. அக்லபி வம்சாவளியினரின் கடைசி ஆட்சியாளரான ஸியாதத்துல்லாஹ் பொறுப்பேற்ற பிறகு, தனது செல்வாக்கை அதிகரித்துக் கொள்வதற்கான பல்வேறு வாய்ப்புகள் அவருக்குக் கிடைத்தன. வெகு விரைவில் இமாம் மஹ்தியின்

வருகை நிகழவிருப்பதாக முழுவீரியத்துடன் அவர் பிரச்சாரம் செய்தார். ஒற்றர்கள் வந்து மேற்குப் பகுதியில் ஏற்கனவே அபூ அப்துல்லாஹ்வின் ஆட்சி நிறுவப்பட்டிருப்பதைச் சுட்டிக்காட்டி, உபைதுல்லாஹ் அல் மஹ்தி எனும் உபைதுல்லாஹ்விடம் அதன் ஆட்சிப் பொறுப்பை ஏற்றுக்கொள்ளக் கேட்டிருப்பதாகவும் அறிவித்தனர்.

அபூ அப்துல்லாஹ்வின் மகன் அபுல் காசிம், ஸல்மியா மக்கள் மற்றும் ஓர் அடிமையுடன் குதாமாவுக்குப் புறப்பட்டார் உபைதுல்லாஹ். அவர்கள் வணிகக்குழுவினர்போல் மாறுவேடத்தில் சென்றதுடன் நேர்வழியைத் தவிர்த்து ஒரு குறுக்கு வழியில் பயணத்தை மேற்கொண்டனர். இவர்கள் ஸல்மியாவிலிருந்து புறப்பட்டு மேற்கு நிலப்பகுதியை நோக்கிச் சென்று கொண்டிருக்கிறார்கள் என்று ஒற்றர்கள் அப்பாசிய கலீஃபா முக்தஃபிக்கு அறிவித்தனர். எகிப்து வழியாக மாறுவேடத்தில் குறிப்பிட்ட அடையாளங்களுடன் மேற்கு நோக்கிச் செல்பவர்களைக் கைது செய்யும்படி எகிப்து ஆளுநர் ஈஸா நவீஸ்திரீக்கு உத்தரவிட்டார் முக்தஃபி. உபைதுல்லாஹ் குழுவினரைச் சுற்றிவளைத்த ஆளுநர் குறிப்பிட்ட அடையாளங்கள் போதுமான அளவுக்கு அவர்களிடம் இல்லையென்பதால் போக அனுமதித்தார். திரிப்போலியை அடைந்த உபைதுல்லாஹ், குதாமாவிலிருந்த அபூ அப்துல்லாஹ்வுக்குத் தனது வருகையை அறிவித்தார். வடஆப்பிரிக்காவின் ஆளுநரான ஸியாதத்துல்லாஹ் அக்லபி, அவர்கள் சந்திப்பதற்குத் தடையாக இருந்தார். அபூ அப்துல்லாஹ்வை நோக்கி உபைதுல்லாஹ் செல்கிறார் எனும் தகவலை ஏற்கனவே அவர் அறிந்திருந்தார். இதன்படி, உபைதுல்லாஹ்வைப் பிடிப்பதற்காகப் பல்வேறு பகுதிகளில் காவலர்கள் நியமிக்கப்பட்டிருந்தனர்.

உபைதுல்லாஹ்வை அழைத்து வரச் சென்ற அபூ அப்துல்லாஹ்வின் சகோதரர் அபுல் அப்பாசை கைர்வானில் வைத்து ஸியாதத்துல்லாஹ் கைது செய்தார். அபுல் அப்பாஸ் கைது செய்யப்பட்டதாக தகவலறிந்த உபைதுல்லாஹ், ஸிஜில்மஸ்ஸாவுக்குச் சென்றார். ஆளுநர் ஸியாதத்துல்லாஹ் அக்லபியின் பணியாளரான அல்யஸா என்பவரிடம் பிடிபட்ட உபைதுல்லாஹ்வை அவர் வணிகரென்று கருதி மரியாதையாக நடத்தினார். அவரைக் கைது செய்யச் சொல்லி ஆளுநர் உத்தரவிட்ட பிறகுதான் கைது செய்தார். அபுல் அப்பாஸ்,

கைர்வானிலும் உபைதுல்லாஹ் மஹ்தி, ஸிஜில்மஸ்ஸாவிலும் மூன்று அல்லது நான்கு ஆண்டுகள் சிறைவாசம் அனுபவித்தனர்.

இக்காலகட்டத்தில் ஷியா அபூஅப்துல்லாஹ், பல்வேறு பகுதிகளைக் கீழ்படியச் செய்தவாறே முன்னேறிக்கொண்டிருந்தார். இரண்டு லட்சம் வீரர்கள்கொண்ட ஒரு பெரும் படையை உருவாக்கிய அபூ அப்துல்லாஹ், ஹிஜ்ரீ 296இல் கைர்வானைக் கைப்பற்றினார். சிறையிலிருந்த தனது சகோதரர் அபுல் அப்பாசை, கைர்வானின் ஆளுநராக்கிவிட்டு ஸிஜில்மஸ்ஸாவுக்குப் புறப்பட்டார். வழியில் பல்வேறு பகுதிகளிலுள்ள இனக்குழுவினர் தங்கள் ஆதரவை அபூ அப்துல்லாஹ்வுக்குத் தெரிவித்தனர். ஸிஜில்மஸ்ஸாவின் அண்மையில் சென்றதும் அமைதியை விரும்புகிற மென்மையான மொழியில் அல்யஸாவுக்கு ஒரு கடிதம் அனுப்பினார். கடிதத்தைக் கிழித்தெறிந்துவிட்டு தூதரைக் கொலை செய்த அல்யஸா, அபூ அப்துல்லாஹ்வை எதிர்த்துப் போருக்குப் புறப்பட்டார். கடுமையான போரின் முடிவில் அல்யஸாவின் படையினர் உயிருக்குப் பயந்து ஓடினார்கள். அபூஅப்துல்லாஹ்வின் வீரர்கள் துரத்திச் சென்றனர். ஸிஜில்மஸ்ஸா நகரில் புயல்போல் நுழைந்த அபூ அப்துல்லாஹ் சிறையிலிருந்த உபைதுல்லாஹ் மஹ்தியையும் தன் மகன் அபுல் காசிமையும் விடுவித்தார். பின்னர், உபைதுல்லாஹ்வையும் மகன் அபுல் காசிமையும் குதிரையில் அமரச் செய்து ஆனந்தக் கண்ணீருடன், "இதோ உங்கள் தலைவர்! இதோ உங்கள் தலைவர்!" என்றவாறே பின் தொடர்ந்து சென்றார். படைமுகாமுக்கு அழைத்துச்செல்லப்பட்ட உபைதுல்லாஹ் மஹ்தியைத் தனது அரியணையில் அமரச் செய்து வாக்குறுதியளித்தார். தொடர்ந்து, மற்றவர்களிடமும் வாக்குறுதியளிக்கச் சொன்னார். சங்கிலியால் பிணைத்துக் கொண்டுவரப்பட்ட அல்யஸாவுக்கு மரணதண்டனை விதிக்கப்பட்டது.

உபைதுல்லாஹ் மஹ்தி : ஸிஜில்மஸ்ஸாவிலும் கைர்வானிலும் நாற்பது நாள்களைக் கழித்த அபூஅப்துல்லாஹ்வும் உபைதுல்லாஹ்வும் பிறகு மேற்கு நோக்கிச் சென்றனர். அபூஅப்துல்லாஹ் தனது உடைமைகள் அனைத்தையும் உபைதுல்லாஹ்விடம் கொடுத்தார். வாக்குறுதி அளிக்கும் நிகழ்ச்சி நடந்தது. ஜுமுஆ பேருரையில் உபைதுல்லாஹ்வின் பெயர் குறிப்பிடப்படலாயிற்று. புதிய கோட்பாட்டின் பிரச்சாரகர்கள் பர்பர் இன மக்கள் வாழும்

பகுதிகளுக்கு அனுப்பி வைக்கப்பட்டனர். தாங்கள் முன்வைக்கும் நம்பிக்கையை ஏற்றுக்கொள்ளுமாறு மக்கள் நிர்ப்பந்தம் செய்யப்பட்டனர். குதாமா மக்கள் அபூஅப்துல்லாஹ்வுக்கு ஆதரவு தெரிவிப்பதினூடாக அரசு நிர்வாகத்தில் உயர் பதவிகளுக்கு வந்தனர். அபூ அப்துல்லாஹ்வும் அவரது சகோதரரும் அரசியல் விவகாரங்களில் மிகவும் சுறுசுறுப்புடன் இயங்கினர். இம்மாபெரும் பேரரசை உருவாக்கியவரும் அவர்தான். அக்லபி வம்சாவளியினரை அப்புறப்படுத்தியதற்கும் உபைதுல்லாஹ் பொறுப்பேற்பதற்கும் அவர்தான் காரணம்.

அரசுப்பொறுப்பை ஏற்றுக்கொண்ட உபைதுல்லாஹ் தன்னாட்சி பெற்ற அரசராக மாறியதும், அபூஅப்துல்லாஹ் அவரது சகோதரர் அபுல் அப்பாஸ் ஆகியோரின் செல்வாக்கை அழித்துவிட எண்ணினார். இதைப் புரிந்துகொண்ட அபூஅப்துல்லாஹ் எச்சரிக்கையானார். குதாமா மக்கள் அபூ அப்துல்லாஹ்வின்மீது மிக அதிகமாகப் பற்று வைத்திருந்தனர். உபைதுல்லாஹ்வை அரசராகவும் மஹ்தியாகவும் ஏற்றுக்கொள்ளச் செய்த அபூ அப்துல்லாஹ் இப்போது இமாம் மஹ்திக்கான அடையாளங்கள் உபைதுல்லாஹ்விடம் குறைவாக இருப்பதாக மக்களிடையே இரகசியப் பிரச்சாரம் செய்ய ஆரம்பித்தார். தொடர்ந்து, இமாம் மஹ்தியின் அப்பழுக்கற்றத் தன்மைகள் உபைதுல்லாஹ்விடம் இல்லவே இல்லையென்று வெளிப்படையாகவும் சொல்ல ஆரம்பித்தார். உண்மையில் அவர் குழப்பவாதி என்றும் நரமாமிசம் உண்பவர் என்றும் உண்மையான இமாம் மஹ்தி இனிமேல்தான் வருவார் என்றும் சுட்டிக்காட்டினார்.

குதாமா மக்களில் பெரும்பான்மையினரும் அபூ அப்துல்லாஹ்வுக்கு ஆதரவாக இருந்தனர். தனக்கெதிரான சதி வேலைகளில் ஈடுபடுபவர்களைக் கண்டுபிடித்துக் கொலை செய்யத் தொடங்கினார் உபைதுல்லாஹ். இறைபக்தியும் கண்ணியமும் மிகுந்த சமயச் சான்றோர்களின் தலைவரான அஷ்ஷெய்க் அல் மஷைக்குடனும் அபூ அப்துல்லாஹ்வுடனும் ஆலோசனை மேற்கொண்ட குதாமா மக்கள் அஷ்ஷெய்க்கை உபைதுல்லாஹ்விடம் அனுப்பி வைத்தனர். உபைதுல்லாஹ்வைச் சந்தித்த அவர், இமாம் மஹ்திக்கான அடையாளங்களில் ஏதாவது ஒன்றைக் காட்டச் சொன்னார். வரவிருக்கும் ஆபத்தை உணர்ந்துகொண்ட உபைதுல்லாஹ்,

அஷ்ஷெய்க்கைக் கொன்றுவிடச் சொல்லி அடிமையிடம் சைகை செய்தார். அஷ்ஷெய்க் கொல்லப்பட்டார். இதையறிந்த குதாமா மக்கள் உபைதுல்லாஹ்வைக் கொல்லும் நோக்கத்துடன் வன்முறையில் ஈடுபட்டனர்.

தன்னுடைய நிலைமை சிக்கலுக்குள்ளாகி இருப்பதை உணர்ந்தார் உபைதுல்லாஹ். குதாமாவில் அதிகச் செல்வாக்குள்ள தலைவர்களான அரூபா பின் யூஸுஃப், ஹபாஸா பின் யூஸுஃப் எனும் இரு சகோதரர்களை வரவழைத்த உபைதுல்லாஹ், அவர்களிடம் மிகுந்த அன்பாகவும் நயந்தும் பேசி அபூ அப்துல்லாஹ்வையும் அவரது சகோதரர் அபுல் அப்பாஸையும் கொன்றுவிடச் சொன்னார். அரசரின் உத்தரவை அவர்கள் நிறைவேற்றினர். இது ஹிஜ்ரீ 298இல் நடைபெற்ற நிகழ்ச்சி.

இதைத் தொடர்ந்து அபூ அப்துல்லாஹ்வின் ஆதரவாளர்கள் கிளர்ச்சியில் இறங்கினர். அப்போதைக்கு அடக்கி வைக்கப்பட்ட வன்முறைகள் சிறிது காலத்துக்குப் பிறகு மீண்டும் வெடித்தன. இம்முறையும் வெற்றிகரமான முறையில் அடக்கினார் உபைதுல்லாஹ். நாட்டின் சீரழிந்துகொண்டிருந்த நிலையை மனதில்கொண்டு தனது ஷியா பிரச்சாரத்தை நிறுத்தி வைத்தார். பின்னர், அரூபா பின் யூஸுஃபுக்கு பஜா நிலப்பகுதியையும் ஹபாஸா பின் யூஸுஃபுக்கு பர்கா (ஸைரீனிக்கா) நிலப்பகுதியையும் கொடுத்தார். தன் மகன் அபுல் காஸிமை இளவரசராக்கினார். சில நாள்களுக்குப் பிறகு குதாமா மக்கள் ஓர் இளைஞரைத் தேர்வுசெய்து அவரையே தலைவராகவும் இமாம் மஹ்தியாகவும் ஏற்று உபைதுல்லாஹ்வுக்கு எதிராகப் பெரும் கிளர்ச்சிகளில் இறங்கினர். இந்த இளைஞரை அவர்கள் ஒரு நபியென்றும் அறிவித்துக்கொண்டனர். கிளர்ச்சியை அடக்குவதற்காக ஒரு பெரும் படையைத் தன் மகன் அபுல் காஸிமின் தலைமையில் அனுப்பி வைத்தார் உபைதுல்லாஹ். மக்களைத் தோற்கடித்த இளவரசர் அபுல் காஸிம், நகரைச் சூறையாடினார். இளம் மஹ்தி கொலைசெய்யப்பட்டார்.

ஹிஜ்ரீ 300இல் திரிப்போலி மக்கள் மேற்கொண்ட ஒரு கிளர்ச்சியை அடக்குவதற்கு அபுல் காஸிம் அனுப்பி வைக்கப்பட்டார். நீண்ட ஒரு முற்றுகைக்குப் பிறகு திரிப்போலி வெற்றி கொள்ளப்பட்டது.

ஹிஜ்ரீ 301இல் அபுல் காஸிம் ஒரு கப்பல்படையுடன்

எகிப்தின்மீதும் அலெக்ஸான்ட்ரியா மீதும் படையெடுத்தார். ஹபாஸா பின் யூஸுஃபும் அதில் இணைந்திருந்தார். அலெக்ஸான்ட்ரியா வெற்றிகொள்ளப்பட்டது. தகவலறிந்த பாக்தாத் கலீஃபா முக்ததிர் அப்பாசி, ஸபுக்தகீன் மற்றும் அடிமை முனீஸின் தலைமையில் ஒரு படையை அனுப்பி வைத்தார். அவர்கள், அபுல் காசிமையும் ஹபாஸாவையும் எகிப்து எல்லையை விட்டு விரட்டியடித்தனர். உபைதிய படைகள் கைர்வானுக்குத் திரும்பின. ஹிஜ்ரீ 302இல் மீண்டும் அலெக்ஸான்ட்ரியாமீது தாக்குதல் மேற்கொண்டார் ஹபாஸா. போரின் முடிவில் அடிமை முனீஸ், அவரைத் துரத்தியடித்தார். ஹபாஸாவின் 7,000 வீரர்கள் உயிரிழந்தனர். ஹபாஸா நல்வாய்ப்பாக உயிர் தப்பினார்.

அதே ஆண்டு ஹபாஸா, உபைதுல்லாஹ் மஹ்தியால் கொலைசெய்யப்பட்டார். ஹபாஸாவின் மரணத்துக்குப் பிறகு அவரது சகோதரரான அரூபா, உபைதுல்லாஹ்வின் ஆட்சியை எதிர்த்துக் கிளர்ச்சியில் ஈடுபட்டார். குதாமா மக்கள் அரூபாவுக்கு ஆதரவளித்தனர். அரூபாவை அடக்குவதற்குத் தன்னுடைய அடிமையான காலிபைத் தேர்வு செய்தார் உபைதுல்லாஹ். அவர் ஒரு பெரும் படையுடன் அரூபாமீது தாக்குதல் தொடுத்து அவரை வெற்றிகொண்டதுடன் அவரையும் அவரது சகோதரர்களையும் தோழர்களையும் கொன்றார். இதைத்தொடர்ந்து, உடனடியாக சிஸிலியில் கிளர்ச்சி உருவானது. ஆளுநரான அலீ பின் அம்ர் ஆட்சிப் பகுதியிலிருந்து விரட்டப்பட்டார். பின்னர், கலீஃபா முக்ததிர் அப்பாசிக்கு மக்கள் ஆதரவு தெரிவித்துத் தகவல் அனுப்பினார்கள். சிஸிலி மக்களை அடக்குவதற்காகக் கப்பல்படை ஒன்றின் தலைமையில் ஹஸன் பின் கஸீரை அனுப்பி வைத்தார் உபைதுல்லாஹ். கடுமையான போரின் முடிவில், அஹ்மத் பின் கஹ்ராப், ஹஸன் பின் கஸீரைத் தோற்கடித்துக் கொன்றார். உபைதுல்லாஹ்வின் கோபத்திற்கு ஆளாகி விட்டோமென்று பயந்துபோன சிஸிலி மக்கள், அஹ்மத் பின் கஹ்ராபைப் பிடித்து உபைதுல்லாஹ்விடம் அனுப்பி வைத்து, தங்களை மன்னிக்குமாறு கேட்டுக்கொண்டனர். அஹ்மத் பின் கஹ்ராபைப் கொன்றுவிட்டு சிஸிலி ஆளுநராக அலீ பின் மூஸா பின் அஹ்மதை நியமித்தார் உபைதுல்லாஹ்.

மஹ்தியா நகர் : உபைதுல்லாஹ் ஒரு இஸ்மாயீலிய ஷியா

என்பதாலும் தன்னை இமாம் மஹ்தி என்று சொல்வதாலும் ஏற்படுகிற கிளர்ச்சிகள் குறித்த அச்ச உணர்வு அவரை வேட்டையாடியது. வடஆப்பிரிக்க மக்கள் அவரது வாதத்தை முழுமையாகவே நிராகரித்தனர். இந்நிலையில் தனக்கான ஒரு தலைநகரை உருவாக்கிக்கொள்ளும் நோக்கத்துடன் கடற்கரைப் பகுதியில் இஃப்ரிக்கியா முனையில் அமைந்திருந்த ஒரு குறுகிய பாறை வளைவுள்ள நிலப்பகுதியைத் தேர்வு செய்து அடிக்கல் நாட்டினார். தனது தலைநகருக்கு மஹ்தியா என்று பெயரிட்டார். நுழைவாயிலில் பலம் வாய்ந்த காவல் அரண்களும் இரும்புக் கதவுகளும் அமைக்கப்பட்டன. பணிகள் முடிவடைந்ததும் பெரும் மகிழ்ச்சியுடன் சொன்னார்: “ஃபாத்திமிய வம்சாவளியினருக்கான அமைதியை நான் உறுதிப்படுத்தி விட்டேன். அவர்களது வாழ்க்கை பாதுகாக்கப்பட்டு விட்டது.”

அதே ஆண்டில் கப்பல் கட்டும் தொழிற்சாலை ஒன்றை அமைத்த உபைதுல்லாஹ், தனது கப்பல் படைக்காக தொள்ளாயிரம் கப்பல்களைக் கட்டுவித்தார். ஹிஜ்ரீ 307இல் அலெக்ஸான்ட்ரியா மீது படையெடுக்க தனது மகன் அபுல் காசிமை அனுப்பி வைத்தார். அவர், அலெக்ஸான்ட்ரியாவை வெற்றிகொண்டு நைல் நதியின் டெல்டா பகுதியையும் கைப்பற்றினார். இதையறிந்த பாக்தாத் கலீஃபா முக்ததிர் தனது அடிமையான முனீஸை எகிப்துக்கு அனுப்பினார். பல்வேறு போர்களின் முடிவில் முனீசுக்கு வெற்றி கிடைத்தது. அபுல் காசிமுக்கு உதவியாக உபைதுல்லாஹ் அனுப்பி வைத்த எண்பது கப்பல்களும் போர்வீரர்களும் சென்றடைவதற்குள் அபுல் காசிம் தோல்வியுடன் திரும்பி விட்டார். இதையறியாமல் முன்னேறிச்சென்ற கப்பல் படையினரை முனீஸ் தாக்கினார். வீரர்கள் அனைவரும் கொல்லப்பட்டனர். கப்பல்கள் தீக்கிரையாக்கப்பட்டன.

அடுத்த ஆண்டு ஹிஜ்ரீ 308இல் மொராக்கோமீது படையெடுக்கும்படி உத்தரவிட்டு, முதஅலஅ பின் ஹாபுசை அனுப்பி வைத்தார் உபைதுல்லாஹ் மஹ்தி. மொராக்காவின் யஹ்யா, உபைதுல்லாஹ்வுக்குக் கீழ்ப்படிந்தார். மூஸா பின் அல் அபீ அல் அஃபீயா மக்னஸி, உபைதுல்லாஹ்வால் மொராக்கோ மாகாணங்களின் பாதுகாவலராக நியமிக்கப்பட்டார். ஹிஜ்ரீ 309இல் மொராக்கோவின் பிற மாகாணங்களும் உபைதிய ஆட்சியின்கீழ்

இணைக்கப்பட்டன. ஃபெஸ், அப்போது யஹ்யாவின் ஆட்சியின் கீழிருந்தது. மூஸா, யஹ்யாவுக்கெதிரான ஒரு முறையீட்டை உபைதுல்லாஹ்விடம் முன்வைத்தார். இதைத் தொடர்ந்து, யஹ்யாவின் ஆட்சிப் பகுதியும் உபைதிய ஆட்சியின் கீழ் வந்தது. ஆட்சிப் பொறுப்புகளை இழந்து நின்ற இதிரீஸிய வம்சாவளியினர் சிலர், வடகிழக்கு மற்றும் வடமேற்கு மொராக்கோவின் ரிஃப்ஃபுக்கும் குமாராவுக்கும் இடம்பெயர்ந்து சென்று தங்களுடைய அரசுகளை நிறுவிக்கொண்டனர்.

மொராக்கோவில் தனது பணிகளை முடித்துக்கொண்ட முதஅலஅ, ஸிஜில்மஸ்ஸாமீது படையெடுத்தார். உபைதிகளுக்கு எதிரான மத்ரார் மக்னஸி குடும்பத்தினர் அனைவரையும் அவர் கொலை செய்தார். ஸிஜில்மஸ்ஸாவை வெற்றிகொண்டு, தனது சகோதர உறவிலுள்ள ஒருவரிடம் பொறுப்பை ஒப்படைத்தார். முதஅலஅ ஒரு மாபெரும் வீரரும் படைத்தலைவருமாவார். மொராக்கோவில் உபைதுல்லாஹ்வின் ஆட்சி அமைவதில் மிக முக்கியமான பங்கினை வகித்தவர் முதஅலஅ. வன்மமும் இரத்த வேட்கையும்கொண்ட உபைதுல்லாஹ் மஹ்தியின் நாடுபிடிக்கும் ஆசை முதஅலஅவுக்கு எதிராக பர்பர்களைக் கிளர்ந்தெழச் செய்தது. பல போர்கள் நடந்தன. இதில், முதஅலஅ கொலையுண்டார். இத்துடன், மொராக்கோவில் ஆரம்பித்த கிளர்ச்சியை உபைதிகளால் கட்டுப்படுத்த இயலவில்லை.

ஹிஜ்ரீ 215 இல் உபைதுல்லாஹ் தன் மகன் அப்துல் காசிமை மொராக்கோவுக்கு அனுப்பினார். ஸனாதா இனக்குழுவின் தலைவரான முஹம்மத் பின் கஸார், தன்னை நோக்கி அபுல் காசிம் வந்துகொண்டிருக்கிறார் என்பதை அறிந்து தென்பகுதியிலுள்ள பாலைநிலங்களை நோக்கிப் புறப்பட்டார். அபுல் காசிம் மேற்கு நோக்கிச்சென்று பல்வேறு நகரங்களைக் கைப்பற்றினார். வடகிழக்கு மொராக்கோவின் ஜெராடா நகரில் ஹஸன் பின் அபீ அல் ஆதிஷை முற்றுகையிட்டார். முற்றுகை நீண்டுபோன நிலையில் எந்தப் பலனும் கிடைக்காமல் திரும்பினார். வரும் வழியில் மஸீலா நகர் ஆட்சியாளராக இருந்த பனூ கம்லானைக் கைது செய்து கைர்வானுக்கு நாடு கடத்தினார். பின்னர், மஸீலாவைப் புனரமைத்து முஹம்மதியா என்று பெயரிட்டார். பிறகு, அதை ஸப் நகருடன் சேர்த்து, பொறுப்பை அலீ பின் ஹம்தானிடம் ஒப்படைத்தார்.

ஆட்சியின் கண்காணிப்புப் பொறுப்பை மூஸா பின் அபீ அல் அஃபியாவிடம் ஒப்படைத்த நிலையிலும், மிகச் சீக்கிரமாகவே அவர் உபைதுல்லாஹ் மஹ்திக்கெதிராகத் திரும்பினார். பின்னர், ஸ்பெய்னின் உமய்யா வம்சாவளியினரின் தலைமையை ஏற்றார். மொராக்கோவின் அனைத்து அரசியல் நடவடிக்கைகளிலும் ஸ்பெய்ன் கலீஃபாவின் பெயரைச் சேர்த்துக்கொண்டார்.

இதையறிந்த உபைதுல்லாஹ், பலம் வாய்ந்த ஒரு படையை அஹ்மத் மக்னஸியின் தலைமையில் மொராக்கோவுக்கு அனுப்பி வைத்தார். சிற்சில போர்களின் முடிவில் மூஸா, ஸ்பெய்னை நோக்கி நகர்ந்தார். மொராக்கோவைச் சூறையாடிய அஹ்மத் மக்னஸி, பின்னர் மஹ்தியாவுக்குச் சென்றார்.

24 ஆண்டு காலம் ஆட்சி புரிந்த உபைதுல்லாஹ் மஹ்தி ஹிஜ்ரீ 322 ரபீயுல் அவ்வல் மாதம் மரணமடைந்தார். தொடர்ந்து அவரது மகன் அபுல் காசிம் முஹம்மத் மஹ்தி, கைம் பின் அம்ரில்லாஹ் எனும் சிறப்புப் பெயருடன் ஆட்சிக்கு வந்தார். அபுல் காசிம் நஸார் என்ற பெயரிலும் அவர் அறியப்பட்டார்.

அபுல் காசிம் நஸார் : உபைதுல்லாஹ்வின் இறப்பைத் தொடர்ந்து ஏற்பட்ட கலவரங்களை அபுல் காசிம் நஸார் அரியணை ஏறியதும் அடக்கினார். பின்னர், தன் பார்வையை மொராக்கோவை நோக்கித் திருப்பினார். மொராக்கோவை மூஸா பின் அல் அஃபியா மீண்டும் கைப்பற்றியிருந்தார். ஹிஜ்ரீ 324இல் ஃபெஸ்ஸைத் தவிர மொராக்கோ முழுவதும் மீண்டும் அபுல் காசிமின் ஆட்சியின்கீழ் வந்தது. இதையடுத்து அபுல் காசிம் ஒரு பெரும் கடற்படையின் தலைமையில் இப்னு இஷாக் எனும் அனைத்துப் படைத்தலைவரை வடபுலத்தின் கரையோரப்பகுதிகளைக் கைப்பற்றுவதற்காக அனுப்பி வைத்தார். ஜெனோவா வரையிலான முழு நிலப்பரப்பையும் வெற்றிகொண்ட இப்னு இஷாக், ஸார்தீனியா தீவையும் கைப்பற்றினார். தொடர்ந்து இப்னு இஷாக் தனது அடிமை ஸரீனின் தலைமையில் ஒரு படையை எகிப்துக்கு அனுப்பினார். அவர் அலெக்ஸான்ட்ரியாவைக் கைப்பற்றினார். இதன் பிறகு, அபூ யஸீத் என்பவரால் அபுல் காசிமுக்கு சில பிரச்சினைகள் ஏற்பட்டன. இதிலேயே அவர் தனது முழுக்கவனத்தையும் செலுத்த வேண்டியதாயிற்று.

காஸிலாவைச் சேர்ந்த அபூயஸீத் முக்ஹல்லாத் பின் கிராத், தனது வணிகம் தொடர்பாக அடிக்கடி சூடானுக்கு வந்தார். இவர், சூடானில் பிறந்து வளர்ந்தவர். சூடானின் கார்ஜி பிரிவைச் சார்ந்த மக்கள் ஷியாக்களை எதிர்த்து வந்தனர். நாஹேர்த்தில் கல்வி பயின்ற அபூயஸீதும் அம்மக்களிடையே நல்ல செல்வாக்குப் பெற்றவர். ஷியா அபுல் அப்துல்லாஹ் தனது போதனைகளை பர்பர்களிடையில் பிரச்சாரம் செய்யத் தொடங்கிய காலகட்டத்தில் அபூ யஸீதும் தனது சிந்தனைகளையும் கோட்பாட்டையும் பிரச்சாரம் செய்து வந்தார். இதை அபூ அப்துல்லாஹ்வும் உபைதுல்லாஹ்வும் அறிவார்கள். ஆனால், முக்கியமான நிர்வாக விஷயங்களிலும் போர் நடவடிக்கைகளிலும் ஈடுபட்ட நிலையில் அபூ யஸீதின் செயல்கள்மீது அவர்களால் கவனம் செலுத்த இயலவில்லை. உபைதுல்லாஹ் மஹ்தியின் மரணத்தைத் தொடர்ந்து, நாட்டில் குழப்பங்கள் ஏற்பட்டதும், அபூயஸீத் தனது பிரச்சாரங்களைத் தீவிரப்படுத்தினார். ஷெய்க் அல் முஃமினீன் எனும் சிறப்புப் பெயரையும் தனக்கு அவர் சூட்டிக்கொண்டார்.

பெருமளவிலான மக்கள் அவரது மாணவர்களாயினர். அவர்களை வைத்தே அவரால் ஒரு படையை உருவாக்க முடிந்தது. போர் முன்னேற்பாடுகளை அறிந்து அபூ யஸீதைத் தாக்கிய பெஜய்யா அரசர் தோல்வியடைந்தார். அபூ யஸீத் பெஜய்யாவை முற்றுகையிட்டார். அதன் காலஅளவு நீண்டுபோன நிலையில் முற்றுகையை விலக்கிக்கொண்டார். தனக்கு ஆதரவாக இருந்த பர்பர் இனமக்களிடம் அபூ யஸீத், ஸ்பெய்ன் கலீஃபாவான மூஸா பின் நுஸைரின் பெயரை ஜுமுஆ பேருரைகளில் குறிப்பிடுமாறு உத்தரவிட்டார்.

அபூயஸீத், ஸனதா கோத்திரத்தாரின் ஆதரவுடன் அரசாற்றலில் படிப்படியாக உயர்ந்தார். அபுல் காசிமின் கட்டுப்பாட்டிலிருந்த நகரங்கள் ஒன்றன் பின் ஒன்றாக விலகின. அவர் அனுப்பி வைத்த அனுபவமும் தேர்ச்சியும் பெற்றிருந்த படைத்தலைவர்கள் தொடர்ந்து தோற்கடிக்கப்பட்டனர். அபூயஸீதின் படைகள் கைர்வானைக் கைப்பற்றின. அபுல் காசிம் தனது கோட்டைக்குள் ஒளிந்துகொண்டார். அபூ யஸீத் உடனடியாகவே தனது படைகளைத் திரிப்போலி முழுவதிலும் பரவலாக நிறுத்தினார். கொலையும் கொள்ளைகளும் நடந்தேறின. அபூ யஸீதின் பிடிக்குள் இன்னமும்

அகப்படாமலிருந்த ஆளுநர்கள் சிலருக்கு அபுல் காசிம் உதவிகோரி மடல்கள் அனுப்பினார். குதாமா மக்கள் உதவி செய்ய முன்வந்தனர். ஆனால், அபுல் காசிமுக்காக களத்திலிறங்கிய படைகள் தாக்கப்படுவதைக் கண்டதும் ஓடித் தப்பித்தனர். பிறகு, மஹ்தியா நகர் காவலரண்களை நோக்கி அணிவகுத்துச் சென்றன அபூ யஸீதின் படைகள். இதற்குப் பலனில்லை என்றானதும் கைர்வானுக்குத் திரும்பின. திரும்பி வந்துகொண்டிருந்த படைகளை அபுல் காசிமின் படைகள் ஒளிந்திருந்து தாக்கின.

அபூ யஸீதின் மகனான அயூப், ஹிஜ்ரீ 324இல் மஹ்தியாவை முற்றுகையிட்டார். இம்முற்றுகையின்போது அபுல் காசிம் மரணமடைந்தார். அபூயஸீத் அப்போது ஸூஸா நகரை முற்றுகையிட்டிருந்தார்.

இஸ்மாயீல் பின் அபுல் காசிம் : தந்தைக்குப் பின், அல் மன்ஸூர் எனும் சிறப்புப் பெயருடன் பொறுப்பேற்ற இஸ்மாயீல், அயூபின் முற்றுகையை முறியடித்து விட்டு ஸூஸாவை நோக்கி ஒரு துணைப் படையை அனுப்பி வைத்தார். முன்னேறிக்கொண்டிருக்கும் இந்தக் கப்பல் படையைத் தடுத்து நிறுத்த அபூ யஸீத் மேற்கொண்ட முயற்சிகள் எதுவும் பலனளிக்கவில்லை. கரையிறங்கிய துணைப்படைகள், ஸூஸா மக்களின் ஆதரவுடன் அபூயஸீதுக்கு எதிராக வீரத்துடன் போரிட்டன. அபூயஸீத் தாக்கப்பட்டார். அவரது படை முகாம் கொள்ளையிடப்பட்டது. தோல்வியுடன் அவர் கைர்வானுக்குத் திரும்பினார். அபூயஸீதின் ஆளுநரைப் பதவியிலிருந்து நீக்கிய கைர்வான் மக்கள், அபூயஸீதை நகருக்குள் அனுமதிக்க மறுத்ததுடன் அபுல் காசிமுக்கு ஆதரவு தெரிவித்தனர். அபூ யஸீத், ஸபாவுக்குச் சென்றார். கைர்வானுக்கு வந்த இஸ்மாயீல் மக்களுக்கு நன்றி தெரிவித்தார்.

ஹிஜ்ரீ 334இல் அபூ யஸீத் ஒரு பெரும் படையுடன் கைர்வான்மீது போர் தொடுத்தார். பலமுனைப் போர்களின் முடிவில் இஸ்மாயீலின் படைகள் தோல்வியுற்றன. மிக விரைவிலேயே தனது படைகளை புனரமைத்துக்கொண்ட இஸ்மாயீல், கடுமையான ஒரு தாக்குதலின் முடிவில் அபூயஸீதைத் தோற்கடித்தார். பெஜய்யாவுக்குச் சென்ற அபூயஸீதை நகரினுள் அனுமதிக்க மறுத்த மக்கள் நுழைவாயிலை மூடினர். அபூயஸீத் நகரை முற்றுகையிட்டார்.

இஸ்மாயீலின் படைகள் பெஜய்யாவை நோக்கி வருவதையறிந்த அபூ யஸீத், பெஜய்யாவைக் கைவிட்டு, இன்னொரு கோட்டையைக் கைப்பற்றினார். இஸ்மாயீல் அங்கும் சென்றார். இங்கேயும் தோல்வியடைந்த அபூயஸீத் அலைந்து திரிந்தார். இறுதியில், அபூயஸீதும் இஸ்மாயீலும் குதாமா மலையருகில் நேருக்கு நேர் எதிர்கொண்டனர். போரில் காயமுற்ற அபூ யஸீத் தப்பியோடினார். பத்தாயிரம் வீரர்கள் காயமுற்றும் இறந்தும் கிடந்தனர். மீண்டும் அவர் படை திரட்டுவதில் மும்முரமாக ஈடுபட்டார். ஆனால் அவரது அரசவையினரும், துணை நின்ற பிற அரசுகளும் இஸ்மாயீலிடம் மன்னிப்புக் கேட்டுக் கீழ்ப்படிந்தனர். அதுவரையில் அபூயஸீதின் கட்டுப்பாட்டுக்குள்ளிருந்த அரசுகள் அனைத்தும் இஸ்மாயீல் பின் அபுல் காசிம் பின் உபைதுல்லாஹ்வின்கீழ் வந்தன.

காயமுற்ற நிலையில் வேதனை அனுபவித்துக்கொண்டிருந்த அபூ யஸீத், குதாமா கோட்டையில் கைது செய்யப்பட்டார். சில நாள்களுக்குப் பிறகு இறந்து போனார். கைர்வானுக்குச் சென்ற இஸ்மாயீல் மேற்கு நிலப்பகுதியின் ஆளுநரான ஹமீத் பின் பஸ்லின், உபைதியர் ஆட்சிக்கு எதிராகக் கிளர்ச்சிசெய்து ஸ்பெய்னின் உமய்யாக்களுக்கு ஆதரவளிப்பதாக அறிந்தார். ஹமீதை அடக்குவதற்காகப் படையுடன் சென்றார் இஸ்மாயீல். இரு படைகளும் தியாரத்தில் எதிர்கொண்டன. ஹமீத் கடுமையாகத் தாக்கப்பட்டார். கிட்டத்தட்ட அதே காலகட்டத்தில், ஃபத்ள் பின் அபூயஸீத் பெஜய்யாவை முற்றுகையிட்டார். இஸ்மாயீலின் பார்வை ஃபத்ள்மீது திரும்பியது. அவர் அங்கே செல்வதற்குள் ஃபத்ளின் தலை இஸ்மாயீலுக்கு வந்து சேர்ந்திருந்தது. இதன் பிறகு நாட்டில் சிறிது காலம் அமைதி நிலவியது. சிஸிலியில் பதவிநீக்கம் செய்யப்பட்ட கலீல் பின் இஷாக்கின் இடத்துக்கு ஹுஸைன் பின் அலீ பின் அபுல் ஹுஸைன் நியமிக்கப்பட்டார்.

ஹிஜ்ரீ 340இல் பெரும் கடற்படை ஒன்றை அமைத்தார் இஸ்மாயீல். அதனுடன் இணைந்துகொள்ளும்படி சிஸிலி ஆளுநர் ஹுஸைனிடம் சொன்னார். இத்தாலியின் தென்பகுதியை வெற்றி கொண்ட படைகள் பெருமளவிலான போர்ப்பொருள்களுடன் ஹிஜ்ரீ 341இல் கைர்வானுக்கும் மஹ்தியாவுக்கும் திரும்பி வந்தன. அதற்குள் இஸ்மாயீல் இறந்துபோனார்.

முய்ஸ் பின் இஸ்மாயீல் : இஸ்மாயீலுக்குப் பிறகு அவரது மகன் முய்ஸ் பொறுப்பேற்றார். அதே ஆண்டில் சில பர்பர் இனக்குழுக்கள் முய்ஸுக்குத் தங்களது ஆதரவைத் தெரிவித்தன. ஹிஜ்ரீ 344இல், முய்ஸின் உத்தரவின்படி, ஸ்பெய்ன் கரையோரப்பகுதியான முர்ஸியாவை வெற்றிகொண்ட சிஸிலியின் ஆளுநர் ஹுஸைன், போர்ப்பொருள்களுடனும் கைதிகளுடனும் திரும்பி வந்தார். பதிலுக்கு, ஸ்பெய்னின் நஸீர்லிதீனுல்லாஹ், ஆப்பிரிக்காவின் கரையோரப் பகுதியைத் தாக்கும்படி, தன்னுடைய அடிமை காலிபின் தலைமையில் ஒரு கடற்படையை அனுப்பி வைத்தார். முய்ஸின் படைகள் காலிபின் படைகளை வீரத்துடன் எதிர்கொண்டன. காலிப், வெற்றி தோல்வியில்லாமல் திரும்பவேண்டியதாயிற்று. மீண்டும் ஹிஜ்ரீ 347இல், ஆப்பிரிக்கக் கரைப்பகுதிமீது தாக்குதல் தொடுத்த ஸ்பானியக் கடற்படை, கடலோரப் பகுதிகளையும் நகரங்களையும் முழுவதுமாகச் சூறையாடிப் பெருமளவிலான போர்ப்பொருள்களுடனும் கைதிகளுடனும் திரும்பினர்.

இதைத்தொடர்ந்து, தனது படைபலத்தையும் நாட்டின் நிர்வாகத்தையும் மேலும் வலுப்படுத்திய முய்ஸ், ஆட்சிப் பரப்பை விரிவுபடுத்துவதில் கவனம் செலுத்தினார். அவரது ஆட்சிக் காலத்தில் வடமேற்கு அல்ஜீரியாவின் இஃப்கான், தியாரத் ஆகிய மாகாணங்களுக்கு யஅலா பின் முஹம்மதும், வடமத்திய அல்ஜீரியாவுக்கு ஸிறி பின் மனாத் ஸன்ஹாஜியும், வடமத்திய மாஸிலாவுக்கு ஸ்பானியராகிய ஜஅஃபர் பின் அலீயும், வடகிழக்கு அல்ஜீரியாவின் பெஜய்யாவுக்கு சிஸிலியின் சீஸரும், வட மத்திய மொராக்கோவின் ஃபெஸ்ஸுக்கு அஹ்மத் பின் பக்ர் பின் அபீ ஸஹ்லும், தென் கிழக்கு மொராக்கோவின் ஸிஜில்மஸ்ஸாவுக்கு முஹம்மத் பின் வஸல் மக்னஸியும் ஆளுநர்களாக இருந்தனர்.

ஹிஜ்ரீ 347இன் இறுதியில் அரசுக்கெதிரான யஅலஅ பின் முஹம்மதின் சதிகளை முறியடிக்க ஆளுநர்களான ஜஅஃபர் மற்றும் ஸிறி பின் மனாதின் உதவியுடன் தன்னுடைய எழுத்தர் ஜொஹாரை அனுப்பி வைத்தார் முய்ஸ். யஅலஅ இதை எதிர்கொள்ள முன்வந்தார். அதே நேரத்தில் ஃபெஸ் ஆளுநரான அஹ்மத் பின் பக்ரும், ஸிஜில்மஸ்ஸா ஆளுநரான முஹம்மத் பின் வஸல் மக்னஸியும் கிளர்ச்சியில் ஈடுபட்டனர். பெரும் போர்களின் முடிவில், ஹிஜ்ரீ 348இல் யஅலஅ கைது செய்யப்பட்டார்.

ஃபெஸ்ஸுும் ஸிஜில்மஸ்ஸாவும் வீழ்ந்தன. அஹ்மதும் முஹம்மதும் கைது செய்யப்பட்டு, கைர்வானுக்குக் கொண்டுவரப்பட்டனர்.

அப்பாசிய ஆட்சிக் காலத்தில் ஸ்பெய்னிலிருந்து நாடு கடத்தப்பட்ட சில குழுவினர் எகிப்தில் கரையிலிறங்கி அலெக்ஸான்ட்ரியாவைக் கைப்பற்றினர். அவர்களைச் சுற்றி வளைத்த ஆளுநர் அப்துல்லாஹ் பின் தாஹிர், எகிப்தை விட்டுச் சென்றுவிட வேண்டுமென்ற நிபந்தனையின்பேரில் அவர்களுக்குப் பாதுகாப்பளித்தார். அலெக்ஸான்ட்ரியாவிலிருந்து சென்று கராத் தீவைக் கைப்பற்றிய அவர்கள், தங்களது அரசராக அபூ ஹஃப்ஸ் புலூத்தியை ஏற்றுக்கொண்டனர். எழுநூறு கப்பல்கள்கொண்ட கிறிஸ்தவர்களின் கடற்படை கராத்தைத் தாக்கியது. ஏராளமான முஸ்லிம் வீரர்களின் இழப்புக்குப் பின், தீவு கிறிஸ்தவர்களிடம் வீழ்ந்தது.

ஹிஜ்ரீ 354இல் கான்ஸ்டான்டிநோபிள் சீஸர் மற்றும் முய்ஸின் கடற்படைகள் மோதின. இதில் கிறிஸ்தவப் படைகள் தோல்வியுற்றன. முஸ்லிம் படைகள் முன்னேறிச்சென்று பல்வேறு நகரங்களைக் கைப்பற்றின. சீஸர், திறையும் ஜிஸ்யாவும் செலுத்த வேண்டிய நிலை ஏற்பட்டது. சிறிது காலத்துக்குப் பிறகு எகிப்து ஆளுநரான கஃபூர் அக்ஹஷேதியின் இறப்பைத் தொடர்ந்து சட்டம் ஒழுங்கு சீர்குலைந்துவிட்டதாக முய்ஸுுக்குத் தகவல் வந்தது.

எகிப்திய வெற்றி : ஹிஜ்ரீ 355இல் முய்ஸ் தனது அமைச்சரும் எழுத்தருமான ஜொஹாரின் தலைமையில் ஒரு பெரும்படையை எகிப்துக்கு அணிவகுத்துச் செல்லும்படி உத்தரவிட்டார். நிர்வாக விஷயங்களை ஒழுங்குபடுத்திவிட்டு அவர் புறப்பட்டார். அக்ஹஷேதியின் படைகளால் தாக்குப்பிடிக்க முடியவில்லை. ஹிஜ்ரீ 359 ஷஅபான் மாதம் 15ஆம் நாள் நகருக்குள் நுழைந்த ஜொஹார், பெரிய பள்ளிவாசலுக்குச் சென்று முய்ஸின் பெயரால் பேருரை நிகழ்த்தினார். அதே ஆண்டு இப்னு துலூனின் பெரிய பள்ளிவாசலில் தொழுகை நடத்தினார். அங்கிருந்தவர்களிடம், ஹைய்ய அலஅ ஹைருல் அமல் என்று கூறும்படி உத்தரவிட்டார். மஹ்தியா அரசை முழுவதுமாகக் கைப்பற்றிய பின், அக்ஹஷேதியின் குடும்பத்தினர் அனைவரையும் கைது செய்து, அப்போது எகிப்திலிருந்த முய்ஸிடம் அனுப்பி வைத்தார்.

பின்னர், அனைத்துப் படைத்தலைவரான ஜஅஃஃபர் பின் ஃபலா கத்தமியின் தலைமையில் ஒரு படையை பாலஸ்தீனுக்கும் சிரியாவுக்கும் அனுப்பினார். அவர் ஹிஜ்ரீ 360இல் டமாஸ்கசைக் கைப்பற்றினார். பெரும் மகிழ்ச்சி அடைந்த முய்ஸ், கெய்ரோவைத் தலைநகராக்க முடிவு செய்தார். பல்கின் பின் ஸிறி பின் மனாதை மேற்கு ஆட்சிப் பகுதிகளின் ஆளுநராக நியமித்தார். அவரை கைர்வானில் வசிக்கவும் கேட்டுக்கொண்டார். அவருக்கு அபுல் ஃபுதூஹ் எனும் சிறப்புப் பெயரையும் சூட்டினார். ஹிஜ்ரீ 361 ஷவ்வால் மாதம் அவர் தலைநகரைவிட்டு, கைர்வான் அருகே தங்கினார்.

தலைநகர் கெய்ரோ : முய்ஸ், மஹ்தியாவிலிருந்து புறப்பட்ட சில நாள்களுக்குப் பிறகு, அவரது படைகளுடன் உடைமைகளும் எகிப்துக்கு அனுப்பி வைக்கப்பட்டன. சில கட்டங்கள் வரையிலும் கூடவே சென்ற பல்கின் பின் ஸிறி, பின்னர் கைர்வானுக்குத் திரும்பினார். பர்க்காவை நோக்கிச் சென்ற முய்ஸ், ஹிஜ்ரீ 362, ஷஅபான் மாதம், அலெக்ஸான்ட்ரியாவுக்கு வந்தார். அவரை வரவேற்று அழைத்துச் செல்வதற்காக மக்கள் நகரிலிருந்து வெளியே வந்திருந்தனர். ஹிஜ்ரீ 363 ரமளான் மாதம் 5ஆம் நாள் அவர் கெய்ரோவை அடைந்தார். கைர்வானிலிருந்து கெய்ரோவுக்குப் புறப்பட்ட இந்தப் பயணத்தின் கால அளவு ஓராண்டு.

டமாஸ்கசை இதற்கு முன், பனீ தப்காஜ் ஆண்டு வந்தார். இவர், கரமாஷியாவுக்குத் திறை செலுத்தி வந்தார். பிறகு, டமாஸ்கசைக் கைப்பற்றிய ஜஅஃஃபர் பின் ஃபலஅ திறை செலுத்த மறுத்தார். கரமாஷியா அரசர் அஅஸிம், டமாஸ்கசைத் தாக்கினார். ஜஅஃஃபரும் திருப்பித் தாக்கினார். ஹிஜ்ரீ 361 இல் கரமாஷியர் டமாஸ்கஸ்மீது மீண்டும் ஒரு பெரும் தாக்குதலை நடத்தினர். இதனை துணிச்சலுடன் எதிர்கொண்ட ஜஅஃஃபர் போர்க்களத்தில் கொலையுண்டார். டமாஸ்கஸ் கரமாஷியர்கீழ் வந்தது. அடுத்து, ரம்லாவையும் கைப்பற்றினர். பிறகு, எகிப்துமீது தாக்குதல் நடத்துவதற்கான முன்னேற்பாடுகளில் ஈடுபட்டனர். முய்ஸ், தனது பயணத்தின்போது இதை அறிந்துகொண்டார். கெய்ரோவை அடைந்த அவர், கரமாஷியர் ஜஃப்ஃபாவை முற்றுகையிட்டுள்ளனர் என்றும் அவர்களது கவனம் இப்போது எகிப்தின் கரையோரப் பகுதிகள் மீது பதிந்துள்ளன என்றும் அறிந்துகொண்டார்.

கரமாஷியருடனான போர்கள் : எகிப்தை அடைந்த முய்ஸ், சில நாள்களில் கரமாஷிய மன்னர் அஅஸிமுக்கு ஒரு நீண்ட கடிதம் எழுதினார். அதில், முன்னிருந்தவர்கள் அஅஸிமுக்குக் கீழ்ப்படிந்திருந்ததை விளக்கமாகக் குறிப்பிட்டதுடன் படையெடுக்கும் எண்ணத்தைத் தவிர்த்துக்கொள்ளுமாறு கோரியிருந்தார். இதற்கு அஅஸிம் தன்னுடைய பதிலில், "உங்கள் கடிதம் கிடைத்தது. அதன் உள்ளடக்கம் வெறுமையாகவும் சொற்கள் செழிப்புடையதாகவும் இருந்தது. உங்களை எதிர்த்துப் போரிடுவதாக நாங்கள் முடிவு செய்துள்ளோம்" என்று அறிவித்தார்.

கடிதத்தை எகிப்துக்கு அனுப்பிய அஅஸிம், படைகளைப் போருக்குத் தயாராகும்படி உத்தரவிட்டுப் படைக்குத் தானே தலைமையேற்றுப் புறப்பட்டார். ஷம்ஸில் சிறிது நின்றுவிட்டுப் பயணம் தொடர்ந்தது. அரேபியாவின் தலைவரான ஹஸ்ஸான் பின் ஜர்ராஹ், தாய்யிலிருந்து பெருமளவிலான வீரர்களுடன் வந்து அஅஸிமுடன் இணைந்துகொண்டார். அஅஸிமும் ஹஸ்ஸானும் கலந்துரையாடி, எகிப்தின் நகரங்களையும் சிற்றூர்களையும் சூறையாடுவதற்காகச் சிறுசிறு போர்க்குழுவினரை அனுப்பி வைத்தனர். முழு ஆட்சிப் பகுதியையும் நெருப்பும் குருதியும் விழுங்கின. கரமாஷியரின் வெறிகொண்ட பெரும்படையைக்கண்ட முய்ஸ் பயந்தார். கெய்ரோவைத் தாக்க கரமாஷியர் தயங்கவில்லை. அவர்களது முன்னேற்றத்தைக் கண்ட முய்ஸ், ஹஸ்ஸானுக்குக் கடிதம் எழுதினார். போர்க்களத்திலிருந்து விலகிவிடுவதாக இருந்தால் ஒரு லட்சம் தினார்கள் தருவதாக அதில் எழுதியிருந்தார்.

ஹஸ்ஸான் இதற்கு ஒப்புக்கொண்டார். முய்ஸ் வெளியே வந்து, கரமாஷிய படைகளைத் தாக்கத் தொடங்கினார். ஹஸ்ஸான் தனது படைகளுடன் களத்திலிருந்து வெளியேறினார். அஅஸிமும் படையினரும் திடுக்கிட்டனர். போரைத்தொடர்ந்து நடத்திய அவரது படைகள் தோல்வியுற்றன. ஏறத்தாழ 1,500 கரமாஷிய வீரர்கள் கைதிகளாகப் பிடிபட்டனர். ஏனையோர் புறமுதுகிட்டு ஓடினர். அவர்களைப் பின்தொடரும்படி படைத்தலைவரான அபூ முஹம்மதுக்கு உத்தரவிட்டார் முய்ஸ். எதிரிகளை எகிப்திய ஆட்சிப்பகுதியிலிருந்து விரட்டியடித்தார் அபூ முஹம்மத்.

டமாஸ்கஸ் வெற்றி : கரமாஷிய போர்க்கைதிகள் அனைவரும்

கொல்லப்பட்டனர். பின்னர், டமாஸ்கஸ் ஆளுநராக ஸாலிம் பின் மவ்ஹூப் அகிலியை நியமித்தார் முய்ஸ். டமாஸ்கசுக்கு வந்த ஸாலிம், கரமாஷிய ஆளுநரைக் கைதுசெய்து எகிப்துக்கு அனுப்பி வைத்தார். அவர் எகிப்தில் சிறையிலிடப்பட்டார். ஹிஜ்ரீ 382 இல் டமாஸ்கசில் உபைதிய பதாகைப் பறக்க விடப்பட்டது. அதே ஆண்டு மக்கா, மதீனா மக்கள் முய்ஸின் ஆட்சியை நிர்ப்பந்தம் காரணமாக ஏற்றுக்கொண்டனர். ஜுமுஆ பேருரையில் முய்ஸின் பெயர் குறிப்பிடப்பட்டது. ஆனால், டமாஸ்கஸ் மக்கள் உபைதிய ஆட்சியில் மகிழ்ச்சியுடனில்லை.

ஹிஜ்ரீ 365இன் தொடக்கத்தில், இஸ்ஸுத்தவ்லா பின் போயாவின் அடிமைகளில் ஒருவரான உஃப்தகின், டமாஸ்கசைக் கைப்பற்றி முய்ஸின் ஆளுநரை வெளியேற்றினார். டமாஸ்கஸ் மக்கள் மகிழ்ச்சியடைந்தனர். இதையறிந்த முய்ஸ், டமாஸ்கசை தொடர்ந்து ஆட்சி செய்வதற்கான அனுமதிப் பத்திரத்தை உஃப்தகினுக்கு வெகுவிரையில் அனுப்பி வைப்பதாக எழுதினார். இதற்கான நிபந்தனைகளாக ஜுமுஆ பேருரைகள் தனது பெயரில் நிகழவேண்டும் என்றும் பாக்தாத் கலீஃபாவின் உறவுகளைத் துண்டித்துக்கொள்ள வேண்டும் என்றும் குறிப்பிட்டார். இதை ஏற்க மறுத்த உஃப்தகீன் தொடர்ந்து ஜுமுஆ பேருரைகளில் பாக்தாத் கலீஃபாவின் பெயரைக் குறிப்பிட்டு வந்தார். கோபமடைந்த முய்ஸ், பலம்வாய்ந்த ஒரு படைக்குத் தலைமையேற்று டமாஸ்கசின்மீது படையெடுத்தார்.

முய்ஸின் மரணமும் அஸீஸ் பில்லாஹ்வின் அரசுப் பொறுப்பும்: பப்பிளை அடைந்த முய்ஸ், ஹிஜ்ரீ 365 ரபீயுல் அவ்வல் மாதம் 15ஆம் நாள் காலமானார். முய்ஸ் 23 ஆண்டு காலம் பதவி வகித்தார். எகிப்தை வெற்றிகொண்ட முதல் உபைதிய அரசர் முய்ஸ்தான். தந்தையின் மரணத்தை அறிந்த நஸார், சில மாத காலம் இரகசியமாகவே வைத்திருந்தார். அதே ஆண்டு, ஈதுல் அத்ஹா நாளன்று தந்தையின் மரணத்தை அதிகாரபூர்வமாக அறிவித்து விட்டு, அஸீஸ் பில்லாஹ் எனும் சிறப்புப் பெயருடன் அரியணை ஏறினார்.

அஸீஸ் பில்லாஹ் உபைதி : முய்ஸின் மரணச்செய்தியை அறிந்த உஃப்தகீன் எகிப்தின்மீது படையெடுத்துச்சென்று ஸாதியாவைக்

கைப்பற்றினார். ஸாலிம் பின் மவ்ஹூபும் பிற உபைதிய தலைவர்களும் வலுவாக எதிர்த்து நின்றும் தோற்கடிக்கப்பட்டனர். உஃப்தகீன் மேலும் முன்னேறிச் சென்று ரக்காவையும் தபரியாவையும் கைப்பற்றினார். பின்னர், டமாஸ்கசுக்குத் திரும்பினார். உஃப்தகீனை வீழ்த்தி டமாஸ்கசைக் கைப்பற்றும் உத்தரவுடன் தனது எழுத்தரான ஜோஹாரின் தலைமையில் வலுமிக்க ஒரு படையை அனுப்பி வைத்தார் நஸார் அஸீஸ் பில்லாஹ். ஜோஹார், டமாஸ்கசை முற்றுகையிட்டார்.

போர் நீண்ட நாள்கள் நடைபெற்றது. முற்றுகையில் சோர்ந்துபோன உஃப்தகீன், உதவிகேட்டு கரமாஷிய அரசன் அஅஸிமுக்கு எழுதினார். அஅஸிம் ஒரு பெரும்படையுடன் டமாஸ்கசை நோக்கி விரைந்தார். அவரது வருகையை அறிந்த ஜோஹார், முற்றுகையைக் கைவிட்டு விட்டு அங்கிருந்து அகன்றார். உஃப்தகீனும் அஅஸிமும் சேர்ந்து அவரைத் துரத்தினார்கள். முதலில் ரம்லாவுக்கும் பின்னர் அஸ்கலானுக்கும் சென்ற ஜோஹார் சுற்றி வளைக்கப்பட்டார். தன்னை எகிப்துக்குச் செல்ல அனுமதிக்குமாறும் கைம்மாறாக, தான் அஸீஸ் பில்லாஹ்விடமிருந்து உரிய பரிசுகள் பெற்றுத்தருவதாகவும் கேட்டுக்கொண்டார் ஜோஹார். இதற்கு இணங்க வேண்டாமென்று உஃப்தகீனிடம் அஅஸிம் சொன்னார். இருந்தும் அவரைப் போக அனுமதித்தார் உஃப்தகீன். ஜோஹார், அஸீஸிடம் சென்று வரவிருக்கும் ஆபத்தைக் குறித்து எச்சரித்தார். அஸீஸ் மிகவும் நுட்பமாகச் செயல்பட்டார். ஜோஹாரை முன்னணிப் படைக்குத் தலைவராக்கி படையெடுத்துச் சென்றார்.

உஃப்தகீன் கைது : ஹிஜ்ரீ 367இல் ரம்லாவை முற்றுகையிட்ட அஸீஸ், உஃப்தகீனுக்குத் தகவல் அனுப்பினார். அதில், அஅஸிமின் தொடர்பை விட்டுத் தன்னுடன் இணைந்துகொண்டால் அனைத்துப் படைத் தலைவராக நியமிப்பதுடன் அவர் விரும்பும் நாட்டின் ஒரு பகுதியை ஆட்சி செய்ய அனுமதிப்பதாகவும் கேட்டுக்கொண்டார். அஸீஸின் கோரிக்கையை நிராகரித்த உஃப்தகீன் எதிர்த் தாக்குதலை மேற்கொண்டார். தோற்கும் நிலையிலிருந்த அஸீஸ், உஃப்தகீன் மற்றும் அஅஸிமின் படைகளை வீரத்துடன் எதிர்த்து நின்றார். எதிரிப்படையில் இருபதாயிரம் வீரர்கள் மரணமடைந்தனர். அஸீஸ் வெற்றி பெற்றார். உஃப்தகீனை உயிருடன் பிடித்துக் கொடுப்பவர்களுக்கு ஒரு லட்சம் தினார் பரிசளிப்பதாக அறிவித்தார்

அஸீஸ். உஃப்தகீனை ஒருவர் தந்திரமாகப் பிடித்து அஸீஸிடம் ஒப்படைத்துப் பரிசை வென்றார்.

உஃப்தகீனைச் சிறந்த முறையில் வரவேற்ற அஸீஸ், அவரைத் தன்னுடைய தலைமை அமைச்சராக நியமித்தார். தன்னை வந்து சந்திக்கும்படி அஅஸிமுக்கும் தகவல் அனுப்பினார். அஅஸிம் இதை ஏற்கவில்லை. அஅஸிமுக்குப் பத்தாயிரம் தினார் அன்பளிப்பாக அனுப்பிய அஸீஸ், இதே தொகையை ஆண்டுதோறும் அவர் பெற்றுக்கொள்ளலாம் என்றும் தகவல் அனுப்பினார். இதையும் ஏற்க மறுத்த அஅஸிம், தபரியாவிலிருந்து அஹ்ஸாவுக்குச் சென்றான். அஸீஸ், உஃப்தகீனுடன் கெய்ரோவுக்குச் சென்றார். முன்னாள் தலைமை அமைச்சரான யஅக்கூப் பின் மக்ஸி, உஃப்தகீன்மீதான காழ்ப்புணர்வில் அவரை விஷம் வைத்துக் கொன்றார். யஅக்கூபைக் கைது செய்து சிறையில் அடைத்தார் அஸீஸ். நாற்பது நாள்கள் சிறைவாசம் அனுபவித்த நிலையில், பிணைப்பணமாக ஐந்தாயிரம் தினார் அபராதம் விதித்து விடுதலை செய்ததுடன் மீண்டும் அவரைத் தலைமை அமைச்சராக நியமித்தார்.

உஃப்தகீன், ஜோஹாரைப் பின்தொடர்வதற்கு முன் டமாஸ்கசில் தனது பொறுப்பை கஸ்ஸாமிடம் ஒப்படைத்திருந்தார். உஃப்தகீனால் பிறகு டமாஸ்கசுக்குத் திரும்பிச் செல்ல இயலவில்லை. டமாஸ்கசில் தனது இருப்பை உறுதி செய்துகொண்ட கஸ்ஸாம், உஃப்தகீன் எகிப்துக்குப் புறப்பட்டதை அறிந்ததும் அஸீஸின் பெயரில் தனது பேருரையைத் தொடங்கினார். அஸீஸ், தன்னுடைய ஆளுநராக அபூ முஹம்மத் பின் இப்ராஹீமை டமாஸ்கசுக்கு அனுப்பி வைத்தார். அவரை நகருக்குள் நுழைய விடாமல் தடுத்தார் கஸ்ஸாம். கஸ்ஸாமை அடக்குவதற்கு அஸீஸ் ஒரு படையை அனுப்பினார். அதே நேரத்தில், ஹிம்ஸின் ஆட்சியாளரும் ஸைஃபுத்தவ்லாவின் அடிமையுமான பக்கூர், எகிப்துக்கு உணவுப்பொருள்களை அனுப்பியிருந்தார். அரேபியக் கோத்திரங்களின் தலைவரான முஃப்ரிஜ் பின் ஜர்ராஹ்வும் போருக்கு முன்வந்தார். சில தொடர் மோதல்களின் முடிவில் பக்கூரை டமாஸ்கசின் ஆளுநராக நியமித்தார் அஸீஸ்.

தனது நியமனத்தை எதிர்த்த எகிப்து தலைமை அமைச்சர் யஅக்கூபின் ஆதரவாளர்களை டமாஸ்கசிலிருந்து வெளியேற்றினார் பக்கூர். பக்கூருக்கு எதிராக அஸீஸைத் திருப்பினார் தலைமை

அமைச்சர். பக்சூரைப் பதவி நீக்கம் செய்வதற்காக எகிப்திலிருந்து ஒரு படை அனுப்பி வைக்கப்பட்டது. படையை எதிர்த்துப் போரிட்ட பக்சூர் தோல்வியடைந்தார். ஸைஃபுத்தவ்லா, சிரியாவின்மீது படையெடுத்தார். கான்ஸ்டான்டிநோபிள் அரசனும் படையெடுத்தான். ஹிஜ்ரீ 385 வரையிலும் டமாஸ்கஸ் பெரும் போர்களின் நெருக்கடியில் சிக்கிக்கிடந்தது.

அஸீஸின் மரணம் : டமாஸ்கசை நோக்கி ரோமானியப் படைகள் வருவதை அறிந்த அஸீஸ், ரோமானியருக்கு எதிராகப் புனிதப் போரை அறிவித்தார். பின்பு, ஒரு படைக்குத் தானே தலைமையேற்று நடத்திச் சென்றார். ஆனால், பல்பிஸ் எனுமிடத்தில் வைத்து நோய் வாய்ப்பட்டார். அஸீஸின் தந்தையும் இதே இடத்தில் வைத்துதான் நோய்வாய்ப்பட்டு இறந்தார். ஹிஜ்ரீ 386 ரமளான் மாதம் இறுதியில், நஸார் பின் முய்ஸ் அஸீஸ் பில்லாஹ் நோயின் காரணமாக இறந்தார். அஸீஸின் மகன் அபூ மன்ஸூர் பொறுப்புக்கு வந்தார்.

மன்ஸூர் ஹக்கீம் பின் அஸீஸ் உபைதி : ஹஸன் பின் அம்மார் கத்தமியிடம் நிர்வாகப் பொறுப்பை ஒப்படைத்தார் மன்ஸூர். தங்களின் அதிகாரத்தை நிலைப்படுத்திக்கொண்ட கத்தமிகள், மக்களைப் பெருங்குழப்பங்களுக்கு உள்ளாக்கினர். கிழக்குப் பகுதியைச் சேர்ந்த ஷியாக்களில் தெலாமியக் குடும்ப உறுப்பினர்கள் எகிப்துக்குக் குடிபெயர்ந்திருந்தனர். உபைதியர் ஆட்சிக்கு இவர்கள் பெரிதும் ஆதரவாக இருந்தனர். எகிப்திய படைகளில் ஏற்கனவே இருந்த கிழக்குப் பகுதியினரின் எண்ணிக்கை இவர்களால் மேலும் அதிகமானது. இதன் விளைவாக, கிழக்குப் பகுதியினருக்கும் மேற்குப் பகுதியினருக்குமிடையே ஏற்பட்ட பிளவு, உள்நாட்டுப் போருக்கு இட்டுச்சென்றது. டமாஸ்கசிலும் ஹிஜாசிலும்கூட கிளர்ச்சிகளுக்கான அறிகுறிகள் தென்பட்டன. குழப்பமான இந்நிலையில் டமாஸ்கஸ் சில காலம், அரேபியர் ஆட்சியின்கீழும் சில காலம் துருக்கிய அடிமைகளின் ஆட்சியின்கீழும் சில காலம் எகிப்தியத் தலைவர்களின் ஆட்சியின்கீழும் இருந்து வந்தது.

வலீத் பின் ஹிஷாம் : அர்க்கோஹ் எனும் பெயரில் அறியப்பட்ட வலீத் பின் ஹிஷாம் அப்போது அதிகாரத்தைக் கைப்பற்ற முயற்சி செய்தார். ஸ்பெய்னின் ஆட்சிப்பொறுப்பை ஏற்ற மன்ஸூர் பின் அபீ ஆமிர், உமய்யா வம்சாவளி இளைஞர்களைக் கைது செய்யவும்

கொல்லவும் தொடங்கிய காலகட்டம் அது. கடைசியாக இருந்த உமய்யா கலீஃபாவின் மகன் வலீத், தப்பியோடி கைர்வானை அடைந்தார். பின்னர் யேமன், மக்காவினூடே சிரியாவுக்குச் சென்றார். சிரியாவில் அப்போது பிரச்சினைகளும் மோதல்களும் தலைதூக்கியிருந்தன. ஆகவே, எகிப்துக்குச் சென்ற அவர், பர்க்காவில் தங்கினார். ஹக்கீம் உபைதி, முதலில் வலீதின் செயல்பாடுகளுக்கு முக்கியத்துவம் அளிக்கவில்லை. ஹக்கீமின் ஆட்சியில் மக்களுக்கு அதிருப்தியிருந்தது. மக்கள் ஒவ்வொரு கோத்திரத்தாராக வலீதிடம் வந்தனர். தனது பலத்தை அதிகரித்துக்கொண்ட வலீத், பர்க்காவைக் கைப்பற்றியதுடன் எகிப்தின்மீது படையெடுத்தார்.

ஹக்கீம் உபைதி விழிப்படைந்தார். அச்சுறுத்தலை ஆரம்ப நிலையிலேயே களைந்தெறியும் நோக்குடன் ஒரு படையை அனுப்பி வைத்தார். அவரது படை நடவடிக்கை தோல்வி கண்டது. தொடர்ந்து போர்கள் நடந்தன. எகிப்தும் திரிப்போலியும் வலீதிடம் வீழவிருந்த நேரத்தில் ஹக்கீம் ஒரு தந்திரத்தைக் கையாண்டார். வலீதின் சில படைத்தலைவர்களுக்குக் கையூட்டுக் கொடுத்துத் தன் பக்கம் இழுத்தார். வஞ்சனையான முறையில் கைதுசெய்யப்பட்ட வலீத், ஹக்கீமால் கொலை செய்யப்பட்டார். பிரச்சினைகள் முடிவுக்கு வந்தன. பின்னர், மக்களைத் தனக்கு ஆதரவாக மாற்ற, தங்கள் விருப்பப்படி ஸுன்னத் வழிமுறைகளையோ ஷியா வழிமுறைகளையோ மக்கள் பின்பற்றலாம் என்று அறிவித்தார்.

ஹக்கீமின் மரணம் : வானியல் ஆய்வில் மிகுந்த ஆர்வமுள்ளவரான ஹக்கீம், நட்சத்திரங்கள் மனிதர்கள்மீது தாக்கம் செலுத்துகின்றன என்று நம்பிக்கை வைத்திருந்தார். கெய்ரோவின் அருகிலுள்ள மக்த்தம் மலையில் அவர் ஒரு வீடு கட்டியிருந்தார். நட்சத்திரங்களின் ஆற்றலை ஈர்க்கவும் சமயக் கடமைகளை நிறைவேற்றவும் அவர் தனியாக அம்மலைக்குச் செல்வது வழக்கம். ஹிஜ்ரீ 411 ஷவ்வால் மாதம் 17ஆம் நாள் வழக்கம்போல் தனது கோவேறு கழுதையில் மலைக்குச் சென்றார். நாள்கள் சில கடந்த பிறகும் அவர் திரும்பி வரவில்லை. அரசவையினரும் அதிகாரிகளும் ஹக்கீமைத் தேடி மலைக்குச் சென்றனர். சிறிது தொலைவில் அவரது கோவேறு கழுதை இறந்து கிடந்தது. இரத்தக் கறைபடிந்த அவரது மேலங்கியும் கிடைத்தது. உடல் கிடைக்கவில்லை. ஹக்கீமின் சகோதரி ஒருவர், சில ஆண்களுடன் தவறான உறவு வைத்திருந்ததாகவும், இதையறிந்த

ஹக்கீம் கோபம் கொண்டதாகவும், கத்தமிய தலைவர்கள் சிலருடன் சேர்ந்து அவள் சதி செய்து அவரைக் கொன்றிருக்க வேண்டுமென்றும் ஒரு தகவல் இருக்கிறது. ஹக்கீமின் மரணத்தை உறுதிப்படுத்திய அரசவையினர் அவரது சிறு வயது மகன் அலீ பின் ஹக்கீமை, ஸாஹிர்லி தீனில்லாஹ் எனும் சிறப்புப்பெயருடன் அரியணையில் அமரச் செய்தனர். அலீயின் பாதுகாவலராகவும் அரசு நிர்வாகியாகவும் அவரது தந்தையின் சகோதரி நியமிக்கப்பட்டார்.

ஸாஹிர் பின் ஹக்கீம் உபைதி : ஸாஹிரின் தந்தையின் சகோதரி மரணமடைந்தார். அவர் அரசவை ஆலோசகர்கள் உதவியுடன் பொறுப்பை நிறைவேற்றி வந்தார். ஹிஜ்ரீ 420இல் ஸாலே பின் மிர்தாஸ் என்பவர், சிரியாவையும் டமாஸ்கசையும் கைப்பற்றி உபைதியர் ஆட்சியைக் கவிழ்த்தார். ஸாஹிர், பாலஸ்தீன் ஆளுநரான ஸரீரிடம் படையெடுத்துச் செல்லும்படி உத்தரவிட்டார். அவர், பாலஸ்தீனையும் டமாஸ்கசையும் கட்டுப்பாட்டுக்குள் கொண்டுவந்தார். எனினும், சிரியாவில் தொடர்ந்து குழப்பங்களும் போர்களும் நிகழ்ந்துகொண்டிருந்தன.

ஸாஹிரின் மரணம் : ஹிஜ்ரீ 427இல் ஸாஹிர் மரணமடைந்தார். அவரது மகன் அபூ தமீம் மஅத், முஸ்தன்ஸிர் எனும் சிறப்புப் பெயருடன் அரசுப் பொறுப்பை ஏற்றார். தலைமை அமைச்சராக இருந்த அபுல் காசிம் அலீ பின் அஹ்மத், முஸ்தன்ஸிரின் நிர்வாகத்தைக் கவனித்துக்கொண்டார்.

அபூ தமீம் மஅத் பின் ஸாஹிர் உபைதி : ஹிஜ்ரீ 433. முஸ்தன்ஸிரின் ஆட்சியின்போது அரேபிய இனக்குழுவினர் சிரியாவையும் டமாஸ்கசையும் கைப்பற்றினர். நாடு உபைதியரிடமிருந்து அகன்றது. திரிப்போலியில் கலகக்கொடி உயர்த்திய முய்ஸ் பின் பாரிஸ், பாக்தாத் கலீஃபாவின் பெயரில் பேருரைகள் நிகழ்த்தினார். இதே காலகட்டத்தில் தனது கிதலைமை அமைச்சர் அபுல் காசிமைப் பணி நீக்கம் செய்து விட்டு, ஹுசைன் பின் அலீ தஸ்வாரியை நியமித்த முஸ்தன்ஸிர், திரிப்போலியை நோக்கி ஒரு அரேபியப் படையை அனுப்பி வைத்தார். திரிப்போலியைத் தாக்காமல் பார்க்காவிலேயே நின்று விட்டது படை. இதையறிந்த முஸ்தன்ஸிர், அடிமைகளை விலைக்கு வாங்கத் தொடங்கினார். ஏறத்தாழ 23,000 அடிமைகளை அவர் விலைக்கு வாங்கினார்.

தங்களுக்காகப் போரிட்டுக்கொண்டிருந்த அரேபிய இனக்குழுவினர், திரிப்போலிக்கும் அத்தீஜுக்கும் படை நடத்திச்சென்று தங்களது ஆட்சியைப் பல்வேறு பகுதிகளில் நிறுவிக் கொண்டனர். அரேபிய இனக்குழுவைச் சேர்ந்த அதீய் வம்சத்தினர், ஆப்பிரிக்கா முழுவதையும் புயலாகச் சூழ்ந்துகொண்டனர். பின்னர், தங்கள் பிரதி நிதிகளை முய்ஸ் பின் பாரிஸிடம் அனுப்பினார்கள். அரபிகளின் தாக்குதலிலிருந்து தன்னைப் பாதுகாக்கும் நோக்குடன் அவர்களை அரச மரியாதைகளுடன் வரவேற்று உபசரித்தார் முய்ஸ் பின் பாரிஸ். அவரது நோக்கம் கைகூடவில்லை. எனவே, பர்பர் இன வீரர்கள் *20,000* பேர்களுடன் அவர்களை எதிர்கொள்வதாக முடிவு செய்தார். அரபு இனக்குழுவினர் *3,000* பேர்கள்தான் இருந்தனர். எனினும், போரின் முடிவு முய்ஸுக்கு எதிராகவே அமைந்தது. தப்பியோடிய முய்ஸ், கைர்வானில் தஞ்சம் புகுந்தார்.

பர்பர் இன வீரர்களை மீண்டும் ஒன்று திரட்டிய முய்ஸ், ஹிஜ்ரீ *446* துல்ஹிஜ்ஜா மாதம் ஹஜ் பெருநாளன்று அரேபியர்களைத் தாக்கி மீண்டும் தோல்வியுற்றார். முய்ஸின் மூன்றாவது தாக்குதலும் தோல்விகண்டது. இத்துடன் கைர்வானிலிருந்து துரத்தப்பட்ட முய்ஸ், மஹ்தியாவுக்குச் சென்றார். கைர்வானை யூனுஸ் பின் யஹ்யா கைப்பற்றினார்.

உள்நாட்டுக் கலகம் : கெய்ரோவிலிருந்த முஸ்தன்ஸிரின் தாயார் தன்னிச்சையாக உத்தரவுகளைப் பிறப்பித்து வந்தார். அவரது அரசாற்றலும் செல்வாக்கும் அனைத்து வரைமுறைகளையும் கடந்திருந்தன. அமைச்சர்கள் தங்களைப் பாதுகாத்துக்கொள்வதற்காகத் துருக்கியர்களை நியமிக்கத் தொடங்கினர். படைகள், அடிமைகளும் கத்தமிய வம்சாவளியினரும் பர்பர்களும் துருக்கியர்களும்கொண்ட ஒரு சிறு குழுவின்கீழ் இயங்கி வந்தன. சூடானியரான நஸீருத்தவ்லா என்பவர் அனைத்துப் படைத்தலைவராகவும் துருக்கியர்களின் தலைவராகவும் இருந்தார். பல்வேறு நிர்வாக அமைப்புகளும் மைய அரசிலிருந்து வேறுபடுத்தப்பட்டிருந்தன. அரசின் அடிப்படை அம்சங்கள் சார்ந்து முஸ்தன்ஸிருக்கும் கெய்ரோவிலிருந்த அவரது தாயாருக்குமிடையே அதிகாரச் சிக்கல்கள் மேலெழுந்தன. பரஸ்பரம் அரசதிகாரத்தை இல்லாமல் செய்யும் முயற்சிகளில் அவர்கள் ஈடுபட்டனர்.

துருக்கியருக்கும் அடிமைகளுக்குமிடையே கலகம் மூண்டது. படை வீரர்கள் இரண்டாகப் பிரிந்து தாக்குதலில் ஈடுபட்டனர். இறுதியில், ஆக்காவின் ஆட்சியாளரான பத்ர் ஜமாலியை வரவழைத்தார் முஸ்தன்ஸிர். பெரியதொரு ஆர்மேனியப் படையுடன் எகிப்துக்கு வந்த பத்ர் ஜமாலியைத் தனது அமைச்சராக நியமித்தார். நஸீருத்தவ்லா எந்தக் காரணமுமில்லாமல் தங்களைப் போருக்குத் தூண்டியதையும் கொலைகளில் ஈடுபட்டதையும் துருக்கியர்கள் அறியச் செய்தார் முஸ்தன்ஸிர். தங்கள் பாதுகாப்பை முன்னிட்டு நஸீருத்தவ்லாவைக் கொன்றனர் துருக்கியர்கள். பின்னர் பத்ர் ஜமாலி, துருக்கியர்களின் தலைவரானார். உயர்ந்த அதிகாரத்தையும் செல்வாக்கையும் பெற்ற அவர், நிர்வாகத்தைச் சீர்ப்படுத்தினார். ஒவ்வொருவரின் தனிப்பட்ட திருப்தியையும் நம்பிக்கையையும் பெற்றார். நாட்டில் அமைதியை நிலைநாட்டினார். கலகத்தில் ஈடுபட்ட தலைவர்களைப் பணியச் செய்தார். அரேபியரிடமிருந்து திரிப்போலியை மீட்டெடுத்தார். பாலஸ்தீனின் அனைத்துப்பகுதிகளும் அவரது ஆட்சியின்கீழ் கொண்டு வரப்பட்டன.

யார் வேண்டுமானாலும் கைப்பற்றிக்கொள்ளும் அளவுக்கு டமாஸ்கசின் நிலைமை சீரழிந்துகொண்டிருந்தது. ஜுமுஆ பேருரைகள் மட்டும் எகிப்தின் உபைதிய ஆட்சியின் பெயரில் நிகழ்ந்து வந்தன. கெய்ரோ தலைமைக்கும் இதுவே போதுமானதாக இருந்தது. ஹிஜ்ரீ 468இல் முஸ்தன்ஸிரின் அரசு நிர்வாகத்தை மிகச்சிறந்த நிலையில் ஒழுங்குபடுத்தியிருந்தார் பத்ர் ஜமாலி.

அமீர் அக்தாஸ், டமாஸ்கசைக் கைப்பற்றினார். தனது ஜுமுஆ பேருரைகளை அவர் பாக்தாத் கலீஃபாவின் பெயரில் நிகழ்த்தினார். ஹிஜ்ரீ 469 இல், ஸெல்ஜுக் படைத்தலைவரான அத்ஸாஸ் பின் உஃபாக், டமாஸ்கசைத் தாக்கினார். பத்ர் ஜமாலி அனுப்பி வைத்த படைகள் டமாஸ்கசை முற்றுகையிட்டன. ஹிஜ்ரீ 470இல் சுல்தான் மாலிக் ஷா ஸெல்ஜுக், தத்தீஷ் ஸெல்ஜுக்கிடம் சிரியாவின் பொறுப்பை ஒப்படைத்து, தான் ஏற்கனவே கைப்பற்றியிருந்த சிரியாவின் ஒரு பகுதியையும் சேர்த்துக்கொள்ளும் உரிமையை வழங்கினார். சிரியாவுக்கு வந்த தத்தீஷ், அலப்போ நகரைத் தாக்கினார். அவர்கள் சரணடைய மறுக்கவே அதை முற்றுகையிட்டார். அதே நேரத்தில் டமாஸ்கசில் முற்றுகைக்குள்ளான அத்ஸாஸ், தத்தீஷுக்கு ஒரு செய்தி அனுப்பினார். அதில், எகிப்திய படைகள்

தன்னை முற்றுகையிட்டிருப்பதையும் தத்தீஷ், உதவி செய்யவில்லை எனில் டமாஸ்கசை அவர்களிடம் ஒப்படைப்பதைத் தவிர வேறு வழியில்லை என்றும் குறிப்பிட்டிருந்தார். தத்தீஷ் உடனடியாக டமாஸ்கசை நோக்கிச் சென்றார். இதையறிந்த எகிப்தியப் படை முற்றுகையைக் கைவிட்டது. டமாஸ்கசை அடைந்த தத்தீஷ், அத்ஸாஸைக் கொன்றுவிட்டு நாட்டைக் கைப்பற்றினார்.

தொடர்ந்து, அலப்போவும் பின்னர் படிப்படியாக சிரியா முழுவதும் தத்தீஷின் ஆட்சியின் கீழ் வந்தது. இதையறிந்த பத்ர் ஜமாலி, பெரும் படையொன்றைத் திரட்டி டமாஸ்கஸ்மீது போர் தொடுத்தார். ஆனால், வெற்றிபெற இயலவில்லை. இதன் பிறகும் பலமுறை எகிப்தியப் படைகள் சிரியாவைத் தாக்கின. அனைத்து முயற்சிகளும் தோல்வியில் முடிந்தன.

ஹிஜ்ரீ 484. முஸ்லிம்களிடமிருந்த சிஸிலித் தீவு கிறிஸ்தவர்களிடம் வீழ்ந்தது. பத்ர் ஜமாலி, தனது எண்பதாவது வயதில், ஹிஜ்ரீ 487 ரபீயுல் அவ்வல் மாதம் மரணமடைந்தார். இதன்பிறகு சிறிது காலத்தில் முஸ்தன்ஸிரும் இறந்தார். முஸ்தன்ஸிர் ஆட்சியின் தொடக்கக் காலம் குழப்பங்கள் நிறைந்ததாக இருந்தது. முடிவுறும் கட்டத்தில் நின்ற உபைதிய வம்சாவளி ஆட்சிக்கு பத்ர் ஜமாலி புதிய எழுச்சியூட்டினார். அஹ்மத், நஸார், அப்துல் காசிம் ஆகிய மூன்று வாரிசுகளில் அரசுக்குரிய வாரிசாக ஏற்கனவே நஸாரை நியமித்திருந்தார் முஸ்தன்ஸிர்.

ஹஸன் பின் ஸபா : முஸ்தன்ஸிரின் ஆட்சியின்போது, ஹஸன் பின் ஸபா வணிகர் வேடத்தில் இராக்கிலிருந்து எகிப்துக்கு வந்தார். முஸ்தன்ஸிருக்கு வாக்குறுதியளித்த அவர் அடுத்த இமாம் குறித்துக் கேட்டார். அடுத்த இமாமாக தன் மகன் நிஸாரை நியமித்திருப்பதாகச் சொன்னார் முஸ்தன்ஸிர். பிறகு, இமாம் குறித்தும் (ஷியா) கிலாஃபத் குறித்தும் பரப்புரை செய்ய இராக்குக்குச் செல்ல தனக்கு அனுமதி வேண்டினார் ஸபா. இதை ஏற்றுக்கொண்ட முஸ்தன்ஸிர் தன்னுடைய கொள்கைப் பரப்புனராக ஸபாவை இராக்குக்கு அனுப்பி வைத்தார். இராக்குக்கு வந்த ஸபா, தனது போதனைகளைச் சீரிய முறையில் மேற்கொண்டதுடன் படிப்படியாக அல்முத் கோட்டையைக் கைப்பற்றினார்.

பத்ர் ஜமாலியின் இறப்புக்குப் பின், அவரது மகன் முஹம்மத்

மாலிக்கை அமைச்சராக நியமித்தார் முஸ்தன்ஸிர். முஹம்மத் மாலிக்குக்கும் நஸாருக்குமிடையே அப்போது சுமுகமான உறவில்லை. முஸ்தன்ஸிரின் இறந்ததும், அவரது சகோதரியிடம் முஹம்மத் மாலிக் சென்று, தனக்குப் பிறகு அபுல் காசிமை அரசுப் பொறுப்புக்கு முஸ்தன்ஸிர் தேர்வு செய்திருந்ததாக அறிவிக்கும்படி கேட்டுக்கொண்டார். இதன்படி அபுல் காசிம், முஸ்த்தலி பில்லாஹ் எனும் சிறப்புப் பெயருடன் ஆட்சிப் பொறுப்பை ஏற்றார். மக்களும் அவருக்கு ஆதரவளித்தனர்.

அபுல் காசிம் முஸ்த்தலி பில்லாஹ் உபைதி : அபுல் காசிம் அரியணையேறிய மூன்றாவது நாள், கெய்ரோவிலிருந்து அலெக்ஸான்ட்ரியாவுக்குப் புறப்பட்டார் நஸார். அப்போது, பத்ர் ஜமாலியின் அடிமையான நஸீருத்தவ்லா, அலெக்ஸான்ட்ரியா ஆளுநராக இருந்தார். அபுல் காசிம் அரியணையேறியதை அறிந்த அவர், தனது ஆதரவை நஸாருக்கு அளித்தார். நஸாரின் அரசுரிமையை அங்கீகரித்து அலெக்ஸான்ட்ரியாவிலேயே அவரை அரசராக ஏற்று வாக்குறுதியளித்தார். முஸ்தஃபா லி தீனில்லாஹ் எனும் சிறப்புப் பெயரையும் அவருக்குச் சூட்டினார்.

இதையறிந்த அபுல் காசிமின் அமைச்சர் முஹம்மத் மாலிக், படைகளுடன் சென்று அலெக்ஸான்ட்ரியாவை முற்றுகையிட்டார். நீண்டகால முற்றுகையில் சோர்வுற்ற மக்கள் நகரை முஹம்மத் மாலிக்கிடம் ஒப்படைத்து அமைதியை மீட்டனர். நஸார், கைதியாக கெய்ரோவுக்கு அனுப்பி வைக்கப்பட்டார். அவரை, உடனடியாகவே கொன்றார் அபுல் காசிம். தன்னுடன் நஸீருத்தவ்லாவைக் கெய்ரோவுக்கு அழைத்துச் சென்றார் முஹம்மத் மாலிக். அவரையும் கொன்றார் அபுல் காசிம்.

சிரியா முழுவதையும் தாஜுத்தவ்லா தத்தீஷ் ஸெல்ஜுக் கைப்பற்றிய தகவல் ஏற்கனவே சொல்லப்பட்டது. அவரது மரணத்தைத் தொடர்ந்து அவரது மகன்கள் வகாக்கும் ரிள்வானும் பரஸ்பரம் முரண்பட்டதில் உள்நாட்டுப் போர் மூண்டது. டமாஸ்கஸ் வகாகின் கீழும், அலப்போ ரிள்வானின் கீழுமிருந்தன. இக்காலகட்டத்தில் ஐரோப்பியக் கிறிஸ்தவர்கள், பைத்துல் முகத்தஸ்ஸை முஸ்லிம்களிடமிருந்து கைப்பற்றும் நோக்கத்துடன் ஒரு கூட்டுப் போர் நடவடிக்கையாக அன்டாக்யாவை முற்றுகையிட்டனர்.

உயிர்ப் பயத்துடன் ஓடிய ஸெல்ஜூக் ஆளுநர் யகீஸான், ஆர்மேனியன் ஒருவனால் கொலை செய்யப்பட்டார். அவரது தலை கிறிஸ்தவப்படை முகாமுக்கு அனுப்பி வைக்கப்பட்டது. அன்டாக்யாவின் வீழ்ச்சியும் யாகீஸானின் கொலையும் சிரியாவைக் குழப்பத்திலாழ்த்தின. ஸெல்ஜூக் தலைவர்களில் ஒருவரும் மோசிலின் ஆட்சியாளருமான புக்கா, கிறிஸ்தவர்கள்மீது படையெடுத்துச் சென்று மர்ஜ் தாபிக்கில் முகாமிட்டார். இதையறிந்த வகாக்கும், ஹிம்சின் ஆட்சியாளரான சுலைமான் பின் ரத்தீக்கும் தங்கள் படைகளுடன் சென்று புக்காவுடன் இணைந்துகொண்டனர். கிறிஸ்தவப் படைகளை நோக்கி அவர்கள் அணிவகுத்துச் சென்றனர். கிறிஸ்தவ வீரர்களைவிட எண்ணிக்கையில் குறைவாக இருந்த முஸ்லிம் வீரர்கள் தோல்வியுற்றனர். போரில், ஆயிரக்கணக்கான முஸ்லிம் வீரர்கள் இறந்தனர். கிறிஸ்தவ வீரர்கள் முஸ்லிம்களின் படைமுகாம்களைச் சூறையாடினர். தொடர்ந்து, ஹிம்சைக் கைப்பற்றியதுடன் ஆக்காவை முற்றுகையிட்டனர். பல்வேறு சிரமங்கள் இருந்தும் துருக்கிய ஸெல்ஜூக்கியர் விட்டுக்கொடுக்கவில்லை.

கிறிஸ்தவப் படைகளின் ஆக்கா முற்றுகை தொடர்ந்தது. சிரிய முஸ்லிம்களின் கவனம் முழுவதும் சிரியாவையே மையம்கொண்டிருந்தது. அப்போது, அபுல் காசிமின் அமைச்சரான முஹம்மத் மாலிக், பலம் வாய்ந்த எகிப்தியப் படையுடன் சென்று பைத்துல் முகத்தஸைத் தாக்கினார். ஷியாக்களின் இத்தாக்குதல் கிறிஸ்தவர்களுக்கு நன்மையாக முடிந்தது. சிரிய இஸ்லாமியப் படைகளால் இருமுனைத் தாக்குதலை எதிர்கொள்ள இயலவில்லை.

சுலைமானும் இல்காஸியும் பைத்துல் முகத்தஸைத் தாக்கிய ஷியாக்களை எதிர்கொள்வதில் ஈடுபட்டிருந்தனர். கிறிஸ்தவர்களுக்கு எதிராக அவர்களால் எந்த உதவியையும் செய்ய முடியவில்லை. பைத்துல் முகத்தஸ் எகிப்தியரிடம் வீழ்ந்தது. சுலைமானும் இல்காஸியும் கிழக்கு நோக்கிச் சென்றனர். பைத்துல் முகத்தஸை நீண்ட காலம் எகிப்தியரால் தக்கவைக்க இயலவில்லை. நாற்பது நாள் முற்றுகையின் முடிவில் பைத்துல் முகத்தஸைக் கிறிஸ்தவர்கள் கைப்பற்றினர். நகருக்குள் நுழைந்த அவர்கள் பெருமளவிலான முஸ்லிம்களைப் படுகொலை செய்தனர். முஸ்லிம்கள் தாவூத் வளைவில் தஞ்சம் புகுந்தனர். இருந்தும்,

கிறிஸ்தவர்களின் வெறியாட்டங்கள் முடிவுக்கு வரவில்லை. அல் அக்ஸாவிலும் ஸக்ரா இ சுலைமானிலும் 70,000 முஸ்லிம்கள் வாளுக்கு இரையாயினர். தங்கத்திலும் வெள்ளியிலும் செய்யப்பட்ட சரவிளக்குகள் உட்பட அல் அக்ஸா பள்ளிவாசலின் விலையுயர்ந்த பொருள்கள் அனைத்தும் கொள்ளையடிக்கப்பட்டன. மிகவும் துயரமான நிலையில் எஞ்சிய முஸ்லிம்கள் பாக்தாதை அடைந்து தங்களுக்கு நேர்ந்த அவலங்களுக்காக பாக்தாத் கலீஃபாவை வசைபேசத் தொடங்கினர்.

கலீஃபா, ஸெல்ஜூக் அரசர்களான பர்க்கியராக், முஹம்மத், ஸஞ்சார் ஆகியோருக்கு சிரியாவைக் காப்பாற்றும்படி கடிதம் எழுதினார். மிக மோசமான நிலையில் உள்நாட்டுப் போர்களில் கவனம் செலுத்திய அவர்களால் எதுவும் செய்ய இயலவில்லை. சிரியா சாம்பலாக்கப்பட்டது. கிறிஸ்தவர்கள் பைத்துல் முகத்தசைக் கைப்பற்றுவதற்கு வாய்ப்பளித்த எகிப்திய அமைச்சர், மீண்டும் அதைக் கைப்பற்றும் நோக்கத்துடன் படை நடத்திச் சென்றார். இந்தப் போரில் ஏராளமான முஸ்லிம்கள் உயிர்ப்பலியாயினர். எகிப்து அமைச்சர் மட்டும் சில வீரர்களுடன் நாடு திரும்பினார்.

ஹிஜ்ரீ 595 ஸஃபர் மாதம் 15ஆம் நாள் அபுல் காசிம் இறந்தார். அவரது ஐந்து வயது மகன் அபூஅலீ, அமீர் பி இஹ்க்காமில்லாஹ் எனும் சிறப்புப் பெயருடன் பொறுப்பில் அமர்த்தப்பட்டார்.

அபூ அலீ அமீர் உபைதி : அபுல் காசிமின் காலம் முதல் தனது அதிகாரத்தைச் சிறந்த முறையில் பாதுகாத்து வந்தார் அமைச்சர் முஹம்மத் மாலிக். அவரைக் கலந்தாலோசனை செய்யாமல் அபுல் காசிம் எந்த முடிவுக்கும் வருவதில்லை. இப்போது, அபூ அலீ பொறுப்புக்கு வந்த பிறகு, நிர்வாகங்கள் அனைத்தும் முஹம்மத் மாலிக்கிடம் வந்தன. பலம் வாய்ந்த ஒரு படையை உருவாக்கிய அவர், தந்தை பத்ர் ஜமாலியின் அடிமையான ஸஅதுத்தவ்லாவின் தலைமையில் கிறிஸ்தவர்களை எதிர்த்துப் போரிட அனுப்பி வைத்தார். போரில், தனது படைகள் தோற்றதாக அறிந்ததும் மகன் ஷராஃப் அல் மஅலீயின் தலைமையில் இன்னொரு படையை அனுப்பிவைத்தார். இம்முறை, ரம்லாவின் அருகே நடந்த போரில் கிறிஸ்தவர்கள் தோற்றனர். மேலும், முன்னேறிச் சென்று ரம்லாவை முற்றுகையிட்ட ஷராஃப், இரண்டே வாரங்களில் அதைக்

கைப்பற்றினார். இதில், 400 கிறிஸ்தவ வீரர்கள் கொலையுண்டனர். 300 வீரர்கள் சிறைப்பிடிக்கப்பட்டனர்.

கிறிஸ்தவப் படைத்தலைவர் ரம்லாவிலிருந்து ஜஃப்ஃபாவுக்குச் சென்று ஐரோப்பாவிலிருந்து வந்திருந்த பயணிகளுடன் பைத்துல் முகத்தஸை நோக்கி முன்னேறினார். கிறிஸ்தவப் படைத்தலைவர் பயணிகளுடன் செல்வதை அறிந்த ஷராஃப், போரைக் கைவிட்டு எகிப்துக்குச் சென்றார். வாய்ப்பைப் பயன்படுத்திய கிறிஸ்தவர்கள் எந்த எதிர்ப்புமின்றி அஸ்க்கலானைக் கைப்பற்றினர். பின்னர், எகிப்தியப் படைகள் மீண்டுமொரு தாக்குதல் நடத்தி அஸ்க்கலானை மீட்டனர். இது, ஹிஜ்ரீ 496 துல் ஹிஜ்ஜா மாதம் நடந்தது.

ஹிஜ்ரீ 498 இல் எகிப்தியர்கள் மீண்டுமொருமுறை கிறிஸ்தவர்களைத் தாக்கினர். டமாஸ்கசிலிருந்து துருக்கியப் படைகளும் எகிப்தின் உதவிக்கு வந்தன. ஆயினும், பலனளிக்கவில்லை. சிரிய கரையோரப் பகுதிகளான திரிப்போலி, ஸவூர், ஸைதா, பெய்ரூட் ஆகிய நகரங்கள் அக்கால கட்டத்தில் எகிப்திய ஆட்சியின் கீழிருந்தன. இந்நகரங்கள் அனைத்தையும் கைப்பற்றிய கிறிஸ்தவக் கடற்படையினர், சிரியாவையும் தொடர்ந்து, பைத்துல் முகத்தஸையும் கைப்பற்றினர். தங்களது கட்டுப்பாட்டுக்குள் வந்த அனைத்துப் பகுதிகளிலும் தங்களுடைய அரசாட்சியை நிறுவிக்கொண்டனர். சிரியாவில் அமைந்த கிறிஸ்தவ ஆட்சி, ஐரோப்பா கண்டத்திலிருந்து கிடைத்து வந்த அனைத்து உதவிகளுடன் மென்மேலும் வலுப்பெற்றது. எகிப்தில் கிறிஸ்தவர்கள் வென்றெடுத்த நகரங்களும் பிற ஆட்சிப்பகுதிகளும் உட்பட்ட புதிய கிறிஸ்தவ அரசு தோற்றம் பெற்றது. இருந்தும், உபைதிய அரசு செயலற்ற நிலையில்தான் இருந்தது.

ஸெல்ஜூக் தலைவர்களின் ஆட்சியின் கீழிருந்த டமாஸ்கஸ்மீதும், சிரியாவின் கிழக்குப் பகுதி மீதும் படையெடுக்கும் துணிச்சல் கிறிஸ்தவப் படைகளிடமில்லை. ஸெல்ஜூக் அரசர்களும் படைத்தலைவர்களும் தங்களுடைய குடும்பச் சண்டைகளையும் உள்நாட்டுப் பிரச்சினைகளையும் ஒதுக்கி வைத்து, கிறிஸ்தவப் படைகள்மீது கவனம் செலுத்தியிருந்தால் பைத்துல் முகத்தசுக்குள் அவர்களது கால்கள் பதிந்திருக்காது.

அமைச்சரின் ஆற்றலும் செல்வாக்கும் வலுவடைவதைக்கண்ட

அமீர் உபைதி, அதைக் கட்டுப்படுத்த இயலாத நிலையில் ஹிஜ்ரீ 515இல் அவரைக் கொன்றார். ஜலாலுல் இஸ்லாம் எனும் சிறப்புப் பெயருடன் மற்றொருவரை அமைச்சராக நியமித்தார். சில ஆண்டுகளுக்குப் பிறகு ஜலாலுல் இஸ்லாம்மீதும் கோபம்கொண்ட அமீர் அவரையும் அவரது சகோதரரையும் அவர்களுக்கு ஆதரவாக இருந்த நஜீபுத்தவ்லாவையும் கொன்றார். ஹிஜ்ரீ 524 இல் கரமாஷியர் சிலர், அமீர் உபைதி தனது குதிரையின்மீது ஏறும்போது கொலை செய்தனர்.

ஹாஃபிஸ் உபைதி : அமீர் உபைதிக்கு ஆண் வாரிசுகள் இல்லை என்பதால் அவரது ஒன்றுவிட்ட சகோதரர் அப்துல் மஜீத், ஹாஃபிஸ் லி தீனில்லாஹ் எனும் சிறப்புப் பெயருடன் அரசுப் பொறுப்பை ஏற்றார். இறந்த அமீரின் மனைவி அப்போது கர்ப்பமாக இருந்தார். பிறக்கவிருக்கும் குழந்தை ஆணாக இருந்தால் அரசுரிமை அந்தக் குழந்தையைச் சாரும் என்ற நிபந்தனையின்பேரில் மக்கள் அப்துல் மஜீதுக்கு வாக்குறுதியளித்தனர்.

அரியணையேறிய ஹாஃபிஸ் உபைதி, ஒருவர் பின் ஒருவராகப் பல அமைச்சர்களைக் கொன்றார். இறுதியில் தன் மகனை அமைச்சராக நியமித்தார். தந்தையிடமிருந்து அரசுரிமையைப் பறிப்பதற்காக அந்த மகனும் சதி செய்தார். இதையறிந்த ஹாஃபிஸ் உபைதி, மகனை அமைச்சர் பொறுப்பிலிருந்து நீக்கிவிட்டு, ஸுன்னத் வழிமுறையைச் சேர்ந்த ரிள்வான் என்பவரை நியமித்தார். ஷியாக்களின் கடும் எதிர்ப்பின் காரணமாக அவரையும் பதவி நீக்கம் செய்தார். பின்னர், அமைச்சர் இல்லாமலேயே நிர்வாகத்தை நடத்தி வந்தார்.

ஹாஃபிஸ் உபைதி, தனது எழுபதாவது வயதில் காலமானார். அவரது மகன் அபூ மன்ஸூர் இஸ்மாயீல், ஸஃபீர் பில்லாஹ் எனும் சிறப்புப் பெயருடன் அரியணையில் அமர்ந்தார்.

ஸஃபீர் பின் ஹாஃபிஸ் உபைதி : ஸஃபீர், அலெக்ஸான்ட்ரிய ஆளுநர் ஆதில் பின் ஸலரைத் தனது அமைச்சராக நியமித்துக்கொண்டார். தலைமைப் பொறுப்பை வகித்து வந்த ஆதில், ஸஃபீரை வெறும் பொம்மை அரசராகவே நடத்தி வந்தார். ஹிஜ்ரீ 548இல் கிறிஸ்தவர்கள் அஸ்க்கலானை முற்றுகையிட்டனர். அஸ்க்கலான் மக்கள் உதவி கேட்டு கெய்ரோவுக்குத் தகவல்

அனுப்பினார்கள். முற்றுகையில் ஈடுபட்டிருந்த கிறிஸ்தவர்களை எதிர்கொள்வதற்காக ஆதில், அப்பாஸ் பின் அபீ அல் ஃபுதுஹ் என்பவர் தலைமையில் ஒரு படையை அனுப்பி வைத்தார். ஸஃபீரும் அப்பாசும் சேர்ந்து ஆதிலை ஒழித்துவிட இரகசியத் திட்டம் தீட்டினர். அப்பாஸ் ஒரு படையுடன் புறப்பட்டுச் சென்று பல்பிஸ் எனுமிடத்தில் முகாமிட்டார். அப்பாஸின் இளைய மகனான நஸீர், தூங்கிக்கொண்டிருந்த ஆதிலைக் கொலை செய்தார். தகவலறிந்து கெய்ரோவுக்குத் திரும்பிய அப்பாஸ், அமைச்சராக நியமிக்கப்பட்டார். இவர்களில் யாருக்கும் அஸ்க்கலான் மக்களைக் குறித்த எந்த அக்கறையும் இருக்கவில்லை. வேறுவழியில்லாத நிலையில் அவர்கள் கிறிஸ்தவர்களிடம் புகலடைந்தனர்.

ஸஃபீர் கொல்லப்படுதல் : ஹிஜ்ரீ 549 முஹர்ரம் மாதம் ஸஃபீரை விருந்துக்கு அழைத்த நஸீர், அவரையும் அவரது தோழர்களையும் கொன்று அதே வீட்டில் புதைத்தார். மறுநாள், வழக்கம்போல் அரண்மனைக்கு வந்த அமைச்சர் அப்பாஸ், அரசர் ஸஃபீரைக் குறித்துக் கேட்டார். அரசவையினர் தங்களுக்குத் தெரியாது என்றனர். அப்பாஸ் அங்கிருந்து அகன்றதும், ஸஃபீரின் சகோதரர்களான ஜிப்ரீல், யூஸுஃப் ஆகியோரிடம் சென்று அரசர் நஸீரின் வீட்டுக்குச் சென்றதாகவும் பிறகு, திரும்பி வரவில்லை என்றும் சொன்னார்கள். என்ன நடந்ததென்று அமைச்சரிடம் கேட்கும்படி அவர்கள் அரசவையினரிடம் சொன்னார்கள். சதித்திட்டம் தீட்டியதாகச் சந்தேகிப்பதாகச் சொல்லி, ஜிப்ரீலையும் யூஸுஃபையும் ஹஸன் பின் ஹாஃபீஸின் மகன்கள் இருவரையும் கொலை செய்த அமைச்சர், நேராக அரண்மனைக்குச் சென்றார். ஸஃபீரின் சிறுவயது மகனைப் பிடித்து, தனது மடியில் அமரச் செய்தார். பிறகு, ஸஃபீரின் மகனுக்கு ஃபாயிஸ் பின் நஸ்ரில்லாஹ் எனும் சிறப்புப் பெயர் சூட்டி அரசுப் பொறுப்பில் நியமித்தார். சிறுவயது அரசருக்கான வாக்குறுதியை மக்களிடமிருந்து பெற்றார்.

தங்களுடைய குடும்ப உறுப்பினர்கள் ஐந்துபேர் கொலை செய்யப்பட்ட நிலையில், அரச குடும்பத்துப் பெண்கள் இரகசியமாக அத்மோன் மற்றும் நப்ஸா ஆளுநரான ஸாலே பின் ஷரீக்கிடம் தூதுவரை அனுப்பி வைத்தனர். அவர் ஸாலேயிடம் அனைத்தையும் விவரித்து, அப்பாசுக்குத் தண்டனையளிக்கும்படி கேட்டுக்கொண்டார். ஸாலே, தனது படைகளுடன் கெய்ரோவை நோக்கிப் புறப்பட்டார்.

கெய்ரோ மக்கள் தனக்கெதிராகத் திரும்பியிருப்பதை அறிந்த அப்பாஸ், மகன் நஸீரையும் நண்பர் உஸாமா பின் மன்காடையும் தனது முக்கிய மெய்க்காவல்படையினரையும் அழைத்துக்கொண்டு முதலில் சிரியாவுக்கும் பின்னர், இராக்குக்கும் சென்றார். வழியில் சில கிறிஸ்தவர்களுடன் ஏற்பட்ட மோதலில் கொலையுண்டார். நஸீர் கைது செய்யப்பட்டார். உஸாமா தப்பித்து சிரியாவுக்குச் சென்றார். அப்பாஸ் கெய்ரோவிலிருந்து புறப்பட்ட பிறகு, ஹிஜ்ரீ 599 ரபீயுல் ஆகிர் மாதம் கெய்ரோவை அடைந்தார் ஸாலே. நஸீரின் வீட்டிலிருந்து ஸஃபீரின் உடலைத் தோண்டியெடுத்து அரச மையவாடியில் அடக்கம் செய்தார். பின்னர், ஸஃபீரின் மகன் ஃபாயிசுக்கு, மலிக் அல் ஸாலே எனும் சிறப்புப் பெயரைச் சூட்டி அரசராக வாக்குறுதியளித்தார்.

ஃபாயிஸ் பின் ஸஃபீர் உபைதி : இமாமத்துக் கோட்பாட்டின் ஆழ்ந்த நம்பிக்கையாளரும் உபைதிய வம்சாவளியின் ஆதரவாளருமான ஸாலே அமைச்சரானார். நிர்வாகத்தை ஒழுங்குபடுத்திய பின், கிறிஸ்தவர்களைத் தொடர்புகொண்டு, குறிப்பிட்ட ஒரு தொகையைப் பெற்றுக்கொண்டு நஸீரைத் தன்னிடம் ஒப்படைக்க ஏற்பாடு செய்தார். கிறிஸ்தவ அதிகாரிகள் அவரைக் கெய்ரோவுக்கு அழைத்து வந்தனர். நஸீரைக் கொன்று அவரது உடலைக் காட்சிக்கு வைத்தார் ஸாலே.

பிறகு, மைய அரசாங்கத்தை எதிர்க்கும் ஆற்றலுள்ள கிளர்ச்சியாளர்களின் தலைவர்களை நோக்கித் தன் பார்வையைச் செலுத்தினார். அவர்களின் முக்கிய தலைவர்களான தாஜுல் முல்க் கைமாஸ், இப்னு காலிப் ஸாலே ஆகிய இருவரையும் கைது செய்யும்படி படைத்தலைவர்களுக்கு உத்தரவிட்டார். ஆனால், அவர்கள் மூலமாகவே இதையறிந்துகொண்ட இருவரும் தலைமறைவாயினர். ஆயினும், இந்நடவடிக்கை, ஏனைய படைத்தலைவர்களுக்கு ஓர் எச்சரிக்கையாக அமைந்தது. அதிகாரிகளையும் சந்தேகத்துக்கிடமான படைத்தலைவர்களையும் பதவி நீக்கம்செய்து தன்னுடைய ஆட்களை நியமித்தார். தொடர்ந்து, அரண்மனையிலுள்ள விலையுயர்ந்த பொருள்கள் அனைத்தையும் தனது வீட்டுக்கு மாற்றினார். ஸாலேயின் அரசாற்றல் அதிகரிப்பதைக் கவலையுடன் கவனித்துக்கொண்டிருந்த ஃபாயிஸ் உபைதியின் மாமி, அவரைப் பதவி நீக்கம் செய்யும் ஏற்பாடுகளில் ஈடுபட்டார்.

தனக்கெதிரான அவரது நடவடிக்கைகளை அறிந்துகொண்ட ஸாலே, அவரைக் கொன்றார்.

ஆறு மாத கால தனது ஆட்சியின் முடிவில், ஹிஜ்ரீ 555இல் ஃபாயிஸ் உபைதி இறந்தார். தொடர்ந்து, அரச குடும்பத்திலுள்ள சிறுவர்களில் ஒருவரை அரசுப்பொறுப்பில் நியமிக்கும் எண்ணத்தில் அவர்களை அரசவைக்கு அழைத்து வரும்படி உத்தரவிட்டார் ஸாலே. இதன்படி, அபூ முஹம்மத் அப்துல்லாஹ் பின் யூஸுஃப் ஹாஃபிஸ் உபைதி அரசராகத் தேர்வு செய்யப்பட்டார். அளீத் லி தீனில்லாஹ் எனும் சிறப்புப் பெயருடன் அவரை அரியணையில் அமர்த்திய ஸாலே, தன் மகளை அவருக்கு மணம் முடித்து வைத்தார்.

அளீத் பின் யூஸுஃப் உபைதி : பொறுப்புகள் அனைத்தும் ஸாலேவிடமும் அளீத் பொம்மை அரசராகவும் இருந்தார். இதில், அரசவையினருக்கும் மக்கள் பிரதிநிதிகளுக்கும் விருப்பமில்லை. தன் சகோதரியைக் கொன்ற ஸாலேயைப் பழிவாங்குவேன் என்று அளீதின் சின்ன மாமி சூளுரைத்திருந்தார். இதை நிறைவேற்றும் பொறுப்பை அவர் சில சூடானியர்களிடம் ஒப்படைத்திருந்தார். அவர்களுள் ஒருவர் ஸாலேயைத் தடியால் அடித்துக் கொன்றார். தனது இறப்புக்கு முன், தன் மகனை அமைச்சராக்குமாறு அளீதிடம் அவர் சொல்லியிருந்தார். எனவே, ஆதில் எனும் சிறப்புப் பெயருடன் ஸாலேயின் மகனை அமைச்சராக்கினார் அளீத். அமைச்சராகப் பொறுப்பேற்ற ஆதில், சில நாள்களுக்குப் பிறகு அளீதின் அனுமதியுடன் அவரது சின்ன மாமியையும் தனது தந்தையை அடித்துக் கொன்ற சூடானியையும் கொன்றார்.

நிர்வாகச் சீர்திருத்தத்தின் முன்னோடியாக ஸஅயித் மாகாணத்தின் ஆளுநராக இருந்த ஷதார் ஸஅத் பணிநீக்கம் செய்யப்பட்டு, அமீர் பின் ரக்அஅ நியமிக்கப்பட்டார். ஆதிலுக்கு எதிராகக் கிளர்ந்தெழுந்த ஷதார் கெய்ரோவை நோக்கிப் படையெடுத்தார். ஷதாரை எதிர்கொள்ள இயலாத ஆதில் தப்பித்தோடினார். ஹிஜ்ரீ 558இல் தனது கொடியுடன் கெய்ரோவுக்குள் நுழைந்தார் ஷதார். பிடிபட்டுக் கெய்ரோவுக்கு அழைத்து வரப்பட்ட ஆதில், கொலை செய்யப்பட்டார். ஷதார் தலைமை அமைச்சராகப் பொறுப்பேற்றார். ஒன்பது மாதங்களுக்குப் பிறகு, அரண்மனைப் பரிசோதனை அதிகாரியான தர்காம்,

அதிகாரத்தைப் படிப்படியாக தன்வசம் கொண்டுவந்தார். பிறகு, ஷதாரைக் கெய்ரோவிலிருந்து வெளியேற்றிவிட்டு, அமைச்சகத்தைத் தன்னுடைய பொறுப்பில் எடுத்துக்கொண்டார். ஷதார் சிரியாவுக்குச் சென்றார். கெய்ரோவிலிருந்த ஷதாரின் மகன் அலீயையும் கொன்ற தர்காம், சந்தேகத்துக்குரிய படைத்தலைவர்களையும் அரசுப் பிரதி நிதிகளையும் பணிநீக்கம் செய்தார்.

எகிப்தை நோக்கி நூருத்தீன் முஹம்மத் ஸங்கி : சிரியாவை அடைந்த ஷதார், எகிப்தின் நிலவரங்களை நூருத்தீன் முஹம்மத் ஸங்கியிடம் தெரிவித்தார். ஆலோசனைகளின் முடிவில் சுல்தான் நூருத்தீன், படைத்தலைவர் அஸாதுத்தீன் ஷெர்கோஹ் தலைமையில் ஒரு படையை ஷதாருடன் கெய்ரோவுக்குச் செல்லும்படி உத்தரவிட்டார். எதிர்படும் அனைத்து இடர்பாடுகளையும் வென்று தர்காமை அமைச்சர் பதவியிலிருந்து நீக்கிவிட்டு ஷதாரை நியமிக்கும்படி ஷெர்கோஹ்வுக்கு உத்தரவிட்டார் நூருத்தீன். இருவரையும் எகிப்துக்கு அனுப்பிவிட்டு, அவர்களைத் தாக்குதலிலிருந்து பாதுகாக்கும் நோக்கத்துடன் தனது தலைமையிலான ஒரு படையுடன் கிறிஸ்தவர்களைநோக்கி புறப்பட்டார். பல்பிஸ் வரைக்கும் பிரச்சினைகளின்றி முன்னேறிய ஷெர்கோஹ்வும் ஷதாரும் வழியில் தர்கமின் சகோதரர்களான நஸீருத்தீன், ஃபக்ருத்தீன் ஆகியோரின் எதிர்ப்பை நேரிட வேண்டியதாயிற்று. அவர்களது தாக்குதலை முறியடித்த ஷெர்கோஹ் இருவரையும் கைது செய்துகொண்டு எகிப்துக்குள் வெற்றிகரமாக நுழைந்தார்.

தப்பியோடிய தர்கம், வழியில் பிடிபட்டுக் கொல்லப்பட்டார். நஸீருத்தீனும் ஃபக்ருத்தீனும் கொல்லப்பட்டனர். மீண்டும் தலைமை அமைச்சராகப் பொறுப்பேற்ற ஷதார், ஒரு வாக்குறுதியை மீறியதன் காரணமாக விரக்தியுற்ற நிலையில் எகிப்தை விட்டுச் சென்றார். நூருத்தீனுக்கும் ஷெர்கோஹ்வுக்கும் நன்றி செலுத்துவதற்குப் பதிலாக, நூருத்தீனின் ஆட்சிக்கு எதிராகக் கிறிஸ்தவர்களுடன் கைகோத்தார் ஷதார். ஹிஜ்ரீ 562 இல் நூருத்தீனின் அனுமதியுடன் ஷெர்கோஹ், எகிப்தின்மீது போர் தொடுத்து பல்வேறு நகர்களைக் கைப்பற்றினார்.

கிறிஸ்தவர்களிடம் உதவி கேட்டார் ஷதார். வாய்ப்பை எதிர்பார்த்திருந்த அவர்கள் உடனடியாகவே படைகளை

அனுப்பி வைத்தனர். ஷதார் மற்றும் கிறிஸ்தவர்களின் பெரிய கூட்டணிப் படைகளுடன் ஒப்பிடும்போது இரண்டாயிரம் வீரர்கள்கொண்ட ஷெர்கோஹ்வின் படை மிகவும் சிறியது. எனினும் அல்லாஹ்வின் பெயரால் படையைக் களமிறக்கிய ஷெர்கோஹ் மிகுந்த துணிச்சலுடனும் வீரத்துடனும் போரிட்டார். எதிரிப்படைகள் இரண்டும் படுதோல்வி அடைந்தன. ஷெர்கோஹ், அலெக்ஸான்ட்ரியாவை நோக்கி முன்னேறினார். அவர்கள் நகரின் நுழைவாயிலைத் திறந்து கொடுத்து வரவேற்றனர். தன் மருமகனாகிய ஸலாஹுத்தீன் பின் நஜ்முத்தீன் அயூபை அலெக்ஸான்ட்ரியாவின் ஆளுநராக நியமித்த ஷெர்கோஹ், ஸஈதை நோக்கிச் சென்றார். அலெக்ஸான்ட்ரியாவிலிருந்து அவர் புறப்பட்டதும் கெய்ரோவிலிருந்த எகிப்தியப் படை அலெக்ஸான்ட்ரியாவைத் தாக்க ஆயத்தமானது. இதையறிந்த ஷெர்கோஹ், ஸலாஹுத்தீனின் உதவிக்காக அலெக்ஸான்ட்ரியாவுக்கு விரைந்தார். அதே நேரத்தில், அரைகுறை மனதுடன் போரிட்டுக்கொண்டிருந்த ஷெர்கோஹ்வின் சில படைத்தலைவர்களை வஞ்சகமாகத் தன்பக்கம் சேர்த்துக்கொண்டார் ஷதார். சிக்கலான இந்நிலையில், ஷெர்கோஹ்விடமிருந்து இழப்பீட்டுத் தொகைப் பெற்றுக்கொண்டு ஷதார், அலெக்ஸான்ட்ரியாவை விட்டுப்போவதாக ஒரு தகவல் வந்தது. இதன் சாதகபாதகங்களை அலசிய பின், ஷதாரின் வேண்டுகோள் ஏற்றுக்கொள்ளப்பட்டது. இழப்பீட்டைப் பெற்றுக்கொண்ட ஷதார் அலெக்ஸான்ட்ரியாவிலிருந்து சிரியாவுக்குத் திரும்பினார்.

ஷதார் இந்தத் தவறை செய்யாமல் இருந்திருக்கலாம்தான். ஆனால், ஷதாரின் அழைப்பின் பேரில் எகிப்துக்கு வந்திருந்த கிறிஸ்தவப்படை எகிப்தை விட்டுச் செல்வதற்கு மறுத்தனர். எகிப்தைக் கைப்பற்றுவதற்கு அடித்தளம் அமைத்தவர்கள் அவர்கள். ஆகவே, அவர்கள் சில நிபந்தனைகளை விதித்தனர். சூழ்நிலையின் காரணமாக ஷதார் அவற்றை ஏற்றுக்கொள்ள வேண்டியதாயிற்று. நிபந்தனைகள், கிறிஸ்தவப்படை கெய்ரோவிலேயே தங்கியிருக்கும். கிறிஸ்தவர்கள் சார்பாக ஒரு நிர்வாகி கெய்ரோவில் இருப்பார். நகரின் நுழைவாயில் கிறிஸ்தவர்களின் கட்டுப்பாட்டிலிக்கும். எகிப்திய அரசு, ஆண்டுதோறும் ஒரு லட்சம் தினார்கள் கிறிஸ்தவ அரசனுக்குச் செலுத்த வேண்டும்.

கிறிஸ்தவப் படை எகிப்தில் காலடி வைத்ததிலிருந்து மைய அரசின் நிர்வாக விஷயங்களிலும் தலையிட்டு வந்தனர். பல்பிஸைத் தங்கள் ஆட்சியின்கீழ்க் கொண்டு வந்தனர். அவர்களது அடுத்த இலக்கு, தலைநகர் கெய்ரோவைக் கைப்பற்றுவது. தங்களது திட்டத்தை நிறைவேற்றும் நோக்கத்துடன், ஷதாரின் பலம் பொருந்திய ஆதரவில் ஒரு பெரும் கிறிஸ்தவப் படையை வரவழைத்திருந்தனர். இப்போது, மிகப்பெருமளவிலான தானியமும் ஒரு லட்சம் தினார்களுக்குப் பதிலாக இரண்டு இலட்சம் தினார்களும் கேட்டனர். கிறிஸ்தவர்களின் இந்தக் கோரிக்கைகளால் அஸீத் உபைதி பெரிதும் கவலையில் ஆழ்ந்தார்.

எகிப்தின் கிறிஸ்தவத் தொடர்பை முறிக்க உதவும்படி சுல்தான் நூருத்தீனிடம் ஒரு தூதுவரை அனுப்பி வைத்தார் அஸீத். இதையறிந்த ஷதார், நூருத்தீனிடமிருந்து உதவி பெறுவதைத் தடுத்தார். அஸீத் அமைதியாக இருந்தார். சுல்தான் நூருத்தீன், தன் மருமகன் ஸலாஹுத்தீனுடனும் பிற படைத்தலைவர்களுடனும் அணிவகுத்துச் செல்லும்படி அனைத்துப் படைத்தலைவரான ஷெர்கோஹ்வுக்கு உத்தரவிட்டார். ஷெர்கோஹ், படைகளுடன் எகிப்துக்குச் சென்றார். கிறிஸ்தவ முகாமைச் சூறையாடிவிட்டு, அரசர் அஸீதிடம் வந்தார். அவர்களை அரசு மரியாதையுடன் கோலாகலமாக வரவேற்று உபசரித்த அஸீத், கிறிஸ்தவர்களுடனான ஷதாரின் நட்பையும் தங்கள்மீதான அவரது வன்மத்தையும் எடுத்துச்சொல்லி ஷெர்கோஹ்வின் கவனத்தை ஈர்த்தார். இதிலிருந்து விடுதலைபெற தனக்கு உதவவும் கேட்டுக்கொண்டார். இதை ஏற்றுக்கொண்ட ஷெர்கோஹ், ஷதாரைக் கொன்றுவிடும்படி படைத்தலைவர்களுக்கு உத்தரவிட்டார். சில நாள்களில் ஷதாரின் தலை அஸீதின் முன் கொண்டுவரப்பட்டது. மகிழ்ச்சியடைந்த அஸீத், உயர்ந்த பதவியான தலைமை அமைச்சர் பதவியில் ஷெர்கோஹ்வை நியமித்தார். நூருத்தீனின் அனுமதியுடன் அவர் அதை ஏற்றுக்கொண்டார். ஆனால், சில மாதங்கள் மட்டுமே பதவியில் இருந்த அவர், ஹிஜ்ரீ 565இல் மரணமடைந்தார்.

எகிப்தின் தலைமை அமைச்சர் ஸலாஹுத்தீன் அய்யூபி: ஷெர்கோஹ்வின் மருமகனான ஸலாஹுத்தீனைத் தலைமை அமைச்சராக நியமித்தார் அஸீத். ஸலாஹுத்தீனுக்கும் நூருத்தீனுக்குமான உறவு சிறப்பாக இருந்தது.

ஷெர்கோஹ்வைப்போலவே நூருத்தீனும் ஸலாஹுத்தீனுக்கு முழு அதிகாரத்தையும் வழங்கியிருந்தார். ஷெர்கோஹ்வும் ஸலாஹுத்தீனும் ஷாஃபி மத்ஹபைச் சேர்ந்தவர்கள். ஷியா சட்டவல்லுநர்களையும் நீதிபதிகளையும் நீக்கிவிட்டு ஷாஃபி மத்ஹபின் சட்டவல்லுநர்களையும் நீதிபதிகளையும் நியமித்தார் ஸலாஹுத்தீன். அவர் ஷாஃபி, மாலிக் மதரஸாக்களையும் நிறுவினார். ஹிஜ்ரீ 565 இலிருந்து, அதாவது ஷெர்கோஹ் தலைமை அமைச்சரான பிறகு எகிப்திலிருந்து கிறிஸ்தவப் படைகளை வெளியேற்றியதுடன் அவர்களுக்குத் திறை செலுத்துவதையும் நிறுத்தினார்.

டமாஸ்கசுக்கும் கெய்ரோவுக்குமிடையிலான நட்புறவில் கிறிஸ்தவர்கள் கவலைகொண்டனர். இந்நிலையில் கிறிஸ்தவர்களால் பைத்துல் முகத்தஸ்மீது ஆதிக்கம் செலுத்த இயலவில்லை. எனவே அவர்கள் பைத்துல் முகத்தஸைக் காப்பாற்ற உதவி கேட்டு சிஸில் மற்றும் ஸ்பெய்ன் மதகுருக்களுக்குத் தகவல் அனுப்பினர். தொடர்ந்து மதகுருக்கள், முஸ்லிம்களுக்கு எதிரான சிலுவைப்போரில் பங்குகொள்ளும்படி பிரச்சாரம் செய்தனர். இதன் பலனாக ஸ்பெய்னிலிருந்தும் பிற ஐரோப்பிய நாடுகளிலிருந்தும் கிறிஸ்தவர்கள் வந்து சிரிய எல்லையில் குவிந்தனர். ஐரோப்பா முழுவதிலிலிருந்தும் கிடைத்துவந்த உதவிகளால் பலம் பெற்றிருந்த படைகளுடன் அணிவகுத்துச் சென்ற அவர்கள் தம்யாத்தைச் சூழ்ந்தனர். ஆளுநரான ஷம்ஸுல் கவாஸ் மன்கூர், நிலைமையை ஸலாஹுத்தீன் அய்யூபிக்கு அறிவித்தார்.

எகிப்திய அமைச்சரான ஸலாஹுத்தீன் அய்யூபிமீது எகிப்திய ஷியாக்களுக்குக் கோபமிருந்தது. பஹாவுத்தீன் கரக்குஷ் எனும் அதிகாரியின் தலைமையில் ஒரு படையை தம்யாத்துக்கு அனுப்பி வைத்தார் ஸலாஹுத்தீன். ஷியாக்கள் மற்றும் சூடானியரின் நடவடிக்கைகள் காரணமாக தன்னால் நேரடியாக வர இயலவில்லை என்றும் தம்யாத்தின்மீது கண் பதித்திருக்கவும் கேட்டு சுல்தான் நூருத்தீனுக்கு அவர் கடிதமெழுதினார். கிறிஸ்தவர்களின் ஆற்றலையும் கவனத்தையும் குலைப்பதற்காக சிரியாவின் எல்லைப்பகுதிகளை நோக்கிப் படையெடுத்துச் சென்றார் நூருத்தீன். சில நாள்களுக்குப் பிறகு, முற்றுகையை விலக்கிவிட்டுத் தங்களது நகரங்களை நோக்கித் திரும்பவேண்டிய நிலைமைக்கு வந்துசேர்ந்தனர். திரும்பிச்சென்ற

அவர்கள் அழிக்கப்பட்ட, வெறிச்சோடிக் கிடந்த நகரங்களைக் கண்டு அதிர்ச்சியடைந்தனர்.

இதன் பிறகு ஸலாஹுத்தீன், சிரியாவிலிருந்த தன் தந்தை நஜ்முத்தீன் அய்யூபியை எகிப்துக்கு வரவழைத்தார். அரசர் அஸீத் நேரில் வந்து அவரை அரசு மரியாதைகளுடன் வரவேற்றார். ஸலாஹுத்தீனின் சேவைகளில் அஸீத் முழுத்திருப்தியுடன் இருந்தார். நிர்வாகத்துடன் அவருக்குத் தொடர்புகொள்ள வேண்டிய தேவையே ஏற்படவில்லை. அனைத்தையும் ஸலாஹுத்தீனே திறம்படக் கவனித்து வந்தார். ஆயினும் எகிப்திய ஷியாக்கள், அதிகரித்து வரும் அவரது அரசாற்றலிலும் செல்வாக்கிலும் அதிருப்தியுற்று அரசைத் தொடர்ந்து எதிர்த்து வந்தனர். மேலும், அக்காலகட்டத்தில் ஸுன்னத் வழி முஸ்லிம்கள் செழிப்படைந்து வந்தனர். அம்மான், யேமன், ஸுபைத், அவிராஷ் போன்ற பகுதிகளிலுள்ள ஷியாக்கள், எகிப்தைக் கிறிஸ்தவர்களுக்குக் கைமாறும் இரகசியத் திட்டத்தை வகுத்துக்கொண்டிருந்தனர். அரசர் அஸீதுக்கும் கிறிஸ்தவத் தூதுவர்களுக்குமிடையே இரகசிய சந்திப்பை மேற்கொள்ளும் முயற்சியிலும் ஈடுபட்டிருந்தனர். ஒரு புறம், தங்கள் கருத்துக்களுடன் அஸீதை உடன்படச் செய்வதிலும் இன்னொரு புறம், கிறிஸ்தவர்களுடன் கடிதத் தொடர்புகள் வைத்துக்கொள்ளவும் செய்தனர்.

கிறிஸ்தவ அரசனுக்கு அவர்கள் அனுப்பிய ஒரு கடிதம் எதிர்பாராத நிலையில் கைப்பற்றப்பட்டு ஸலாஹுத்தீனிடம் வந்தது. இதன் பின்னணியில் செயல்படுபவர்கள் யாரென்பதைக் கண்டுபிடிக்க அவர் முயற்சி செய்தார். இவ்வழக்கு, திறந்த நடுவர் மன்றத்தில் விசாரணைக்கு வந்தது. குற்றவாளிகளுக்கு மரணதண்டனை வழங்கப்பட்டது. இது, ஏறத்தாழ 50,000 சூடானிய மக்களைக் கொந்தளிக்கச் செய்தது. ஸலாஹுத்தீனுக்கும் துருக்கியப் படைகளுக்கும் எதிராக அவர்கள் கிளர்ந்தெழுந்தனர். இதில், பெருமளவிலான சூடானியர் கொலையுண்டனர். ஏனையோர் தப்பியோடினர். அவர்களது வீடுகளைத் துருக்கிய வீரர்கள் சூறையாடினர். ஸலாஹுத்தீனின் தலையீட்டின்பேரில் மீண்டும் அமைதி ஏற்பட்டது. சூடானியரை மீண்டும் குடியமர்த்திய ஸலாஹுத்தீன், அவர்களது வீடுகளையும் ஒப்படைத்தார். இந்நிகழ்வுகளின் காரணமாக சூடானியரின் செல்வாக்கும் பலமும்

பெருமளவும் குறைந்து போயின. ஜுமுஆ பேருரைகளை அஸீதின் பெயரில் நிகழ்த்துவதற்குப் பதிலாக, கலீஃபா முஸ்த்ததி அப்பாசியின் பெயரில் நிகழ்த்தும்படி சுல்தான் நூருத்தீன் ஸலாஹுத்தீனுக்குக் கடிதமெழுதினார். அரசர் அஸீத் அப்போது, மரணப் படுக்கையில் கிடந்தார். ஹிஜ்ரீ 567 முஹர்ரம் மாதம். ஜுமுஆ பேருரை கெய்ரோவின் பெரிய பள்ளிவாசல் உரைமேடையில் வைத்து, பாக்தாத் அப்பாசியக் கலீஃபாவின் பெயரில் நிகழ்த்தப்பட்டது. யாருமே இதை எதிர்க்கவில்லை. அடுத்த வாரத்திலிருந்து எகிப்தின் பள்ளிவாசல்கள் அனைத்திலும் அப்பாசியக் கலீஃபாவின் பெயரில் ஜுமுஆ பேருரைகள் நிகழ்த்தப்படலாயின.

அரசர் அஸீத் உபைதி, ஹிஜ்ரீ 567 முஹர்ரம் மாதம் 10 ஆம் நாள் இறந்தார். அவரது மறைவுடன் உபைதிய வம்சாவளி ஆட்சி முடிவுக்கு வந்தது. அப்பாசிய ஆட்சி மீண்டும் அரங்கேறியது. எகிப்து மீண்டும் பாக்தாத் அப்பாசிய கிலாஃபத்தின்கீழ் வந்தது. பாக்தாத் கலீஃபா, ஸலாஹுத்தீன் அய்யூபிக்கு எகிப்தை ஆளும் உரிமையை வழங்கினார். இப்படியாக, உபைதியருக்குப் பின், அய்யூபிய வம்சாவளி ஆட்சி தொடக்கம் பெற்றது.

உபைதிய வம்சாவளி : ஃபாத்திமியர் என்று தவறாகக் குறிப்பிடப்படும் உபைதிய வம்சாவளியினர் ஏறத்தாழ 270 ஆண்டு காலம் ஆட்சி செய்தனர். இவர்களது ஆட்சி ஆப்பிரிக்காவின் மேற்குப் பகுதியிலும் திரிப்போலியிலும் முதன்முதலில் உருவானது. பின்னர், எகிப்தைக் கைப்பற்றி, கெய்ரோவைத் தலைநகராக்கினர். மொராக்கோவின் இதிரீஸிய ஆட்சி, பொதுவாக அலவிய ஷியா ஆட்சி என்றே புரிந்துகொள்ளப்படுகிறது. உண்மையில், இதிரீஸியரின் ஆட்சி என்பது பர்பர்களுடையது. ஸுன்னத் வழியினரை விடவும் எந்தச் சிறப்புகளோ செயல்பாடுகளோ இதிரீஸியரிடம் இருந்ததில்லை. ஸுன்னத் வழியினருடன் இவர்களுக்கு வன்மமும் இல்லை. மக்களைத் தங்களுக்கு ஆதரவாக மாற்ற 'நபிக் குடும்பத்தினர்' (அஹ்லுல் பைத்) என்ற குழுவை நிறுவியதைத் தவிர, ஷியாக்கள் என்று குறிப்பிடுவதற்கான எந்த மாறுபாடுகளும் இவர்களிடம் கிடையாது. ஆனால், உபைதிய ஆட்சி ஷியா வழிமுறையில்தான் அமைந்திருந்தது. ஆயினும், அது அலவியர் வழிமுறையில் அமைந்ததல்ல. உபைதுல்லாஹ்வின் பாட்டனாரைக் குறித்து ஸுயூத்தி தனது, 'தரீக் அல் குல்ஃபா'வில்,

அவர் ஒரு மாகியர் என்றும் கொல்லர் என்றும் குறிப்பிட்டுள்ளார். உபைதுல்லாஹ் மஹ்தி தனது மேற்கத்திய வருகையின்போதுதான் தன்னை ஃபாத்திமிய வம்சாவளியைச் சேர்ந்தவர் என்று சொன்னார். ஆனால், வம்சாவளி குறித்த ஆய்வாளர்கள் இதை ஏற்கவில்லை.

ஸ்பெய்னின் உமய்யா கலீஃபாவுக்கு அஸீஸ் உபைதி ஒரு கடிதம் எழுதினார். அதில், கலீஃபாவின் குடும்பத்தைக் குறித்து கிண்டலும் கேலியுமாக எழுதியிருந்தார். இதற்கான பதில் கடிதத்தில் கலீஃபா, தனது மூதாதையரைப் பற்றி அறிந்திருந்த காரணத்தால் அஸீஸால் இப்படி எழுத முடிந்தது என்றும், அஸீஸின் குடும்பத்தார் குறித்து எதுவுமே தெரியாத நிலையில் தன்னால் அப்படி எழுத இயலாமல் போனது என்றும் குறிப்பிட்டிருந்தார். இந்தப் பதில் அஸீஸை கோபமூட்டினாலும் அவர் அமைதியாக இருந்தார். உபைதிகள் பொதுவாக, ஃபாத்திமியர் என்றே அறியப்பட்டனர். இது உண்மைக்குப் புறம்பான ஓர் உரிமை கோரலின் விளைவு. உபைதிகள் உண்மையில் இஸ்மாயீலிய ஷியாக்கள். ‘பதினிகள்’ என்றும் அழைக்கப்பட்டனர். அவர்களுடைய வம்சாவளிகளில் ஒன்று ஹஸன் பின் ஸபாவால் நிறுவப்பட்டது. இவர்களது தலைநகர் அலமுத் கோட்டை. இவர்களது வம்சாவளியினர், ஃபதஅயிகள் என்றும் அறியப்பட்டனர். இவர்களும் அலவிகள் அல்ல!

உபைதிய ஆட்சியின்போது நபிகளாரின் தோழர்களை இழிவுக்குள்ளாக்க மறுத்ததன் காரணமாகவே ஆயிரக்கணக்கில் உண்மை முஸ்லிம்கள் கொல்லப்பட்டனர். உபைதிய வம்சாவளியினர் இஸ்லாத்துக்குத் தொண்டு செய்யவுமில்லை. பெருமைப்படுமளவிலான சமயச் சான்றோர்களின் மாணவர்களாகவும் அவர்களில் யாரும் கிடையாது. அஸீஸ் உபைதி உட்பட சிலர், மறைபொருள் குறித்த அறிவுள்ளவர்களாகவும் தங்களைச் சொன்னதுண்டு. அவர்களது கோட்பாட்டின்படி மது, வெறுக்கப்பட்ட பொருளல்ல!

02. பஹ்ரைனிய கரமாஷியர்

யஹ்யா பின் ஃபராஜ் கரமாஷி : கிழக்கில் பாரசீக வளைகுடாவையும், தெற்கில் ஓமானையும், மேற்கில் யமாமாவையும், வடக்கில் பஸ்ராவையும் எல்லைகளாகக்கொண்ட நாடு பஹ்ரைன். இதன் நகரங்களில் ஒன்றான பஹ்ரைன் பெயரிலும் ஹஜார் எனும் மற்றொரு நகரின் பெயரிலும் இந்நாடு குறிப்பிடப்படுகிறது. ஹஃபீரியா எனும் மூன்றாவது நகர், கரமாஷியரால் சூறையாடப்பட்டது. பின்னர், அவர்கள் அஹ்ஸா எனும் மற்றொரு நகரை நிறுவினர். எனவே, அஹ்ஸா என்றும் இந்நாடு அறியப்படுகிறது. அஹ்ஸா ஆட்சிப்பகுதியின் நடுவில் அமைந்துள்ளது இந்நகர்.

ஒரே காலகட்டத்தில்தான் உபைதிய வம்சாவளியினரும் கரமாஷிய வம்சாவளியினரும் உருவாயினர். இந்த இரு பிரிவினருமே இஸ்மாயீலிய ஷியாக்கள்தான். இரு பிரிவினருக்கும் ஒரே கோட்பாடு. ஹிஜ்ரீ 275இல் கூஃபாவின் எல்லைப் பகுதிக்கு வந்த யஹ்யா பின் ஃபராஜ் என்பவன் தன்னைக் கரமாஷிய இனக்குழுவைச் சேர்ந்தவன் என்றும் இமாம் மஹ்தியின் தூதுவன் என்றும் சொல்லிக்கொண்டான். தனது பெரும்பாலான நேரத்தையும் தொழுகையில் செலவழித்து வந்தான். தன்னுடைய ஆதரவாளர்களிடமிருந்து இமாம் மஹ்தியின் பெயரில் ஒரு தினார் வீதம் பெற்று வந்தான். ஆதரவாளர்களின் எண்ணிக்கை பெருகியதும்

நாட்டின் பல்வேறு பகுதிகளுக்குத் தன்னுடைய மாணவர்களைப் பிரச்சாரத்திற்கு அனுப்பிவைத்தான். இதையறிந்த கூஃபா ஆளுநர் அவனைக் கைது செய்தார். சில நாள்களில் சிறையிலிருந்து அவன் தப்பித்தான். அதன் பிறகு அவனைக் காணவில்லை. அவன் மர்மமான முறையில் மறைந்துபோனதை அறிந்த அவனது ஆதரவாளர்கள், உண்மையிலேயே அவன் மஹ்தியின் தூதுவர்தான் என்று நம்பினர்.

கரமாஷியின் போதனையும் வழிபாடுகளும் வித்தியாசமாக இருந்தன. ரமளானில் அல்லாமல் குறிப்பிட்ட சில மாதங்களில் குறிப்பிட்ட சில தினங்களில் நோன்பைக் கடைப்பிடிக்கச் செய்தான். திராட்சை மது அருந்தலாம் என்றும் ஈச்சை மது தடுக்கப்பட்டது என்றும் சொன்னான். உடலுறவின் பிறகு உளூ செய்துகொண்டால் போதுமானது என்றான். வாலுள்ள மிருகங்களையும் ஐந்து விரல்கள்கொண்ட மிருகங்களையும் உண்பதைத் தடை செய்தான்.

சிறிது காலத்துக்குப் பிறகு கரமாஷி என்று அறியப்பட்ட யஹ்யா பின் ஃபராஜ் மீண்டும் வந்து, ‘கஅய்இம் பில் ஹக்’ (உண்மையுடனிருப்பவர்) எனும் சிறப்புப் பெயரையும் சூட்டிக்கொண்டு சுற்றியிருப்பவர்ககளிடமிருந்து பணம் பெற்றான். கூஃபா ஆளுநரான அஹ்மத் பின் முஹம்மத் தஅய்யி, அவர்களை அடித்து விரட்டினார். ஹிஜ்ரீ 290இல் மீண்டும் அவன் படைகளுடன் வந்து டமாஸ்கசைத் தாக்கினான். டமாஸ்கஸ் ஆளுநர் பல்க், யஹ்யாவின் ஆதரவாளர்களைச் சிதறடித்து அவனையும் கொன்றார்.

ஹுசைன் மஹ்தி : யஹ்யாவின் சகோதரனான ஹுசைன், ‘மஹ்தி அமீருல் முஃமினீன்’ எனும் சிறப்புப் பெயர் சூட்டிக்கொண்டு ஆதரவாளர்களைத் திரட்டினான் பெரும்பாலும் பாலைவன மக்களை. டமாஸ்கஸ் மற்றும் சிரிய எல்லைப்புறப் பகுதிகளில் கொள்ளையடிக்க ஆரம்பித்தான். அவனைப் பிடிப்பதற்காக அப்பாசிய படைத்தலைவர்கள் நியமிக்கப்பட்டனர். ஹுசைன் பிடிபட்டுக் கொல்லப்பட்டான். அவனது சகோதரனும், மகன் அபுல் காசிமும் தப்பியோடினர். இது ஹிஜ்ரீ 291இல் நடந்தது. பின்னர், அபுல் காசிம் பாலைவன மக்கள் சிலருடன் வந்து தபரியாவையும் ஸன்அ நகரையும் கொள்ளையடித்ததுடன்

யேமனைக் கைப்பற்றினான். அவர்கள் யேமன், ஹிஜாஸ், சிரியா ஆகிய பகுதிகளிலும் குழப்பங்களை உருவாக்கினர்.

இரண்டாம் யஹ்யா : யஹ்யா பின் ஃபராஜ் சிறையிலிருந்து தப்பித்த ஹிஜ்ரீ 281 இல் யஹ்யா எனும் பெயரில் இன்னொருவன் பஹ்ரைனை அடுத்திருந்த கதீஃப் நகரில் தோன்றி, இமாம் மஹ்தியின் உண்மையான தூதுவன் நானே என்று அறிவித்தான். இமாம் மஹ்தி வெகுவிரைவில் தோன்றுவார் என்றும், இமாம் மஹ்தியின் ஒரு மடலை, தான் பெற்று வந்துள்ளதாகவும் சொன்னான். கதீஃப் நகரின் தீவிர ஷியாக்களில் ஒருவரான அலீ பின் முஅல்லா பின் ஹமதான், தன் சமூகத்தினரை ஒன்றுதிரட்டி அம்மடலை வாசித்துக் காட்டினார். அதன் உள்ளடக்கம் ஷியாக்களுக்குப் பெரும் மகிழ்ச்சியளித்தது.

இத்தகவல், காட்டுத்தீ போல் பஹ்ரைன் முழுவதும் பரவியது. அவர்களில் செல்வாக்கும் மதிப்பும் மிகுந்த அபூ ஸயீத் ஹஸன் பின் பஹ்ராம் ஜனபி என்பவரும் ஒருவர். சிறிது காலம் மாயமாக மறைந்துபோன யஹ்யா மீண்டும் வந்து, மஹ்தியிடமிருந்து இன்னொரு மடல் கொண்டுவந்திருப்பதாக அறிவித்தான். இதன்படி ஒவ்வொருவரும் தனக்கு 36 தினார்கள் வீதம் நன்கொடையாகத் தரவேண்டும் என்றான். ஆதரவாளர்கள் அதனை மகிழ்ச்சியுடன் அளித்தனர். பணத்தைச் சேகரித்த அவன் மீண்டும் மாயமானான். மூன்றாவது முறை ஒரு கடிதத்துடன் வந்து, இமாமின் பெயரால் ஒவ்வொருவரும் அவரவர் உடைமைகளில் ஐந்திலொரு பகுதியைத் தனக்குத் தரவேண்டும் என்றான். இதையும் அம்மக்கள் மகிழ்ச்சியுடன் அளித்தனர்.

அபூ ஸயீத் ஹஸன் பின் பஹ்ராம் ஜனபி : பஹரைனில் மிகுந்த செல்வாக்குப் படைத்த அபூஸயீத் ஜனபி, தனது பிரச்சாரத்தைத் தொடங்கினார். படிப்படியாகப் பெருமளவிலான பாலைவன நாடோடி மக்கள் அவரது ஆதரவாளர்களாக மாறினர். அவர்களுக்கு ஆயுதப் பயிற்சியளித்த அபூஸயீத், அவர்களுடன் கதீஃபிலிருந்து பஸ்ராவுக்குச் சென்றார். இது, அஹ்மத் பின் முஹம்மத் யஹ்யாவுக்குத் தெரிய வந்தது. அவர் போருக்குத் தயாராக இல்லை. எனவே, தகவலை கலீஃபாவுக்கு அறிவித்தார். கலீஃபா, பஸ்ராவைப் பாதுகாக்கும்படி பாரசீக ஆளுநர் அப்பாஸ் பின் உமர் கன்வீக்கு உத்தரவிட்டார். இரண்டாயிரம் படைவீரர்களுடன் அப்பாஸ்

அணிவகுத்துச் சென்றார். போரில், அப்பாசைக் கைது செய்த அபூ ஸயீத், அவரது படைமுகாமைச் சூறையாடினார். பின்னர், அப்பாஸ் விடுதலை செய்யப்பட்டார். அவரது வீரர்கள் கொல்லப்பட்டனர். முதல் வெற்றி அபூ ஸயீதுக்குத் துணிச்சலை அளித்தது. அவர் ஹஜ்ரை வெற்றிகொண்டு தனது தலை நகராக்கியதுடன் மகன் ஸயீதை இளவரசராகவும் நியமித்தார். இது, அபூஸயீதின் இளைய சகோதரன் அபூதாஹிர் சுலைமானுக்குக் கோபமூட்டியது. அவன் அபூ ஸயீதைக் கொன்றுவிட்டு தன்னைக் கரமாஷியரின் தலைவனாக அறிவித்தான்.

அபூதாஹிர் : அதிகாரத்தைக் கைப்பற்றிய அபூதாஹிர் ஹிஜ்ரீ 288இல் பஸ்ராவைத் தாக்கி, சூறையாடி விட்டு பஹ்ரைனுக்கு வந்தான். இதனால் கவலைகொண்ட கலீஃபா முக்ததிர், பஸ்ராவுக்கு உடனடியாகக் காவலரண்கள் அமைக்கும்படி உத்தரவிட்டார். பஹ்ரைனை வெற்றிகரமாக ஆட்சிசெய்து வந்தான் அபூதாஹிர். இக்காலகட்டத்தில் உபைதுல்லாஹ் மஹ்தியுடன் (வடஆப்பிரிக்காவில் இருந்த ஃபாத்திமிய வம்சாவளியினர்) அவன் கடிதத் தொடர்பும் வைத்துக்கொண்டான். அபூ தாஹிரின் ஆட்சி குறித்து உபைதுல்லாஹ் மஹ்தி தனது திருப்தியை வெளிப்படுத்தினார். ஹிஜ்ரீ 311இல் அபூ தாஹிர் மீண்டும் பஸ்ராவைத் தாக்கி அதை முற்றிலுமாகச் சூறையாடினான். அப்போது தகர்க்கப்பட்ட பஸ்ராவின் பெரிய பள்ளிவாசல், நீண்டகாலம் பழுதுபார்க்கப்படாமல் கிடந்தது. வணிக மையம் முற்றிலுமாக சேதப்படுத்தப்பட்டது.

ஹிஜ்ரீ 312இல் மக்காவின் பயணக்குழுக்களைக் கொள்ளையடிக்கத் தொடங்கினான் அபூதாஹிர். பயணக்குழு ஒன்றுக்குத் தலைமையேற்று நடத்திச்சென்ற அபுல் ஹைஜா பின் ஹம்தூன் எனும் அரசுப் படைத்தலைவர் ஒருவரைக் கைது செய்தான். பயணிகளிடமிருந்து முழுவதுமாகக் கொள்ளையடித்து விட்டு ஹஜ்ருக்குத் திரும்பினான். பின்னர், ஹிஜ்ரீ 314இல் இராக்கைத் தாக்கி கூஃபா மற்றும் பஸ்ராவின் எல்லைப் பகுதிகளை நாசம் செய்தான். பஹ்ரைனுக்குத் திரும்பி வந்த பிறகு, அஹ்ஸா நகரில் மக்களைக் குடியேற்றுவதில் முழுமூச்சுடன் ஈடுபட்டான். கூடவே, நகரில் கட்டிட நிர்மாணங்களும் வேகமாக நடந்தேறின. அவனது தோழர்களுக்கும் நெருங்கிய ஆதரவாளர்களுக்கும் அரண்மனைகள் கட்டினான். அஸ்ஹாவைத் தனது தலை நகராக்கினான்.

ஹிஜ்ரீ 315 இல் ஓமானைத் தாக்கினான். அதன் ஆளுநர், பாரசீகத்தில் தஞ்சம் புகுந்தார். ஓமானைத் தனது ஆட்சியின் ஒரு மாகாணமாக அறிவித்தான். ஹிஜ்ரீ 316இல் வடதிசை நோக்கிப் பல போர்களைத் தொடுத்தான். கலீஃபா முக்ததிர் அப்பாசி, அஸர்பைஜானிலிருந்து யூஸுஃப் பின் அபீ அஸ்அஸஜ்ஜை வரவழைத்து, வாஸிதின் ஆட்சிப் பொறுப்பை ஒப்படைத்து, அபூதாஹிரை எதிர்த்துப் போரிட உத்தரவிட்டார். கடுமையான ஒரு போரின் முடிவில், யூஸுஃப் தோற்கடிக்கப்பட்டுக் கைது செய்யப்பட்டார். இச்செய்தி, பாக்தாதில் பெரும் தாக்கத்தை உருவாக்கியது. அபூதாஹிர், கூஃபாவிலிருந்து அன்பாருக்குச் சென்றான். அபூ தாஹிரை எதிர்த்துப் போரிடும்படி கலீஃபாவால் அனுப்பி வைக்கப்பட்ட முனீஸ் கதீம், முஸஃப்ஃபர், ஹாரூன்போன்ற படைத்தலைவர்கள் அனைவரும் தோல்வியைத் தழுவினர். பின்னர், ரஹ்பாவுக்குச் சென்ற அபூ தாஹிர், அங்கும் சூறையாடினான். ஜஸீரா மாகாணமும் அவனால் சூறையாடப்பட்டது. அவனது அத்துமீறல்களை யாராலும் தடுக்க இயலாமல் போனது.

ஹிஜ்ரீ 317இல் மக்காவின்மீது படையெடுத்த அபூ தாஹிர், தனது காட்டுமிராண்டிப் போக்கில் புனிதப் பயணிகள் பலரைக்கொன்றான். மக்காவைக் கொள்ளையடித்து, கஅபாவின் கதவுகளைப் பிடுங்கினான். அதன் திரைச்சீலையைத் துண்டுகளாக்கிப் படைவீரர்களுக்கு விநியோகித்தான். ஹஜ்ருல் அஸ்வத் கல்லை அகற்றி, தன்னுடன் எடுத்துச் சென்றான். அடுத்த ஹஜ் தன்னுடைய ஆட்சிப் பகுதியில் நடக்குமென்றும் அறிவித்தான். ஹஜ்ருல் அஸ்வதைத் திரும்ப ஒப்படைக்கும்படி செல்வாக்குள்ள பலர் அவனிடம் கோரிக்கை விடுத்தனர். 50,000 தினார்கள் வரையிலும் அதற்குப் பணம் கொடுக்கவும் முன்வந்தனர். அவன் இணங்க மறுத்தான். தனது நாசவேலைகளைத் தொடர்ந்து செய்து வந்த அவன், இராக்கையும் சிரியாவையும் சூறையாடினான். டமாஸ்கஸ் மக்கள் மீது கடுமையான வரிகளைச் சுமத்தினான்.

அபூ மன்ஸுர் : அபூதாஹிருக்குப் பிறகு அரியணையேறிய அவனது மூத்த சகோதரர், அபூ மன்ஸுர் எனும் சிறப்புப் பெயரில் அறியப்பட்டார். கரமாஷியரில் ஓர் பிரிவினர் இவரை அரசராக ஏற்றுக்கொள்ள மறுத்தனர். அபூதாஹிரின் மூத்த மகன் அரசராக வருவதையே அவர்கள் விரும்பினர். இப்பிரச்சினை, திரிப்போலியில்

இமாம் மஹ்தியின் தூதுவராக இருந்த அபுல் காசிம் உபைதியிடம் வந்தது. அபூ மன்ஸூரையே அவர்கள் அரசராக ஏற்றுக்கொள்ள வேண்டுமென்றும், அவருக்குப் பிறகு ஸபூர் இப்னு அபூதாஹிர் அரசராவார் என்றும் தீர்ப்பு வழங்கினார் அபுல் காசிம் உபைதி. இம்முடிவை மக்கள் மகிழ்ச்சியுடன் ஏற்றுக்கொண்டனர்.

அபுல் காசிம் உபைதி, ஆப்பிரிக்காவில் ஹிஜ்ரீ 334இல் இறந்தார். தொடர்ந்து, இஸ்மாயீல் உபைதி பொறுப்பேற்றார். அபூமன்ஸூர் தனது தூதுவர் மூலம் வாழ்த்துச் செய்தி அனுப்பினார். ஹஜ்ருல் அஸ்வத் கல்லை மக்காவுக்குத் திருப்பி அனுப்பி விடும்படி இஸ்மாயீல் உபைதி, அபூமன்ஸூருக்கு தொடர்ந்து கடிதங்கள் எழுதினார். இறுதியில், ஹஜ்ருல் அஸ்வத் கல் மக்காவுக்கு அனுப்பி வைக்கப்பட்டது. அபூமன்ஸூரின் ஆட்சியின்போது பிறநாடுகள்மீதான படையெடுப்புகள் குறைந்த அளவில்தான் நடந்தன. நாட்டு நலனுக்கும் வளச்சிப் பணிகளுக்குமே அவர் முதலிடம் அளித்தார்.

ஹிஜ்ரீ 358இல், ஸபூர் பின் அபூதாஹிர், அபூ மன்ஸூரைக் கைது செய்து சிறையிலிட்டான். அவரது சகோதரர்களையும் ஆதரவாளர்கள் பலரையும் ஹஜ்ருல் அஸ்வத் கல் பிரச்சினையில் தொடர்புபடுத்திக் கொலை செய்தான். பிறகு, அரசுப் பொறுப்பைக் கைப்பற்றினான். ஆனால், அவனது சகோதரர்களின் எதிர்ப்பை அவனால் கட்டுப்படுத்த இயலவில்லை. அவர்கள் தலைநகரில் புகுந்து, தந்தையின் சகோதரரான அபூ மன்ஸூரைச் சிறையிலிருந்து விடுவித்தனர். மீண்டும், அரியணையில் அமர்ந்த அபூ மன்ஸூர், ஸபூரைக் கொன்றார். அவனது ஆதரவாளர்கள் அவால் தீவுக்கு நாடு கடத்தப்பட்டனர். ஹிஜ்ரீ 359இல் அபூ மன்ஸூர் மரணமடைந்தார். தொடர்ந்து, 'அஸாம்' எனும் சிறப்புப் பெயருடன் அரியணையில் அமர்ந்த, அபூஅலீ ஹஸன் பின் அஹ்மத், அபூதாஹிரின் மகன்களையும் அவால் தீவுக்கு நாடுகடத்தினார்.

கரமாஷிய ஹஸன் அஸாம் : ஹஸன் அஸாமின் சிந்தனையும் நம்பிக்கையும் செயலாற்றலும் ஓரளவுக்குச் சரியாகவே அமைந்திருந்தன. உபைதிகள்மீது அவர் அளவுகடந்த மதிப்பு வைக்கவோ அப்பாசிய கிலாஃபத்தை வெறுக்கவோ இல்லை. அபூ தாஹிர், டமாஸ்கஸ்மீது ஆண்டு திறை ஒன்றை விதித்திருந்தார்.

அவர்கள் கரமாஷிய அரசனுக்கு அதை முறையாக அனுப்பி வைக்க வேண்டும். அஸாம் பொறுப்பேற்கும்போது ஜஅஃபர் பின் ஃபலாஹ் கத்தமி, டமாஸ்கசைக் கைப்பற்றித் தனது அரசை நிறுவியிருந்தார். புதிய அரசரிடம் அஸாம் திறை செலுத்தக் கேட்டார். ஜஅஃபர் மறுத்தார். அஸாம் டமாஸ்கசுக்கு ஒரு படையை அனுப்பினார்.

இது குறித்த தகவல், கைர்வானிலிருந்து கெய்ரோவுக்குச் சென்றுகொண்டிருந்த முய்ஸ் உபைதிக்குக் கிடைத்தது. அவர் கரமாஷி அரசரான அஸாமுக்கு ஒரு கடிதம் அனுப்பினார். அதில், அஸாம் இதுபோன்ற நடவடிக்கைகளைத் தவிர்த்துக்கொள்ள வேண்டும் என்று அறிவுறுத்தினார். மறுத்தால், அஸாமைப் பொறுப்பிலிருந்து நீக்கிவிட்டு அபூதாஹிரின் வாரிசுதான் அரசுப்பொறுப்புக்கு உரியவர் என்று அறிவிக்க நேரிடும் என்றும் குறிப்பிட்டிருந்தார்.

தகவல் கிடைக்கப்பெற்ற அஸாம், முய்ஸ் உபைதிக்கு எதிராகத் திரும்பினார். தனது ஆட்சிக்குட்பட்ட பகுதிகள் அனைத்திலும் ஜுமுஆ பேருரைகளை அப்பாசி கலீஃபாவின் பெயரில் நிகழ்த்தினார். அஸாம், டமாஸ்கசுக்கு அனுப்பிய படை ஹிஜ்ரீ 360 இல் ஜஅஃபர் கத்தமியால் தோற்கடிக்கப்பட்டது. பின்னர், ஹிஜ்ரீ 361இல் தனது தலைமையில் அஸாம் ஒரு படையை நடத்திச் சென்றார். இப்போரில் ஜஅஃபர் கத்தமி கொலையுண்டார். தனது கட்டுப்பாட்டின்கீழ் வந்த டமாஸ்கசில் அமைதியை ஏற்படுத்திவிட்டு எகிப்தை நோக்கி அணிவகுத்துச் சென்றார் அஸாம்.

சிரியாவிலும் எகிப்திலும் போரில் ஈடுபட்டிருந்தார் அஸாம். அப்போது முய்ஸ் உபைதி, அவால் தீவுக்கு நாடு கடத்தப்பட்ட அபூதாஹிரின் மகன்களுக்கு ஒரு கடிதம் அனுப்பினார். அவர்கள் அஹ்ஸாவுக்குச் சென்று அதைக் கைப்பற்ற வேண்டும் என்பதுதான் கடிதத்தின் உள்ளடக்கம். பஹ்ரைனின் ஆட்சிப்பொறுப்பை அஸாமிடமிருந்து அபூதாஹிரின் வாரிசுகளிடம் ஒப்படைப்பதாக அறிவித்தார் முய்ஸ் உபைதி. இதன் பலனாக அபூதாஹிரின் வாரிசுகள் அஹ்ஸாவைச் சூறையாடினர். இதையறிந்த பாக்தாத் கலீஃபா தாய்யி அப்பாசி, பிரச்சினைகளை உருவாக்க வேண்டாம் என்றும் தனது உத்தரவுக்குக் கீழ்ப்படிய வேண்டும் என்றும் அபூதாஹிரின் வாரிசுகளுக்கு அறிவித்தார். இந்நிகழ்ச்சிகளின்மீது கவனம் செலுத்தாமலிருந்த அஸாம், முடிவில் அஹ்ஸாவுக்கு வந்து அவற்றைச் சரி செய்தார்.

ஹிஜ்ரீ 363. இதே காலகட்டத்தில் முய்ஸ் உபைதின் படைகள், சிரியா முழுவதையும் கைப்பற்றின. அஸாமின் தலைமையிலான ஒரு படை சிரியாவுக்கு வந்து உபைதியின் படைகளை வெளியேற்றிவிட்டு எகிப்தைநோக்கிப் புறப்பட்டு பல்கிஸ்வரைக்கும் சென்றது. அஸாமின் படையிலுள்ள பல வீரர்களையும் படைத்தலைவர்களையும் தனது பக்கம் கவர்ந்தெடுத்தார் முய்ஸ் உபைதி. இப்படியாக, தோற்கடிக்கப்பட்ட அஸாம், அஹ்ஸாவுக்குச் சென்றார். பல்வேறு அரேபிய இனக்குழுத் தலைவர்கள் சிரியாவைக் கையகப்படுத்தினர். அதே நேரத்தில் சில துருக்கியப் படைத்தலைவர்களும் டமாஸ்கசைக் கைப்பற்ற முயற்சி செய்தனர். ஹிஜ்ரீ 365இல் டமாஸ்கசுக்குப் புறப்பட்ட முய்ஸ் உபைதி, பயணத்தின்போது மரணமடைந்தார். அஸாம் ஹிஜ்ரீ 366இல் மீண்டும் சிரியாவை வெற்றிகொண்டார். உபைதிகள்மீதான அஸாமின் இப்போதைய கடும் வெறுப்பும் அப்பாசிய கிலாஃபத்தின் ஆதரவும் காரணமாக, கரமாஷியர் தங்களது நேசத்துக்குரிய உபைதிகளிடமிருந்து அந்நியப்பட்டு நின்றனர். வரலாற்றுபூர்வமான எதிரிகளுடன் நேசம்காட்ட வேண்டிய நிர்ப்பந்தமும் அவர்களுக்கு ஏற்பட்டது. இதில், வெறுப்படைந்த அவர்கள் அஸாமுக்கு எதிராகக் கிளர்ந்தெழுந்தனர். கிளர்ச்சியில் ஓரளவு வெற்றியும் அடைந்தனர். ஏனெனில், அஸாம் அப்போது தலைநகரிலிருந்து வெகு தொலைவில் போரில் ஈடுபட்டிருந்தார்.

சிரியாவிலிருந்து திரும்பி வந்த அஸாம், மக்கள் தனக்கெதிராக மாறியிருப்பதைக் கண்டார். அவரது குதிரைப் படையினரும் எதிராகவே இருந்தனர். அஸாம் கைது செய்யப்பட்டார். ஜஅஃபரும் இஷாக்கும் அரசுப்பொறுப்பில் அமர்த்தப்பட்டனர். அஸாமும் அவரது உறவினர்களும் அவால் தீவுக்கு நாடு கடத்தப்பட்டனர். ஏற்கனவே அவால் தீவிலிருந்த அபூ தாஹிரின் வாரிசுகள், வந்ததும் வராததுமாக அவர்கள் அனைவரையும் கொலை செய்தனர்.

ஜஅஃபரும் இஷாக்கும் : கரமாஷிய ஆட்சிப் பொறுப்புக்கு வந்த ஜஅஃபரும் இஷாக்கும் அப்பாசிய கிலாஃபத்தின் தொடர்பை விலக்கிக்கொண்டு உபைதிய ஆட்சியை ஏற்றுக்கொண்டனர். உபைதிய அரசர்களின் பெயரில் அவர்கள் ஜுமுஆ பேருரை நிகழ்த்தத் தொடங்கினர். பின்னர், கூஃபாவின்மீது போர் தொடுத்து வெற்றிகொண்டனர். இந்நிலையில், கரமாஷிகளை அடக்குவதற்காக இஸ்ஸுத்தவ்லா பின் போயா அனுப்பி வைத்த

படை தோற்கடிக்கப்பட்டுக் காதிஸியா வரைக்கும் துரத்தப்பட்டது. காலப்போக்கில் ஐஅஃபருக்கும் இஷாக்குக்கும் இடையே முரண்பாடு உருவானது. பரஸ்பரம் அவர்கள் ஒழித்துக்கட்ட முயற்சி செய்தனர். இது கரமாஷியரிடையே வெறுப்பும் பலவீனமும் ஏற்பட வழிவகுத்தது. ஏனைய கரமாஷிய படைத்தலைவர்களும் அரசுப்பொறுப்புக்குப் போட்டியிட்டனர். பஹ்ரைனை அஸ்கர் பின் அபுல் ஹஸன் தக்லபியும், ஓமானை பனீ முகர்ரமும் கையகப்படுத்தியதுடன் அப்பாசியருக்குக் கீழ்ப்படிவதாக அறிவித்தனர். ஹிஜ்ரீ 375இல் பஹ்ரைனிலிருந்த கரமாஷிய அடையாளங்களைத் தக்லபி வம்சாவளியினர் முற்றிலுமாக அழித்தொழித்தனர்.

03. கரமாஷிய பதினியர்

பாரசீகத்தின் கரமாஷிய பதினியர் : பஹ்ரைனில் கரமாஷிய வம்சாவளியினரின் ஆட்சி முடிவுக்கு வந்த பின், பிற பகுதிகளிலுள்ள கரமாஷியரின் நடைமுறைகளில் மாற்றம் வந்தது. பஹ்ரைன் கரமாஷிய அரசரான அஸாமின் நம்பிக்கைகள் பிற கரமாஷியரிலிருந்து மாறுபட்டவை. இருப்பினும், எகிப்தின் உபைதிய அரசர் மீதான அவரது வெறுப்பு, கரமாஷியர் அவரை நேசிப்பதற்கும் அவரது ஆட்சியை ஏற்பதற்கும் காரணமாக அமைந்தது. பஹ்ரைன் அரசர் இப்போது ஆட்சியில் இல்லாதிருந்தும், தங்களின் புகலிடமான இராக்கையும் சிரியாவையும் ஏற்கனவே இழந்திருந்தும் தங்கள் வம்சாவளியினரை அவர்கள் சீர்ப்படுத்தியே வந்தனர். முஸ்லிம்களுடன் ஒன்றுகலந்த நிலையிலும் தங்களுடைய பிரச்சாரப் பணிகளை இரகசியமாகச் செய்து வந்தனர். உபைதியர்போலவே கரமாஷியரும் எல்லா இடங்களிலும் பிரச்சாரகர்களை நியமித்திருந்தனர். பக்திமான்கள் வேடத்தில் மக்களிடையே சென்று தங்களுக்குப் பிடித்தமானவர்களை மாணவர்களாகச் சேர்த்துக்கொண்டனர்.

மாணவர்களில் மிகவும் விருப்பத்திற்குரியவர்களை ரஃபீக் (தோழர்) என்று சிறப்புப் பெயரில் குறிப்பிட்டு, அவர்களுக்கு மட்டும் தங்களின் நம்பிக்கைகளை இரகசியமாகப் போதித்தனர். இவர்களுக்குள் இரண்டு பிரிவினர். ஒரு பிரிவினர் பிரச்சாரகர்கள் என்றும்

இன்னொரு பிரிவினர் ரஃபீக்குகள் என்றும் குறிப்பிடப்பட்டனர். பிரச்சாரகர்கள் சிரியா, இராக், பாரசீகம், குராசான் (வட இரான், தென் துர்க்மனிஸ்தான், வடஆஃப்கானிஸ்தான்) என பரந்து கிடந்தனர். உபைதிய அரசர், இவர்களுக்கான அனைத்து உதவிகளையும் செய்து வந்தார். எகிப்திய அரசரிடமிருந்தும் உதவிகளைப் பெற்று வந்தனர். இப்படியாக, கரமாஷிய போதனைகளைப் பல்வேறு இஸ்லாமிய ஆட்சிப் பகுதிகளிலும் இரகசியமான முறையில் மேற்கொண்டு வந்தனர் உபைதிகள்.

ஸெல்ஜுக்குகள் தாங்கள் கைப்பற்றியிருந்த இஸ்லாமிய ஆட்சிப் பகுதிகளைத் தொடர்ந்து ஆண்டு வந்தனர்– தங்களின் இரகசிய எதிரிகள் குறித்து எதுவும் அறியாமல். பஹ்ரைனில் கரமாஷியர், தங்களது வீழ்ச்சிக்குப் பிறகு ஒரு குழுவாக இயங்கி, தங்களது செயல்பாடுகளையும் போதனைகளையும் மேற்கொண்டனர். அவர்களது போதனைகளுக்கு ஆதரவளித்து வந்த உபைதிய அரசு, எகிப்திலிருந்து இராக்குக்குத் தங்கள் உறுப்பினர்களை அனுப்பவில்லை.

கரமாஷிய போதகர்கள் சில வேளைகளில் ரஃபீக்குகள் உதவியுடன் வழிப்பறியிலும் திருட்டிலும் ஈடுபட்டனர். தங்கள் இனத்தவரைத் தவிர மற்றவர்களை எந்தக் குற்றவுணர்வுமின்றி கொலை செய்யும்படி சீடர்களுக்குப் போதித்து வந்தனர். அவர்களது வன்மமும் சீற்றமும் அதிகரித்த நிலையில் முஸ்லிம்கள் பெருந்துன்பங்களை அனுபவிக்க நேர்ந்தது. முஸ்லிம்களையும் அவர்களது தலைவர்களையும் கொல்வதென்பது அவர்களது வாடிக்கையான நிகழ்வாக மாறியது. ஆட்சியாளர்கள் விழிப்புடன் இருக்கும் பகுதிகளில் அவர்கள் அமைதியாக இருந்தனர். பலவீனர்கள் மட்டுமே அவர்களுக்கு இரையாயினர்.

கரமாஷியர், முஸ்லிம் சமயச் சான்றோர்போல் உடையணிந்ததன் காரணமாக இஸ்லாமிய நடுவர் மன்றங்கள் பலவற்றில் உயர் பதவிகளைப் பெற முடிந்தது. அவர்களில் ஒருவன், கோட்டைக் காவல்படை அதிகாரியாக ஒருமுறை நியமிக்கப்பட்டான். இது, அண்மைப் பகுதிகளில் கொலை, கொள்ளை, வழிப்பறி போன்ற செயல்களுக்கு கோட்டையை ஒரு மையமாக மாற்றியது. இதில் ஈடுபட்டவர்கள் ‘பதினியா’ (மறைந்திருப்போர்) என அழைக்கப்பட்டனர். படிப்படியாகத் தங்களை வலுப்படுத்திக்கொண்ட

இவர்கள், இஸ்ஃபஹானின் ஷஹ்வார் கோட்டையைக் கைப்பற்றினர். பதினியா போதகர்களில் அத்தாஷ் என்பவன் மிகவும் புகழ்பெற்றவன். இவன்தான் ஹஸன் பின் ஸபாவின் போதனாசிரியர்.

அஹ்மத் பின் அத்தாஷ் : தந்தையைப்போல் மக்கள் செல்வாக்கைப் பெற்ற அத்தாஷின் மகன் அஹ்மத், தனது குழுவினரிடமிருந்து விடைபெற்று ஷஹ்வார் கோட்டையின் காவல்படைத் தலைவரைச் சந்தித்துப் பணியில் சேர்ந்தான். இவனது திறமையின் காரணமாக வெகு விரைவில் காவல்படை அதிகாரியின் உதவியாளராகவும் நியமிக்கப்பட்டான். பிரச்சினைகளின் மீது முடிவெடுக்கும் அதிகாரமும் இவனிடம் வந்தது. காவல்படை அதிகாரி மரணமடைந்ததும் அஹ்மத் பொறுப்புக்கு வந்தான். தனது அதிகாரத்துக்கு உட்பட்ட பகுதிகளில் சிறைப்பட்டிருந்த பதினியா குற்றவாளிகள் அனைவரையும் விடுதலை செய்தான். விடுதலையான இவர்கள், இஸ்ஃபஹான் ஆட்சிப் பகுதிகளில் கொலை, கொள்ளைகளில் ஈடுபட்டனர். இதே காலகட்டத்தில் தலிகான், கஸ்வான் ஆகிய பகுதிகளில் ஹஸன் பின் ஸபாவும் தனது சதி வலையை விரித்தான்.

ஹஸன் பின் ஸபா : ஹஸன் பின் ஸபா, அர்சலான் ஸெல்ஜூக் மாலிக் ஷா பின் அல்பின் தலைமை அமைச்சராக இருந்த நிஸாமுல் முல்க் தூஸியின் கல்வித்தோழன். நிஸாமுல் முல்கின் ஆதரவில் முதலில் அரசவைக்குள் நுழைய முயற்சி செய்தான் ஹஸன் பின் ஸபா. பின்னர் தனது எண்ணத்தை மாற்றிக்கொண்டு காவல்படை அதிகாரியும் நிஸாமுல் முல்கின் உறவினருமான அபூ முஸ்லிமுடன் சேர்ந்துகொண்டான். அவருக்கு உதவியாக இருப்பதுபோல் காட்டிய ஹஸன் பின் ஸபா, தனது சதி வலையை விரிக்கத் தொடங்கினான். எகிப்தின் உபைதிய ஒற்றர்கள் ஹஸன் பின் ஸபாவைச் சந்திப்பதாக அறிந்தார் அபூ முஸ்லிம். இது குறித்து ஹஸன் பின் ஸபாவிடம் விசாரித்தார். இரகசியம் வெளிப்பட்டுவிட்ட நிலையில் ஹஸன் பின் ஸபா அங்கிருந்து தலைமறைவாகி, எகிப்திலிருந்த முஸ்தன்ஸிர் உபைதியிடம் சென்று தன்னுடைய ஆதரவைத் தெரிவித்தான். அதை மகிழ்ச்சியுடன் ஏற்றுக்கொண்ட முஸ்தன்ஸிர், அவனைப் போதகர்களின் தலைவராக நியமித்து அவனது குழுவைப் பாரசீகத்துக்கும் இராக்குக்கும் அனுப்பி வைத்தார். கூடவே, அங்குள்ள மக்கள் மனங்களில் தனது தலைமையையும்

கிலாஃபத்தையும் நல்ல முறையில் பதிவு செய்யவும் சொல்லி அனுப்பினார்.

முஸ்தன்ஸிருக்கு அஹ்மத், நஸார், அபுல் காசிம் என மூன்று மகன்கள். புறப்படுவதற்கு முன், முஸ்தன்ஸிரிடம் ஹஸன் பின் ஸபா, தங்களுக்குப் பின் இமாமாக வரப்போவது யாரென்று கேட்டான். "என் மகன் நஸார்" என்றார் முஸ்தன்ஸிர். ஏற்கனவே அவர் இளவரசராக நியமிக்கப்பட்டும் இருந்தார். ஆனால், முஸ்தன்ஸிரின் மறைவுக்குப் பின், அமைச்சரும் அவரது சகோதரியின் அமைச்சரும் சதி செய்து அபுல் காசிமை அரியணை ஏற்றினார்கள். அபுல் காசிம் தேர்வுசெய்யப்பட்டதை ஏற்க மறுத்த ஹஸன் பின் ஸபா, நஸாருக்கு ஆதரவாக இருந்தான். இதன் காரணமாக அவனது குழுவினர் நஸாரிகள் என்றும் குறிப்பிடப்பட்டனர். எகிப்தை விட்டுப் புறப்பட்ட ஹஸன் பின் ஸபா ஆசியா மைனர், மோசில் வழியாக குராசானை அடைந்தான்.

தலிகான் மற்றும் காஹிஸ்தான் ஆளுநர், அலமுத் கோட்டையை ஒரு அலவியிடம் ஒப்படைத்திருந்தார். ஹஸன் பின் ஸபா அலவியிடம் சென்றான். அவனை மரியாதையுடன் வரவேற்ற அலவி, தன்னுடன் இருக்குமாறு கேட்டுக்கொண்டார். தன்னை இறைபக்தியில் மூழ்கியவனாகக் காட்டிக்கொண்டு அவன் அங்கே மகிழ்ச்சியுடன் வாழ்ந்து வந்தான். அதே நேரம், அலமுத் கோட்டையைத் தன்கீழ்க் கொண்டு வருவது குறித்த யோசனையிலும் ஆழ்ந்திருந்தான். தனது திட்டத்தின்படி அலவியை வெளியேற்றிவிட்டு கோட்டையைத் தனது கட்டுப்பாட்டின் கீழ்க் கொண்டுவந்தான். இது மாலிக் ஷா செல்ஜுக்கின் ஆட்சியின்போது நடந்தது. இதையறிந்த அமைச்சர் நிஸாமுல் முல்க் தூஸி, ஹஸன் பின் ஸபாவை அடக்குவதற்காக ஒரு படையை அனுப்பி வைத்தார். அதற்குள், தனது நிலையை ஹஸன் பின் ஸபா வலுப்படுத்தியிருந்தான். போர் தொடர்ந்துகொண்டிருந்தது.

அமைச்சர் நிஸாமுல் முல்கைக் கொல்வதற்கு ஒரு பதினியா பிரிவைத் தூண்டிவிட்டான் ஹஸன் பின் ஸபா. அமைச்சர் கொல்லப்பட்டார். அவரது படைகள் திரும்பிச் சென்றன. இம்முதல் வெற்றி ஹஸன் பின் ஸபாவுக்குப் பெரும் துணிச்சலை அளித்தது. அவனது நாடு பிடிக்கும் ஆசை அதிகரித்தது. இந்நாள்களில், ஸஸ்ஸானிய வம்சாவளியைச் சேர்ந்த முனவ்வர், காஹிஸ்தான்

ஆளுநராக இருந்தார். ஸெல்ஜூக் ஆட்சியாளர்களுடனான அவரது உறவு மோசமான நிலையை அடைந்திருந்தது. முனவ்வர், ஹஸன் பின் ஸபாவிடம் உதவி கேட்டார். உடனடியாக உதவிக்கு வந்த ஹஸன் பின் ஸபாவின் கைகளில் காஹிஸ்தான் விழுந்தது. அவனது அதிகாரமும் செல்வாக்கும் நாள்தோறும் பெருகிவந்தன. இதே காலகட்டத்தில் ஸெல்ஜூக் தலைவர்களிடையே உள்நாட்டுப் போர் மூண்டது. ஹஸன் பின் ஸபாவுக்கு எதிராகச் செயல்பட வேண்டியவர்கள் அவனது உதவியை நாடி நின்றனர். இதன்மூலம் அவனது அரசாற்றலும் செல்வாக்கும் மிக வேகமாகப் பரவின. தன் சகோதரர் முஹம்மதிடமிருந்து தன்னைப் பாதுகாப்பதற்காக அரசர் பர்க்கியாரும் பதினியாக்களின் உதவியை நாடவேண்டியதாயிற்று. இதன்மூலம் பதினியாக்களின் முக்கியத்துவம் மேலும் உயர்ந்தது. பின்னர் இதே அரசர், பதினியாக்களைக் கொல்லும்படி உத்தரவிட்டார்.

ஷஹ்வார் கோட்டையைக் கைப்பற்றிய அஹ்மத் பின் அத்தாஷ், தனது அரசை நிறுவியிருந்தான். ஸெல்ஜூக்குகள் அத்தாஷையும் அவனது தோழர்களையும் சுற்றி வளைத்தனர். இஸ்ஃபஹான் எல்லையை விட்டுச் சென்றுவிடவேண்டும் என்ற நிபந்தனையின்பேரில் அவர்களில் பலர் விடுவிக்கப்பட்டனர். அஹ்மத் பின் அத்தாஷ் கொல்லப்பட்டான். அவனது மனைவி தற்கொலை செய்துகொண்டாள்.

இப்படியாக, இஸ்பஹானிலுள்ள பதினியா கூட்டம் ஒழிக்கப்பட்டது. ஆனால், ஹஸன் பின் ஸபாவின் ஆற்றல் அதிகரித்துக்கொண்டிருந்தது. அவன், வலிமையான ஓர் ஆட்சியை நிறுவியவனும் ஒரு புதிய சமயப் பிரிவினரை உருவாக்கியவனுமாக ஆனான். அவனது தோழர்களால் அவன் ‘ஸெய்யதினா’ என்று அழைக்கப்பட்டான். தனது வாழ்க்கையின் முப்பத்தைந்து ஆண்டுகளை அலமுத் கோட்டையில் கழித்த ஹஸன் பின் ஸபா, ஒரு தடவைகூட கோட்டையை விட்டு வெளியே வந்ததில்லை.

ஹிஜ்ரீ 518 ரபீயுல் ஆகிர் மாதம் 28ஆம் நாள், தனது 90ஆவது வயதில் ஹஸன் பின் ஸபா மரணமடைந்தான். மலைப்பகுதிகளிலுள்ள முரட்டுத்தனமான மனிதர்களைக்கொண்ட ஓர் அரணை தன்னைச் சுற்றிலும் அவன் நிறுவியிருந்தான். தலைவனின் உத்தரவின்படி செயல்படுவதைத் தவிர வேறெதுவும்

தெரியாத இவர்கள், ஃபிதாயி (அர்ப்பணிக்கப்பட்டவர்) என்று அறியப்பட்டனர். இந்த ஃபிதாயிகளைப் பயன்படுத்தி, ஆற்றல் மிகுந்த அரசர்களையும் படைத்தலைவர்களையும் எதிரிகளையும் அவரவர் இல்லங்களில் வைத்தே கொன்றொழித்தான். இப்படி, மாபெரும் பயங்கரவாதியாகத் திகழ்ந்த ஹஸன் பின் ஸபாவின் வாழ்க்கை முடிவுக்கு வந்தது.

கியா புஸுர்க் உம்மீத் : ஹஸன் பின் ஸபாவைத் தொடர்ந்து, அலமுத் கோட்டையை அவனது மாணவர்களில் ஒருவனான கியா புஸுர்க் உம்மீத் கைப்பற்றினான். அவனது வம்சாவளியினர் ஹிஜ்ரீ 655 வரையிலும் ஆட்சி செய்தனர். கியாவுக்குப் பின், அவனது மகன் இரண்டாம் ஹஸன் எனும் முஹம்மதும் முஹம்மதுக்குப் பின், அலாவுத்தீன் முஹம்மத் பின் ஜலாலுத்தீன் முஹம்மதும் அரசுப் பொறுப்புக்கு வந்தனர். தொடர்ந்து குர்ஷா பின் அலாவுத்தீன் பொறுப்புக்கு வந்தான்.

ருக்னுத்தீன் குர்ஷா : ஃபிதாயிகளின் கடைசி அரசன், ருக்னுத்தீன் குர்ஷா. இவன் செங்கிஸ்கானின் பேரனான ஹுலகுகானால் கைது செய்யப்பட்டான். கான் வம்சாவளியின் ஒரு பகுதியும் அவனது பேரரசும் பாக்தாதுடன் சேர்த்து அழிக்கப்பட்டன. அலமுத் கோட்டையும் அதன் அண்மைப் பகுதிகளும் ஏறத்தாழ நூறாண்டுகள்வரை ஃபிதாயிகள் ஆட்சியின் கீழிருந்தும் அவை எந்த வகையான முன்னேற்றமும் அடையவில்லை. செங்கிஸ்கான் முஸ்லிம் நாடுகளைச் சூறையாடியபோது ஃபிதாயிகள் தங்களுடைய வழக்கமான செயல்பாடுகளில் ஈடுபட்டிருந்தனர். அலாவுத்தீன் குவாரிஸ்ம் ஷாவின் படைகள் கடுமையாகத் தாக்கிய நேரத்திலும்கூட தங்கள் திட்டத்தை நிறைவேற்றுவதில்தான் ஃபிதாயிகள் கவனம் செலுத்தினர். அலாவுத்தீன் அவர்களது பல கோட்டைகளைக் கைப்பற்றித் தரைமட்டமாக்கினான். அலமுத் கோட்டையில் தஞ்சம் புகுந்த அவர்கள் அனைவரும் இறுதியில் ஹுலகுகானால் கொன்றொழிக்கப்பட்டனர்.

இறைமறுப்பாளர்களான ஃபிதாயிகளால் கொல்லப்பட்டவர்களில் மன்னர் அல்ப் அர்சலான், மாலிக் ஷா ஸெல்ஜுக்கின் தலைமை அமைச்சரான கவாஜா நிஸாமுல் முல்க் தூஸி, ஃபக்ருல் முல்க் பின் கவாஜா நிஸாமுல் முல்க், ஷம்ஸ் தப்ரீஸி, மௌலானா ரூமி,

குவாரிஸ்ம் ஷாவின் அமைச்சரான நிஸாமுல் முல்க் மஅஉத் பின் அலீ, சுல்தான் ஸலாஹுத்தீன் முஹம்மத் கோரி ஆகியோரும் ஐரோப்பா மற்றும் சில நாடுகளின் கிறிஸ்தவ அரசர்களும் உட்படுவார்கள். சுல்தான் ஸலாஹுதீன் அய்யூபியும் இமாம் ஃபக்ருத்தீன் ராஸியும் அவர்களுடைய கொலை மிரட்டலுக்கு ஆளானவர்கள்.

04. செங்கீஸிய மங்கோலியர், துருக்கியர், தார்த்தாரிய மங்கோலியர்

துருக்கியர், மங்கோலியர், தார்த்தாரியர், துருக்மானியர், கரதார்த்தாரியர் போன்றவர் குறித்து வாசிக்கும்போது சில ஐயப்பாடுகள் எழலாம். ஸெல்ஜூக்கியர், அல்ப் அர்சலான், துக்ரில் பெக் ஆகியோரைத் துருக்கியர் எனவும் செங்கிஸ்கானை மங்கோலியன் எனவும் அதே நேரத்தில், துருக்கியர் எனவும் விளங்கிக்கொள்ள நேரிடும். மற்றொரு சந்தர்ப்பத்தில், தார்த்தாரியரின் போர்களில் செங்கிஸ்கான் குறிப்பிடப்படும்போது, மங்கோலியரும் துருக்கியரும் தார்த்தாரியரும் ஒரு இன மக்களே என்ற புரிதலும் உருவாகும். பின்னர் மங்கோலியரும் தார்த்தாரியரும் மோதும்போது இந்தக் குழப்பம் மேலும் அதிகரிக்கும்.

இந்திய வரலாற்றில் சில வீரர்களும் படைத்தலைவர்களும் துருக்கியர். இவர்கள் மங்கோலிய தொடர்புகளினூடே வந்தவர்கள். ஹிஜ்ரீ பத்தாம் நூற்றாண்டில் இந்தியா முகலாயர்களின் ஆட்சிக்குட்பட்டிருந்தது. மங்கோலியர், 'மிர்ஸா' என்றும் குறிப்பிடப்பட்டனர்; தங்கள் பெயர்களுடன் அவர்கள் 'பெக்' என்ற சிறப்புப் பெயரையும் சேர்த்திருந்தனர் என்றெல்லாம் தெரியவரும். ஆனால், வரலாற்றுக் குறிப்புகளை மேலும் புரட்டினால், 'மிர்ஸா' எனும் சிறப்புப் பெயரில் பாரசீக அரசர்களும்,

‘பெக்’, ‘பேயி’ போன்ற சிறப்புப் பெயர்களில் உஸ்மானிய துருக்கியரும் குறிப்பிடப்படுவதைக் காணலாம். ஐரோப்பிய வரலாற்றாசிரியர்கள் சிலர் துருக்கிப் பேரரசுகளை மங்கோலியப் பேரரசுகள் என்றும் குறிப்பிட்டுள்ளனர். ஆகவே, இந்த இடத்தில் துருக்கியருக்கும் மங்கோலியருக்குமான வேறுபாட்டை விளக்குவது அவசியமாகிறது.

துருக்கியர் : நூஹ் நபி (அலை) அவர்களுக்கு ஹாம், ஸாம், யாஃபீத் என மூன்று மகன்கள். யாஃபீத் வம்சாவளியினர் சீனா போன்ற கிழக்கு நாடுகளில் வாழ்ந்தனர். அவர்களிடையிலுள்ள துருக்கியர் எனப்படும் வம்சாவளியினர் சீனா, துருக்கிஸ்தான் போன்ற பகுதிகளில் பரவினர். இவர்கள் துருக்கியர் என்றே அறியப்பட்டனர். ஃபரீதுன் பரம்பரையைச் சேர்ந்த பாரசீக அரச குடும்பமான கீனாட் வம்சாவளியைச் சேர்ந்த அஃப்ரா ஸியாப் என்பவரைத் துருக்கியர் என்றே சிலர் கருதுகிறார்கள். அவர் துருக்கிஸ்தான் அரசராக இருந்ததால் துருக்கியர் என்று தவறுதலாகக் கருதப்படுகிறார். துருக்கி பின் யாஃபீதின் வம்சாவளியினர் சீனா, துருக்கிஸ்தான், கஹ்த்தான் போன்ற பகுதிகளில் பரவினர். ஒழுங்குடனும் ஒற்றுமையாகவும் வாழ வேண்டும் என்பதற்காக ஒரு தலைவரின் கீழ் அவர்கள் ஒன்றுபட்டனர். பின்னர் உருவான ஒவ்வொரு குடும்பமும் அவரவர்களுக்கான தலைவர்களைக்கொண்டிருந்தது. அந்தச் சிறு தலைவர்கள் அனைவரும் பெருந்தலைவரின் கீழேயே இருந்தனர். துருக்கி பின் யாஃபீதின் வம்சாவளியைச் சேர்ந்த அனைவரும் துருக்கியர் என்றே குறிப்பிடப்பட்டனர். எனவே, சீனா, கஹ்த்தான், துருக்கிஸ்தான் போன்ற பகுதிகளில் வாழ்ந்த அனைவரும் துருக்கியர் எனக் குறிப்பிடப்பட்டனர்.

துருக்கானிய கீஸியர் : இந்தத் துருக்கிய கோத்திரத்தாரில் சிலர் ஆக்ஸஸ் ஆற்றைக் கடந்து பாரசீகம், குராசான் (இன்றைய உஸ்பெக்கிஸ்தான், கஜக்கிஸ்தான் பகுதிகளின் அமூதர்யா எனப்படும் ஆக்ஸஸ் நதிக்கும் ஸைர் தர்யா நதிக்கும் இடைப்பட்ட பகுதி) ஆகியவற்றின் உட்பகுதிகளில் கொள்ளை, வழிப்பறிகளில் ஈடுபட்டனர். இவர்கள் துருக்கானிய கீஸியர் என அழைக்கப்பட்டனர். இவர்கள் ஐரோப்பா, ஆப்பிரிக்கா, மொராக்கோ ஆகிய பகுதிகள்வரை சென்றதற்கான வரலாற்றுச் சான்றுகள் உள்ளன.

ஸெல்ஜூக் : இவர்களில் ஸெல்ஜூக் இனக்குழுவும் ஒன்று. துருக்கி பின் யாஃபீதின் கோத்திரத்தாரில் ஸெல்ஜூக் வம்சாவளியினர்தான் முதன்முதலில் இஸ்லாத்தை ஏற்றுக்கொண்டவர்கள். ஸெல்ஜூக் வம்சாவளியைச் சார்ந்த துக்ரில், அல்ப் அர்சலான் போன்ற ஆற்றல் மிக்க மாபெரும் அரசர்களின் புகழ் உலகின் அனைத்துப் பகுதிகளிலும் பரவியிருந்தது.

மங்கோலியரும் தார்த்தாரியரும் : ஸெல்ஜூக்குகள் இஸ்லாத்தைத் தழுவுவதற்கு முன் அதாவது குராசானுக்கு அவர்கள் நாடு கடத்தப்படுவதற்கு முன், மங்கோலியர், தார்த்தாரியர் எனும் இரு வம்சாவளிகள் உருவாயின. ஸெல்ஜூக்குகள் இஸ்லாத்தைத் தழுவிப் பேரும் புகழும் பெற்ற காலகட்டத்தில் இவ்விரு கோத்திரத்தாரும் வெளியுலகால் அறியப்படாதவர்களாகவே இருந்தனர். படிப்படியாக, மங்கோலியரும் தார்த்தாரியரும் பல்கிப் பெருகினர். இவ்விரு கோத்திரத்தாரும் வெவ்வேறு நாடுகளின் ஆட்சித் தலைவர்களின்கீழ் வெவ்வேறு நாடுகளில் குடியேறியிருந்தனர்.

துருக்கியரில் அன்ஜாகான் எனும் ஒருவருக்கு மங்கோல், தார்த்தார் எனும் இரண்டு ஆண் வாரிசுகள். இவர்களது வம்சாவளியினர்தான் மங்கோலியர் என்றும் தார்த்தாரியர் என்றும் அழைக்கப்படலாயினர். மங்கோல்கானின் மகன் கராகான். இவரது மகன் அர்கூன்கான், குடும்ப வழிக்குத் தலைவராக இருந்தார். அர்கூன்கானின் காலத்தில் அவரது குடும்பத்திலுள்ள ஒருவர் சுமைகளைத் தாங்கிச் செல்லும் இழுவண்டியைக் கண்டுபிடித்தார். இதை மிகவும் பாராட்டிய அர்கூன்கான், அவருக்கு ‘கங்க்லி’ என்று சிறப்புப் பெயர் சூட்டினார். துருக்கிய மொழியில் இழுவண்டியை, கங்க்லி என்று குறிப்பிடுவதற்கான காரணம் இதுவே. இவரது வம்சாவளியினர் கங்க்லியர் என்று குறிப்பிடப்பட்டனர்.

அர்கூன்கானின் பல ஆண்வாரிசுகளில் ஒருவர் தங்கீஸ்கான். இவரது மகன் மங்க்லிகானின் மகன் எய்ல்கான். இவரது மகன் கீயான். கீயான்கானின் வம்சாவளியினர்தான் கீயானியர். இவருக்குப் பின் இவரது மகன் தமூர்தாஸ் குடும்பத் தலைவரானார். தமூர்தாஸின் மகன் மங்க்லிகான். இவரது மகன் யெல்டோஸ் கான் ஜூனீ பஹதூரின் மகள் அலன் குவா. இவள் தனது மைத்துனரான துபூபயானைத் திருமணம் செய்தாள். இவர்களுக்கு யல்க்கடை,

யக்ஜுடை எனும் இரு மகன்கள். மங்கோலிய வம்சாவளியின் தலைவராக இருந்த துபூபயான், மகன்களின் சிறு வயதிலேயே இறந்து போனார். தலைவரின் இறப்புக்குப் பிறகு அவரது மனைவியான அலன் குவாவைத் தலைவியாக ஏற்றுக்கொண்டனர் மங்கோலியர்.

ஒருநாளிரவு அலன்குவா, தனது படுக்கையில் கிடக்கும்போது வானிலிருந்து ஓர் ஒளி ஜன்னலினூடே தனது அறையை நோக்கி வருவதைக் கண்டாள். அவ்வொளி அலன்குவாவின் வாய்க்குள் புகுந்தது. பரபரப்புடன் எழுந்த அவள் இது குறித்துத் தன் தாயிடமும் தோழிகளிடமும் சொன்னாள். சில நாள்களுக்குப் பிறகு அவள் கர்ப்பமுற்றாள். செய்தியை அறிந்த மக்கள் அவளை நிந்தனை செய்தனர். அலன்குவா சமூகப் பெரியவர்களை அழைத்து உண்மையைத் தெளிவு படுத்தும் நோக்கத்துடன் அவர்களைச் சில நாள்கள் தனது அறையில் ஒளிந்திருக்கும்படி வேண்டினாள். வானிலிருந்து ஒளி அறைக்குள் இறங்கி அரசியின் வாய்க்குள் நுழைவதையும் பிறகு, வானை நோக்கித் திரும்பிச் செல்வதையும் அவர்கள் கண்டனர். அதன் பிறகு, அரசியின் கூற்று உண்மை என்பதையும் அவரது கர்ப்பம் இறை அற்புதம் என்றும் அவர்கள் ஏற்றுக்கொண்டனர். அலன்குவாவுக்கு மேலும் மூன்று ஆண் குழந்தைகள் பிறந்தன. அவர்களுக்கு புகுன் கைக்கி, யுஸ்ஃபைன் ஸல்ஜி, புஸ்பக்ஹார்கான் எனப் பெயரிடப்பட்டது. பண்டைய அரச மரபைப் பாதுகாக்கவும் கட்டியமைக்கவுமான நோக்கங்களுக்கு இப்படியான கட்டுக்கதைகளும் உதவியாக இருந்தன.

யல்க்கடை மற்றும் யக்ஜுடையின் வம்சாவளியினூடே டார்லீகிங் கோத்திரம் உருவானது. புகுன் கைக்கியின் வம்சாவளியினர் கைக்கைன் என்றும், யுஸ்ஃபைன் ஸல்ஜியின் வம்சாவளியினர் ஸெல்ஜுக் என்றும், புஸ்பக்ஹார்கான் வம்சாவளியினர் புஸ்பக்ஹாரியர் என்றும் குறிப்பிடப்பட்டனர். அலன்குவா இறந்த பின், தாயின் இடத்துக்கு புஸ்பக்ஹார் வந்தான். தன்னை மகனின் மகன் என்று அவன் அழைத்துக்கொண்டான். இந்த புஸ்பக்ஹாரியர் வம்சாவளியில் வந்தவர்களே செங்கிஸ், தைமூரியர் போன்ற புகழ்பெற்ற மங்கோலிய இனக்குழுவினர்.

துருக்கி பின் யாஃபீதின் வம்சாவளியைச் சேர்ந்த அன்ஜாகானின் வாரிசுகளான மங்கோல்கான், தார்த்தார் ஆகியோரின் வம்சாவளியினர்

மங்கோலியர் என்றும் தார்த்தாரியர் என்றும் அழைக்கப்படலாயினர். இவர்கள் இருவேறு பகுதிகளில் குடியேறினர். மங்கோலியர் சீனாவிலும் மங்கோலியாவிலும் குடியேற, தார்த்தாரியர் ஆக்ஸஸ் நதிக்கரையில் குடியேறினர். இப்பகுதி தார்த்தார் அல்லது துருக்கிஸ்தான் என்றும், பாரசீக கீயானிய அரச குடும்பத்தைச் சேர்ந்த ஃபரீதூனின் மகன் தூர் ஆட்சி செய்துகொண்டிருந்த பகுதி தூரான் என்றும் பெயர் பெற்றது.

பாரசீகத்தின் பெரும் புகழ்பெற்ற கீயானி வம்சாவளி அரசர் அஃப்ராஸியாப். இவர், ஃபிர்தௌசியின் ‘ஷாஹ்நாமா’வில் சிறப்பான ஓர் இடத்தை வகிப்பவர். துருக்கிஸ்தானில் (தூரான்) வாழ்ந்த அஃப்ராஸியாபின் வம்சாவளியினர் தார்த்தாரியருடன் கலந்தனர். துருக்கிஸ்தான் இஸ்லாமிய ஆட்சிப் பகுதியின் அண்மையில் இருந்ததால், அப்பகுதிக்குள் முதலில் புகுந்தவர்கள் தார்த்தாரியரே. இவர்களது வம்சத்திலுள்ள பல்வேறு கோத்திரப் பிரிவுகளில், மாபெரும் பேரரசை உருவாக்கிய அஃப்ராஸியாபும் ஒருவர். மகாஸெல்ஜூக் அரசரின் பெருமைமிக்க ஒரு சொல் இங்கே நினைவுகூரத்தக்கது: “நாங்கள் அஃப்ராஸியாப் வம்சத்தார்.”

புக்ஹாராவுக்கு அண்மையில் வசித்த ஸெல்ஜூக் என்பவர் தனது குழுவினருடன் முதன் முதலாக இஸ்லாத்தைத் தழுவினார். இவரது வம்சாவளியினர்தான் ஸெல்ஜூக்குகள். ஸெல்ஜூக்குக்கு ஐந்து மகன்கள். இவர்களில் ஒருவர் இஸ்ராயீல். இன்னொருவர் மிக்காயீல். கஸ்னவி சுல்தானான மஹ்மூத், இஸ்ராயீலைக் கைது செய்து சிறைவைத்தார். பின்னர், மஹ்மூதின் மகன் மஸ்ஊத் அவரை விடுதலை செய்தார். மிக்காயீலின் மகன் சுல்தான் துக்ரிலின் சகோதரனான சுக்ரியின் மகன்தான் சுல்தான் அல்ப் அர்சலான் ஸெல்ஜூக். ஸெல்ஜூக் கோத்திரம் அஃப்ராஸியாப் வம்சம் என்பதை ஏற்றுக்கொள்கிற அதே நேரத்தில், அவர்களை முழுமையான துருக்கிய வம்சம் என்று சொல்ல இயலாது. அவர்கள் பாரசீக – கீயானி வம்சத்தின் கலப்புதான். துருக்கிஸ்தானில் வாழ்ந்த துருக்கியர் (தார்த்தாரியர்) இரான்மீதும் குராசான்மீதும் பலமுறை படையெடுத்தனர். இக்கோத்திரங்களில் ஒன்றான ஸெல்ஜூக் வம்சம், உஸ்மானியப் பேரரசை நிறுவியது. இது துருக்கிய உஸ்மானியப் பேரரசு என்று அறியப்பட்டது.

மங்கோல்கானின் வம்சாவளியில் வந்தவர்கள் மங்கோலியர்.

இதன் சுருக்கமே முகலாயர் என்பதாகும். முகலாயர் என்ற சொல்லை மங்கோலியரின் ஒருமையென்று சிலர் கருதுகிறார்கள். இது தவறு.

இருவேறு பகுதிகளில் குடியேறியிருந்த மங்கோலியரும் தார்த்தாரியரும் நிலப்பகுதிகளைக் கைப்பற்றும் நோக்கத்துடன் பரஸ்பரம் போரில் ஈடுபட்டனர். தார்த்தாரியர், தூரானின் அதிகாரத்தைக் கையில் வைத்துக்கொண்டிருந்த காலகட்டம்வரைக்கும் கீயானி வம்சம் அவர்களுக்கு உதவியாக இருந்தது. மங்கோலியர் அப்போது அடிபணிந்திருந்தனர். இப்போர்களின்போது மங்கோலிய பெண்களையும் குழந்தைகளையும் தார்த்தாரியர் சிறைப்படுத்தினர். இப்பெண்களின் வாரிசுகள் அடிமைப்பெண்களின் வாரிசுகள் என அழைக்கப்பட்டனர். இவர்களுக்குச் சொத்துரிமைகள் கிடையாது. தங்களுக்குள்ளேயே திருமணம் செய்துகொண்டதுடன் தனித்த ஓர் இனமாகக் கருதப்பட்டு வந்த இவர்கள், துருக்மானியர் என்று அழைக்கப்பட்டதாக சில வரலாற்று ஆசிரியர்கள் குறிப்பிடுகிறார்கள். ஆனால், மங்கோலியரும் தார்த்தாரியரும் ஒரு தந்தையின் வம்சாவளியினர் என்பதுதான் உண்மை.

செங்கிஸ்கானின் வம்சாவளியைச் சார்ந்த உஸ்பெக்கியரை சிலர், தார்த்தாரியர் என்று தவறாகக் கருதுகிறார்கள். இதற்குக் காரணம், மங்கோலிய அரசர்கள் உஸ்பெக் ஆட்சியாளர்களை எதிர்த்துப் போரிட்டு வந்ததும், துருக்கிஸ்தான் ஆட்சியாளர்களாக உஸ்பெக்கியர் இருந்ததும்தான். ஆனால், உஸ்மானியப் பேரரசின் ஆட்சியாளர்கள் தார்த்தாரியரே. மங்கோலிய வம்சத்தாரிடையே பல்வேறு கிளைப் பிரிவுகளிருந்தன. கச்சாக், இக்ஹோர், கல்ஜ், கச்சார், அஃப்ஷார், ஸலஅஇர், அர்லாத், தக்லாத், கன்த்ராத், ஸல்டோஸ், தர்க்ஹானி, தகாய், கோஷால் என்பன அதில் சில.

இதிலிருந்து துருக்கியர் எனும் சொல் மங்கோலியர் மற்றும் தார்த்தாரியரைக் குறிப்பிடுவது என்றும் இவர்கள் துருக்கியரின் இரு கிளைப்பிரிவினர் என்றும் புரிந்துகொள்ளலாம். பிற் காலத்தில், துருக்கியரும் மங்கோலியரும் இரு இனத்தவர்களாக அறியப்பட்டதுடன் துருக்கியர் என்னும் சொல், தார்த்தாரியரை மட்டுமே குறிப்பிடுவதாக மாறியது.

மங்கோலியரைவிடவும் தார்த்தாரியர் அதிக வலிமை பெற்று,

துருக்கிஸ்தானிலிருந்து வெளியே வந்து குராசான் (வடகிழக்கு இரான், தென்துருக்மனிஸ்தான், வட ஆஃப்கானிஸ்தான்), பாரசீகம், இராக், சிரியா, ஆசியா மைனர் ஆகியவற்றைக் கைப்பற்றி, தாங்கள் கைப்பற்றிய ஆட்சிப் பகுதிகளில் வாழ்ந்து வந்தனர்.

செங்கிஸ்கான் : மங்கோலியரின் தோற்றம் பெரும்பாலும் தார்த்தாரியரைப் போலவே இருந்தது. பரந்த மார்பும், தட்டையான முகமும், கோதுமை நிறமும், கூரிய சிந்தனையும், வேகமான செயல்பாடும் கொண்டவர்கள். ஒரு போரைத் திட்டமிடும்போது, தங்கள் எண்ணங்களை வெளிப்படையாகச் சொல்வதில்லை. எதிரிகள்மீது எதிர்பாராதத் தாக்குதலில் ஈடுபட மாட்டார்கள். தங்களைப் பழி வாங்குவதற்கான சந்தர்ப்பங்கள் உருவாக அனுமதிக்க மாட்டார்கள். போரில் ஆண்களுக்கு நிகராகப் பெண்களும் ஈடுபடுவார்கள். எல்லா வகையான புலாலும் உண்பார்கள். அவர்களது பகுதிக்குள் ஒற்றர்கள் யாரும் நுழைந்துவிட இயலாது. உடலமைப்பை வைத்தே அவன் கண்டுபிடிக்கப்படுவான். கொலை செய்வதில் ஈவிரக்கமோ, வயது வித்தியாசமோ, பாலின வேறுபாடுகளோ பார்க்க மாட்டார்கள். எதிரிகளைத் தாக்கும்போது அந்தச் சமூகத்தையே கொல்லவும் தயங்க மாட்டார்கள். அவர்கள் பேராசையால் வழிநடத்தப்பட்டவர்கள் என்று சொல்லலாம். மனித குலம் முழுவதையும் அழிப்பது என்றாலும் அவர்களுக்கு மகிழ்ச்சிதான்.

மங்கோலியரின் ஆட்சிப் பகுதி ஆறு மாகாணங்களாகப் பிரிக்கப்பட்டிருந்தது. ஆளுநர்கள், தம்காச் நகரிலிருந்த அரசனின் கீழ் ஆட்சி செய்தனர். இம்மாகாணங்களில் ஒன்றை, தும்னாகான் பின் பயஸ்நாகர்கானின் காலம்வரையில் புஸ்பக்ஹார் பின் அலன்குவா ஆண்டு வந்தான். தும்னாகானுக்குப் பதினொரு மகன்கள். இவர்களில் ஒன்பது பேர் ஒரு தாய் மக்கள். இரட்டையரான கப்ல்கான், கச்சூலி பஹதூர் ஆகியோர் மற்றொரு தாயின் மக்கள்.

ஒரு நாள், கச்சூலி பஹதூர் ஒரு கனவு கண்டான்– தன் சகோதரன் கப்ல்கானின் கழுத்துப் பகுதியிலிருந்து தோன்றிய ஒரு நட்சத்திரம் வானத்தை நோக்கி உயர்ந்துசென்று உலகுக்கே ஒளி தருவதாகவும் பிறகு மறைந்துபோவதாகவும். பின்னர் இதேபோல் இரண்டு நட்சத்திரங்கள் தோன்றி மறைந்தன. அதிக ஒளியுடன் தோன்றிய

நான்காவது நட்சத்திரம் மறைந்த பிறகு பல்வேறு சிறு நட்சத்திரங்கள் தோன்றின. இத்துடன் கச்சுலி பஹதூர் விழித்துக்கொண்டான்.

கனவின் பலன் குறித்த சிந்தனையில் ஆழ்ந்தபடியே மீண்டும் தூங்கிவிட்டான் கச்சுலி பஹதூர். அப்போதும் ஒரு கனவு வந்தது. அதில், அவனது கழுத்துப் பகுதியிலிருந்து தோன்றிய ஒரு நட்சத்திரம் வானில் உயர்ந்து ஒளிரத் தொடங்கியது. தொடர்ந்து, பதினோரு நட்சத்திரங்கள் ஒன்றன் பின் ஒன்றாகத் தோன்றின. எட்டாவது நட்சத்திரம் மிகப் பெரிதாகத் தோன்றி, உலகம் முழுவதையும் பிரகாசத்தில் ஆழ்த்தியது. விழித்துக் கொண்ட கச்சுலி இதைத் தனது தந்தையிடம் சொன்னான்.

கப்ல்கானின் நான்காம் தலைமுறையிலிருந்து மாபெரும் அரசன் ஒருவன் தோன்றுவான் என்றும், கச்சுலிகானின் எட்டாம் தலைமுறையிலிருந்து இன்னொரு மாபெரும் அரசன் தோன்றுவான் என்றும் அவனது வம்சாவளியினர் நீண்ட நெடுங்காலம் ஆட்சி புரிவார்கள் என்றும் கனவுக்கு விளக்கம் சொன்னான் தும்னாகான். தொடர்ந்து, இரு மகன்களையும் ஒற்றுமையுடன் வாழும்படி அறிவுறுத்திய தும்னாகான், ஓர் ஆவணம் தயார் செய்து அதில் அவர்களைக் கையெழுத்திட சொன்னான். தானும் அதில் கையெழுத்திட்டான். எதிர்காலச் சந்ததியினருக்காக இதைப் பாதுகாப்பாக வைக்கச் சொல்லி தன்னுடைய கணக்காளரிடம் ஒப்படைத்தான். பேரரசும் ஆட்சியாளர்களும் கப்ல்கானின் வம்சாவளியிலிருந்து உருவாகும் என்றும், படைத்தலைமை கச்சுலி பஹதூரின் வம்சாவளியிலிருந்து உருவாகும் என்றும் அந்த ஆவணத்தில் குறிப்பிடப்பட்டது. இதன்படி, தும்னாகானின் மறைவுக்குப் பிறகு கப்ல்கான் அரியணை ஏறினான்.

கப்ல்கானின் வம்சாவளியில் வந்த மைஸுகா பஹதூருக்கு ஹிஜ்ரீ 549 துல்கஃதா மாதம் 20ஆம் நாள் ஒரு மகன் பிறந்தான். அதே ஆண்டில் மங்கோலியரின் மாபெரும் மன்னனான தமுச்சின் இறந்தான். அவனது நினைவாக மைஸுகா பஹதூர் தன் மகனுக்கு தமுச்சின் என்று பெயரிட்டான். இவன்தான் பிற்காலத்தில் செங்கிஸ்கான் என்ற பெயரில் உலகப்புகழ் பெற்று விளங்கியவன். ஹிஜ்ரீ 562இல் மைஸுகா பஹதூர் இறக்கும்போது தமுச்சினுக்கு ஒன்பது வயது. தந்தையின் சிறு நிலப்பகுதிக்கு அப்போதே அவன் அரசனுமானான். மக்கள் அவனை ஏளனமாகவே கண்ணுற்றனர்.

கிளர்ச்சி செய்யும் மனநிலையிலும் அவர்கள் இருந்தனர்.

தனது இரு கைகளிலும் வாட்கள் இருப்பதாகவும், தனது கைகளைக் கிழக்கிலும் மேற்கிலும் நீட்டியபோது அவ்வாட்களின் முனைகள் இருபுற அடிவானப் பகுதிகளையும் தொடுவதாகவும் தமுச்சின் ஒரு கனவு கண்டான். தனது கனவைத் தாயாரிடம் அவன் விவரித்தான். தன் மகன் பிறக்கும்போது இரு கைகளையும் இறுக்கமாக மூடிக்கொண்டிருந்ததையும் பின்னர் கைகளைத் திறந்தபோது அவற்றில் இரத்தக் கறை படிந்திருப்பதையும் நினைவுகூர்ந்த அவள், தனது மகனால் உலகில் பெரும் இரத்த ஆறுகள் ஓடும் என்பதை உறுதிப்படுத்திக்கொண்டாள்.

தமுச்சினின் ஆட்சிப்பகுதியில் அரசியல் கிளர்ச்சிகள் உருவாயின. கச்சூலி பஹதூரின் வம்சாவளியிலுள்ள அமீர் கரச்சா பஹதூரைத் தவிர அனைவரும் அவனுக்கு எதிராகவே இருந்தனர். தனது எல்லையை அடுத்திருந்த அவுரங்கானிடம் உதவி கேட்டான் தமுச்சின். பின்னர் அவனிடமே தஞ்சமடைந்தான். அவனை முழு மனத்துடன் வரவேற்ற அவுரங்கான் சொந்த மகன்போல் கவனித்துக்கொண்டான். சிறிது காலத்துக்குப் பிறகு அவுரங்கானுக்கு எதிராக மாறிய தமுச்சின், தன் தோழர்களுடன் ஒரு கணவாய்ப் பகுதியில் ஒளிந்திருந்தான். அப்போது அந்த வழியாக வந்த அவுரங்கானின் படைகளைத் தாக்கினான். கடுமையான போர் நடந்தது. அமீர் கரச்சா எய்த ஓர் அம்பில் அவுரங்கான் படுகாயமுற்றான். தப்பித்துச் சென்ற அவுரங்கானை இன்னொரு பகுதியின் தலைவனான யாங்கான் கொன்றான்.

அவுரங்கானைக் கொன்றதை முன்வைத்து யாங்கானுக்கும் தமுச்சினுக்குமிடையே உறவு ஏற்படும் என்று எதிர்பார்க்கப்பட்டது. இவ்வெற்றியைத் தொடர்ந்து, தமுச்சினின் அண்மைப் பகுதிகளிலுள்ள கோத்திரங்கள் அவனது வீரத்தையும் மன உறுதியையும் புரிந்து ஆதரவு தெரிவித்தனர். நன்கு பயிற்சியளிக்கப்பட்ட வீரர்களுடன் யாங்கான்மீது படையெடுத்தான் தமுச்சின். போரில் யாங்கான் கொல்லப்பட்டான். அவனது பரந்த ஆட்சிப் பகுதிகள் அனைத்தும் தமுச்சினின்கீழ் வந்தன. இவ்வெற்றிகளின் காரணமாக, மங்கோலிய கோத்திரங்களிடையே மிகப்பெரிய ஆற்றலாகத் திகழ்ந்த தமுச்சின், இப்போது மாபெரும் மங்கோலிய் அரசுக்கும் அதன் ஆற்றலுக்கும் எதிரியாக மாறினான்.

பெயர் மாற்றம் : மங்கோலியரிடையே பக்திக்குப் பெயர்போன தங்கிரி என்பவன் ஒரு நாள் தமுச்சினிடம் வந்து, "சிவப்புக் குதிரையில் சிவப்பு உடையணிந்து வந்த ஒரு சிவப்பு நிற மனிதன் என்னிடம் மைஸூகா பஹதூரின் மகனிடம் தமுச்சின் எனும் அவனது பெயரை செங்கிஸ்கான் என்று மாற்றச் சொல்லும்படி கேட்டுக்கொண்டான். ஏனெனில், எல்லாம் வல்ல இறைவன் உம்மை உலகின் பல நாடுகளுக்குப் பேரரசனாக்கத் தீர்மானித்திருக்கிறான்" என்றான். அவனது கூற்றை தமுச்சின் ஏற்றுக்கொள்ளவில்லை. ஆயினும், தன்னை அவன் செங்கிஸ்கான் என்று சொல்லிக்கொள்ள ஆரம்பித்தான். ஜெங்கிஸ் என்றால் துருக்கிய மொழியில் பேரரசனை அல்லது அதன் சிறப்பைக் குறிப்பிடுவதாகும். சில நாள்களுக்குப் பிறகு தங்கிரிக்கும் செங்கிஸ்கானின் அரசவை உறுப்பினர் ஒருவருக்குமிடையே உருவான ஒரு சச்சரவில் தங்கிரியின் கழுத்தைப் பற்றிய அவன் பலமாகத் தள்ளினான். கீழே விழுந்த தங்கிரி இறந்துபோனான்.

படிப்படியாக கோத்திரங்கள் அனைத்தையும் தன்கீழ் கொண்டுவந்தான் செங்கிஸ்கான். மங்கோலிய இனம் முழுவதும் அவனது கட்டுப்பாட்டின்கீழ் வந்தது. ஒரு போரில் மகாகான் அரசன் கொலையுண்டான். பிறகு செங்கிஸ்கான், மகாகான் என்று அறியப்பட்டான். தொடர்ந்து, தார்த்தாரிய வம்சாவளியை நோக்கித் தனது பார்வையைத் திருப்பினான். தார்த்தாரிய அரசனுக்கு செங்கிஸ்கானை எதிர்கொள்ளும் ஆற்றலில்லை. ஆகவே, தன் மகளை அவனுக்கு மணம் முடித்து வைத்து சமரசம் செய்துகொண்டான். இத்துடன், தார்த்தாரிய மக்கள் அரசனுக்கு எதிராகக் கிளர்ந்தெழுந்தனர். தார்த்தாரிய அரசன், செங்கிஸ்கானின் உதவியை நாடினான். இரத்தக் களரியான ஒரு போரின் முடிவில் தார்த்தாரிய அரசன் விஷமருந்தி இறந்துபோனான். செங்கிஸ்கானின் ஆட்சிப் பகுதி மேலும் விரிவடைந்தது.

மங்கோலியரின் சமய நம்பிக்கைகள் : மங்கோலியரின் சமய நம்பிக்கைகள் குறித்து வரலாற்றில் தெளிவாக எதுவும் சொல்லப்படவில்லை. எனினும், அவர்கள் ஏக இறைவன்மீது நம்பிக்கைகொண்டிருந்தனர் என்றும் அதே நேரம், இந்தியாவில் ஆரியர் அல்லாதாரின் வழிபாட்டு முறைகள் அவர்களிடம் இருந்ததாகவும் தெரியவருகிறது. அவர்களிடையிலும் ஒரு

இறைத்தூதர் அனுப்பப்பட்டிருக்கலாம். அவர்கள் அதை ஏற்காமலோ காலப்போக்கில் மறக்கவோ செய்திருக்கலாம். ஒழுங்கு, நேர்மை போன்ற எண்ணங்கள் எதுவும் அவர்களிடம் இல்லை. கிடைத்ததைத் தின்றும் நினைத்ததைச் செய்தும் வாழ்ந்துகொண்டிருந்தனர். அவர்களது வாழ்வியல் சூழலையும், சச்சரவு மிகுந்த சமூகச் சூழலையும் முன்வைத்து மனிதர்களைக் கொல்வதே அவர்களது நம்பிக்கையாக இருந்ததென்று சில வரலாற்றாசிரியர்கள் குறிப்பிட்டுள்ளனர். நட்சத்திரங்களையும் அரூபத் தோற்றங்களையும் மாகியர்போல் அக்னியையும் வணங்கியிருக்கிறார்கள். ஒழுங்கீனம், அறியாமை போன்றவற்றில் மூழ்கியிருந்த அம்மக்களுக்கான சீர்திருத்தவாதி என்று செங்கிஸ்கானைக் குறிப்பிடலாம். ஒரு குறுகிய காலகட்டத்தில் ஆற்றல்மிக்க ஒரு பேரரசை நிறுவிய செங்கிஸ்கான், பின்னர் மங்கோலியரிடையே சமூக ஒழுக்கங்கள்போன்ற சீர்திருத்தங்களை மேற்கொண்டான்.

சுல்தான் முஹம்மத் குவாரிஸ்ம் ஷா : இக்காலகட்டங்களில் இரான், குராசான், காபூல் ஆகிய பகுதிகளைத் தனது கட்டுப்பாட்டின் கீழ்க் கொண்டு வந்திருந்தார் சுல்தான் முஹம்மத் குவாரிஸ்ம் ஷா. ஆசியா கண்டத்தின் பலம் வாய்ந்த ஒரு முஸ்லிம் அரசராக அவர் கருதப்பட்டார். அப்பாசிய கலீஃபா நஸீருத்தீனுக்கும் குவாரிஸ்ம் ஷாவுக்கும் இடையில் உருவான பகை, மோசமான கட்டத்தை அடைந்தபோது பாக்தாத்மீது போர் தொடுப்பதாக முடிவு செய்தார் குவாரிஸ்ம் ஷா. கலீஃபா, அஷ்ஷெய்க் ஷஹாபுத்தீன் ஸஹ்ர்வர்தியை குவாரிஸ்ம் ஷாவிடம் தன்னுடைய தூதுவராக அனுப்பி வைத்தார். பாக்தாத்மீது போர் தொடுக்கும் எண்ணத்தைக் கைவிடும்படி அரசரிடமும் அவையோரிடமும் வேண்டுகோள் விடுத்தார் ஷெய்க் ஷஹாபுத்தீன். குவாரிஸ்ம் ஷா சொன்னார்: "ஷெய்க் அவர்களே! நீங்கள் அப்பாசியரை நேசிப்பவர். நானோ அலவியரை நேசிப்பவன். அப்பாசியரை அழிப்பதன் மூலம் நான் அலவியருக்கு உதவ விரும்புகிறேன். ஆகவே, பாக்தாத்மீது போர் தொடுக்கும் முடிவில் மாற்றமில்லை. தாங்கள் திரும்பிச் செல்லலாம்."

அஷ்ஷெய்க் ஷஹாபுத்தீன் ஸஹ்ர்வர்தியின் அமைதி முயற்சி பலனளிக்கவில்லை. அவர், "யா அல்லாஹ்! இவர்மீது அநீதியாளர்களை ஏவி விடுவாயாக!" என்று பிரார்த்தனை

செய்தார். பாக்தாதுக்குச் செல்லும் வழிப்பாதைகள் கடுமையான பனியால் மூடப்பட்ட நிலையில், தனது படையெடுப்பை அடுத்த ஆண்டுக்குத் தள்ளி வைத்தார் குவாரிஸ்ம் ஷா. ஒரு நாள், குடிபோதையிலிருந்த குவாரிஸ்ம் ஷாவின் உத்தரவின்படி, அஷ்ஷெய்க் மஜ்துத்தீன் கொலை செய்யப்பட்டார். சுயநினைவு திரும்பியதும் தனது செயலுக்காக மனம் வருந்திய அவர், இரத்த இழப்பீட்டை மஜ்துத்தீனின் குடும்பத்தாருக்கு அனுப்பி வைத்தார். அப்போது அவர், "இறந்துபோன ஷெய்க்கின் கொலைக்கு உங்களுடைய தலையும் எனது தலையும்தான் பதிலீடாக இருக்கும். கூடவே, பல்லாயிரக்கணக்கான முஸ்லிம்களும் படுகொலைக்கு உள்ளாவார்கள்" என்று குறிப்பிட்டார். ஷெய்க் ஸஹாபுத்தீன் ஸஹ்ர்வர்தி, ஷெய்க் மஜ்துத்தீன், ஷெய்க் நஜ்முத்தீன் ஆகியோரின் சாபங்களை குவாரிஸ்ம் ஷா ஏற்றிருப்பதாக மக்கள் சொல்லிக்கொண்டனர்.

தனது கட்டுப்பாட்டின் கீழிருந்த சிறு ஆட்சிப்பகுதிகளை ஒன்றிணைத்துப் பலம் வாய்ந்த ஒரு பேரரசை உருவாக்கிய செங்கிஸ்கான், எல்லைப் பகுதியிலிருந்த குவாரிஸ்ம் ஷாவுடன் நட்புறவுகொள்ள விரும்பினான். தனது முயற்சியின் முதல்கட்டமாக தூதுவர் ஒருவரைக் கடிதத்துடன் குவாரிஸ்ம் ஷாவிடம் அனுப்பி வைத்தான். அதில், "பரந்து விரிந்த ஆட்சிப் பகுதிகள் எனது கட்டுப்பாட்டின்கீழ் உள்ளன. போருக்கான அனைத்து ஆயத்தங்களுடன் எனது அரசு இயங்கி வருகிறது. ஆயினும், பிற நாடுகளை வெற்றிகொள்ளும் ஆசை எனக்கில்லை. இதுபோல் தங்கள் கட்டுப்பாட்டின்கீழும் பல நாடுகள் உள்ளன. நீங்களும் ஒரு பேரரசராக இருக்கிறீர்கள். ஆகவே நாமிருவரும் நட்புடனிருப்பதை நான் விரும்புகிறேன். எனில், மனித குலத்துக்குப் பல்வேறு நன்மைகளை நம்மால் செய்ய இயலும். உங்களை என்னுடைய மகன்போல் நான் நடத்துவேன்" என்று எழுதியிருந்தான். தூதுவர்களை மரியாதையுடன் வரவேற்ற குவாரிஸ்ம் ஷா கடிதத்தை வாசித்தான். உடனடியாகவே, ஓர் அமைதி ஒப்பந்தம் செய்து கொள்ளவும் முன்வந்தான். இருப்பினும், கடிதத்திலுள்ள கடைசி வரிகள் தன்னைத் தரம் தாழ்த்துவதாக உணர்ந்தான்.

உடன்படிக்கையின்படி இரு பேரரசுகளுக்குமிடையே வணிகத் தொடர்புகள் உருவாயின. வணிகர்கள் எல்லைகளைக் கடந்து

வணிகங்களில் ஈடுபட்டனர். செங்கிஸ்கான் எதையும் எளிதில் நம்பி விடுபவன் அல்ல. எனினும், பலம் வாய்ந்த எதிரியுடன் செய்துகொண்ட ஒப்பந்தத்தை அவன் மதித்தான். உடன்படிக்கையில் குறிப்பிடப்பட்ட வணிக வசதி, செங்கிஸ்கானின் மதி நுட்பத்தின் விளைவாக ஏற்பட்டதுதான். அதை எழுதும்போது முஸ்லிம் நாடுகளை அழிக்க வேண்டுமென்ற எண்ணம் அவனிடமில்லை.

அமைதி உடன்படிக்கையைத் தொடர்ந்து கலீஃபா நஸீருத்தீன் அப்பாசி, ஒருவனின் தலையை மொட்டையடித்து, அதில் செங்கிஸ்கானுக்கான ஒரு செய்தியை எழுதினார். மொட்டைத் தலையில் சிறிது முடி வளர்ந்ததும் அவனைத் தூதுவராக அனுப்பி வைத்தார். செங்கிஸ்கானிடம் வந்த அவன், தன்னை கலீஃபா அனுப்பி வைத்திருப்பதாகவும் தனது தலையில் ஒரு செய்தி இருப்பதாகவும் தலையை மழிப்பதன்மூலம் நீங்கள் அதை அறிந்துகொள்ளலாம் என்றும் சொன்னான். புதுமையான இந்தக் கடிதத்தில், செங்கிஸ்கானின் ஆதரவாளராகத் தன்னை ஏற்றுக் கொள்ளவும், உடனடியாக குவாரிஸ்ம் ஷாவின்மீது போர் தொடுக்கவும் கேட்டுக்கொண்டார் கலீஃபா. செய்தியைப் படித்த செங்கிஸ்கான், தான் ஏற்கனவே குவாரிஸ்ம் ஷாவுடன் அமைதி உடன்படிக்கை செய்திருக்கிறேன். ஆகவே, அவரை எதிர்த்துப் போரிட விரும்பவில்லை என்றான். கலீஃபாவிடமிருந்து இந்தச் செய்தி வந்த பிறகு தனது அன்பையும் நட்பையும் மீண்டும் வலியுறுத்தி குவாரிஸ்ம் ஷாவுக்கு ஒரு கடிதம் அனுப்பினான். தொலை தூர நட்பை விடவும் அண்மையிலுள்ள குவாரிஸ்ம் ஷாவின் நட்பையே அவன் விரும்பினான். இது, செங்கிஸ்கானின் மதியூகத்துக்கு மற்றொரு சான்று.

குவாரிஸ்ம் ஷா செய்த தவறு : குவாரிஸ்ம் ஷாவின் போதாத காலம் தொடங்கியது. வணிக நோக்கில் மங்கோலியாவுக்குச் சென்று திரும்பிய 450 வணிகர்கள் குழுவுடன் செங்கிஸ்கான் ஒரு கடிதத்துடன் தனது தூதுவர் ஒருவனையும் குவாரிஸ்ம் ஷாவிடம் அனுப்பி வைத்தான். வணிகக் குழு அன்சார் எனுமிடத்தை அடைந்ததும் குவாரிஸ்ம் ஷாவின் அதிகாரிகள் அவர்களைக் கைது செய்து சிறையில் அடைத்தனர். தாங்கள் வணிகர்கள் என்றும் வியாபார நோக்குடன் மங்கோலியாவுக்குச் சென்று வருவதாகவும் தாங்கள் முஸ்லிம்கள் என்றும் அவர்கள் எவ்வளவோ எடுத்துச்

சொல்லியும் அதிகாரிகள் அதைக் காதில் வாங்கிக் கொள்ளவில்லை. சில மங்கோலிய ஒற்றர்களும் தூதுவர்களும் வணிக வேடத்தில் எல்லையைக் கடக்க முயன்றதாகவும் தாங்கள் அவர்களைப் பிடித்து வைத்திருப்பதாகவும் குவாரிஸ்ம் ஷாவுக்குத் தகவல் அனுப்பினான் மேலதிகாரி. அவர்களைக் கொன்றுவிடச் சொல்லி உத்தரவிட்டார் குவாரிஸ்ம் ஷா. உத்தரவு நிறைவேற்றப்பட்டது. அவர்களது பொருள்கள் அனைத்தும் பறிமுதல் செய்யப்பட்டன. ஒருவன் மட்டும் தப்பிச்சென்று செங்கிஸ்கானிடம் நடந்ததைச் சொன்னான்.

அன்சார் அதிகாரியின் பொறுப்பற்ற செயலைக் கண்டித்து அவனுக்குத் தகுந்த தண்டனை வழங்கவும் இல்லாவிடில் அவனைத் தன்னிடம் ஒப்படைக்கவும் கேட்டு குவாரிஸ்ம் ஷாவுக்குக் கடிதம் அனுப்பினான் செங்கிஸ்கான். கடிதத்தைப் படித்த குவாரிஸ்ம் ஷா, அதைக் கொண்டு வந்தவனைக் கொன்றார். தூதுவனைக் கொல்வது அரசனுக்கு அழகல்ல என்றும் வணிகர்களுக்குப் பாதுகாப்பளிப்பது அரசனின் கடமை என்றும் தனது இந்த அறிவுரைகளைக் கவனத்தில் எடுத்துக்கொள்ளவும் கேட்டு செங்கிஸ்கான் இன்னொரு கடிதம் அனுப்பியதாகவும் சில வரலாற்றுக் குறிப்புகளில் உள்ளன.

நிலைமைகளின் போக்கைப் புரிந்துகொண்ட செங்கிஸ்கான் போர்க்குணமுள்ள மங்கோலிய, துருக்கிய வீரர்களைக்கொண்ட பெரும் படை ஒன்றைத் தயார் செய்தான். குவாரிஸ்ம் ஷாவை அரசன் என்று குறிப்பிடுவதை நிறுத்தி, திருடன் என்று குறிப்பிட ஆரம்பித்தான். அதே கால கட்டத்தில் எல்லைப் பகுதியிலுள்ள இனக்குழுத் தலைவர்களில் ஒருவனான துக்துஹான் என்பவன் கிளர்ச்சிக்கான ஆயத்தங்களில் ஈடுபட்டான். கிளர்ச்சியாளனை அடக்குவதற்கு, தன் மகன் ஜுச்சிகானை அனுப்பி வைத்தான் செங்கிஸ்கான். துக்துஹான் மவரோன்னஹ்றை நோக்கி ஓட்டம் பிடித்தான். அவனைத் துரத்திப் பிடித்துக் கைது செய்தான் ஜுச்சிகான். இதையறிந்த குவாரிஸ்ம் ஷா, ஜுச்சியுடன் போரிட முன்வந்தார். தான் குவாரிஸ்ம் ஷாவுடன் போருக்கு வரவில்லை என்றும் துக்துஹானைக் கைது செய்யவே வந்தேன் என்றும் வந்த வேலை முடிந்து விட்டதால் நாட்டுக்குத் திரும்பிச் செல்வதாகவும் சொன்னான் ஜுச்சிகான். அவனது விளக்கத்தை ஏற்க விரும்பாத குவாரிஸ்ம் ஷா, ஜுச்சிகான்மீது கடுமையான ஒரு தாக்குதலை

மேற்கொண்டார். நாள் முழுவதும் நடந்த இப்போரில் எந்த முடிவும் கிடைக்கவில்லை. இரவில், தனது படை முகாமைத் தீக்கிரையாக்கி விட்டு தப்பித்துச் சென்ற ஜுச்சிகான் நிகழ்வுகளைத் தந்தையிடம் சொன்னான். கோபமுற்ற செங்கிஸ்கான், பாரசீகத்தின்மீதும் பிற இஸ்லாமிய ஆட்சிப் பகுதிகள்மீதும் படையெடுத்தான்.

இஸ்லாமிய நாடுகள்மீது செங்கிஸ்கானின் பார்வை: ஹிஜ்ரீ 615இல் இஸ்லாமிய நாடுகளை நோக்கி படையெடுத்த செங்கிஸ்கான், தன் மகன்களான ஜுச்சிகான், ஆக்டைகான், சோகாட்டைகான் ஆகிய மூவரிடமும் அன்சாரைத் தாக்கும்படி உத்தரவிட்டான். இத்துடன், அலக் நுயான் தலைமையில் காஜன்டின் படையையும் முங்குபுகாவ் தலைமையில் நப்காத் படையையும் அனுப்பி வைத்தான். தொடர்ந்து, தனது இளைய மகன் தொலூயிகானுடன் புக்ஹாராவை நோக்கிப் புறப்பட்டான்.

மங்கோலியர் படையெடுத்து வருவதை அறிந்த குவாரிஸ்ம் ஷா, 60,000 வீரர்கள் கொண்ட ஒரு படையை அன்சாருக்கும், 30,000 வீரர்கள்கொண்ட ஒரு குதிரைப் படையை புக்ஹாராவுக்கும் அனுப்பி வைத்தார். சமர்கண்டின் பாதுகாப்புக்காக இரண்டு லட்சத்துப் பத்தாயிரம் வீரர்களை நியமித்தார். கோட்டையையும் நகரக் கோபுரத்தையும் வலுப்படுத்த இன்னொரு 60,000 வீரர்கள் நியமிக்கப்பட்டனர். பின்னர், சமர்கண்டிலிருந்து புறப்பட்ட குவாரிஸ்ம் ஷா, குராசானுக்குச் சென்றார்.

செங்கிஸ்கான்மீதான உள்ளார்ந்த பயம் அல்லது விலகியிருக்க நினைத்ததுதான் குவாரிஸ்ம் ஷா செய்த மாபெரும் தவறாக அமைந்தது. குராசானை நோக்கிய அவரது பயணம் வீரர்களுக்குத் துணிச்சலை அளிப்பதற்கு மாறாக அச்சமூட்டுவதாக அமைந்து போனது. ‘இந்தப் பள்ளத்தினுள் மங்கோலியரின் சாட்டை பதியுமெனில் பள்ளம் நிரம்பி விடுமே!’ என்று தனது படைவீரர்களைப் பார்த்து அவர் சொன்ன வார்த்தைகள் சமர்கண்டிலிருந்த படையினரையும்கூட வெகுவாகப் பாதித்தது.

முதலில் பல்க்கை அடைந்த குவாரிஸ்ம் ஷா, தன் மனைவியரையும் பிள்ளைகளையும் செல்வங்களையும் மஸன்தானுக்கு அப்புறப்படுத்தினார். மங்கோலியரை எதிர்கொள்ளும் வழிவகைகள் குறித்து அரசவையினருடனும் முக்கியஸ்தர்களுடனும்

ஆலோசனை மேற்கொண்டார். அவருடைய ஒன்பது மகன்களில் ஒருவரான ஜலாலுத்தீன், தந்தையின் அச்சத்தைப் போக்கும் விதமாக, "படைத்தலைமையை என்னிடம் ஒப்படைத்துவிட்டு நிம்மதியாக இராக்குக்குச் செல்லுங்கள். அல்லாஹ் நாடினால் நான் எதிரிகளைத் தோற்கடித்து ஆக்ஸஸ் நதிமீது முகாம் அமைப்பேன். மேலும், மவரோன்னஹ்ரைப் பாதுகாக்கும் பொறுப்பையும் என்னிடம் விட்டு விட்டு, நீங்கள் இராக்கையும் குராசானையும் பொறுப்பேற்றுக்கொள்ளுங்கள்" என்றார். மகனின் அறிவுரையை குவாரிஸ்ம் ஷா ஏற்கவில்லை. அவர், பல்க்கிலிருந்து ஹேரத்துக்குச் சென்றார். அப்போது, புக்ஹாராவை மங்கோலியர் கைப்பற்றி விட்டதாகவும் மக்கள் படுகொலை செய்யப்பட்டனர் என்றும் பயங்கரமான ஒரு தகவல் வந்தது. அவர்கள் அதிர்ச்சியுற்றனர்.

ஹிஜ்ரீ 617 இல் செங்கிஸ்கானின் படைத்தலைவன் ஒருவன் 30,000 வீரர்களுடன் ஆக்ஸஸ் நதியைக் கடந்தான். இச்செய்தி குவாரிஸ்ம் ஷாவை நிலைகுலைய வைத்தது. அவர் மனைவி, மக்கள், செல்வங்கள் அனைத்தையும் காரூன் கோட்டைக்கு அனுப்பி வைத்து விட்டுத் தான் மட்டும் அஸ்ஃபரைனுக்குச் சென்றார். குவாரிஸ்ம் ஷா, ஒவ்வொரு இடமாக ஓடி ஒளிவதை அறிந்துகொண்டிருந்த மங்கோலியர் மேலும் துணிச்சலடைந்து அவரைப் பின்தொடர ஆரம்பித்தனர். அவரது மனைவியரும் மக்களும் செல்வங்களும் இருந்த காரூன் கோட்டையை முற்றுகையிட்டனர். இதையறிந்த குவாரிஸ்ம் ஷா, அஸ்ஃபரைனிலிருந்து அஸ்தராபாதுக்கும் அங்கிருந்து அமாலுக்கும் ஓடினார்.

குவாரிஸ்ம் ஷாவின் மரணம்: அமாலிலிருந்தும் ஓடிய குவாரிஸ்ம் ஷா ஒரு தீவில் தஞ்சம் புகுந்தார். அப்போது, தன் மனைவியர், மக்கள், செல்வங்கள் உட்பட காரூன் கோட்டை மங்கோலியரின் கட்டுப்பாட்டுக்குள் சென்றுவிட்ட தகவலை அறிந்தார். அதே நிலையிலேயே மரணமடைந்த குவாரிஸ்ம் ஷா அணிந்திருந்த உடைகளுடன் அடக்கம் செய்யப்பட்டார். தொடர்ந்து, குராசானையும் பாரசீகத்தையும் கைப்பற்றிய மங்கோலியர், படுகொலை செய்வதிலும் பேரழிவை ஏற்படுத்துவதிலும் ஈடுபட்டனர். குவாரிஸ்ம் ஷாவின் மகன்களில் துணிச்சலும் வீரமுமுள்ள ஜலாலுத்தீன் மட்டும் தப்பித்தார்.

அதே காலகட்டத்தில் புக்ஹாராவையும் சமர்கண்டையும் கைப்பற்றிய மங்கோலியர், தங்களது கோரச்செயல்களை அங்கும் நிகழ்த்தினர். இரத்த ஆறு ஓடியது. ஹிஜ்ரீ 617 ரபீயுல் அவ்வல் மாதம், ஆக்ஸஸ் நதியைக் கடந்த செங்கிஸ்கான், பல்க்கிலும் ஹேரத்திலும் மக்களைப் படுகொலை செய்தான். குவாரிஸ்ம் ஷாவின் மனைவியரும் மக்களும் செங்கிஸ்கான் முன் கொண்டு வரப்பட்டனர். அவர்கள் அனைவரையும் கொன்றுவிடும்படி உத்தரவிட்டான் செங்கிஸ்கான. நிஷாப்பூர், மஸன்தன், அமால், ரேய், ஹமதான், கும், கஸ்வின், தீபால், தப்ரிஸ், திஃப்லிஸ், மரகஹ் ஆகிய பகுதிகளிலும் வயது முதிர்ந்தவர்கள், பெண்கள், குழந்தைகள் உட்பட யாரையும் உயிருடன் விட வேண்டாம் என்று உத்தரவிடப்பட்டது. இப்படுகொலைகள் முஸ்லிம்களின் மனங்களில் பெரும் பயத்தையும் அதிர்ச்சியையும் ஏற்படுத்தின. சாதாரணமான ஒரு மங்கோலிய பெண் தனியொருத்தியாக நின்று ஒரு வீட்டைச் சூறையாடுகிற நிலை உருவானது.

ஜலாலுத்தீன் பின் குவாரிஸ்ம் : தந்தை இறந்த சிறிது நாள்களில் காஸ்பியன் கடலில் ஒரு தீவிலிருந்த ஜலாலுத்தீன் பின் குவாரிஸ்ம், தப்ரீஸுக்கு வந்தார். துணிச்சல் மிக்க சில நண்பர்களையும் தன்னுடன் அழைத்து வந்திருந்தார். அவரைக் கைது செய்ய முயன்ற மங்கோலிய படையின் கண்களிலிருந்து தப்பித்த அவர், கஸ்னிக்குச் சென்று ஒரு குழுவினரின் ஆதரவைப் பெற்றார். அருகிலிருந்த மங்கோலியப் படை அவர்களைத் தாக்கியது. அவர்களும் திருப்பித் தாக்கினர். இதில், மங்கோலியப் படை தோல்வியுற்றது. இதையறிந்த செங்கிஸ்கான் பம்யனுக்கு விரைந்தான். அங்கே அவனது பேரன் (சோகாட்டைகானின் மகன்) அம்பெய்து கொல்லப்பட்டான். கோபமுற்ற செங்கிஸ்கான், அவர்கள் அனைவரையும் கொல்லும்படி உத்தரவிட்டான். கர்ப்பிணிப் பெண்களைக்கூட அவர்கள் விட்டு வைக்கவில்லை. அவர்களது வயிறுகள் கிழிக்கப்பட்டுக் குழந்தைகளை வெளியே எடுத்துக் கொன்றனர்.

செங்கிஸ்கானுக்கு எதிராக, தனது நிலையை வலுப்படுத்தி வந்தார் ஜலாலுத்தீன். வாய்ப்புக்கேடாக, சில படைத்தலைவர்கள் போர்க்களத்தில் செங்கிஸ்கானுக்கு ஆதரவாகச் செயல்பட்டனர். 700 வீரர்களுடன் தனித்து விடப்பட்ட ஜலாலுத்தீன் வீரத்தையும் துணிச்சலையும் கைவிடாமல் செங்கிஸ்கானின் வலுமிக்க படைமீது

பாய்ந்தார். தன்னால் இயன்றவரைக்கும் மங்கோலியப் படையினரை எதிர்த்து நின்றார். அவருடன் மோதிய மங்கோலிய வீரர்கள் அனைவருமே பின்னடைவைச் சந்தித்தனர். வேறு மங்கோலிய வீரர்கள் வந்துதான் அவர்களைக் காப்பாற்ற வேண்டியதிருந்தது. போரில் ஜலாலுத்தீன் வெற்றிபெறவில்லை. ஆனால், செங்கிஸ்கானின் மனதில் அவர் பதிந்துவிட்டார். வெறும் நூறு பேர் மட்டுமே எஞ்சியிருந்த நிலையிலும் களத்திலிருந்து பின்வாங்காமல் போரிட்டார் ஜலாலுத்தீன். இக்கட்டான தருணம் உருவானதும் தனது போர்க்கவசத்தைக் கழற்றி எறிந்துவிட்டு மணிமுடியைக் கையில் எடுத்துக்கொண்டு, குதிரையிலேறி சிந்து நதியில் பாய்ந்தார். அவரது தோழர்களும் அவரைப் பின்பற்றினர்.

அவர்களைப் பின்தொடர நினைத்த செங்கிஸ்கானும் வீரர்களும் ஆற்றின் ஆழத்துக்கும் சுழிகளுக்கும் பயந்து கரையில் நின்றபடி அவர்கள்மீது அம்பெய்தனர். பலர் உயிரிழந்தனர். உயிர் பிழைத்தவர்கள் ஜலாலுத்தீனுடன் சேர்த்து மொத்தம் ஏழுபேர் மட்டுமே! ஆற்றைக் கடந்து கரையேறிய அவர்கள் தங்கள் உடைகளை உலர வைத்தனர். தனது ஈட்டியைத் தரையில் குத்தி நிறுத்தி அதில் மணிமுடியை வைத்த ஜலாலுத்தீன் அதன் அருகில் படுத்து ஓய்வெடுத்தார். குதிரைச் சேணம் அவரது காலடியில் கிடந்தது.

மறுகரையில் நின்று இதை ஆச்சரியத்துடன் கவனித்த செங்கிஸ்கான், மகன்களையும் படைத்தலைவர்களையும் அழைத்துச் சொன்னான்: "இத்தகைய வீரமும் துணிச்சலுமுள்ள ஒருவனை இதுவரை நான் கண்டதில்லை. அவனது நண்பர்களும் சளைத்தவர்கள் அல்ல. பயங்கரமான இந்த ஆற்றைக் கடப்பதென்பது வீரமும் துணிச்சலுமுள்ளவர்களால் மட்டுமே முடியும். இவனை உயிருடன் விட்டால் மங்கோலியரின் பெயரையே அழித்து விடுவான். இவனை ஒழிப்பதற்கான திட்டத்தை வெகு விரைவில் நாம் நிறைவேற்றியாக வேண்டும்." இது ஹிஜ்ரீ 620இல் நடந்த நிகழ்வு.

இதைத் தொடர்ந்து சுல்தான் ஜலாலுத்தீன் சிந்து மாகாணத்தில் சில வெற்றிகளைப் பெற்றார். அங்கே அவருக்கு ஆதரவாளர்கள் பெருகினர். சில நாள்களுக்குப் பிறகு, ஆற்றைக் கடந்து கிர்மானுக்கும் அங்கிருந்து ஷிராஸுக்கும் சென்றார். பதினியர் என்று அறியப்பட்ட ஃபிதாயிகளைத் தோற்கடித்த அவர், அவர்களது கோட்டைகளைத்

தரை மட்டமாக்கினார். அலமுத் கோட்டை மட்டும் அழிக்கப்படாமல் இருந்தது. மங்கோலியரால் முஸ்லிம்கள் கொலையுண்ட தகவலை அறிந்த பதினியர் பெரும் மகிழ்ச்சியடைந்தனர். மங்கோலியர்போல் இவர்களும் முஸ்லிம்களின் எதிரிகளாக இருந்ததால் மங்கோலியர்மீது அவர்களுக்குப் பயமிருக்கவில்லை. முஸ்லிம்களின் அழிவுக்குப் பின் அவர்களது ஆட்சிப்பரப்பு மேலும் விரிவடைந்தது. மங்கோலிய பிரவாகம் வடதிசையில் ஆர்ப்பரித்துக்கொண்டிருந்த காலம் அது. சுல்தான் ஜலாலுத்தீன், இஸ்லாமிய நாடுகளுக்கு எதிரான மங்கோலிய படையெடுப்பை தடுத்து நிறுத்தும் நோக்கத்துடன் பாக்தாத் கலீஃபா நிஸாருத்தீனின் உதவியை நாடினார். ஜலாலுத்தீனின் தந்தையைக் கலீஃபா வெறுத்ததன் காரணமாக, ஜலாலுத்தீனை வரும் வழியிலேயே நிறுத்தித் தனது ஆட்சிப் பரப்பிலிருந்து அவரை வெளியேற்றிவிடுமாறு பணித்துக் கலீஃபா சிலரை நியமித்தார். ஜலாலுத்தீன் அவர்களை எதிர்த்துப் போரிட்டார். பின்னர் பாக்தாதுக்குச் செல்லாமல் தப்ரீஸுக்குத் திரும்பினார். தப்ரீஸைக் கைப்பற்றிய பின், கிரிஜிஸ்தானுக்குச் சென்றார். அங்கே அவர் சிறப்பான முறையில் வரவேற்கப்பட்டார். அவரது வருகை அவர்களுக்கு மகிழ்ச்சியளித்தது.

சுல்தான் ஜலாலுத்தீன் மீண்டும் வலுப்பெற்றார். இஸ்ஃபஹானில் மங்கோலியரை எதிர்கொண்டு தோற்கடித்தார். கிரிஸ்த்தானும் அதன் அண்மைப் பகுதிகளும் ஜலாலுத்தீனின் கட்டுப்பாட்டுக்குள் வந்தன. பெரிய அளவிலான போர் முஸ்தீபுகளுடன் மங்கோலியர் ஜலாலுத்தீனை மீண்டும் தாக்கினர். மங்கோலியரின் தாக்குதலை முறியடிப்பதற்காக, பாக்தாதுக்கும் பிற முஸ்லிம் நாடுகளுக்கும் உதவி கேட்டு தூதுக்குழுக்களை அனுப்பினார் ஜலாலுத்தீன். யாருமே உதவி செய்ய முன்வரவில்லை. ஜலாலுத்தீனைப் போன்ற துணிச்சல் மிகுந்த வீரருக்கு உதவுவதன் மூலம் தங்களுக்கு இழப்புகள் நேர்ந்துவிடுமோ என்ற பயம் அவர்களுக்கு இருந்திருக்கலாம். இறுதியில் ஜலாலுத்தீன் தனியொருவராக நின்று மங்கோலியரை எதிர்ப்பதாக முடிவு செய்தார். மங்கோலியப் படைகள் மிகத் தொலைவில் இருப்பதாகக் கிடைத்த தவறான தகவலை முன் வைத்து அவர் ஆயத்தமாக இல்லாத நிலையில் மங்கோலியர் திடீரென ஓர் இரவு நேரத்தில் தாக்குதல் நடத்தினர். மிகுந்த வீரத்துடன் எதிர்கொண்டும் போரில் தோல்வி அடைந்தார் ஜலாலுத்தீன். மிகுந்த

ஏமாற்றத்துடன் எங்கோ தலைமறைவாகச் சென்ற அவர் அங்கேயே அமைதியாக வாழ்ந்து வந்ததாகத் தெரிகிறது.

ஒரு மலைப்பகுதியில் தஞ்சம் புகுந்த அவரை, குதிரைக்காகவும் விலையுயர்ந்த ஆடை அணிகலன்களுக்காகவும் ஒருவன் கொலை செய்தான் என்றும், ஸூஃபிகளுடன் சேர்ந்து தனது இறுதிக் காலத்தை அவர் பயணத்தில் கழித்தார் என்றும் ஜலாலுத்தீனின் முடிவைக் குறித்து இருவேறு தகவல்கள் சொல்லப்படுகின்றன.

இஸ்லாத்தின்மீது செங்கிஸ்கானின் ஈடுபாடு : ஜலாலுத்தீனுடனான போர்களிலிருந்து விடுபட்ட செங்கிஸ்கான், மக்ரானில் தன் மகன் சோகாட்டைகானை நியமித்துவிட்டு ஏழாண்டுகளுக்குப் பிறகு, ஹிஜ்ரீ 521 துல்ஹிஜ்ஜா மாதம் மங்கோலியாவுக்குத் திரும்பினான். புக்ஹாராவை அடைந்ததும் இஸ்லாத்தைப் பற்றி அறிந்துகொள்ளும் நோக்கத்துடன் இஸ்லாமிய அறிஞர் ஒருவரை அழைத்து வரும்படி உத்தரவிட்டான். முஸ்லிம்கள் அப்போது பலவீனமான நிலையில் இருந்தனர். ஏழாண்டு கால போர்களும் படுகொலைகளும் அவனுள் இஸ்லாத்தைப் பற்றிய தேடுதலை உருவாக்கின. இஸ்லாம் சாதாரணமான ஒரு மதம் அல்ல என்றும் அதன் அணுகுமுறைகளும் ஒழுக்க நெறிகளும் அற்புதமானவையாகவே இருக்கவேண்டும் எனும் சிந்தனை அவனை ஆட்கொண்டது. அவன் முன் காதி அஷ்ரஃபும் மற்றொரு இஸ்லாமிய அறிஞரும் அழைத்து வரப்பட்டனர். இஸ்லாத்தைக் குறித்த அவனது கேள்விகளுக்கு அவர்கள் முதலில் அதன் ஓரிறைக் கொள்கை குறித்து விளக்கினார்கள். செங்கிஸ்கான் இதை ஏற்றுக்கொண்டான். அடுத்து, இறைத்தூதர் குறித்து விளக்கினார்கள். மனித குலத்தின் வழிகாட்டுதலுக்காக இறைவன் தனது தூதரை அனுப்பினான் என்பதையும், தொழுகையும் நோன்பும் கட்டாயக் கடமைகள் என்பதையும் அவன் ஏற்றுக்கொண்டான். ஆனால், ஹஜ் பயணத்தின் முக்கியத்துவத்தை ஏற்க மறுத்தான். செங்கிஸ்கான் இஸ்லாத்தில் இணைந்ததாக காதி அஷ்ரஃப் அறிவித்தாலும் இன்னொரு இஸ்லாமிய அறிஞர் இதை மறுத்திருக்கிறார்.

புக்ஹாராவிலிருந்து சமர்கண்டுக்கு வந்த செங்கிஸ்கான் அங்கிருந்த முஸ்லிம்களிடம் மிகுந்த அன்புடன் நடந்துகொண்டான். இந்த ஏழாண்டு காலமும் ஏராளமான முஸ்லிம்களை அவன்

படுகொலை செய்தான். கொள்ளையடித்தான். இப்போது, ஆன்மிக நிலையில் தோல்வியுற்றவனாக இஸ்லாத்தால் கவரப்பட்டிருந்தான். அப்போது, அவனது பேரன்களான குப்லாய்கானின் வயது பத்து; ஹுலகுகானின் வயது ஒன்பது. செங்கிஸ்கானை வரவேற்க அரண்மனைக்கு வெளியே வந்த அவர்கள் ஒரு முயலையும் மானையும் வேட்டையாடிக்கொண்டு வந்திருந்தனர். அவர்களது முதல் வேட்டை முயற்சியை செங்கிஸ்கான் விழாவாகக் கொண்டாடினான்.

அரசு வாரிசு : தனது கடமைகள் அனைத்தையும் ஒழுங்குபடுத்திய செங்கிஸ்கான், மகன்கள், பேரப்பிள்ளைகள், படைத்தலைவர்கள் ஆகியோரை அழைத்து, "எனது இறுதி நாள்கள் நெருங்கிக் கொண்டிருக்கின்றன. உங்கள் அனைவருக்குமாக நான் ஒரு மிகப் பெரிய நாட்டை தந்துள்ளேன். எனக்குப் பின் ஆட்சிப் பொறுப்பேற்கும் ஒருவரை நீங்கள் இப்போதே தேர்வு செய்ய விரும்புகிறேன்" என்றான். அவர்கள் ஒருமனதாக, "உங்களது தேர்வை நாங்கள் முற்றிலுமாக ஏற்று அதற்குப் பணிவோம். அப்படியான ஒருவரை நீங்களே தேர்வு செய்ய வேண்டும்" என்று கேட்டுக்கொண்டனர். செங்கிஸ்கான் சொன்னான்: "எனில், என்னுடைய வாரிசாக, நான் ஆக்டைகானை நியமிக்கிறேன். அவருக்குக் கீழ்ப்படிந்து அவரது உத்தரவுகளை நிறைவேற்றுவது உங்கள் கடமை."

தொடர்ந்து, தும்னாகான் எழுதி கப்ல் கானும் கச்சுலி பஹதூரும் கையொப்பமிட்ட ஆவணத்தைக் கொண்டுவரச் சொன்னான். ஆவணத்தை ஒவ்வொருவரிடமும் காட்டி அவர்களையும் கையெழுத்திடச் செய்தான். அதில், கரகும் பாலைவனம் (துர்க்மெனிஸ்தான்), கஸ்ர் பாலைவனம் (தென்கிழக்கு ரஷ்யா), அலனி, ரஷ்யா (கருங்கடலின் வடகிழக்கு), பல்கார் (வோல்கா காமா நதிகள் சங்கமிக்கும் பகுதி) பகுதிகளின் ஆட்சிப் பொறுப்பை ஜுச்சிகான் ஏற்பார். மவரோன்னஹ்ர், (உஸ்பெக்கிஸ்தான் ஆக்ஸஸ் கஜக்கிஸ்தான் ஸைர் ஆறுகளின் இடைப்பட்ட பகுதி) குவாரிஸ்ம் (துர்க்மனிஸ்த்தான் உஸ்பெக்கிஸ்தான் பகுதி) கஸ்கர் (மேற்கு சீனா) படக்ஸான், பல்க், கஸ்னீ, இந்துஸ் நதிவரையிலான நிலப்பகுதி (ஆஃப்கானிஸ்தான்) யின் ஆட்சிப் பொறுப்பை சோகாட்டைகான் ஏற்பார். மேலும், சோகாட்டைகானுக்கும் தனக்குமான உறவு

சோகாட்டைகானுக்கும் அமீர் கச்சாருமிடையே நிலவ வேண்டும். சோகாட்டைகான் அரசராகவும் அமீர் கச்சார் அவரது அனைத்துப் படைத்தலைவராகவும் இருப்பார். இருவரும் பரஸ்பரம் நம்பிக்கையும் பற்றுமுள்ளவர்களாக இருக்க வேண்டும்.

தொடர்ந்து, இன்னொரு ஆவணத்தைத் தயாரித்த செங்கிஸ்கான், அதில் தனது அரச முத்திரை பதித்துக் கையெழுத்திட்டான். அமீர் கச்சார், கச்சுலி பஹதூரின் கொள்ளுப்பேரன். மங்கோலியாவின் ஒரு பகுதியும் ஆக்டைகானின் படைத்தலைமையின் ஒரு பகுதியும் தொலூய் கானுடன் தொடர்பிலிருக்கும். சகோதரர்கள் அனைவரும் பேரரசனான ஆக்டைகானுடன் ஆலோசனை மேற்கொண்டுதான் எதையும் செய்ய வேண்டும். அவனுக்கு எதிராக எதையும் செய்யக்கூடாது.

25 ஆண்டுகள் ஆட்சி செய்த செங்கிஸ்கான், தனது 73 ஆம் வயதில் ஹிஜ்ரீ 624, ரமளான் மாதம் மரணமடைந்தான். இறுதி ஆவணத்தின்படி அவனது உடல் ஒரு மரத்தின் கீழ் அடக்கம் செய்யப்பட்டது. அதைச் சுற்றிலும் அடர்ந்த காடுகள் உருவாயின. காலப்போக்கில், பிந்தைய தலைமுறைகளால் அவனது உடல் அடக்கம் செய்யப்பட்ட இடத்தைக் கண்டுபிடிக்க இயலாமல் போனது.

செங்கிஸ்கான் ஆட்சியின் சுருக்கம் : மிகுந்த அறிவுக்கூர்மையும் தொலைநோக்கும் கொண்ட செங்கிஸ்கானால், வெளியுலகம் அறியாதிருந்த மங்கோலிய இனமே புகழ் பெற்றது. அவனது உறுதியான நிர்வாகத் திறனும் அணுகுமுறையும் மக்களுக்கு ஏற்புடையதாகவும் இருந்தன. மங்கோலியர்போன்ற மூர்க்கமும் அறிவீனமும் நிரம்பிய ஓர் இனம் எப்போதும் ஏதாவது செயல்களில் ஈடுபட்டிருக்க வேண்டும். இல்லையெனில், தங்களுக்குள் போரிட்டு அழிந்துபோவார்கள் என்பதை செங்கிஸ்கான் நன்கு புரிந்துகொண்டிருந்தான். மங்கோலியரிடையே அவன் ஒற்றுமையையும் தனித்துவத்தையும் போதித்தான். அவற்றைத் தக்க வைத்துக்கொள்ளும் நோக்கத்துடன் ஒரு நூலும் எழுதினான். அது, 'செங்கிஸ்கானின் தோரா' என்று குறிப்பிடப்பட்டது. மங்கோலியர் அதை சமய நூலாகவே போற்றினர். அதில் வேட்டையாடுதல் குறித்தும் கூறப்பட்டிருந்தது. போர்கள் இல்லாத காலத்தில்

மங்கோலிய அரசர்கள் வேட்டைக்குச் செல்வது குறித்த தகவல்கள் அவை.

தோராவில் ஒரு பகுதி: "ஒரு நகரை வெற்றிகொண்டால் பெருமளவிலான படுகொலைகள் அங்கே முக்கியமானதாகும். ஏனெனில், தோல்வியுற்ற மக்களின் மனங்களில் அது பயத்தை உருவாக்கும். வெற்றிபெற்ற அரசனை எதிர்க்கும் துணிச்சலை அவர்கள் இழந்து விடுவார்கள்." தன்னுடைய ஒவ்வொரு வெற்றியின்போதும் இதையே அவன் கடைப்பிடித்தான். அக்காலகட்டங்களில் பெரும் வேதனைகளுக்கும் துன்பங்களுக்கும் காரணமாக அமைந்த கிளர்ச்சி, கொலை, கொள்ளை, வன்முறைகளுக்கு அன்றைய ஆட்சியாளர்களும் விதிவிலக்கல்ல. பாரசீகர், ஷியாக்கள், உபைதியர் போன்றோரின் கலகங்கள் ஒருபோதும் ஓய்ந்ததில்லை. தான் வெற்றிகொண்ட ஆட்சிப்பகுதிகளில் இப்படியான வன்முறைகளினூடே மக்களிடம் பயத்தை உருவாக்கி ஆட்சி புரிந்தான் செங்கிஸ்கான்.

படுகொலைகளும் கொள்ளைகளும் நிகழ்த்திய செங்கிஸ்கான், இன்னொரு புறம், மோசமான அல்லது அருவருப்பான சொற்பிரயோகங்களைப் பயன்படுத்துவதைத் தடுத்திருக்கிறான். ஓர் அரசனுக்கு எழுதிய கடிதத்தில், "எனக்குக் கீழ்ப்படிவீராக! இல்லையெனில் என்ன நடக்கும் என்பதை இறைவன் மட்டுமே அறிவான்" என்று எழுதியிருந்தான். எதிரியை அழிப்பதற்குத் தன்னிடம் யாராலும் வெற்றிகொள்ள முடியாத, பலம் வாய்ந்த படைகள் இருக்கின்றன என்றெல்லாம் அவன் ஒருபோதும் சொன்னதில்லை. அதைப்போலவே, வெற்றிக்குக் காரணம் தனது படைபலம் என்றும் அவன் பெருமை பேசியதில்லை. மாறாக, தனது வெற்றிக்குக் காரணம் இறைவன் அருள் என்றான். மேலும், தன்னைப் பற்றி யாரும் புகழ்பாடவோ எழுதவோ அவன் அனுமதித்ததில்லை. ஒரு சாதாரண படை வீரனைப்போலவே நடந்துகொண்டான். நெடுந்தூர பயணங்களையும் தனது குதிரையிலேயே மேற்கொண்டான். தனது வீரர்களையும் இதற்குப் பழக்கி வைத்திருந்தான். "நாம் கடினமாக உழைக்கவும் சுறுசுறுப்பாக வாழவும் பழகிக்கொள்ள வேண்டும். நமது மேன்மையும் தலைமைப்பண்பும் இதில்தான் அடங்கியுள்ளன" என்பது அவனது தாரக மந்திரம்.

செங்கிஸ்கான் உயரமானவன். தசைத் திரட்சியும் உடல்

பலமும்கொண்டவன். போர்க்களத்தில் முன்வரிசையில் நிற்பான். அவனை எதிர்கொள்ளும் பகைவர்கள் சிதறி ஓடுவார்கள். செங்கிஸ்கானின் வெற்றிகளுக்கு, போர்க்கலையிலும் போர்க்குணத்திலும் வல்லவர்களான அவனது மகன்களும் முக்கியமான காரணங்கள். மங்கோலிய இனத்தவரிடையே நிலவிவந்த குடும்பச் சண்டைகளையும் பகைமைகளையும் களைந்து அவர்களிடையே ஒற்றுமையை நிலைநாட்டியது வெற்றிக்கான மற்றொரு காரணம். பல்வேறு கோத்திரங்களைச் சேர்ந்த ஐந்து பெண்களை செங்கிஸ்கான் மணம் முடித்திருந்தான். இந்த ஐந்து கோத்திரங்களைச் சேர்ந்த மக்களின் ஆதரவும் அவனுக்குக் கிடைத்திருந்தது.

இராக், அரேபியா, இந்தியா தவிர ஆசியாக் கண்டம் முழுவதும் ஐரோப்பாவின் சில பகுதிகளும் செங்கிஸ்கானின் கீழிருந்தன. அவனால் பெருமளவு துயரங்களையும் வேதனைகளையும் அனுபவித்தவர்களும் அவனது வாளுக்கிரையானவர்களில் அதிகமும் முஸ்லிம்களே! இஸ்லாம் அழிந்துவிடுமோ என்ற நிலைகூட அன்று ஏற்பட்டது. ஆனால், அல்லாஹ்வின் நாட்டம் வேறொன்றாக இருந்தது. இஸ்லாத்துக்குப் பகையாக எழுந்த மங்கோலிய வாதம், காலப்போக்கில் இஸ்லாமிய ஆன்மிகத்துக்கும் அதன் ஒழுக்க நெறிக்கும் கீழ்ப்படிந்தது.

ஆக்டைகான் : செங்கிஸ்கானின் மறைவுக்குப் பிறகு அவனது மூத்த மகன் ஆக்டைகான் அரியணையேறினான். அவனது சகோதரர்கள் தந்தையின் இறுதி ஆவணத்தின்படி அவரவருக்கான பகுதிகளின் பொறுப்புகளை ஏற்றனர். இரண்டு ஆண்டுகளுக்குப் பிறகு, ஆக்டைகான் தன் சகோதரர்களை ஒரு விருந்துக்கு வரவழைத்தான். விழா முடிவில் சகோதரர்களிடம், “நான் அரசுப் பொறுப்பைத் துறப்பதாக முடிவு செய்துள்ளேன். உங்கள் விருப்பப்படி யாரையாவது தேர்வு செய்துகொள்ளும் உரிமை உங்களுக்கு இருக்கிறது” என்றான். ஆனால், சோகாட்டைகானும் அவனது சகோதரர்களும் படைத்தலைவர்களும் தொடர்ந்து, ஆக்டைகானே பொறுப்பில் நீடிக்க வேண்டும் என்று கேட்டுக்கொண்டனர். இதன்படி, மீண்டும், அரசுப் பொறுப்பை ஏற்றுக் கொண்டான் ஆக்டைகான். அவர்களது சூரிய வழிபாடு தொடர்ந்துகொண்டிருந்தது.

ஜுச்சிகானின் மகன் ஹதுகான், ஜுச்சிகானின் பேரன்கள், துலூய்கானின் மகன்கள், குயுக்கான், முன்க்குகான் ஆகியோர் ரஷ்யா (தென்மேற்கு ரஷ்யா), செர்க்கிஸியா, பெல்கிரேடு ஆகிய நாடுகள்மீது போர்த்தொடுக்க அனுப்பி வைக்கப்பட்டனர். ஏழு ஆண்டுகள் நீடித்த இப்போர்களின் முடிவில் அவை கீழ்ப்படிந்தன. மங்கோலியரால் மோசமாகப் பாதிக்கப்பட்ட குராசானைப் புனரமைக்கும் பணிக்கு படைத்தலைவர் அர்கூன் நியமிக்கப்பட்டான்.

செங்கிஸ்கானின் மகன் ஆக்டைகான் மென்மையும் அமைதியும் கைவரப்பெற்றவன். மக்கள் நலனிலும் சீர்திருத்தங்களிலும் பெரும் ஆர்வம்கொண்டவன். முஸ்லிம்கள்மீது மிகுந்த பரிவும் மதிப்பும் வைத்திருந்த அவன், முஸ்லிம்களின் நலனில் மிகுந்த கவனம் செலுத்தினான். மங்கோலிய விதிகளின்படி ஆற்றிலோ நீர் நிலைகளிலோ மூழ்கிக் குளிப்பது விலக்கப்பட்ட செயல். ஒருநாள், ஆக்டைகானும் சோகாட்டைகானும் ஒரு பயணத்தில் ஈடுபட்டிருக்கும்போது, முஸ்லிம் ஒருவன் ஆற்றில் குளித்துக்கொண்டிருப்பதைக் கண்டனர். அவனை அங்கேயே கொன்றுவிடும்படி உத்தரவிட்டான் சோகாட்டைகான். அவனைக் கைது செய்து மக்கள் முன்னிலையில் வைத்து மரண தண்டனை நிறைவேற்றுபடி மறு உத்தரவு பிறப்பித்தான் ஆக்டை கான். பிறகு, அந்த முஸ்லிமைத் தனியாகச் சந்தித்த ஆக்டைகான், அவனிடம் தங்க நாணயங்கள் நிறைந்த ஒரு பை இருந்ததாகவும் திருடர்களுக்குப் பயந்து அதை மறைத்து வைக்கவே தான் ஆற்றில் இறங்கியதாகவும் சொல்லும்படி அறிவுறுத்தினான். மக்கள்முன் கொண்டு வரப்பட்ட அவன், ஆக்டைகானின் அறிவுரைப்படி சொன்னான். அவனிடம் தங்க நாணயங்கள் இருந்தனவா என்று அரசுப் பணியாளர்கள் சோதனை செய்தனர். அது உண்மைதான் என்று நிரூபிக்கப்பட்டது. பணப்பையை ஆக்டைகானைத் தவிர வேறு யாரும் அவனிடம் கொடுத்திருக்கவும் முடியாது.

ஒருநாள், ஆக்டைகானிடம் வந்த ஒருவன், "நேற்றிரவு செங்கிஸ்கான் என்னுடைய கனவில் வந்தார். முஸ்லிம்களை உடனடியாக அழித்தாக வேண்டுமென்று தங்களிடம் சொல்லும்படி அவர் உத்தரவிட்டார்" என்றான். "உனக்கு மங்கோலிய மொழி தெரியுமா?" என்று கேட்டான் ஆக்டை கான். "இல்லை. பாரசீக மொழி மட்டும்தான் தெரியும்" என்றான் அவன். ஆக்டைகான்,

“செங்கிஸ்கானுக்கு மங்கோலிய மொழி மட்டும்தான் தெரியும். பாரசீக மொழியில் பேசவோ புரிந்துகொள்ளவோ இயலாத அவர் உன்னிடம் எந்த மொழியில் பேசினார்?” என்று கேட்டான். அவன் பொய் சொன்னதைப் புரிந்துகொண்ட ஆக்டைகான், அவனுக்கு மரண தண்டனை வழங்கும்படி உத்தரவிட்டான். ஆக்டைகானைக் குறித்த பொதுவான ஒரு கருத்தின்படி, இஸ்லாத்தை வெளிப்படையாக ஏற்றுக்கொள்ளாத அவன், அதன் ஆற்றலையும் உண்மையையும் அறிந்து உள்ளூர தன்னை ஒரு முஸ்லிமாக உணர்ந்திருந்தான்.

ஆக்டைகானின் தலைநகர் காரக்கோரம். மங்கோலியர் உலகம் முழுவதிலுமிருந்து கொள்ளையடித்த தங்கமும் வெள்ளியும் மாணிக்கங்களும் விலையுயர்ந்த பிற பொருள்களும் இங்கேதான் சேமித்து வைக்கப்பட்டன. ஆக்டைகானின் உலகப் புகழ்பெற்ற கொடைத்தன்மை குறித்த வரலாற்றுத் தகவல்களிலிருந்து குராசான், சிரியா போன்ற நாடுகளைச் சேர்ந்த பலர் அவனது தலைநகருக்கு வந்து பெரும் செல்வத்துடன் திரும்பியதாகத் தெரிய வருகிறது. இரத்த வேட்கை மிகுந்த தந்தையார் கொடூரங்களின் மூலம் சேர்த்து வைத்த செல்வங்களைத் தனது அளவுகடந்த கொடைத்தன்மையினூடே மகன் செலவுசெய்தான். இதற்கு, மனிதகுலத்தின் மீதான அவனது அன்பும் இரக்கச் சிந்தனையும் வழிகாட்டியுள்ளன. மங்கோலியரின் இரத்த வேட்கையும் கொடூரக் குணங்களும் ஆக்டைகானிடம் அன்பாகப் பரிணமித்தன. மங்கோலியப் பேரரசுக்கு அடிக்கல் நாட்டியவன் செங்கிஸ்கானாக இருந்தாலும் ஆக்டைகான்தான் அதற்குத் தனித்துவமும் உறுதியும் அளித்தவன்.

குயுக் கான் : ஆக்டைகான் இறக்கும்போது, அவனது மகன் குயுக் கான் தலைநகரிலிருந்து வெகுதொலைவிலிருந்தான். ஆகவே, பிரச்சினைகள் உருவாகாதிருக்கவும் மங்கோலிய வழக்கப்படியும் ஆக்டைகானின் மனைவி துர்க்கீனா பொறுப்பில் நியமிக்கப்பட்டாள். காரக்கோரத்துக்கு வந்த குயுக் கான், அரசுப் பொறுப்பு குறித்த எந்த எண்ணமுமின்றி ஒரு சாதாரண மனிதனாக வாழ்ந்து வந்தான். சிறிது காலத்துக்குப் பிறகு அரசி துர்க்கீனா, உலகெங்குமுள்ள அரசர்களுக்கும் ஆட்சியாளர்களுக்கும் தான் நடத்தும் ஒரு விழாவுக்கு வருகை தரும்படி அழைப்பு விடுத்தாள். குராசான், பாரசீகம், கிப்ச்சாக், ரோம், பாக்தாத், சிரியா ஆகிய நாடுகளின் அரசர்கள் தங்கள் பிரதிநிதிகளை அனுப்பி வைத்தனர். பாக்தாத்

கலீஃபா தன்னுடைய தலைமை காதி ஃபக்ருத்தீனை அனுப்பி வைத்தார். குராசானிலிருந்து அமீர் அர்கூனும், ரோமின் ஸெல்ஜூக் அரசிலிருந்து சுல்தான் ருக்னுத்தீன் ஸெல்ஜூக்கும், அலமுத்திலிருந்து ஷஹாபுத்தீனும், காஹிஸ்தானிலிருந்து ஷம்சும், ஐரோப்பிய அரசுகளிலிருந்து பல்வேறு தூதுவர்களும் வருகை தந்தனர்.

முஸ்லிம் விருந்தினர்களுக்கென இரண்டாயிரம் சிறப்புக் கூடாரங்கள் அமைக்கப்பட்டன. விழாவின் சிறப்பையும் விருந்தினர்களின் எண்ணிக்கையையும் இதன் மூலம் புரிந்துகொள்ள முடியும். விருந்தின்போது தகுதி வாய்ந்த ஒருவனை அரசனாகத் தேரந்தெடுப்பது குறித்த பேச்சு எழுந்தது. விருந்தினர்கள் அனைவரும் குயுக் கானை முன்மொழிந்தனர். துலூய் கானின் மகன் முன்க்கு கான், குயுக் கானின் கையைப் பிடித்து அரியணையில் அமர வைத்து அவனது தலையில் மணிமுடியைச் சூட்டினான். குயுக் கானின் மனைவி கிறிஸ்தவப் பெண்மணி. ஆகவே, கிறிஸ்தவப் பிரதிநிதிகள் கௌரவமும் சிறப்புக் கவனமும் பெற்றனர். ஆனால், பதினி பிரிவினர் ஏதோ அவமானம் நேர்ந்துவிட்டதுபோல் முகம் திருப்பிக்கொண்டனர்.

குயுக் கானும் முஸ்லிம்கள்மீது பெரும் மரியாதை காட்டினான். ஆனால், கிறிஸ்தவர்கள் இதை விரும்பவில்லை. குயுக் கானுக்கு முஸ்லிம்கள்மீது வெறுப்பை உருவாக்கும் செயல்களில் ஈடுபட்டனர். இதில் அவர்களுக்கு வெற்றியும் கிடைத்தது. முஸ்லிம்களை அடியோடு அழிக்கும் ஓர் அரசாணையை எழுதினான் குயுக் கான். படைத்தலைவர்கள் அனைவருக்கும் இந்த ஆணை அறிவிக்கப்பட்டது. உத்தரவை எழுதி, அரச முத்திரையும் கையொப்பமும் வைத்துவிட்டு வெளியே வந்த குயுக் கான்மீது பாய்ந்த அவனது வேட்டை நாய்கள் அவனது உயிர்நிலையைக் கடித்துக் குதறின. குயுக் கானின் உயிருக்கு ஆபத்தில்லை எனினும் அதன் காயங்கள் அவனை மிகவும் துன்புறுத்தின. இதையறிந்த கிறிஸ்தவர்கள் பயந்துபோயினர். பிறகு, முஸ்லிம்களை அவர்கள் எதிர்க்கத் துணியவில்லை. சிறிது காலத்துக்குப் பிறகு, சமர்கண்டுக்குச் சென்ற குயுக் கான் அங்கேயே மரணமடைந்தான்.

ஆக்டைகான் உயிரோடிருக்கும்போது அவனது படைத்தலைவனும் இளைய சகோதரனும் செங்கிஸ்கானின் கடைசி மகனுமான துலூய் கானும் அவனுடன் வாழ்ந்து வந்தான். தனது மூத்த சகோதரனான

ஆக்டைகான்மீது துலூய் கான் பெரிதும் அன்பு செலுத்தினான். ஆக்டைகான் நோய்வாய்ப்பட்ட நிலையில் அவன் உடல் நலம்பெற வேண்டியும் பதிலுக்கு தன்னுயிரை எடுத்துக்கொள்ளும்படியும் அவன் பிரார்த்தனை செய்தான். பிறகு, ஆக்டைகான் நோயிலிருந்து விடுபட ஆரம்பித்தான். அதே நேரம், துலூய் கானின் உடல்நிலை சீர்கெடத் தொடங்கியது. ஆக்டைகான் முற்றிலும் குணமடைந்தான். துலூய் கான் இறந்துவிட்டான். துலூய் கானுக்கு முங்க்குகான், குப்லாய் கான், ஆரிக் போக், ஹுலகுகான் என்று நான்கு மகன்கள். இவர்கள்மீதும் ஆக்டைகான் மிகுந்த அன்பு செலுத்தி வந்தான். குயுக் கானும் இவர்கள்மீது அன்பு வைத்திருந்தான். குயுக் கானின் மறைவுக்குப் பின், கப்ச்சாகின் அரசனாகிய ஜுச்சிகானின் மகன் பதுகான், பலம்பொருந்திய அரசனாகவும் அறிவுக்கூர்மை மிகுந்தவனாகவும் கருதப்பட்டான். பதுகானை பேரரசனாக நியமிப்பதில் பெரும்பான்மை ஆதரவிருந்தது. சிலர் அதற்கு எதிர்ப்பும் தெரிவித்தனர். இறுதியில், முங்க்குகான் அரியணை ஏறினான்.

முங்க்கு கான் : ஹிஜ்ரீ 648 இல் ஆட்சிப்பொறுப்பேற்ற முங்க்குகான், முஸ்லிம்களை நல்ல முறையில் நடத்தினான். வடசீனாவின் கித்தாய் மாகாண ஆட்சிப்பொறுப்பை தன்னுடைய சகோதரன் குப்லாய் கானிடம் ஒப்படைத்தான். மற்றொரு சகோதரனான ஹுலகுகான் தலைமையில் ஒரு பெரும்படையை பாரசீகத்தை நோக்கி அனுப்பி வைத்தான்.

ஏழாண்டுகள் ஆட்சி செய்த முங்க்கு கான் ஹிஜ்ரீ 655இல் காலமானான். மரணம் நிகழ்வதற்கு ஓர் ஆண்டுக்கு முன், சீன அரசனுக்கு ஒரு கடிதம் எழுதினான். அதில் தனக்குக் கீழ்ப்படியச் சொல்லி வலியுறுத்தியிருந்தான். இதை ஏற்க மறுத்த சீன அரசன்மீது படையெடுத்தான்.

குப்லாய் கான் : ஒரு பயணம் மேற்கொண்டிருந்த நிலையில் சங்காட் எனுமிடத்தில் முங்க்குகானின் மரணம் நிகழ்ந்தது. அவனது சகோதரன் குப்லாய் கானும் அப்போது உடனிருந்தான். சங்காடில் வைத்தே தன்னை அரசனாக முடிசூடிக்கொண்டான் குப்லாய் கான். இதையறிந்த ஆரிக் போக், மங்கோலிய அரசன் தானென்று காரக்கோரத்தில் அரியணை ஏறினான். குப்லாய் கான், ஆரிக் போக்மீது

போர் தொடுத்தான். குலூரன் எனுமிடத்தில் இரு படைகளும் மோதின. இதில் தோற்கடிக்கப்பட்ட ஆரிக் போக் தப்பித்துச் சென்றான். பிறகு, கித்தாயில் ஒரு படையை திரட்டிக்கொண்டு மீண்டும் போர் தொடுத்தான். இம்முறையும் தோல்வியுற்று சீனாவின் மேற்கு நகரமான கஷ்காரை நோக்கி ஓடினான். அங்கிருந்து திரும்பவும் குப்லாய்கான்மீது போர் தொடுத்தான். இருசகோதரர்களிடையிலான போர்கள் நான்கு ஆண்டுகள் நீடித்தன. இறுதியில் கைது செய்யப்பட்டுச் சிறையிலடைக்கப்பட்ட ஆரிக்போக் சிறையிலேயே இறந்துபோனான்.

ஹிஜ்ரீ 655 இல் அரியணையேறிய குப்லாய் கான், ஆக்ஸஸ் நதி முதல் சிரியா வரையிலான நிலப்பகுதிகளின் ஆட்சியாளராக ஹுலகுகானை நியமித்தான். ஆரிக் போக்குக்கும் குப்லாய் கானுக்குமிடையே நடந்த தொடர் போர்களின் விளைவாக, காரக்கோரத்தின் மைய நிர்வாகம் பெருமளவு சீர்குலைந்ததுடன் பல்வேறு மாகாண ஆளுநர்கள் மைய அரசுடனான தங்களது உறவுகளைத் துண்டித்து, தங்களது சுதந்திர அரசுகளைப் பிரகடனம் செய்தனர். செங்கிஸ்கானின் இளவரசர்கள் பலர் இஸ்லாத்தைத் தழுவியும் மங்கோலியரிடையே இஸ்லாம் மிக வேகமாகப் பரவியும்கொண்டிருந்த காலகட்டத்தில் இது நடந்தது.

குப்லாய்கான் வெவ்வேறு சமயங்களைச் சேர்ந்த நான்கு பேர்களை அமைச்சர்களாக நியமித்திருந்தான். இதில், முஸ்லிம் அமைச்சரின் பெயர் அமீர் அஹ்மத் பனக்தி. ஏனைய மூன்று அமைச்சர்களும் குப்லாய் கானின் ஆட்சியைப் பணிவுடன் ஏற்றிருந்தனர். இக்காலகட்டத்தில் மங்கோலிய ஆட்சி சீனா முதல் ஐரோப்பா வரையிலும் பரந்து வியாபித்திருந்தது. முஸ்லிம் ஆட்சி அப்போது வலுவற்றும் நலிவடைந்தும் காணப்பட்டது.

மங்கோலிய அரசவையில் மேலாதிக்கம் பெற்றிருந்த கிறிஸ்தவர்களும், மாகியரும், யூதர்களும் அரசரை முஸ்லிம்களுக்கு எதிராகத் தூண்டினர். ஹுலகுகானின் மகன் அபகா கான் ஒரு முறை குராசானிலிருந்து குப்லாய் கானுக்கு எழுதினான்: “முஸ்லிம்களின் வேத நூலான குர்ஆன், ஏகத்துவ மறுப்பாளர்களைக் காணுமிடத்தில் கொன்றுவிடும்படி முஸ்லிம்களிடம் சொல்வதாக யூதர்களும் மாகியர்களும் சொல்கிறார்கள். இது குறித்த உங்கள் கருத்தென்ன? முஸ்லிம்களின் நம்பிக்கை நம்மீதான அச்சுறுத்தலாக இருக்கிறதே?”

முஸ்லிம்கள் சிலரை வரவழைத்த குப்லாய்கான், "இப்படியான ஒரு கட்டளை குர்ஆனில் சொல்லப்பட்டுள்ளதா?" என்று கேட்டான். அவர்களும், "ஆமாம், அப்படியான ஒரு கட்டளையும் அதில் உள்ளது" என்றனர். "எனில், எங்களை ஏன் நீங்கள் கொல்லவில்லை?" என்று கேட்டான் குப்லாய்கான். "அதற்குரிய ஆற்றல் எங்களிடமில்லை! அத்தகைய நிலையை நாங்கள் அடையும்போது அது நிகழும்" என்று அவர்கள் தவறாக விளக்கமளித்தனர். "அப்படியான நிலையிலுள்ள நாங்கள் உங்களைக் கொல்ல வேண்டும் அல்லவா?" என்ற குப்லாய் கான், அவர்களைக் கொன்றுவிட்டு முஸ்லிம்களைக் காணுமிடத்தில் வைத்துக் கொன்றுவிடச்சொல்லி உத்தரவிட்டான்.

இதையறிந்த முஸ்லிம் அறிஞர்களான பத்ருத்தீன் பைஹாகியும் அமீதுத்தீன் சமர்கண்டியும் குப்லாய் கானின் அரசவைக்குச் சென்று முஸ்லிம்களைக் கொலை செய்யும் உத்தரவுக்கான பின்னணி என்னவென்று கேட்டனர். "சிலை வழிபாட்டாளர்களைக் கொல்வது குறித்த நம்பிக்கையில் உங்களது கருத்தென்ன?" என்று கேட்டான் குப்லாய் கான். அவர்கள் இதற்கு விளக்கமளித்தனர்: "எல்லாம் வல்ல அல்லாஹ், தன் தூதரிடமும் அவரது தோழர்களிடமும் இரத்த வெறி மேலோங்கிய சிலை வணங்கிகளைக் கொன்றுவிடச் சொன்னான். இது தற்காப்புதானே தவிர வேறில்லை. மட்டுமல்ல, உத்தரவுகளையும் ஆவணங்களையும் இறைவனின் பெயரால் தொடங்கும் நீங்களும் ஏகத்துவ இறைநம்பிக்கையாளர்கள்தான்." இதைக்கேட்ட குப்லாய் கான், தனது உத்தரவை மகிழ்ச்சியுடன் திரும்பப் பெற்றான்.

மங்கோலியர் சமயம் குறித்து மிகவும் உயர்ந்த சிந்தனைகொண்டவர்கள் என்பது இந்நிகழ்ச்சியிலிருந்து தெரிய வருகிறது. தங்களது பண்பாட்டு வளர்ச்சிகளின் மூலம், படிப்படியாக அவர்கள் இஸ்லாத்தை நெருங்கிக்கொண்டுமிருந்தனர். இஸ்லாத்தை அழிக்க நினைத்த எதிரிகளின் திட்டம் பலனளிக்கவில்லை.

35 ஆண்டு காலம் ஆட்சி செய்த குப்லாய் கான், தனது 73ஆம் வயதில் காலமானான். தொடர்ந்து, அவனது பேரன் தைமூர் (தெமூர்) கான் சீனாவிலிருந்தவாறே அரசராகப் பதவியேற்றான். அவனது ஆட்சிக் காலத்தில் அரசு நிர்வாகமும் ஆட்சிப் பகுதிகளும் சீர்குலைந்தன. ஹிஜ்ரீ 700 இல் தைமூர் கான் காலமானான். அவனது இறப்புக்குப் பிறகு, பலர் அரியணை ஏறினாலும், அது வெறும்

தொடர்ச்சியாக மட்டுமே இருந்ததே தவிர சரியான ஆட்சியாக அமையவில்லை. தைமூர் கானின் மரணத்துடன் மங்கோலிய ஆட்சி வீழ்ச்சியடைய ஆரம்பித்தது.

ஹுலகு கான் : காரக்கோரத்தில் மங்கோலியப் பேரரசின் பொறுப்பை முங்க்கு கான் ஏற்றபோது, பதினி இஸ்மாயீலின் அக்கிரமங்கள் அளவு கடந்துவிட்டதாகவும் அரசர்கள், படைத்தலைவர்கள், உயரதிகாரிகள் மற்றும் முக்கியஸ்தர்கள்மீது அவன் வெறுப்புடன் நடந்து கொள்வதாகவும் தகவல்கள் வந்தன. அவர்களது கொலைகளும் அச்சுறுத்தல்களும் மங்கோலியரிடையே பயத்தை உருவாக்கின. இத்துடன் பாக்தாத் கலீஃபாவைக் குறித்த தகவலும் மங்கோலியரைப் பயமுறுத்தியது. பாக்தாத் ஆட்சியாளர் பலவீனமானவர் என்று கருதப்பட்டாலும், எதிர்க்கத் துணிந்தால் அவரை வெற்றிகொள்ள இயலாதென்ற பயம் மங்கோலியருக்கு இருந்தது. முங்க்கு கான் தன் சகோதரரான ஹுலகுகான் தலைமையில் 1,20,000 வீரர்கள்கொண்ட ஒரு படையை பாக்தாதுக்கு அனுப்பி வைத்தான். கலீஃபா அமைதியை விரும்பினால் தாக்க வேண்டாம் என்றும் முரண்டு பிடித்தால் தாக்கவும் சொல்லி அனுப்பியிருந்தான். மேலும், அல் அமூத் கோட்டையைத் தாக்கி இஸ்மாயீலியரின் அரசைப் பூண்டோடு அழிக்கவும் சொல்லியிருந்தான். அமீர் கரச்சரின் மகன் அமீர் இச்சோலையும் படைத்தலைவராகக் கூடவே அனுப்பி வைத்தான்.

ஹிஜ்ரீ 651 இல் ஹுலகுகான் குராசானுக்கும் பிறகு இரானுக்கும் சென்றான். அஸர்பைஜான், ஷிர்வான், கிர்கிஸ்தான் ஆகியவற்றின் ஆட்சியாளர்கள் முன்வந்து தங்கள் நல்லிணக்கத்தை அறிவித்தனர். அர்கூன் ஆகா ஒப்ராத், முங்க்குகானைச் சந்திப்பதற்காக குராசானிலிருந்து சென்றான். ஹுலகுகான், குராசானுக்கு வந்தான். நிலைமைகளை அறிந்துகொண்ட அவன், இறை மறுப்பாளர்களாகிய இஸ்மாயீலியர் ஏற்படுத்திய பிரச்சினைகள்மீது கவனம் செலுத்தி அவர்களுடைய கோட்டைகளை ஒவ்வொன்றாகக் கைப்பற்றினான். ஹிஜ்ரீ 656இல் அலமுத் கோட்டை கைப்பற்றப்பட்டது. இஸ்மாயீலியரின் அரசன், ஷாருக்னுத்தீன் குர்ஷா கைது செய்யப்பட்டு ஹுலகுகானின்முன் கொண்டு வரப்பட்டான். வழியில், அவனுக்கு மரணதண்டனை வழங்கப்பட வேண்டும் என்ற உத்தரவுடன் காரக்கோரத்திலிருந்த முங்க்குகானிடம் அழைத்துச்

செல்லப்பட்டான். மரண தண்டனை நிறைவேற்றப்பட்டது. அவனது மனைவி, பிள்ளைகள், உறவினர் அனைவருமே கொல்லப்பட்டனர். குர்ஷாவின் அரசவையிலிருந்த கவாஜா நஸீருத்தீன் தூஸி, மங்கோலிய அரசன்மீது புகழ்மொழி பேசி, தனது திறமையால் அரசவையில் ஓர் உயர் பதவியையும் அடைந்தான். புதைத்து வைக்கப்பட்ட இஸ்மாயீலியரின் செல்வங்களும் விலையுயர்ந்த பொருள்களும் மங்கோலியரால் கொள்ளையிடப்பட்டன. இத்துடன் இஸ்மாயீலியரின் ஆட்சி முடிவுக்கு வந்தது.

சிறிது காலத்துக்குப் பிறகு பாக்தாத்மீது படையெடுக்கும்படி ஹுலகுகானைத் தூண்டினான் நஸீருத்தீன் தூஸி. இவன், பாக்தாத் அமைச்சரான அல்கமீயுடன் சேர்ந்து மேற்கொண்ட திட்டத்தின்படியே இதை சாதித்தான். பாக்தாதுக்குப் பெருநாசம் விளைந்தது. பாக்தாதிலிருந்து மாணிக்கக் கற்கள், ஆபரணங்கள், விலையுயர்ந்த பிற பொருள்கள், அடிமைப்பெண்கள் எனப் பெரும் சுமைகளுடன் தனது தலைநகரான மராகேஹ் நகருக்குத் திரும்பினான் ஹுலகுகான். தான் கொண்டுவந்த பொருள்கள் அனைத்தையும் காரக்கோரத்திலிருந்த முங்க்குகானுக்கு அனுப்பி வைத்தான். பாரசீக ஆளுநர் அத்தபெக் ஸஅத் பின் அபூபக்ர், மோசிலின் ஆளுநர் பத்ருத்தீன் லுஉலு, ரோமானிய ஸெல்ஜுக் அரசின் ஆளுநர் சுல்தான் அஸீஸுத்தின் ஸெல்ஜுக் ஆகியோர் ஹுலகுகானிடம் வந்து தங்கள் நல்லிணக்கத்தை அறிவித்துக்கொண்டனர்.

ஹிஜ்ரீ 657 ரமளான் மாதம் ஹுலகுகான், புகழ்பெற்ற சில படைத்தலைவர்கள் தலைமையிலான ஒரு படையை சிரியாவை நோக்கி அனுப்பி வைத்தான். பின்னர், நஸீபைன், ஹர்ரான், ஹலப் ஆகிய பகுதிகளைத் தனது கட்டுப்பாட்டுக்குள் கொண்டு வந்து மக்களைப் படுகொலை செய்தபடியே டமாஸ்கசை அடைந்தான். டமாஸ்கசும் கீழ்ப்படிந்தது. சிரியாவில், தனது ஆளுநர் காஸுக்காவைப் பொறுப்பில் நியமித்துவிட்டு, குராசானை நோக்கித் திரும்பினான். சில நாள்களுக்குப் பிறகு, எகிப்தியப் படை சிரியாமீது போர் தொடுத்து, மங்கோலியப் படைகளைத் துரத்தியது. கோபம்கொண்ட ஹுலகுகான், மீண்டும் சிரியாமீது படையெடுப்பதாக முடிவு செய்தான். ஆனால், முங்க்குகானின் மரணம் இதற்குத் தடையாக அமைந்தது. இதே காலகட்டத்தில் ஹுலகுகானுக்கும் ஜுச்சிகானின் மகனும் கிப்சாக்

கானதேயின் அரசனுமான பர்க்கீகானுக்குமிடையிலான நல்லிணக்கம் சீர்குலைந்தது.

இதற்கான காரணம், பர்க்கீகானின் நெருங்கிய உறவினர் ஒருவன் ஹுலகுகானுடன் இருந்தான். ஹுலகுகான் அந்த உறவினரைக் கொன்றுவிட்டான். கோபம்கொண்ட பர்க்கீகான், "ஹுலகுகான் பாக்தாத் கலீஃபாவைக் கொன்றதுடன் எந்தக் காரணமுமின்றி முஸ்லிம்கள் பலரையும் கொலை செய்துள்ளான். இந்தப் பாதகச் செயல்களுக்காகவும் நான் அவனைப் பழிவாங்குவேன்" என்று சூளுரைத்தான். தொடர்ந்து, ஹுலகுகான்மீது தாக்குதல் தொடுக்க ஒரு படையை அனுப்பினான். இதில், ஹுலகுகானின் படை தோற்கடிக்கப்பட்டது. எனினும் போர் முடிவுக்கு வரவில்லை. ஹிஜ்ரீ 661இல் பர்க்கீகான் மீது படையெடுத்துச் சென்ற ஹுலகுகான் வெற்றி பெற்றான். சிறிது காலத்துக்குப் பிறகு ஹுலகுகான்மீது பெரிய அளவிலான ஒரு தாக்குதலை மேற்கொண்டான் பர்க்கீகான். இதில் தோல்வியைச் சந்தித்த ஹுலகுகான் பெரும் விரக்தியில் ஆழ்ந்தான்.

பர்க்கீகானுக்கு எதிராகப் போரிடுவதற்கு, கரதார்த்தாரிய இனக்குழுவினரை அழைத்து வருமாறு ஒரு படைத்தலைவரை சிரியாவுக்கு அனுப்பி வைத்தான் ஹுலகுகான். சிரியாவுக்குச் சென்று கரதார்த்தாரியரை அழைத்து வந்த படைத்தலைவர் ஹுலகுகானுக்கு எதிராகக் கலகம் செய்தான். தனது தலைநகரான மராகேஹிலிருந்த ஹுலகுகான் இதையறிந்து மிகுந்த மன அழுத்தத்திற்கு உள்ளாகி மயங்கி விழுந்தான். எட்டாண்டுகள் ஆட்சி செய்த ஹுலகுகான் ஹிஜ்ரீ 663இல் தனது 48ஆவது வயதில் மயக்க நிலையிலேயே உயிரிழந்தான்.

நஸீருத்தீன் தூஸி மற்றும் சில விஞ்ஞானிகளின் உதவியுடன் மராகேஹ் நகரில் ஒரு வானியல் ஆய்வுக்கூடத்தை நிறுவினான் ஹுலகுகான். வடகிழக்கு இரான், தென் துர்க்மெனிஸ்தான், வடஆஃப்கானிஸ்தான் ஆகியவற்றை உள்ளடக்கிய குராசானையும் இராக்கையும் தன் மகன் அபகாகானிடமும், அஸர்பைஜானை இரண்டாவது மகனின் பொறுப்பிலும் ஒப்படைத்தான். தயார் இ பக்கரையும் தயார் இ ரபீயாவையும், ஸல்தோஸ் ஆட்சியாளரான துரானிடம் ஒப்படைத்தான். துரானின் அமைச்சராக கவாஜா ஷம்ஸுத்தீன் முஹம்மத் ஜாவினியை நியமித்தான். ஷம்ஸுத்தீன்

ஜாவினியின் மகன் அத்தா அல் முல்க் அலாவுத்தீன் பாக்தாத் ஆட்சியாளராக நியமிக்கப்பட்டான்.

மங்கோலிய வழக்கப்படி ஹுலகுகானின் உடல் புதுமையான முறையில் அடக்கம் செய்யப்பட்டது. குழிக்குப் பதிலாக ஓர் அறை கட்டப்பட்டது. உடலை அந்த அறையில் படுக்க வைத்து விலையுயர்ந்த ஆடைகளும் ஆபரணங்களும் அணிந்த இளம்பெண்கள் அறைக்குள் அழைத்து வரப்பட்டனர். உயிரிழந்தவனுக்குத் துணையாகவும் அவனுக்குப் பணிவிடைகள் செய்யவும் அவர்களும் அந்த அறையில் விடப்பட்டனர். அரசனின் உடலுடன் அந்தப் பெண்களும் குழிக்குள் வைத்து மூடப்பட்டனர்.

ஆட்சிக் காலத்தில் இந்தியாவை சுல்தான் பல்பன் ஆண்டுவந்தான். பல்பனின் ஆட்சியில் நடக்கும் அனைத்தையும் ஹுலகுகான் அறிந்து வந்தான். ஆயினும், இந்தியாவை அவன் தாக்கவில்லை. பல்வேறு கால இடைவெளிகளில் இந்தியாமீது மங்கோலியப் படையெடுப்புகள் பல நடந்திருந்தாலும் அவற்றை முறியடித்திருந்த பெருமை அவ்வப்போதைய அரசர்களையே சாரும். உலகம் முழுவதிலுமுள்ள முஸ்லிம்கள் மங்கோலியரால் பெரும் துன்பங்களுக்கு ஆட்பட்ட நிலையில் இந்தியாவில் அவர்கள் பாதுகாப்பாக வாழ்ந்தனர். மங்கோலியரின் நாடு பிடிக்கும் ஆசை நிறைவேறாதது இந்தியாவில் மட்டுமே!

அபகாகான் : ஹுலகுகான் இறந்த சிறிது காலத்தில் விழா ஒன்றை ஏற்பாடு செய்த மங்கோலிய பிரமுகர்களும் அரசவையினரும், ஹுலகுகானின் மகன் அபகாகானை அரசராகத் தேர்வு செய்தனர். ஆனால், மங்கோலியப் பேரரசரான குப்லாய்கானின் அனுமதியின்றி பொறுப்பேற்பதை அபகாகான் விரும்பவில்லை. இறுதியில், அரசவையினரின் வற்புறுத்தலுக்கு இணங்க, ஹிஜ்ரீ 663 ரமளான் மாதம் 2 ஆம் நாள் அரசுப்பொறுப்பை ஏற்றான். அரியணை ஏறியதும் மங்கோலிய படைத்தலைவர்களுக்கும் வீரர்களுக்கும் ஏராளமான அன்பளிப்புகள் வழங்கினான். ஷிர்வான் ஆட்சியாளராகத் தனது சகோதரன் பஷ்மூத்தை நியமித்தான். காஸ்பியன் கடலின் வடபகுதியை எல்லையாகக்கொண்ட வரலாற்றுச் சிறப்பு வாய்ந்த வடக்கு இரானின் மஸாந்தரானையும் குராசானையும் மற்றொரு சகோதரனான தெஷீனின் பொறுப்பில் ஒப்படைத்தான்.

ஸொன்ஜாக்கின் மகன் துஹான் பஹதூரிடம் இன்றைய துருக்கியான ரோமை ஒப்படைத்தான். அதன் அண்மையிலுள்ள பகுதிகளுக்கு ஜலைர் தர்லகீனின் மகன் துரானை நியமித்தான். நிதிப் பொறுப்புகளுக்கு அர்கூன் அகாவும், தலைமை அமைச்சராக கவாஜா ஷம்சுத்தீனும் நியமிக்கப்பட்டனர். அபகாகானின் மகன் மெஹ்ர்தாஜ் நவ்யான் பிர்லாஸின் ஆசிரியராக அர்கூன்கான் நியமிக்கப்பட்டான்.

பர்க்கீகானுக்கு எதிரான போரைத் தொடங்கினான் அபகாகான். தொடர்ந்து நடந்த பல போர்களின் முடிவில் பர்க்கீகான் மரணமடைந்தான். மங்கோலிய அரசனின் படைத்தலைவர்களும் உறவினர்களும் எல்லாத் திசைகளிலுமிருந்தும் அபகாகானைக் குறி வைத்தனர். பரக்கான் சோகத், குராசானைக் கைப்பற்றினான். பல்வேறு போர்களின் முடிவில் அவனைத் தோற்கடித்த அபகாகான் தனது அரசை நிறுவினான். தென்மேற்குப் பகுதிகளை வெற்றிகொள்ளும் அவனது முயற்சிகள் பலனளிக்கவில்லை. எகிப்தியப் படைகளுடன் நடந்த அனைத்துப் போர்களிலும் மங்கோலியப் படைகள் தோல்வியையே தழுவின.

ஹிஜ்ரீ 680 இல் அபகாகான் இறந்தான். அஷ்ஷெய்க் ஸஅதி ஷிராஸிடமும் ஜலாலுத்தீன் ரூமியிடமும் பெரும் பற்றுகொண்டிருந்த அபாகாகான் அவர்களை அடிக்கடி சந்திப்பது வழக்கம். அவனுக்குப் பின் அவனது மகன் நகூதார் அக்லான் பொறுப்புக்கு வந்தார்.

நகூதார் அக்லான் : அஹ்மத்கான் எனும் நகூதார்கான், தந்தை அபகாகானின் காலத்திலேயே இஸ்லாத்தைத் தழுவியிருந்தார். அஷ்ஷெய்க் கமாலுத்தீன் அப்துர் ரஹ்மான் அல் ரஃபீயி என்பவரைத் தனது அமைச்சராக நியமித்ததுடன் முஸ்லிம்களுக்கு உயர் பதவிகளும் பல்வேறு சலுகைகளும் வழங்கினார். மங்கோலியரின் தவறான பழக்க வழக்கங்களையும் சடங்கு முறைகளையும் ஒழித்த இவர், இஸ்லாத்தின் வளர்ச்சிக்காக தன்னாலியன்ற அனைத்தையும் செய்தார். முஸ்லிமாக மாறியதுடன் மங்கோலியரின் ஆட்சிக்கும் சடங்கியல் முறைகளுக்கும் தீங்கு விளைவிப்பதாகச் சொல்லி அவரது சகோதரன் அர்கூன்கான் கிளர்ச்சியில் ஈடுபட்டான்.

அபகாகானின் மகனான அர்கூன்கான் அரசவையினரையும் படைத்தலைவர்களையும் தனக்கு ஆதரவாக மாற்றினான்.

அஹ்மத்கானுக்கு எதிரான கிளர்ச்சி வெடித்தது. அஹ்மதின் படைகளும் அர்கூனுடன் சேர்ந்துகொண்டன. மூன்றாண்டு கால ஆட்சியின் முடிவில் அஹ்மத்கான் கைது செய்யப்பட்டு கொல்லப்பட்டார். இது ஹிஜ்ரீ 683இல் நடந்தது.

அர்கூன்கான் : அஹ்மத்கானுக்குப் பிறகு ஆட்சிக்கு வந்த அர்கூன்கான், ஸஅதுல்லாஹ் எனும் யூதனைத் தலைமை அமைச்சராக நியமித்தான். அவனது தூண்டுதல்படி தனது ஆட்சியின் கீழிருந்த முஸ்லிம் கல்வியாளர்கள் அனைவரையும் கொல்லும்படி உத்தரவிட்டான். இதன்படி ஆயிரக்கணக்கான முஸ்லிம் அறிஞர்கள் கொல்லப்பட்டனர். தனது ஆயுளை நீட்டித்துக்கொள்வதற்காக ஒரு இந்துத் துறவியிடமிருந்து பெற்ற மூலிகை மருந்து அர்கூனை நோயில் தள்ளியது. ஹிஜ்ரீ 690 இல் அர்கூன்கான் மரணமடைந்தான்.

கைக்கத்துகான் : அர்கூன்கானைத் தொடர்ந்து அவனது சகோதரர் கைக்கத்துகான் பொறுப்புக்கு வந்தார். இவர் ஹிஜ்ரீ 693இல் வெளியிட்ட காகிதப் பணம், அவரது ஆட்சியின்போது நடந்த குறிப்பிடத்தக்க நிகழ்வு. மங்கோலியர் அதனை 'யுட்' என்று குறிப்பிட்டனர். காகிதத்தின் இரு பக்கங்களிலும் 'லாஇலாஹா இல்லல்லாஹ் முஹம்மதுர் ரஸூலுல்லாஹ்' எனும் சொற்களும் அதன் கீழ் அரசரின் பெயரும் அதன் மதிப்பும் அச்சிடப்பட்டிருந்தன. இது நாடு முழுவதும் பெரும் அதிர்ச்சியையும் வியாபார உலகில் பெருந்தாக்கத்தையும் உருவாக்கியது. தங்க நாணயத்துக்குப் பதிலாக காகிதத் துண்டை ஏற்றுக்கொள்வது குறித்து மக்களிடையே பலத்த எதிர்ப்பு உருவானது. இதன் காரணமாக, காகிதப் பணத்தின் புழக்கத்தை நிறுத்தி வைத்தார் கைக்கத்துகான். இஸ்லாத்தின்மீதுகொண்ட பற்றின் காரணமாக இவரும் மங்கோலிய படைத்தலைவர்களால் கொலையுண்டார்.

பைதுகான் : கைக்கத்துகானுக்குப் பிறகு அவரது ஒன்றுவிட்ட சகோதரனும் ஹூலகுகானின் பேரனுமான பைதுகான் அரசுப்பொறுப்பை ஏற்றுக்கொண்டான். மங்கோலிய அரசின் கீழ் 30 ஆண்டுகள் குராசானை ஆட்சி செய்த அர்கூன் ஆகா அவிராத் ஹிஜ்ரீ 696இல் இறந்தார். இறப்பதற்கு முன் அவரது மகன் அமீர் நவ்ரூஸ் பெக், அர்கூன்கானின் மகனும் அபகாகானின் பேரனுமான இளவரசன் கஸான்கானின் அரசவையில் சேர்ந்து அவரிடம் இஸ்லாத்தை

ஏற்றுக்கொள்ளும்படி கேட்டுக்கொண்டார். கஸான்கான் அப்போது குராசான் ஆளுநராக இருந்தார். அரசுப் பொறுப்புக்குரியவனாக தன்னைக் கருதியிருந்த கஸான்கானுக்கும் பைதுகானுக்குமிடையே மனக்கசப்பு இருந்து வந்தது. நவ்ரூஸ் பெக்கால் வழிநடத்தப்பட்டு வந்த கஸான்கான், ஸத்ருத்தீன் ஹம்வியை வரவழைத்து அவர் மூலம் இஸ்லாத்தைத் தழுவி மஹ்மூத்கான் என்று பெயர் சூட்டிக் கொண்டார். அவர் இஸ்லாத்தைத் தழுவியதைத் தொடர்ந்து, மங்கோலிய படைத்தலைவர்கள் பலரும் இஸ்லாத்துக்கு வந்தனர். இதைத் தொடர்ந்து, பைதுகானுக்கும் மஹ்மூத் கானுக்கும் இடையிலான மனக்கசப்பு மேலும் அதிகரித்தது. இது, போரிலும் கொலைகளிலும் சென்றடைந்தது. இதில், மஹ்மூத்கான் வெற்றி பெற்றார். பைதுகான் கொலையுண்டதைத் தொடர்ந்து ஹிஜ்ரீ 694இல் மஹ்மூத்கான் அரசுப் பொறுப்புக்கு வந்தார்.

மஹ்மூத்கான் : சுல்தான் மஹ்மூத்கான் தனது அமைச்சராகவும் படைத்தலைவராகவும் நவ்ரூஸ் பெக்கை நியமித்தார். நாணயங்களில் ஒன்றாம் கலிமாவைப் பொறித்ததுடன் அரசு உத்தரவுகள் அனைத்திலும் அல்லாஹு அக்பர் என்று எழுதச் செய்தார். சிறிது காலத்துக்குப் பின், நவ்ரூஸ் பெக்கை குராசான் ஆளுநராக நியமித்தார். மங்கோலிய படைத்தலைவர்களான இஸ்திமூரும் அர்சலானும், சுல்தான் மஹ்மூதையும் நவ்ரூஸ் பெக்கையும் கொன்றுவிடத் திட்டமிட்டனர். இதில் ஒருவனை சுல்தான் மஹ்மூதும் இன்னொருவனை நவ்ரூஸ் பெக்கும் கொன்றனர். இதைத் தொடர்ந்து சில படைத்தலைவர்களும் அமைச்சர்களும் நவ்ரூஸ் பெக்கை அரசருக்கு எதிராகத் திருப்பும் நோக்கத்துடன் நவ்ரூஸ் கிளர்ச்சிக்கான முன்னேற்பாடுகளில் ஈடுபட்டிருப்பதாகப் புரளி பரப்பினர். இதைத் தொடர்ந்து நவ்ரூஸ் பெக்கையும் அவரது குடும்பத்தினரையும் மஹ்மூத்கான் கொன்றார். இவர்களின் சதியாலோசனையால் அமைச்சர் கவாஜா ஸத்ருத்தீனும் கொல்லப்பட்டார். அவரது இடத்தில் கவாஜா ரஷீதுத்தீன் நியமிக்கப்பட்டார். இது ஹிஜ்ரீ 699 இல் நிகழ்ந்தது.

நிலைமை கட்டுப்பாட்டுக்குள் இருந்தது. சுல்தான் மஹ்மூத்கான், எகிப்தின் ஆட்சியாளருக்கு ஒரு கடிதம் அனுப்பினார். அதில், தனது மூதாதையர்கள் சிரியாவை வெற்றிகொண்டு ஆண்டு வந்தார்கள் என்றும், எகிப்தியர் அதனைக் கைப்பற்றிக்கொண்டனர் என்றும்,

எனவே எகிப்தை ஆள்பவர்கள் ஆட்சிப்பொறுப்பிலிருந்து விலகி, தனக்கு இணக்கம் காட்டவேண்டும் என்று எழுதியிருந்தார். ஆனால் எகிப்தியரின் பதில் அவரை மிகவும் தரம் தாழ்த்துவதாக அமைந்திருந்தது. கூடவே, எகிப்தியர் படையெடுத்து வந்து சுல்தான் மஹ்மூத்கானின் ஆட்சிக்குட்பட்ட சில பகுதிகளைத் தாக்கினர். பள்ளிவாசல்களை அசுத்தப்படுத்தினர். முஸ்லிம்களைப் படுகொலை செய்தனர். ஹிஜ்ரீ 699 இல் 90,000 வீரர்கள் அடங்கிய ஒரு படைக்குத் தலைமையேற்றுச்சென்ற சுல்தான் மஹ்மூத், சிரியாவைத் தாக்கினார். மங்கோலியர்களை எதிர்க்க எகிப்திய அரசனும் வெளியே வந்தான். ஹிம்சில் போர் மூண்டது. எகிப்தியர் தோல்வியைத் தழுவினர். மஹ்மூத்கான் டமாஸ்கஸ் உட்பட சிரியாவைக் கைப்பற்றி தனது ஆளுநர்களை நியமித்தார்.

எகிப்திய அரசன் மீண்டும் சிரியாமீது படையெடுத்தான். சிரியாவிலிருந்த மங்கோலியப் படைகள் வீரத்துடன் எதிர்த்து நின்றும் தோல்வியடைந்தனர். மங்கோலியப் படைத்தலைவனான தைத்தாக் கைது செய்யப்பட்டான். இதையறிந்த மஹ்மூத்கான் மீண்டும் சிரியாமீது போர்த்தொடுக்க முடிவு செய்தார். ஆனால், கிப்ச்சாக் கனத்தீயை ஆண்டுவந்த ஜுச்சிகானின் வம்சாவளியினர் பாரசீகத்தையும் குராசானையும் உரிமைகோருவதாக வந்த செய்தியைத் தொடர்ந்து தனது முடிவை மாற்றிக்கொண்டார். பிறகு சிரியாமீது படையெடுப்பதற்கான வாய்ப்பு அவருக்குக் கிடைக்கவே இல்லை.

ஹிஜ்ரீ 703இல் சுல்தான் மஹ்மூத்கான் இறந்தார். அவரது ஆட்சியின்போது மங்கோலியரிடையே இஸ்லாம் பெருமளவில் பரவியது. முஸ்லிம்களுக்குப் பல்வேறு நன்மைகள் விளைந்தன. இறப்புக்கு முன் அவர், முஹம்மத் குடபாண்டா என்ற பெயரில் அறியப்பட்டிருந்த ஒல்ஜீய்த்து எனும் தன்னுடைய சகோதரனைத் தனக்குப் பின் அரசராக நியமித்திருந்தார்.

முஹம்மத் குடபாண்டா ஒல்ஜீய்த்து : குடபாண்டா எனும் சிறப்புப் பெயருடன் ஹிஜ்ரீ 703இல் அரியணையில் அமர்ந்தார் ஒல்ஜீய்த்து. அவர் அரசுப் பொறுப்புக்கு வருவதை அரசவையினரும் படைத்தலைவர்களும் வாழ்த்தி வரவேற்றனர். அரசராகப் பொறுப்பேற்றதும் நாடு முழுவதும் இஸ்லாமியச் சட்டங்களை

அமல்படுத்துமாறு உத்தரவிட்டதுடன் அதற்கெதிரான பழக்க வழக்கங்களையும் சடங்கு முறைகளையும் ஒழித்து விடும்படி உத்தரவிட்டார். அவரது ஆட்சி வெகுவிரைவில் உலக நாடெங்கும் புகழ்பெற்றது. ரஷ்யா, குவாரிஸ்ம், பெல்கிரேட், ரோமின் ஸெல்ஜூக் அரசு, சிரியா, காரக்கோரம், சிந்து, இராக் ஆகிய நாடுகளிலிருந்தெல்லாம் அவரை அரசராக ஏற்று செய்திகளும் வாழ்த்துக்களும் வந்தன.

பதின்மூன்று ஆண்டு காலம் ஆட்சி செய்த, கண்ணியமும் இறைபக்தியும் நிரம்பிய முஹம்மத் குடபாண்டா ஹிஜ்ரீ 716 ஈதுல் ஃபித்ர் இரவன்று மரணமடைந்தார். சுல்தானியா எனும் பெயரில் புதிய நகர் ஒன்றை உருவாக்கி, தனது தலைநகராகக்கொண்டார். இங்கேயே அவரது உடல் நல்லடக்கம் செய்யப்பட்டது. தொடர்ந்து, அவரது மகன் அபூஸயீத் பஹதூர்கான் அரசுப் பொறுப்பை ஏற்றார்.

அபூஸயீத் பஹதூர்கான் : அபூஸயீத் அரசுப் பொறுப்புக்கு வரும்போது அவரது வயது பதினான்கு. மங்கோலிய படைத்தலைவர்களிடையே அப்போது குடும்பப் பூசல்கள் தலையெடுத்திருந்தன. இதன் விளைவுகளைக் கவனத்தில்கொண்டு அவர் அதிலிருந்து விலகிக்கொண்டார். சுல்தான் அபூ ஸயீத், படைத்தலைவரான சோப்பனைத் தனது தலைமை அமைச்சராக நியமித்தார். சோப்பனின் மகன் தளபதி ஹஸன் ஜலைர், பாக்தாத் காத்தூன் எனும் பெண்ணை மணமுடித்தார். இவள்மீது காதல் வயப்பட்ட சுல்தான் அபூஸயீத், தளபதி ஹஸன் அவளை மணவிலக்குச் செய்ய வேண்டும் என்று விரும்பினார். அமைச்சர் சோப்பன் இதை எதிர்த்தார். அவர்களிடையே பகைமை உருவானது. இதன் விளைவாக குராசான், படைத்தலைவரும் தலைமை அமைச்சருமான சோப்பனின் கட்டுப்பாட்டின்கீழ் வந்தது. ஹேரத் அப்போது சோகாட்டைகானின் வம்சாவளியினரால் ஆட்சி செய்யப்பட்டு வந்தது. ஹூலகுகானின் வம்சாவளியினருடன் இவர்களுக்கு நெடுங்காலப்பகை இருந்தது. சோகாட்டைகானின் படைத்தலைவர்களில் ஒருவனான தூர்மா ஷிரின்கான் என்பவன் சோப்பனுக்கு ஆதரவாக இருந்தான். சுல்தான் அபூ ஸயீத் போருக்குத் தயாரானார். பலமுறை நடந்த போர்களின் முடிவில் சோப்பன் கைது செய்யப்பட்டுக் கொலை செய்யப்பட்டார். அவரது மகன் தளபதி

ஹஸன் ஜலைர், சுல்தானின் விருப்பப்படி பாக்தாத் காத்தூனை மணவிலக்கு செய்தார்.

கிப்ச்சாக் கனத்தீயின் ஆட்சியாளரான உஸ்பெக் கான் ஒரு பெரும் படையுடன் பாரசீகத்தின்மீது படையெடுத்தான். சுல்தான் அபூஸயீதும் எதிரியை நோக்கிச் சென்றார். ஷிர்வானை அடைந்த அபூஸயீத் சீதோஷ்ண நிலை ஒத்துக்கொள்ளாமல் நோய்வாய்ப்பட்ட நிலையில் ஹிஜ்ரீ 736 ரபீயுல் அவ்வல் மாதம் 13ஆம் நாள் மரணமடைந்தார். அவருக்குப் பிறகு வாரிசுகள் இல்லாததால் குழப்பங்களும் அராஜகங்களும் உருவாயின.

அர்ப்பா கான் : மங்கோலியப் படைத்தலைவர்களின் பொது ஒப்புதலுடன் அரசுப்பொறுப்பை ஏற்றுக்கொண்ட அர்ப்பா கான் அரசருக்குரிய எந்த ஆடம்பரமும் வசதியும் தனக்குத் தேவையில்லை என்றான். உஸ்பெக் கானின் படைகளை எதிர்த்துப் போரிடுவதற்காக பெருமளவிலான முன்னேற்பாடுகளில் அவன் தீவிரமானான். எதிரிகள் நுழைவதைத் தடுப்பதற்காக நகரைச் சுற்றிலும் வீரர்களை நியமித்தான். அப்போது, கிப்ச்சாக் கனத்தீயில் கிளர்ச்சி உருவானதாக அறிந்த உஸ்பெக் கான் அதை ஒடுக்குவதற்காகத் தனது தலைநகருக்குத் திரும்பினான். அப்போது, அர்ப்பா கானுக்கு எதிராக அமீர் அலீ கிளர்ந்தெழுந்தான். ஏனெனில், ஹுலகுகானின் வம்சாவளியினரைக் காணுமிடங்களில் கொலைசெய்ய ஆரம்பித்திருந்தான் அர்ப்பா கான். படைத்தலைவர்களில் பலர் இதில் வெறுப்புற்றிருந்தனர். ஆகவே, படைக்குள் இரு பிரிவுகள் உருவாகி, ஒன்று அர்ப்பா கானையும் இன்னொன்று அமீர் அலீயையும் ஆதரித்தன. இரு படைகளும் ஹிஜ்ரீ 736இல் மோதின. அர்ப்பா கான் கைது செய்யப்பட்டுக் கொலையுண்டான். வெற்றி பெற்ற அமீர் அலீ, பைது கானின் மகனும் ஹுலகுகானின் கொள்ளுப் பேரனுமான மூஸா கானை அரியணையில் அமர்த்தினான்.

மூஸா கான் : மூஸா கான் அரியணை ஏறியதும் அமீர் அலீ அவிராத் மற்றும் அவிராத் படைத்தலைவர்களின் அதிகாரமும் செல்வாக்கும் மேலோங்கின. மூஸா கான்மீது படையெடுத்து வந்த ரோம் ஆளுநர் அமீர் ஹஸனால் அமீர் அலீ கொல்லப்பட்டான். தோல்வியில் விரக்தியுற்றிருந்த மூஸா கானுக்குப் பிறகு, ஹுலகுகானின் வம்சாவளியில் வந்த கத்லக்கானின் மகன் சுல்தான் முஹம்மத்

கான் அரியணை ஏறினான். அவனது ஆட்சியும் மூஸா கான் ஆட்சிபோல் பலவீனமாகவே இருந்தது. தொடர்ந்து, ஹுலகுகானின் வம்சாவளியிலிருந்து அரியணை ஏறிய பலரும் பெயரளவில்தான் அரசர்களாக இருந்தனர். ஹிஜ்ரீ 744 காலகட்டத்தில் ஹுலகுகான் சந்ததியினரின் ஆட்சி ஓய்ந்துபோனது. ஹுலகுகான் கைப்பற்றிய நாடுகள் வேறு பலரால் ஆட்சி செய்யப்படலாயின.

ஜுச்சிகானின் வம்சாவளியினர் : ஜுச்சிகான், செங்கிஸ்கானின் மூத்த மகன். குவாரிஸ்மை வெற்றிகொண்ட ஜுச்சிகான், கிப்ச்சாக் கனத்தீயையும் வெற்றிகொண்டு அங்கே வசித்து வந்தான். செங்கிஸ்கானின் ஏனைய வாரிசுகள், அவனுடன் இணக்கமாக இல்லை. அவனது ஆட்சிப் பகுதியும் மங்கோலிய மைய அரசிலிருந்து மிகத்தொலைவில் இருந்தது. ஜுச்சிகானின் வம்சாவளியினர் பெரும்பாலோரும் உஸ்பெக்கியர் என்றே குறிப்பிடப்பட்டனர். செங்கிஸ்கானின் காலத்திலேயே ஜுச்சிகான் இறந்துவிட்டான். அப்போது அவன் தனது பரந்து விரிந்த ஆட்சிப்பகுதியை ஏழு மகன்களில் மூத்தவனான பதுகானிடம் ஒப்படைத்திருந்தான்.

பதுகான் : பதுகான், கிப்ச்சாக்கிலிருந்து கஸ்ர்மீதும் ரஷ்யாமீதும் படையெடுத்தான். செங்கிஸ்கானின் இன்னொரு மகனான ஆக்டைகான், தன் மகன் குயுக் கானையும் முங்க்கு கானின் மகன் துலூய் கானையும் சோகாட்டைகானின் மகனையும் பதுகானுடன் செல்லும்படி கூறினான். ரஷ்யா முழுவதையும் வெற்றிகொண்ட பதுகான், மாஸ்கோவையும் கைப்பற்றினான். போலந்தை நோக்கிப் படையெடுத்துச் சென்று அதையும் வென்றான். பதுகானின் படைகள் வருவதை அறிந்த ஐரோப்பிய அரசுகள் தங்கள் படைகளை ஒன்றிணைத்து எதிரிகளைத் தோற்கடிக்க ஆயத்தமாயினர். பதுகானுடன் பெருமளவிலான முஸ்லிம் வீரர்களும் இருந்தனர். மங்கோலியப் படையைவிடவும் பலமடங்கு அதிகமாக எதிரிப் படைகள் ஒன்று சேர்ந்திருப்பதை அறிந்த பதுகான், முஸ்லிம் வீரர்கள் அனைவரும் ஒன்று சேர்ந்து வெற்றி கிடைக்கப் பிரார்த்தனை செய்யும்படி உத்தரவிட்டான். போர் மூண்டது. கிறிஸ்தவர்கள் தோற்கடிக்கப்பட்டனர். பதுகான் ஹங்கேரியையும் வெற்றிகொண்டான். ஐரோப்பாவில் இன்றைய வால்காகிரேடின் அருகில் ஒரு புதிய நகரை நிறுவி அதற்கு ஸராய் எனப் பெயரிட்டான். தொடர்ந்து, ஐரோப்பிய ஆட்சிப் பகுதிகளை

வெற்றிகொள்வதில் தனது கவனத்தைச் செலுத்திய பதுகான், ஹிஜ்ரீ 654 இல் மரணமடைந்தான்.

பர்க்கீ கான் : பதுகானைத் தொடர்ந்து அவனது சகோதரர் பர்க்கீகான் பொறுப்பேற்றார். செங்கிஸ்கானைப்போல் பதுகானும் பெயரளவில் மட்டுமே முஸ்லிமாக இருந்தான். ஆனால் பர்க்கீகான் வெளிப்படையாகவே இஸ்லாத்தைத் தழுவியிருந்தார். எனவே அவரது ஆட்சியில் முஸ்லிம்களுக்கு செல்வாக்கும் மகிழ்ச்சியும் இருந்தன. பர்க்கீகானின் உறவினர் ஒருவரை ஹூலகுகான் கொன்றுவிட்டான். கோபம்கொண்ட பர்க்கீகான், ஹூலகுகான்மீது படையெடுக்க புகாகான் தலைமையில் 30,000 வீரர்கள்கொண்ட ஒரு படையை அனுப்பி வைத்தார். இதில், ஹூலகுகானின் படைகள் தோல்வியடைந்தன. தொடர்ந்து நடந்த போரில் பர்க்கீகானின் படைகள் தோற்றன.

ஜூச்சிகானின் வம்சாவளியினர் முப்பதுபேர் ஒருவர் பின் ஒருவராக அரசுப் பொறுப்புக்கு வந்தனர். பர்க்கீகானுக்குப் பிறகு அவரது மகன் முங்க்கு தைமூர்கானும் தொடர்ந்து, துக்தைகானும் பொறுப்புக்கு வந்தனர். துக்தைகானுக்கும் துகைகானுக்குமிடையே பயங்கரமான போர் நடந்தது. இதில், துக்தைகான் வெற்றி பெற்றான். பிறகு, அமைதியான நிர்வாகத்தை மேற்கொண்டு நடத்தி வந்த துக்தைகான், கஸான்கானுக்கு ஒரு கடிதமெழுதினான். அதில், ஹூலகுகானும் அவனது வாரிசுகளும் அஸர்பைஜானைத் தங்கள் நாட்டுடன் இணைத்திருக்கிறார்கள் என்றும் ஆவணத்தின்படி அப்பகுதி ஜூச்சிகானுக்கும் அவனது வாரிசுகளுக்கும் உரியது என்றும் எனவே அதைத் தன்னிடம் மீண்டும் ஒப்படைக்க வேண்டும் என்றும் மறுத்தால் போர் மூலம் அதைக் கைப்பற்ற நேரும் என்றும் அதற்கான படைபலம் தன்னிடம் இருப்பதாகவும் எழுதியிருந்தான். இதை ஏற்க மறுத்த கஸான்கான் அப்படியான ஒரு நிலையை எதிர்கொள்ள தான் தயாராக இருப்பதாகப் பதில் எழுதினான். பின்னர் தனது எண்ணத்தை மாற்றிக்கொண்ட துக்தைகான் படைநடவடிக்கை எதையும் மேற்கொள்ளவில்லை.

துக்தைகானுக்குப் பிறகு அவனது மகன் துக்ரில்கானும் அவனுக்குப் பிறகு அவனது மகன் உஸ்பெக் கானும் அரசுப் பொறுப்புக்கு வந்தனர். உஸ்பெக் கோத்திரத்தை உருவாக்கியவன் உஸ்பெக்

கான் ஆவான். உஸ்பெக் கானின் வம்சாவளியினர் பெருமளவில் இருந்தனர். இவர்கள் உஸ்பெக்கியர் என்றழைக்கப்பட்டனர். உஸ்பெக்கியர், ஹிஜ்ரீ 718இல் பாரசீக அரசன் அபூஸயீத் பஹதூர் கான்மீது படையெடுத்துச் சென்று பாரசீகத்தின் சில பகுதிகளில் கொள்ளையடித்துவிட்டுத் திரும்பினர். ஹிஜ்ரீ 735இல் மீண்டும் பாரசீகத்தைத் தாக்கினான் உஸ்பெக் கான். இதை எதிர்கொள்வதற்காகப் புறப்பட்ட சுல்தான் அபூஸயீத் வழியில் இறந்து போனான். பிறகு, அர்ப்பா கான் அரசனாக வந்தான். உஸ்பெக் கான் போரைக் கைவிட்டுத் திரும்பினான். நீண்ட காலம் ஆட்சிப்பொறுப்பில் இருந்த பிறகுதான் உஸ்பெக் கான் மரணமடைந்தான்.

தொடர்ந்து ஜானிபெக் கான், உஸ்பெக் அரியணையில் அமர்ந்தான். ஜுச்சிகானின் வம்சத்தார் மைய அரசிலிருந்து பிரிந்து சென்று தங்களுடைய அரசுகளை நிறுவிக்கொண்டனர். ஜானிபெக் கானுக்குப் பிறகு அவனது மகன் பைர்வி கான் பொறுப்புக்கு வந்தான். ஹிஜ்ரீ 809இல் தப்ரீஸை ஷாதிகான் ஆண்டுவந்தான். தைமூர் ஸஹாபே குர்ஆனின் (குர்ஆனின் தோழர்) சம காலத்தில் வாழ்ந்த உர்ஸ்கானின் மகனான தைமூர் மாலிக் கானுக்குப் பிறகு, துக்தமிஷ்கான் கிப்ச்சாக் கனத்தீயை ஆண்டு வந்தான். இவன் தைமூர் ஸஹாபே குர்ஆனால் தோற்கடிக்கப்பட்டான். ஹிஜ்ரீ 815இல் துருக்கிஸ்தானை வெற்றிகொண்ட ஃபௌலத்கான் உஸ்பெக், அதை ஆட்சி புரிந்து வந்தான். அவனது குடும்பத்திலுள்ள ஒரு பெண்ணை சுல்தான் ஸயீத் மிர்ஸா ஷாரூக் மணம் முடித்திருந்தான். முஹம்மத் கான் உஸ்பெக், ஃபௌலத்கானுக்குப் பின் ஆட்சிப் பொறுப்புக்கு வந்தார். உர்ஸ்கானின் வழிவந்த புர்ரக் கான் உஸ்பெக், உலக்பெக் தைமூரின் உதவியுடன் முஹம்மத் கான் உஸ்பெக்கைத் தாக்கி, துருக்கிஸ்தானைக் கைப்பற்றினான். பின்னர், உலக்பெக் கான் தைமூரியும் புர்ரக் கானும் மோதியதில் உலக்பெக் கான் தோற்றான். மிர்ஸா ஷாரூக் கானின் படையெடுப்பைத் தொடர்ந்து, புர்ரக் கான் சமர்கண்டிலிருந்து திரும்பினான். பின்னர், சுல்தான் மஹ்மூத் கானும் புர்ரக் கானும் கொலை செய்யப்பட்டதுடன் உஸ்பெக் பேரரசு அழிந்தது.

ஹிஜ்ரீ 855 இல் சுல்தான் அபுல் கைர் கானும் அவரது மகன் பதக் கான் உஸ்பெக்கும் சமர்கண்டைக் கைப்பற்றித் தங்கள் ஆட்சியை

நிறுவினர். பதக் கானின் மகன் அபுல் ஃபத் முஹம்மத் கான். ஸஹீருத்தீன் பாபரின் சமகாலத்தவரான இவர், சுல்தான் அபுல் ஃபத் முஹம்மத் கான் உஸ்பெக் என்றும் ஷிபானி கான் உஸ்பெக் என்றும் அறியப்பட்டார். இஸ்மாயீல் ஸஃப்வியை எதிர்த்துப் போரிட்டதில் கொலையுண்ட இவர் துணிச்சல் மிகுந்த ஒரு போராளி. பாபரை துருக்கிஸ்தானிலிருந்தும் ஃபர்கோனாவிலிருந்தும் அப்புறப்படுத்திய இவர், உஸ்பெக்கியரால் அரியணையில் அமர்த்தப்பட்டார்.

ஏற்கனவே குறிப்பிடப்பட்ட ஜானி பெக்கின் மகன் இஸ்க்கந்தர் கானின் மகன் அப்துல்லாஹ் கான் உஸ்பெக் பாரசீகர்களைத் தோற்கடித்தான். இந்தியாவின் அக்பர் சக்ரவர்த்தியுடன் அப்துல்லாஹ் கானுக்குக் கடிதத் தொடர்பு இருந்து வந்தது. அப்துல்லாஹ் கான் ஹிஜ்ரீ 1006இல் மரணமடைந்தான். தொடர்ந்து, அவனது மகன் அப்துல் மூமின் கான் ஆட்சிக்கு வந்தான். சில நாள்களில் தனது தந்தையின் சகோதரரான ருஸ்ட்டம் சுல்தானால் அவன் கொல்லப்பட்டான். இதைத் தொடர்ந்து உஸ்பெக் அரசு சிதைவுண்டது. அப்துல்லாஹ் கானின் சகோதரியின் மகனான வலீ முஹம்மத் கான், அப்துல் மூமின் கானுக்குப் பிறகு துருக்கிஸ்தானைக் கைப்பற்றினான். இமாம் குலீ கான் மவரோன்னஹ்ருக்கும், அவனது சகோதரியின் மகன் நஸார் முஹம்மத் கான் பதக் ஷானுக்கும் ஆட்சியாளராயினர். சிறிது காலத்துக்குப் பிறகு, நஸார் முஹம்மத் கானால் பொறுப்பிலிருந்து அகற்றப்பட்ட வலீ முஹம்மத் கான், பாரசீக அரசன் அப்பாசிடம் தஞ்சம் புகுந்தான். முன்பு, குவாரிஸ்மில் உஸ்பெக்கியரின் ஆட்சி நிறுவப்பட்டிருந்தது. ஆனால் அது வலுவற்ற அரசாக இருந்தது.

சோகாட்டைகானின் வம்சாவளியினர் : துருக்கிஸ்தான், குராசான், கஸ்னி ஆகிய பகுதிகளுடன் இந்துஸ் நதியின் அண்மைப் பகுதிகளையும் தன் மகன் சோகாட்டைகானின் பொறுப்பில் ஒப்படைத்து, படைத்தலைவர் கரச்சர் பிர்லாஸைப் படைத்தலைவராக நியமித்திருந்தான் செங்கிஸ்கான். அவனது மறைவுக்குப் பின், சோகாட்டைகான் தன் சகோதரன் ஆக்டைகான்மீது நம்பிக்கையும் பற்றும்கொண்டவனாக இருந்துவந்தான். வீரமும் மதிநுட்பமும் நிறைந்த சோகாட்டைகான் ஹிஜ்ரீ 640இல் மரணமடைந்தான். அவனது மறைவுக்குப் பின், பேரன் கரபலகுகான் அரசுப்பொறுப்புக்கு வந்தான். தலைமை அமைச்சராக இருந்தவர் கரச்சர். சோகாட்டைகானின் மகன் மைஸூ முங்க்குகான்

இருக்கும்போது பேரன் எப்படி பொறுப்புக்கு வரமுடியும் என்று ஆக்டைகானின் மகன் குயுக் கான் எதிர்த்தான். எனவே, கரபலகுகான் நீக்கப்பட்டு மைஸூன் பொறுப்புக்கு வந்தான். சிறிது காலத்தில் மைஸூன் இறந்ததும் கரபலகுகான் மீண்டும் அரியணை ஏறினான். மைஸூனின் மரணத்துக்குப் பிறகு அவனது மனைவி வர்கானா காத்தூன் அரியணையேறினாள். அவளுக்குப் பின் சோகாட்டைகானின் வம்சாவளியைச் சேர்ந்த அர்கூன்கான் பொறுப்புக்கு வந்தான். ஒரு வருடமே ஆட்சி செய்த அர்கூகானும் இறந்து போகவே அவனது மகன் முபாரக் ஷா சோகாட்டை மங்கோலிய அரசனானான்.

சோகாட்டை வம்சாவளியினரும் துலூய்கானின் வம்சாவளியினரும் முன்பு பகைவர்களாக இருந்தபோதும் போர்களையும் வெற்றிகளையும் இணைந்தே எதிர்கொண்டனர். செங்கிஸ்கானின் மகனான துலூய்கான் வம்சாவளியினர் ஹூலகுகானின் நிர்வாகத்தையும் அரசின் முறையையும் பின்பற்றியதால் பெருமையும் கம்பீரமும் அடைந்தனர். சோகாட்டைகானின் வம்சத்தினர் இதில் பின்தங்கியிருந்தனர். ஹேரம் மற்றும் அதன் அண்மைப்பகுதிகள் சோகாட்டையரின் கட்டுப்பாட்டின் கீழிருந்தாலும் பல்வேறு நிலைகளில் தங்கள் அதிகாரத்தையும் செல்வாக்கையும் ஹூலகுகானுக்கு அவர்கள் விட்டுக் கொடுத்தனர். அபூர்வமாகவே அவர்கள் சுயஆட்சியை மேற்கொண்டிருந்தனர். மைஸூன் துவான்கானின் மகனான சுல்தான் கயாஸூத்தீன் முஹம்மத் பராக் கான் அவர்களுள் மிகவும் புகழ்பெற்றவன். குராசானிலிருந்த அபகாகானுடன் அவன் கடுமையாக முரண்பட்டிருந்தான். அவனது வழிவந்த துர்மா ஷிரீன் கான் பொறுப்புக்கு வந்ததும் காந்தஹார்மீது படையெடுத்தான். ஹிஜ்ரீ 716இல் கஸ்னியின் புறப்பகுதியில் அமீர் ஹஸன் ஸல்தோசுடன் போரிட்டுத் தோல்வியடைந்தான். துர்மா ஷிரீன் கானும் இந்தியாமீது தாக்குதல் நடத்தினான். துர்மா ஷிரீன் கானுக்குப் பிறகு அரசனான அவனது சகோதரன் ஃபௌலத்கான், ஹிஜ்ரீ 735இல் மரணமடைந்தான். தொடர்ந்து, தவாகானின் மகன் அக்லான் அரசனானான்.

அக்லானின் ஆட்சியின்போது தைமூர் ஸஹாபே குர்ஆன், குராசானின் அரசனானார். தைமூர் ஸஹாபே குர்ஆனுக்கும் கிள்ர் கவாஜா கானுக்குமிடையே பல்வேறு போர்கள் நிகழ்ந்தன.

இறுதியில், தோல்வியுற்ற கிள்ர் கவாஜா தன் மகள் கானம் என்பவளை அவருக்கு மணம் முடித்து வைத்து அமைதியை மீட்டார். கிள்ர் கவாஜாகானுக்குப் பிறகு, அவரது மகன் முஹம்மத் கானும் பிறகு, அவரது சகோதரன் ஜஹன் அக்லானும் அரசுப் பொறுப்பை ஏற்றனர். ஜஹன் அக்லானுக்குப் பிறகு, ஷெர் முஹம்மத் கான் பொறுப்பேற்றான். அவன் குராசான் மற்றும் மவரோன்னஹ்ர் அரசனான உலக் தைமூருடன் முரண்பட்டுப் போர் தொடுத்தான். இதில், ஷெர் தோல்வியடைந்தான். யூனுஸ் கானின் மகன்களான மஹ்மூத் கானும் அஹ்மத் உல்ஜா கானும் ஷெர் முஹம்மதின் சந்ததிகளாவர். இந்த இரு சகோதரர்களிடமும் ஷிபானி கான் உஸ்பெக்குக்கு எதிராக ஸஹீருத்தீன் முஹம்மத் பாபர் உதவி கேட்டுப் பெற்றார். ஆனால், போர்க்களத்தில் இரு சகோதரர்களும் பிடிபட்டனர். ஷிபானி கானின் முன்னிலையில் கொண்டு வரப்பட்ட அவர்களை மன்னித்து விடுதலை செய்தான் ஷிபானிகான். அவமானம் தாங்க இயலாத நிலையில் இரு சகோதரர்களும் தற்கொலை செய்துகொண்டனர். சோகாட்டை வம்சம் இத்துடன் முடிவுக்கு வந்தது.

அஹ்மத் உல்ஜாகானின் மகன் மன்சூர்கான் மங்கோலிய அரசனாக நியமிக்கப்பட்டிருந்தாலும் அவனது ஆட்சிப்பகுதிகள் ஷிபானிகானின் கட்டுப்பாட்டுக்குள்தான் இருந்தன.

மங்கோலியப் பேரரசு, செங்கீஸிய மங்கோலியர், தைமூரிய மங்கோலியர் என்று இரண்டாகப் பிரிவுபடும். செங்கீஸிய மங்கோலியர் குறித்த இதுவரையிலான தகவல்களைத் தொடர்ந்து அவர்களின் ஆட்சி குறித்த ஒரு பார்வையை மேற்கொள்வோம். தொடர்ந்து, தைமூரிய மங்கோலியர் குறித்தும் பார்ப்போம்.

செங்கீஸிய மங்கோலியர் : ஹுலகுகானால் ஏற்பட்ட பாக்தாத் அழிவுதான் இஸ்லாமிய உலகின் மாபெரும் பரிதாப நிகழ்ச்சியாகும். இதன் முன்னர், ஹுலகுவின் பாட்டனாரான செங்கிஸ்கான், இரானையும் குராசானையும் முஸ்லிம்களின் இரத்தத்தால் நனைத்திருக்கிறான். செங்கீஸிய மங்கோலியரின் சாபக்கேடு அவர்களது கொலைகளும் கொள்ளைகளும்தான். நோய்க்கூறுகள்கொண்ட வாரிசு ஆட்சி முறை, பல்வேறு நாடுகளையும் அதன் மக்களையும் சீரழித்திருக்கிறது. அரியணையேறிய தகுதியற்றவர்களால் இஸ்லாமிய

மாண்புகள் அடியோடு அழிவுக்குள்ளாயின. இஸ்லாமியப் பண்புகள் இழுத்தெறியப்பட்டன. சீர்படுவதற்கான எதுவும் நிகழவுமில்லை. இஸ்லாமிய உன்னதங்களின் வீழ்ச்சியின் காரணத்தை யாரும் ஆராயவுமில்லை. அப்படியான எண்ணமும் உருவாகவில்லை.

ஹிஜ்ரி ஆறாம் நூற்றாண்டளவில் பாக்தாதின் இஸ்லாமியக் கிலாஃபத் திருத்தப்பட முடியாததாக மாறியிருந்தது. அதைத் திருத்தி நல்வழிக்குக் கொண்டுவர யாரும் முன் வரவுமில்லை. ஏனெனில், வாரிசுவழி ஆட்சி நீண்டகாலமாகக் காலூன்றிப் போயிருந்தது. முஸ்லிம்களின் வீரம், திடமுடிவு, படைத்துணிச்சல் போன்றவை மறைந்துவிட்டன. இத்தகைய இக்கட்டான, சீரழிந்த நிலையில் எல்லாம் வல்ல அல்லாஹ் முன்பின் அறியப்படாத, கவனம் செலுத்தப்படாத, அறிவற்ற, மூர்க்கத்தனமான மங்கோலியர் மூலம் தங்கள் பெருமையை மறந்துவிட்ட முஸ்லிம்களைத் தண்டித்து புதிய தூய இரத்தத்தை இஸ்லாத்துக்குப் பாய்ச்சினான். செங்கீஸிய மங்கோலியர்கள் கொள்ளை, கொலை, தீவைப்பு போன்ற அக்கிரமச் செயல்களின் வழியே தங்கள் பேரரசை நிறுவி, இஸ்லாத்தின் பெயரால் அராஜக ஆட்சியை மேற்கொண்ட கிலாஃபத்தை அழித்தொழித்தனர். உண்மையில், பிற்கால கிலாஃபத்தானது களங்கமற்ற இஸ்லாத்தின் முகத்தில் ஏற்படுத்தப்பட்ட ஒரு வடுவாகும்.

நாகரிகமற்ற - போருக்கான வசதி வாய்ப்புகள் இல்லாதிருந்த முஸ்லிம்கள், நவீன போர்க்கலையும் படைபலமும் வசதி வாய்ப்புகளும் மேன்மையும் கம்பீரமும் மிக்க சீஸரின் பேரரசையும் பாரசீகப் பேரரசையும் வெற்றிகொள்ளுமளவுக்கு இஸ்லாமிய ஆட்சி முறை அமைந்திருந்தது. ஆனால் இஸ்லாத்தின் போதனைகளை முஸ்லிம்கள் துறந்து விட்ட நிலையில் தொடர்ந்து இழிவுச் சேற்றில் விழுந்தனர். மங்கோலியரின் வெற்றிக்கான காரணம், முஸ்லிம்களை விடவும் அவர்கள் தகுதி வாய்ந்தவர்களாக இருந்தது மட்டுமல்ல, தங்கள் உன்னதங்களை முஸ்லிம்களுக்கு உணர்த்தும் பொருட்டு அல்லாஹ்வின் நாட்டமும் அதுதான்.

மங்கோலியர் இஸ்லாத்தை ஆதரிக்கவோ எதிர்க்கவோ இல்லை. இஸ்லாமிய போதனைகளை அறிந்துகொள்ளும் இயல்பான ஆர்வம் மட்டுமே அவர்களிடம் இருந்தது. தங்களுக்குத் தேவையானதை ஏற்றும் அல்லாதவற்றைப் புறக்கணித்தும் அவர்கள் வாழ்ந்து

கொண்டிருந்தனர். முஸ்லிம்கள் உடலியல் ரீதியாகவும் பொருளியல் ரீதியாகவும் இழந்ததை விடவும் அதிகமாக, ஆன்மிக ரீதியாக மங்கோலியரிடமிருந்து பல்வேறு நன்மைகளைப் பெற்றனர் என்றே சொல்லலாம். இஸ்லாத்தின் தூய்மையான, உண்மையான போதனைகளின் வீரியம் முஸ்லிம் மனங்களில் தணிந்து கிடந்தன. அதே நேரம், மங்கோலிய மனங்களில் ஆதிக்கம் செலுத்தின. ஆட்சியுரிமையை இழந்திருந்த இஸ்லாமிய மாண்புகள் இழந்துவிட்டதை விடவும் அதிகமான அளவுக்கு சிறப்பைப் பெற்றன. இஸ்லாமிய வெற்றியாளர்கள் இஸ்லாமிய உன்னதங்கள் எனும் வலிமைமிக்க வாளால் வெற்றியடைந்திருந்தனர். இஸ்லாமியருக்கு எதிராக உயர்ந்த எண்ணற்ற மங்கோலிய வாட்கள் அல்லாஹ்வின் மார்க்கத்திற்காக அர்ப்பணிக்கப்பட்டன.

சிரியா, எகிப்து, திரிப்போலி, மொராக்கோ, இரான், குராசான், பலுச்சிஸ்தான் போன்ற நாடுகள் தங்கள் ஆட்சிப்பகுதிக்குள் இஸ்லாம் நுழைவதை எதிர்த்து வந்தன. ஆனால், மங்கோலியா, சீனா, துருக்கிஸ்தான் ஆகிய நாடுகளுக்குள் இஸ்லாம் மிக எளிதாக நுழைந்தது. இந்த உண்மையின் மீதான கவனம் மிகச்சில வரலாற்றாசிரியர்களுக்கு மட்டுமே இருந்தது. மிகப்பெரிய அளவில் இரத்தம் சிந்திய பிறகுதான் அவர்கள் இஸ்லாத்தை நோக்கித் திரும்பினார்கள் என்பது மற்றொரு உண்மை.

உஸ்மான் பின் அஃப்ஃபான் (ரலி) அவர்களின் கிலாஃபத்தின்போதுதான் இஸ்லாம் கிழக்குத் துருக்கிஸ்தானிலும் திபெத்திலும் அடியெடுத்து வைத்தது. ஹிஜ்ரீ முதல் நூற்றாண்டிலேயே சீனாவிலும் துருக்கிஸ்தானிலும் இஸ்லாம் மிக விரைவில் பரவி மக்களைச் சென்றடைந்தது. ஆனால், அலவியரின் சதிகளும் உமய்யாக்களின் அழிவும் இஸ்லாத்தின் வளர்ச்சிக்குப் பெரும் தடையாக அமைந்தன. மேலும், ஆட்சியாளர்களின் சுயநலமும் சொந்தப் பகைமைகளும் இஸ்லாத்தின் போதனைகளுக்கும் முஸ்லிம்களுக்கும் தடையாக இருந்தன. இஸ்லாம் வளர்ச்சிப் பெறுவதற்கான சூழல் சீனாவிலும் துருக்கிஸ்தானிலும் அமைந்திருந்தும் இஸ்லாம் அங்கே வளர்ச்சி பெற இயலாமல் போனது. அச்சுறுத்தலுக்கோ ஆசைக்கோ இடமின்றி இஸ்லாத்தைத் தழுவிய ஸெல்ஜூக் கோத்திரம், இஸ்லாத்துக்கு மகத்தான சேவை செய்தது. இஸ்லாமிய நாடுகளுக்குள் திருடர்களாகவும்

கொள்ளையர்களாகவும் நுழைந்த கஸ்னவி துருக்கிகள் தாங்களாக விரும்பி இஸ்லாத்தை ஏற்றுக்கொண்டனர். சீனாவில் இன்று பெருமளவில் வாழ்ந்து கொண்டிருக்கும் சீனப்பூர்வகுடி முஸ்லிம்கள் போர் அச்சுறுத்தல்கள் மூலம் இஸ்லாத்தை ஏற்றுக்கொண்டவர்கள் அல்ல.

இஸ்லாமிய ஆட்சிப் பகுதிகளுக்குள் வெற்றிகரமாக நுழைந்த செங்கிஸ்கானும் தோழர்களும் இஸ்லாத்தை ஓரளவுக்கு மட்டுமே அறிந்திருந்தனர். இதை முன்வைத்து அதன் உண்மைத் தன்மைக்கு மதிப்பளிக்கவும் செய்தனர். செங்கிஸ்கானின் பிந்தைய தலைமுறையினர் இஸ்லாத்தை முழுமையாக ஏற்றுக்கொண்டனர். மொராக்கோ, ஸ்பெய்ன் போன்ற மேற்கு நாடுகளில் முஸ்லிம்கள் வாட்களைக் கைகளில் ஏந்தி வெற்றி பெற்றனர் என்பதும், சீனா, பசுஃபிக் தீவுகள்போன்ற கிழக்கு நாடுகளில் இஸ்லாம் வணிகர்களாலும் மார்க்க அறிவுரையாளர்களாலும் பரவியது என்பதுவும் ஆச்சரியமான உண்மைகள்.

அறியாமைக் காலத்து மனிதர்களின் இயல்புக்கேற்ற ஆட்சி முறையாகவே ஏகாதிபத்திய ஆட்சி முறை இருந்தது. ஜனநாயக முறையின் சட்டவடிவங்கள், அறியாமைக் காலத்தில் ஒழுங்கின்மையையும் குழப்பத்தையுமே விளைவிக்கும். மங்கோலியர் நாடோடிகள் போன்றும் அறியாமையிலும் வாழ்ந்தவர்கள். ஒரு தலைவன் அல்லது அரசனின் கீழ் வாழ்கிற சமூக அமைப்பைப் பெற்றிருந்தவர்கள். தலைவன் அல்லது அரசனிடமே கட்டுப்பாடற்ற அனைத்து அதிகாரங்களும் இருந்தன. மக்களும் அவர்களுக்கு அடங்கியே வாழ்ந்து வந்தனர். கிழக்கு நாடுகளில் அரச வழிபாடு என்பது ஒரு பொதுப்பண்பாகவே இருந்தது எனலாம்.

காலப்போக்கில் மங்கோலியர், கிழக்கு நாடுகளின் ஆட்சியதிகாரங்களைக் கைப்பற்றிய நிலையிலும் அவர்களது அரச வழிபாட்டுப் பண்புகளில் மாற்றம் நிகழவில்லை. நாகரிகமடைந்து பண்பாடுகள் மேலோங்கிய பிறகும் இந்நிலை மாறவில்லை. இஸ்லாமோ தனிமனித வழிபாட்டுக்கு எதிரான மார்க்கம். ஆனால், அவர்களது அரச வழிபாடு இஸ்லாத்துக்கு நன்மையாக அமைந்தது. முதலில், ஓரிரு மங்கோலிய அரசர்கள் இஸ்லாத்தைத் தழுவியதும் இயல்பாகவே அம்மக்களும் இஸ்லாத்தைத் தழுவிக்கொண்டனர். ஜுச்சிகானையும் அவனது

வம்சாவளியினரையும் தவிர. இவர்கள் இஸ்லாத்தைத் தழுவுவதற்குக் காலதாமதமானது. இதற்குக் காரணம் இஸ்லாமிய உலகிலிருந்து இவர்கள் மிகத்தொலைவிலிருந்ததுதான்.

உஸ்பெக்கியர் திறந்த மனதுடன் இஸ்லாத்தை வரவேற்றனர். இதை முன்வைத்து அரசர்களுக்கு எதிராக மங்கோலியர் எதிர்ப்புத் தெரிவித்ததாக வரலாற்றில் இல்லை. அரசர்களுக்கு எதிராக அவர்கள் கலகம் செய்தனரே தவிர, முஸ்லிம்கள் என்பதற்காக அல்ல. ஆரம்பத்தில் மங்கோலியர் இஸ்லாத்தை ஏற்றிருந்த போதும் இஸ்லாமியக் கோட்பாடுகளுடன் அவர்கள் ஒன்றவில்லை. பல தலைமுறை வரைக்கும் இதுவே நிலைமையாக இருந்தது. ஆகவேதான் இஸ்லாத்தைப் பரப்பும் எந்த நடவடிக்கையையும் அவர்கள் மேற்கொள்ளவில்லை. இதையெல்லாம் மனதில்கொண்டு பார்க்கும்போது இந்தியாவின் முகலாயப் பேரரசர் அக்பரின் மார்க்க ரீதியான ஒழுங்கீனங்களைக் குறித்து ஆச்சரியப்படுவதற்கில்லை.

தார்த்தாரியர் இஸ்லாமியக் கோட்பாடுகளுடன் மிகவும் நெருக்கமாக இருந்தனர். மங்கோலியர் ஒன்றிக்கொள்ளாததன் காரணம் இதுவாகவும் இருக்கலாம்.

05. பாரசீகத்தின் இஸ்லாமிய வரலாற்றுச் சுருக்கம்

இதுவரையிலான இஸ்லாமிய வரலாற்றில் பாரசீக வரலாற்றின் பெரும் பகுதி இடம்பெற்றுள்ளது. முஸ்லிம்களுக்கு பாரசீக வரலாற்றுடன் நெருங்கிய தொடர்பிருப்பதால் அதன் வரலாற்றைச் சுருக்கமாகக் கூறுவதுதான் முறையாக இருக்கும்.

ஸஃப்ஃபரிய வம்சாவளியினர் : பாரசீக அரசாட்சியில் மிக முக்கியமான இடத்தைப் பெற்றவர்கள் ஸஃப்ஃபரிய வம்சாவளியினர். அப்பாசிய ஆட்சியாளர்கள் பாரசீகர்களின் சிறப்பான ஆதரவைப் பெற்றிருந்ததால் அரபிகளுக்கு எதிரான தங்கள் ஆற்றலையும் செல்வாக்கையும் அதிகரித்துக்கொள்ளும் சந்தர்ப்பங்கள் பாரசீகர்களுக்கு வாய்த்தன. தங்களுடைய பேரரசை நிறுவிக்கொள்ளும் எண்ணம் அவர்களுக்கு வந்தது. ஆனால் அவர்களது வீரம், துணிச்சல், உறுதி போன்ற போர்ப்பண்புகள் அனைத்தும் அப்பாசிய ஆட்சியாளர்களுக்கு உதவியாக இருந்ததால் அவர்களால் வெற்றிபெற இயலவில்லை. பின்னர், அப்பாசிய ஆட்சியாளர்கள் தங்களின் உயிர்ப்பையும் வீரத்தையும் இழந்து வசதியும் ஆடம்பரமும் மிகுந்த வாழ்க்கையைத் தேர்வு செய்த நிலையில், யஅக்கூப் பின் லைத் என்பவன் தனது அரசை நிறுவுவதில் வெற்றி பெற்றான். அவன் பித்தளைப் பாத்திரங்கள் செய்யும் குடும்பத்தைச் சேர்ந்தவன் என்பதால் ஸஃப்ஃபார் என்று

அழைக்கப்பட்டான். ஸஃப்ஃபர் எனும் அரபுச் சொல்லுக்கு பித்தளை என்று பொருள். தனது உயர் பண்புகளால் மட்டுமே யஅக்கூப் வெற்றி பெற்றான். நட்பு பாராட்டுவதிலும் எளிமையிலும் கொடைத்தன்மையிலும் ஈடிணையற்றவனாக இருந்தான் யஅக்கூப். இந்த நற்பண்புகளால் ஏராளமான நண்பர்கள், ஆதரவாளர்கள், நல்லிணக்கம்கொண்டவர்களைத் தன் பக்கம் ஈர்த்திருந்தான். அரசனாக மாறிய பின்பும் தன்னுடைய இளமைக் நண்பர்களை அவன் மறந்துவிடவில்லை. அவர்கள் உயர்ந்த சமூக, அரசியல் நிலைகளை அடைவதற்கான பல்வேறு உதவிகள் செய்தான். தனது ஆட்சிக் காலத்தில்கூட சாதாரண போர் வீரனைப்போலவே வாழ்ந்துவந்தான். தரையில் படுக்கவோ அகழிகள் தோண்டவோ அவன் தயக்கம் காட்டியதில்லை. ஆடம்பரமும் போலித்தனமும் கலந்த வாழ்க்கை முறையை அவன் அறவே வெறுத்தான். எதிலும் முழுமையாக ஈடுபட்டான். சாதாரண நிலையில் இருந்து அரசாற்றலிலும் மேன்மையிலும் உயர்நிலையை அடைய இதுவே காரணமாக இருந்தது. பாக்தாதியக் கலீஃபாவால் ஒருபோதுமே வெற்றிகொள்ள இயலாதபடி அவன் வலிமையுடன் திகழ்ந்தான்.

யஅக்கூபின் மரணத்துக்குப் பிறகு ஆட்சிப்பொறுப்புக்கு வந்த அவனது சகோதரன் அமீர் பின் லைத், தனது ஆட்சிப் பரப்பை மேலும் விரிவுபடுத்தினான். அறிவிலும் மதிநுட்பத்திலும் யஅக்கூபைவிடவும் அமீர் சிறந்து விளங்கினான். ஆனால், வீரத்திலும் எளிமையிலும் தன்னுடைய சகோதரன்போல் அவன் இல்லை. கலீஃபா முத்தமிதின் சகோதரனாகிய முவஃப்ஃபக்கிடம் ஒருமுறை தோல்வியுற்ற அமீர், வெகுவிரைவிலேயே கலீஃபாவுக்கு சிம்மசொப்பனமாக மாறினான். இறுதியில் கலீஃபா, அமீரைக் கொன்றுவிடச் சொல்லி மவரோன்னஹ்ரின் ஆளுநரான இஸ்மாயீல் ஸமனியை அனுப்பி வைத்தார். அமீரின் 70,000 குதிரைப்படை வீரர்களை எதிர்த்துப் போரிட, தனது 20,000 குதிரைப்படை வீரர்களுடன் இஸ்மாயீல் ஸமனி புறப்பட்டார். படைகள் ஆக்ஸஸ் நதியைக் கடந்தன. போர் மூண்டது. அமீரின் குதிரை அவனை இஸ்மாயீலின் அணிக்குள் கொண்டு சென்றதில் அமீர் மிக எளிதாகக் கைது செய்யப்பட்டான். இஸ்மாயீல் ஸமனி அவனை பாக்தாதுக்கு அனுப்பி வைத்தார். இதன் பின்னர் ஸஃப்ஃபரிய வம்சாவளியின் பெருமையும் கம்பீரமும் முடிவுக்கு வந்தன எனலாம்.

யஅக்கூபுக்கும் அமீருக்கும் இடையிலான மாபெரும் வேறுபாடு, யஅக்கூப் ஒரு ரொட்டித் துண்டில் உயிர்வாழ இயல்பவனாகவும் எந்த இடர்களையும் இன்முகத்துடன் எதிர்கொள்பவனாகவும் இருந்தான். அமீரோ, ஆடம்பரங்களிலும் அரண்மனைச் சுகபோகங்களிலும் திளைத்து அதிகார ஆணவத்துடன் வாழ்ந்தான்.

அமீர் பின் லைத் ஒரு மாலை நேரத்தில் கைது செய்யப்பட்டான். அன்று காலையில், அவனது சமையல் பொறுப்பாளர் சமையலுக்கான பொருள்களை எடுத்துச்செல்ல 300 ஒட்டகங்கள் போதாது என்றும் மேலும் ஒட்டகங்கள் தேவையென்றும் கேட்டான். தன்னுடன் பிடிபட்ட சமையல்காரனிடம் தனக்குப் பசிப்பதாகச் சொன்னான் அமீர். அங்கே உணவுகள் எதுவுமில்லை. ஒரு பாத்திரத்தில் சிறிதளவு நீரையும் மாவையும் கலக்கி அடுப்பில் வைத்தான் சமையல்காரன். அமீர் பொறுமையின்றித் தவித்த நிலையில் சமையல்காரன் அடுப்பிலிருந்த பாத்திரத்தைக் கீழே இறக்கி வைத்துவிட்டு அவசர வேலையாக வெளியில் சென்றான். எப்படியோ உள்ளே நுழைந்த ஒரு நாய் அந்தப் பாத்திரத்தை இழுத்துச் சென்றுவிட்டது. தனது சமையல்காரனிடம் அமீர் கேட்டான்: “காலையில் என்னிடம் சமையலுக்கான பொருள்களைக் ஏற்றிச்செல்ல 300 ஒட்டகங்கள் போதாது என்று புகார் செய்தாய். ஒரு நாயால் எப்படி இவ்வளவு பொருள்களையும் கொண்டு செல்ல முடிந்தது?”

அமீரின் மறைவுக்குப் பிறகு அவனது சந்ததியினர் ஸிஸ்தான் ஆட்சிப் பகுதியின் ஒரு சிறு பகுதிக்குப் பெயரளவில் அரசர்களாக இருந்தனர். யஅக்கூபின் பேரனான கலாஃப் என்பவன் பொறுப்பேற்று மஹ்மூத் கஸ்னவியின் காலம்வரையிலும் ஆட்சி செய்து வந்தான். தனக்கெதிராகக் கலகம்செய்த தன் மகனை கலாஃப் கொலை செய்தான். ஸிஸ்தான் மக்கள் அரசனான மஹ்மூத் கஸ்னவியிடம் சென்று கலாஃபின் கொடுங்கோல் ஆட்சியிலிருந்து தங்களுக்குப் பாதுகாப்பு அளிக்கும்படி முறையிட்டனர். ஸிஸ்தான்மீது படையெடுத்தார் மஹ்மூத் கஸ்னவி. தனது கோட்டை வீழ்ந்ததும் கஸ்னவியிடம் வந்த கலாஃப், தனது தாடி அவரது கால்களில் படுமளவுக்கு சிரம்பணிந்து, “சுல்தானே என்னை மன்னித்துவிடுங்கள்” என்று மன்றாடிக் கேட்டுக்கொண்டான். கலாஃபின் வாயிலிருந்து சுல்தான் என்ற வார்த்தை வரவேண்டுமென்று விரும்பிய மஹ்மூத் கஸ்னவி அதையே தனது சிறப்புப் பெயராக வரித்துக் கொண்டார்.

கலாஃபுக்குத் தண்டனை விதிக்காமல் அவனைத் தன்னுடன் அழைத்துச் சென்றார் மஹ்மூத் கஸ்னவி. நான்கு ஆண்டுகளுக்குப் பிறகு கலாஃப் மரணமடைந்தான்.

ஸமனிய வம்சாவளியினர் : பெஹ்ராம் சோபின் வம்சாவளியில் வந்தவன் அஸத் பின் ஸமனி. இவன் தனது நான்கு மகன்களையும் மர்விலிருந்த கலீஃபா மாமூன் ரஷீத் அப்பாசிடம் அழைத்துச் சென்றான். தனது சகோதரரான அமீனை எதிர்த்து அரசுப் பொறுப்பைக் கைப்பற்றியிருந்தார் மாமூன் ரஷீத். இதற்கான அனைத்து உதவிகளையும் பாரசீகர்கள் செய்து கொடுத்தனர். எனவே, அஸத் பின் ஸமனியுடனும் அவனது வாரிசுகளுடனும் மாமூன் நல்லிணக்கத்துடன் நடந்துகொண்டார். அன்றிலிருந்து ஸமனிகள் விரைவாக வளர்ச்சியடைந்து மர்வில் தங்களது நிலையை வலுப்படுத்திக்கொண்டனர். அஸத் பின் ஸமனின் பேரனாகிய இஸ்மாயீல் ஸமனி, அமீர் பின் லைத் தோல்வியடைந்த பிறகு அரசனுக்கான நிலையை அடைந்தார். ஸமனிகள், ஸஃப்ஃபர் வம்சாவளியினருக்கு எதிரான நிலையில் பாக்தாத் கலீஃபாவுடன் இணக்கமாக இருந்தனர்.

இஸ்மாயீல் ஸமனி, மவரோன்னஹ்ரையும் குராசானையும் ஏழு அல்லது எட்டு ஆண்டுகள் ஆட்சி செய்தார். குராசானை ஆட்சி செய்வதற்கான உரிமையை பாக்தாத் கலீஃபா முத்தஸித் அப்பாசி வழங்கியிருந்தார். இஸ்மாயீலுக்குப் பிறகு அவரது மகன் அஹ்மத் பின் இஸ்மாயீல் அரியணையேறினார்.

அஹ்மத், கண்ணியமும் நற்பண்புகளும் இறைப்பற்றும் நிரம்பியவர். போர் நுட்பங்களும் நிர்வாகத் திறனும் பெற்றவர். மக்கள் அவரைப் பெரிதும் நேசித்தனர். ஆனால், அஹ்மதின் அரசவையினரும் உறவினர்களும் திருப்தியாக இல்லை. அவரது ஆட்சியின்போது அவருக்கெதிரான ஏமாற்றுக்களும் சதி வேலைகளும் நடந்தேறின. இறுதியில் தன்னுடைய அடிமை ஒருவனால் அவர் கொல்லப்பட்டார்.

தொடர்ந்து, அஹ்மத் பின் இஸ்மாயீலின் மகனான நஸீர் பின் அஹ்மத் தனது 18ஆவது வயதில் அரியணையேறினார். தனது பாட்டனார் இஸ்மாயீலின் ஆட்சிமுறையைக் கடைப்பிடித்த நஸீர் பொறுப்பேற்ற சிறிது காலத்திற்குள் தனது ஆற்றல்கள் அனைத்தையும்

திரட்டி 30 ஆண்டுகள் ஆட்சி செய்தார். பின்னர் மரணமடைந்த அவர் புக்ஹாராவில் நல்லடக்கம் செய்யப்பட்டார்.

தந்தையின் மரணத்தைத் தொடர்ந்து அரசுப் பொறுப்பை ஏற்றுக்கொண்ட நூஹ் பின் நஸீர், ஹிஜ்ரீ 343இல் மரணமடைந்தார். 13 ஆண்டு காலம் ஆட்சி செய்த நூஹுக்குப் பிறகு, அரியணையேறிய அப்துல் மாலிக் பின் நூஹ், குதிரைமீது அமர்ந்து விளையாடும் ஒரு விளையாட்டின்போது விழுந்து இறந்துபோனார்.

தொடர்ந்து அரியணையேறிய மன்ஸூர் பின் நூஹ், ருக்னுத்தவ்லா தெலாமின் மகளை மணம் புரிந்தார். அவரது ஆட்சி பாரசீகத்திலும் இராக்கிலும்கூட ஏற்றுக்கொள்ளப்பட்டது. மன்ஸூரின் அமைச்சரான அபூ அலீ பின் முஹம்மத், தபரியின் வரலாற்று நூலைப் பாரசீக மொழியில் மொழிபெயர்த்தார். மன்ஸூர் 15 ஆண்டுகள் ஆட்சி செய்தார்.

அடுத்து மன்ஸூரின் மகன் அப்துல் காசிம் இரண்டாம் நூஹ் பொறுப்புக்கு வந்தார். அவரது ஆட்சியின் தொடக்கத்துடன் ஸமனிய வம்சாவளியின் வீழ்ச்சி ஆரம்பமானது. அப்துல் காசிமின் அரசவையினர் அவருக்கெதிராகக் கிளர்ச்சி செய்து, மங்கோலிய அரசனான புக்ஹாரா கானிடம் உதவி கேட்டனர். அப்துல் காசிமைத் தோற்கடித்த புக்ஹாரா கான், புக்ஹாராவைக் கைப்பற்றினான். ஆனால், அதன் பிறகு புக்ஹாரா கான் இறந்துவிடவே அவனது படைகள் தங்கள் நாட்டுக்குத் திரும்பின. பிறகு, புக்ஹாராவை மீண்டும் கைப்பற்றிய அப்துல் காசிம் தனது ஆட்சியை அமைத்துக்கொண்டார்.

புக்ஹாரா கானின் பிரச்சினையிலிருந்து விடுபட்ட அப்துல் காசிம் இரண்டாம் நூஹ், தன்னுடைய அரசுக்கெதிராக கிளர்ச்சி செய்த அரசவையினரைத் தண்டிக்க விரும்பினார். ஆனால் அவர்கள் தப்பித்துச்சென்று ஃபக்ருத்தவ்லாவிடம் அடைக்கலம் புகுந்து அவனது உதவியுடன் புக்ஹாராமீது படையெடுத்தனர். அப்துல் காசிம் மீண்டும் ஸெபுக்திகீனின் உதவியை நாடினார். அவன், ஹேரத் அருகில் கிளர்ச்சியாளர்களை அடக்கித் துரத்தியடித்தான். இப்போரில் ஸெபுக்திகீனின் மகன் மஹ்மூத் கஸ்னவியின் வீரத்தையும் வாட்போர் திறமையையும் கண்டு அகமகிழ்ந்த அப்துல் காசிம், ஸைஃபுத்தவ்லா எனும் சிறப்புப் பெயரை

அவருக்குச் சூட்டினார். 22 ஆண்டுகள் ஆட்சி செய்த அப்துல் காசிமின் ஆட்சியின்போது குடும்பச் சண்டைகளும் கிளர்ச்சிகளும் போர்களும் மலிந்துகிடந்தன. ஆட்சிக் காலம் முழுவதும் அவர் தொடர்ந்து போரிட்டுக்கொண்டே இருந்தார். இதன் காரணமாக தனது மாகாணங்களை ஒவ்வொன்றாக இழக்கவும் செய்தார்.

அப்துல் காசிம் இரண்டாம் நூஹுக்குப் பிறகு அவரது மகன் இரண்டாம் மன்ஸூர் பொறுப்புக்கு வந்தார். தந்தையின் எதிரிகள் அவரையும் குறிவைத்து வந்தனர். இறுதியில் புக்ஹாராவிலிருந்து அவரைப் பலவந்தமாக வெளியேற்றினர். பின்னர், அவரை அரசராக ஏற்றுக்கொண்டாலும் நிர்வாகப் பொறுப்புகளை அவர்களே எடுத்துக்கொண்டனர். குராசானுக்கு ஒரு புதிய ஆட்சியாளரையும் நியமித்தனர். ஆனால் மஹ்மூத் கஸ்னவி அவரைத் துரத்திவிட்டுக் குராசானைக் கைப்பற்றினார்.

இக்காலகட்டத்தில் படைத்தலைவர்கள் அனைவரும் ஒன்றிணைந்து மன்ஸூரைப் பதவியிலிருந்து நீக்கி அவரது கண்பார்வையையும் பறித்துவிட்டனர். மன்ஸூரின் சகோதரரான இரண்டாம் அப்துல் மலிக்கை அரியணையில் அமரச் செய்து மஹ்மூத் கஸ்னவியை எதிர்க்க வைத்தனர். ஆனால், மஹ்மூத் கஸ்னவி இரண்டாம் அப்துல் மலிக்கைத் தோற்கடித்து அவரையும் அவரது படைகளையும் புக்ஹாராவை நோக்கித் துரத்தினார். கஷ்கர் ஆட்சியாளரான எலாஜ் கான், குவாரிஸ்மைக் கைப்பற்றி புக்ஹாராவையும் தாக்கிக் கைப்பற்றினான். இரண்டாம் அப்துல் மலிக் கைது செய்யப்பட்டார். இரண்டாம் அப்துல் மலிக்கின் மூன்றாவது சகோதரரான முன்த்தஸிர், புக்ஹாராவிலிருந்து மாறுவேடத்தில் தப்பித்தார். சிறிது காலம் கடற்கொள்ளையருடன் திரிந்த முன்த்தஸிர் பின்னர் கொலை செய்யப்பட்டார். இப்படியாக, ஸமனிய வம்சாவளியின் ஆட்சியும் முடிவுக்கு வந்தது.

தைலாமிய வம்சாவளியினர் : ஸமனிய வம்சாவளியினரும் தைலாமிய வம்சாவளியினரும் சமகாலத்தவர்கள். ஆனால், எதிரிகள். மவரோன்னஹ்ரையும் குராசானையும் ஸமனியர் கைப்பற்றியிருக்க, பாரசீகம், இராக், அஸர்பைஜான் பகுதிகளை தைலாமியர் கைப்பற்றியிருந்தனர். குறிப்பிட்ட ஒரு காலகட்டத்தில் பாரசீகம் முழுவதையும் இந்த இரு வம்சாவளியினர் ஆண்டு வந்தனர்.

கஸ்னவிகளால் ஸமனியரின் ஆட்சி முடிவுக்கு வந்த பிறகும் தெலாமியரின் சீரற்ற ஆட்சி சிறிது காலம் நீடித்தது.

கஸ்னவி வம்சாவளியினர் : குராசான் ஆளுநராக அலப்தகீனை நியமித்திருந்தார் அப்துல் மலிக் பின் நூஹ். அப்துல் மலிக்குக்குப் பின், ஹிஜ்ரீ 350 இல் மன்ஸூர் பின் நூஹ் அரசுப் பொறுப்புக்கு வந்தார். மன்ஸூர் பொறுப்பேற்பதை எதிர்த்த அலப்தகீன் கஸ்னிக்கு வந்தார். கஸ்னி அப்போது ஒரு சிறு குடியேற்ற நாடாக இருந்தது. அலப்தகீன் அங்கே நிலைபெற்று தனது ஆட்சியை நிறுவிக் கொண்டார். ஹிஜ்ரீ 367 இல் அலப்தகீன் இறந்ததைத் தொடர்ந்து அவரது மகன் இஷாக் கஸ்னவி அரியணையேறினார். ஒரு குறுகிய காலத்துக்குப் பிறகு அவரது தகுதியின்மை நிரூபணமாயிற்று. தொடர்ந்து, படைத்தலைவர்களால் அவர் அகற்றப்பட்டார். அல்லது இயற்கையாக மரணமடைந்தார். இஷாக்கின் முடிவுடன் அனைத்துப் படைத்தலைவரும் அலப்தகீனின் நெருங்கிய உறவினருமான ஸெபுக்திகீன் அரசராகத் தேர்வு செய்யப்பட்டார்.

ஸெபுக்திகீன், அலப்தகீனின் அடிமை என்றும் சொல்லப்படுகிறது. குழந்தைப் பருவத்தில் பாதையோரத்தில் கிடந்த ஸெபுக்திகீனைத் திருடர்கள் சிலர் எடுத்துக் கொண்டுபோய் புக்ஹாராவில் விற்றனர் என்றும், இவர் மன்னர் யஸ்கார்டின் பரம்பரையில் வந்தவர் என்றும் சொல்லப்படுகிறது. இவரது பிறப்பு சார்ந்த உண்மை கண்டுபிடிக்க இயலாமல் உள்ளது. சில வராற்றாசிரியர்கள் இவரைத் துருக்கியர் என்றும், வேறு சிலர் இவரது தந்தை துருக்கியர், தாய் பாரசீகர் என்றும் சொல்கின்றனர். ஸெபுக்திகீன் கண்ணியம் மிகுந்த ஒருவர். ஆசிய மரபில் கனவான்களும் படைத்தலைவர்களும் உயர்நிலை அதிகாரிகளும் தங்களை அரசனின் அடிமை என்று சொல்லிக்கொள்வதைத் தாழ்வாகக் கருதுவதில்லை. அலப்தகீனின் படைத்தலைவராக இருந்த ஸெபுக்திகீனும் தன்னை அப்படிச் சொல்லியிருக்கலாம். பாரசீக வரலாறு எனும் நூலை எழுதிய சர். ஜோன் மால்கமின் கருத்தும் இதுவே.

பல்வேறு நகரங்களை வென்றெடுத்த ஸெபுக்திகீன் ஏறத்தாழ 20 ஆண்டு காலம் ஆட்சி செய்தார். பஞ்சாப் மற்றும் சிந்து அரசராக இருந்த ராஜா ஜைப்பால் சிங் ஸெபுக்திகீனின் நாட்டின்மீது படையெடுத்தார். ஹேரமில் நடந்த போரில் தோல்வியடைந்த

ஜைப்பால் சிங் கைது செய்யப்பட்டு திறை செலுத்துவதாக ஒப்புக்கொண்டதன் பேரில் விடுவிக்கப்பட்டார். ஆனால், ஒப்பந்தத்தை மீறிய ஜைப்பால் சிங், 3,00,000 வீரர்கள்கொண்ட ஒரு படையுடன் மீண்டும் போர் தொடுத்தார். குறைந்த எண்ணிக்கையிலான வீரர்களுடன் சிங்கை எதிர்கொண்டார் ஸெபுக்திகீன். இம்முறையும் தோல்வியுற்ற சிங் கைது செய்யப்பட்டார். தன்னுடைய செயலுக்காக மன்னிப்புக் கேட்டு வாக்குறுதி அளித்ததன் பேரில் மீண்டும் விடுவிக்கப்பட்டார்.

ஸெபுக்திகீனுக்கு நஸீருத்தீன் எனும் சிறப்புப் பெயரைச் சூட்டினார் நூஹ் பின் மன்ஸூர். தன் மகன் மஹ்மூதுக்கு ஸைஃபுத்தவ்லா என்றும் பெயர் சூட்டினார். கஸ்னவி ஆட்சியை விரிவுபடுத்திய ஸெபுக்திகீன் ஹிஜ்ரீ 387 இல் மரணமடைந்தார். ஸெபுக்திகீனுக்குப் பிறகு, அவரது மகன் இஸ்மாயீல் பல்க்கில் அரசரானார். ஆனால், பின்னர் இவர் தனது சகோதரரால் பொறுப்பிலிருந்து நீக்கப்பட்டார்.

ஹிஜ்ரீ 387இல் மஹ்மூத் பின் ஸெபுக்திகீன் அரசுப் பொறுப்புக்கு வந்தார். கலீஃபா காதிர்பில்லாஹ் அப்பாசி இவருக்கு யமீனுத்தவ்லா மற்றும் அமீனுல் மில்லத் எனும் சிறப்புப் பெயர்களைச் சூட்டினார். அரியணையேறிய மஹ்மூத் கஸ்னவி தனது போர்களைத் தொடங்கினார். எதிரிகள் அவருக்கெதிராக அப்துல் மாலிக்கைத் தூண்டிவிட்டனர். ஆனால், தோற்கடிக்கப்பட்ட அப்துல் மாலிக் புக்ஹாராவுக்கு ஓடினார். கஷ்காரின் அரசனான எலேஜ்கான், புக்ஹாராவைக் கைப்பற்றி அப்துல் மாலிக்கைக் கைது செய்தான். புக்ஹாராகானின் மகனான எலேஜ்கான்மீது போர் தொடுத்த மஹ்மூத், புக்ஹாராவைத் தனது ஆட்சிப்பகுதியுடன் இணைத்தார். பின்னர், அல்த்துகானின் மகனும் மங்கோலியப் படைத்தலைவனுமான துகா கானைத் தோற்கடித்து, தனது ஆட்சிப்பகுதியைக் காஸ்பியன் கடல்வரையிலும் விரிவுபடுத்தினார். குவாரிஸ்மும் கைப்பற்றப்பட்டது. ஸெபுக்திகீனின் காலத்திலிருந்து ஸிஸ்தானும் குராசானும் கஸ்னவி ஆட்சிக்குள் இருந்ததால் மஜ்த்தவ்லா, லாமியைத் தோற்கடித்து இஸ்ஃபஹானையும் கைப்பற்றினார். இந்தியாவின்மீதும் அவர் பல்வேறு தாக்குதல்களை மேற்கொண்டார். குறுகிய காலத்துக்குள் தனது பேரரசைப் பஞ் சாபிலுள்ள ஸட்லெஜ் ஆற்றிலிருந்து காஸ்பியன் கடல்வரையிலும்,

மவரோன்னஹ்ரிலிருந்து பலுச்சிஸ்தான், இராக் வரையிலும் விரிவுபடுத்தியிருந்தார் மஹ்மூத் பின் ஸெபுக்திகீன்.

ஆசியாக் கண்டத்தின் வலுவும் கீர்த்தியும் மிகுந்த பேரரசர்களில் ஒருவராக மஹ்மூத் கஸ்னவி கருதப்படுகிறார். அவரது ஆட்சிக் காலத்தில் பாரசீகர்கள் பெருமளவில் வளர்ச்சி பெற்றனர். மஹ்மூத், உண்மையான பயபக்தியுள்ள ஒரு முஸ்லிம். கல்வியில் பெரும் ஆர்வம்கொண்டவர். அவரது காலத்தில்தான் ஃபிர்தவ்ஸி, 'ஷாநாமா' எனும் நூலை எழுதினார். ஸமனி அரசவையினர் அவருக்கு அமீருல் உம்ரை எனும் சிறப்புப் பெயரைச் சூட்டினார்கள். ஆயினும், ஹிஜ்ரீ 389 இல், தன்னை அடிமைத்துவத்திலிருந்து விடுதலைபெற்ற அரசராக அறிவித்த அவர், அப்துல் மலிக் ஸமனியின் பெயரை நீக்கினார்.

ஹிஜ்ரீ 361 முஹர்ரம் மாதம் 9 ஆம் நாள் பிறந்த மஹ்மூத் கஸ்னவி, தனது 60 ஆவது வயதில் இறந்தார். சமகால முஸ்லிம் அரசர்களில் மகத்தானவராக விளங்கிய இவர், உயிரிடனிருக்கும்போதே தனது அரசை இரு மகன்களுக்கும் பங்கிட்டுக் கொடுத்தார். மூத்த மகன் மஸ்ஊதுக்குக் குவாரிஸ்ம், இராக், பாரசீகம், இஸ்ஃபஹான் ஆகிய பகுதிகளையும் இளைய மகன் முஹம்மதுக்கு மவரோன்னஹர், குராசான், கஸ்னி, பஞ்சாப் பகுதிகளையும் பிரித்துக் கொடுத்தார். அவர் இறந்த சிறிது காலத்தில் சகோதரர்களிடையே கருத்து வேறுபாடுகள் உருவாயின. கஸ்னி அரியணையில் முஹம்மதும், ரேய் அரியணையில் மஸ்ஊதும் அரசர்களாக இருந்தனர். ஆவணங்களில் யாருடைய பெயர் முதலில் இடம்பெற வேண்டுமென்பதில் சகோதரர்களிடையே முதலில் பிரச்சினை உருவானது. மஸ்ஊத் தனது பெயரின் கீழ்தான் தம்பியின் பெயர் இருக்க வேண்டும் என்றார். ஆனால், தந்தையின் அரியணையில் இப்போது தானிருப்பதால் முதலில் தன்னுடைய பெயர்தான் வரவேண்டும் என்றார் முஹம்மத். சமரச முயற்சிகள் அனைத்தும் தோல்வியடைந்தன. பரஸ்பரம், தோல்வியடைய வைப்பதிலேயே அவர்கள் குறியாக இருந்தனர். இறுதியில், கஸ்னியின்மீது படையெடுத்த மஸ்ஊத் அதைக் கைப்பற்றியதுடன் முஹம்மதைக் கைது செய்து குருடாக்கினார்.

பின்னர், பலுச்சிஸ்தான், மக்ரான் மாகாணங்களைக் கைப்பற்றினார். இவர்களது குடும்பச் சண்டை பல்வேறு கிளர்ச்சிகளுக்குக் காரணமாக அமைந்தது. இதன் காரணமாக, மஸ்ஊதால் தனது அரசை

சரிவர நிர்வாகம் செய்ய இயலவில்லை. ஸெல்ஜூக் துருக்கியர் குவாரிஸ்மில் கொள்ளையடிக்கத் தொடங்கினர். இந்தியாவில் பஞ் சாபிலும் பிற மாகாணங்களிலுமிருந்த ஆளுநர்கள் கலகம் செய்தனர். தொடர்ந்து, மஸ்ஊதின் பேரரசு ஆட்டம் கண்டது. துணிச்சலுடனும் உறுதியுடனும் கலவரங்களை அடக்க முயற்சி செய்தார் மஸ்ஊத். குவாரிஸ்மிலும் குராசானிலும் ஸெல்ஜூக்குகளை அடக்கினார். அதே நேரத்தில் இந்தியாமீது படையெடுத்துச் சென்று ஸர்ஸூத்தி, ஹன்ஸி போன்ற பலம் வாய்ந்த கோட்டைகளை அழித்தார். பின்னர், கஸ்னவியை நோக்கி விரைந்தார். அங்கே பெருமளவிலான ஸெல்ஜூக்குகள் நாட்டுக்கெதிராக அணி திரண்டிருந்தனர்.

சுல்தான் மஸ்ஊத், தனது படையில் ஏராளமான இந்தியப் படைவீரர்களை நியமித்திருந்தார். தன்கீழ் பல இந்தியப் படைப்பிரிவுகளையும் வைத்திருந்தார். இந்தியர்களில் சிலரைப் படைத்தலைவர்களாகவும் நியமித்தார். போர்க்கலையையும் பழக்க வழக்கங்களையும் கற்றுக் கொடுத்து, இந்திய வீரர்கள்கொண்ட ஒரு படைப்பிரிவைக் கட்டியமைப்பதில் பெரும் ஆர்வம் காட்டினார். இதற்காக, தன்னுடைய படைத்தலைவர்கள் சிலரை இந்தியப் படைத்தலைவர்களின் உறவினர்களையும் அழைத்து வரச்சொல்லி இந்தியாவுக்கு அனுப்பி வைத்தார். கஸ்னவிக்கு வந்த இந்திய வீரர்களுக்கு பாரசீக, ஆஃப்கானிய வீரர்களை விடவும் அதிகமான ஊதியம் கொடுத்தார். திலக் எனப்படும் ஒரு இந்தியருக்கு மகாராஜா எனும் சிறப்புப் பெயரை அளித்ததுடன் அனைத்துப் படைத்தலைவராகவும் நியமித்தார்.

ஒரு நாவிதருக்குப் பிறந்த மகாராஜா திலக்கைப் படைத்தலைவராக நியமித்ததைப் பெரும்பான்மை முஸ்லிம் படைத்தலைவர்கள் மற்றும் உயர்நிலையில் இருப்பவர்களால் ஏற்றுக்கொள்ள இயலவில்லை. அவர்கள் மஸ்ஊதிடம் முறையிட்டனர். இந்திய படைப்பிரிவின் பயத்தின் காரணமாகவே மக்ரான் வீழ்ச்சியடைந்திருந்தது. சுல்தான் மஸ்ஊதின் படைகளையும் ஆஃப்கானிஸ்தான் படைகளையும் அழிவை நோக்கித் தள்ளிவிட்டுப் போர்க்களத்திலிருந்து அவர்கள் தப்பியோடினர். ஆயினும், மஸ்ஊத் தனது கொள்கையை மாற்றிக்கொள்ளவோ முறையீடுகளுக்கு செவிசாய்க்கவோ இல்லை. மஸ்ஊதின் நம்பிக்கையான தோழர்களின் உண்மையான தியாகம் அவரது உயிரைக் காப்பாற்றியது. தோல்வியில்

துவண்டுபோன அவர் இதிலிருந்து மீள்வதற்காக ஒரு புதுமையான முடிவை மேற்கொண்டார். தன்னுடைய அமைச்சரையும் மகன் மௌதூதையும் கஸ்னியில் இருக்கச் செய்தார். யானைகள், ஒட்டகங்கள், மாட்டு வண்டிகள், ஆள்கள் மூலம் தன்னுடைய அனைத்துச் செல்வங்களையும் உடைமைகளையும் ஏற்றி இந்தியப் படைத்தலைவர்களையும் அவர்களது படைப்பிரிவுகளையும் அழைத்துக் கொண்டு லாகூரைத் தலைநகராகக்கொள்ளும் நோக்கத்துடன் இந்தியாவுக்குப் புறப்பட்டார்.

தனது இம்முடிவை முன்னமே அவர் அறிவித்துவிட்ட நிலையில் அரசவையினரும் ஆலோசகர்களும் படைத்தலைவர்களும் தனது முடிவை அவர் மாற்றிக்கொள்வதற்கான பல்வேறு முயற்சிகளில் ஈடுபட்டனர். இன்னொரு போர் மூலம், தோல்வியைச் சரிக்கட்டிவிட முடியும் என்றும் சொல்லிப் பார்த்தனர். அவர்களது வேண்டுகோள்களை மஸ்ஊத் ஏற்றுக்கொள்ளவில்லை. தங்க - வெள்ளி ஆபரணங்கள், அலங்காரப் பொருள்கள், விலையுயர்ந்த உலோகப் பாத்திரங்கள், கொள்கலன்கள், ஆடைகளுடன் அவர் கஸ்னியைவிட்டுப் புறப்பட்டார். அதற்கு முன், பல்க்கிலும் பதக்ஸானிலும் அரசியல் நடவடிக்கைகளில் ஈடுபட்டிருந்த தன் மகன் மௌதூதுக்கு ஒரு கடிதம் அனுப்பினார். அதில், "இதன் மூலம், கஸ்னி மற்றும் குராசான் ஆட்சியாளராக உன்னை நியமிக்கிறேன். நான் உன் பெயரில் பிறப்பிக்கும் உத்தரவுகளை நீ ஏற்றுக்கொள்ள வேண்டும். மேலும், உன் நாட்டிலிருந்து ஸெல்ஜூக்குகளை அகற்றுவதற்கான அனைத்து முயற்சிகளையும் மேற்கொள்ள வேண்டும்" என்று குறிபிட்டார்.

சுல்தான் மஸ்ஊத் இந்துஸ் ஆற்றைக் கடந்ததும் இந்திய படைப்பிரிவினரும் அவர்களது படைத்தலைவர்களும் மஸ்ஊதை ஏமாற்றி அவரது உடைமைகளையும் செல்வங்களையும் கவர்ந்து சென்றனர். அவை, ஸெபுக்திகீனும் மஹ்மூத் கஸ்னவியும் நாற்பது ஐம்பது ஆண்டுகளாகச் சேர்த்து வைத்த செல்வங்கள். முஸ்லிம் தோழர்களின் ஒரு சிறிய குழுவுடன் அவரைத் தனியே விட்டுவிட்டு அவர்கள் மறைந்தனர்.

இந்தச் சோக நிகழ்ச்சியைத் தொடர்ந்து அவர்கள் தங்கள் நாட்டுக்குத் திரும்பினர். மனதின் சமநிலையைத் தவறவிட்ட மஸ்ஊத், பொறுப்பிலிருந்து நீக்கப்பட்டு அவரால் சிறையிலடைக்கப்பட்டு

கண்பார்வைப் பறிக்கப்பட்ட அவரது சகோதரர் முஹம்மத் பொறுப்பில் நியமிக்கப்பட்டார். முஹம்மத் அரியணையேறியதும் மஸ்ஊதை ஏமாற்றிச்சென்ற இந்திய வீரர்கள் பலர், மஸ்ஊதால் தங்களை இனி தண்டிக்க இயலாதென்ற நம்பிக்கையுடன் முஹம்மதிடம் வந்து சேர்ந்தனர்.

முஹம்மதின் முன்னிலையில் மஸ்ஊத் அழைத்து வரப்பட்டார். தன்னை அவர் குருடாக்கியதைக் கண்டுகொள்ளாமல், உம்முடைய விருப்பம் என்னவென்று கேட்டார் முஹம்மத். தான், கிரிகோட்டையில் தங்கியிருக்க விரும்புவதாகச் சொன்னார் மஸ்ஊத். இதை ஏற்றுக்கொண்ட முஹம்மத், மனைவி மக்களுடன் மஸ்ஊதை அவர் விரும்பிய இடத்துக்கு அனுப்பி வைத்தார்.

முஹம்மதின் மகன் அஹ்மத், தந்தைக்குத் தெரியாமலும் அவரது அனுமதியைப் பெறாமலும் கிரிகோட்டைக்குச் சென்று தந்தையைக் குருடாக்கிய மஸ்ஊதைப் பழிவாங்கினார். இதையறிந்த முஹம்மத் அதிர்ச்சியடைந்து தனது ஆழ்ந்த கவலையை வெளிப்படுத்தினார். இறந்துபோன சகோதரரின் மகன் மௌதூத் அப்போது பல்கிலிருந்தார். இந்தக் கொலையில் தனக்கு எவ்விதத் தொடர்புமில்லை என்றும் இக்கொடிய செயலை அஹ்மத் தன்னிச்சையாகவே செய்திருக்கிறார் என்றும் முஹம்மத் ஒரு கடிதம் எழுதினார். இதை ஏற்றுக்கொள்ளாத மௌதூத் ஒரு படையுடன் புறப்பட்டார். முஹம்மதின் படைகள் அவரை இந்துஸ் நதிக்கரையில் தடுத்து நிறுத்த முயன்று தோல்வியடைந்தது. முஹம்மதின் மனைவி, பிள்ளைகளைச் சிறைப்பிடித்த மௌதூத் அவர்கள் அனைவரையும் கொன்றார். பின்னர், கஸ்னிக்குச் சென்று ஹிஜ்ரீ 435 இல் அரியணையேறினார்.

தன் தந்தை மஸ்ஊதைப்போல் மௌதூதும் ஸெல்ஜூக்குகளுக்கு எதிரான பல்வேறு போர்களை நடத்தினார். ஆனால், மவரோன்னஹ்ர், கஸ்னி, இந்தியா போன்ற பகுதிகளுடன் மட்டுமே அவர் திருப்திப்படவேண்டியதாயிற்று. ஏனெனில், அவரிடமிருந்த குராசான், குவாரிஸ்ம், இராக் ஆகிய பகுதிகள் அப்போது ஸெல்ஜூக் ஆட்சியின் கீழிருந்தன.

ஹிஜ்ரீ 440இல் மௌதூத் மரணமடையவே, அவரது மகன் அலீ பொறுப்பேற்றார். இவருக்குப் பிறகு அரியணையேறிய அப்துர்

ரஷீத் சில நாள்கள் மட்டுமே ஆட்சி செய்தார். இவரை, துக்ரிலுள்ள படைத்தலைவன் ஒருவன் கொன்றுவிட்டு அரியணையைக் கைப்பற்றினான். அதிகார நிலையிலுள்ள சிலரால் இவனும் கொல்லப்பட்டான். பிறகு, ஹிஜ்ரீ 444இல் மஸ்ஊதின் மகன் ஃபர்ஷாத் அரியணையேறினார்.

துணிச்சலுடனும் திறமையுடனும் செயல்பட்ட ஃபர்ஷாத், ஸெல்ஜூக்குகளை குராசானிலிருந்து விரட்டியடிக்க தனது படைகளை ஒன்றுதிரட்டினார். முதல் போரில் வெற்றியும் கிடைத்தது. பிறகு, அல்ப் அர்சலான் ஸெல்ஜூக்குக்கு எதிரான ஒரு போரில் பெரும் அழிவை எதிர்கொண்டார். குராசானை அவரால் கீழ்ப்படுத்த இயலவில்லை.

ஃபர்ஷாதுக்குப் பிறகு, ஹிஜ்ரீ 450இல் அவரது சகோதரரரான இப்ராஹீம் பின் மஸ்ஊத், பொறுப்புக்கு வந்தார். இவர் நற்குணங்களும், இறைபக்தியும், வீரமும், மதிநுட்பமும் வாய்க்கப் பெற்றவர். ஸெல்ஜூக்குகளுடன் இவர் அமைதி உடன்படிக்கை செய்துகொண்டார். பிறகு, தனது கவனத்தை இந்தியாவை நோக்கித் திருப்பினார். குடும்பச் சண்டைகளும் ஸெல்ஜூக்களுக்கு எதிரான போர்களும் காரணமாக நீண்ட காலம் அவர்களால் இந்தியாவின்மீது கவனம் செலுத்த இயலாமலிருந்தது. படைத்தலைவர்களும் அரசர்களும் திறை செலுத்துவதை நிறுத்தியிருந்தனர். இந்தியாவில் உருவாகியிருந்த பல்வேறு கிளர்ச்சிகளை அடக்கிய சுல்தான் இப்ராஹீம், தனது ஆட்சியை நிலைநிறுத்தினார். 42 அல்லது 43 ஆண்டுகள் ஆட்சி புரிந்த இப்ராஹீம், ஹிஜ்ரீ 493இல் மரணமடைந்தார்.

தொடர்ந்து பொறுப்புக்கு வந்து 16 ஆண்டு காலம் ஆட்சி செய்த மஸ்ஊத் பின் இப்ராஹீம், ஹிஜ்ரீ 509இல் மரணமடைந்தார். குறிப்பிட்ட காலம்வரைக்கும் லாகூரை அவர் தலைநகராகக் கொண்டிருந்தார். மஸ்ஊதுக்குப் பின் பொறுப்புக்கு வந்த அவரது மகன் அர்சலான், மூன்று ஆண்டுகள் ஆட்சி செய்தார். கஸ்னியை சுல்தான் ஸன்ஜார் ஸெல்ஜூக் வென்று அர்சலானின் சகோதரரான பெஹ்ராம் பின் மஸ்ஊத் பின் இப்ராஹீமை அரசனாக்கினார்.

பெஹ்ராம் 35 ஆண்டுகள் ஆட்சி செய்தார். கிளர்ச்சிகளை அடக்குவதற்காக இந்தியாமீது பலமுறை படையெடுத்த பெஹ்ராம்

தனது பெரும்பாலான காலத்தையும் லாகூரிலேயே கழித்தார். அவரது ஆட்சிக் காலத்தில்தான் 'கலீலா வ திம்னா', 'கம்ஸா நிஸாமி' ஆகிய நூல்கள் எழுதப்பட்டன. அவரது ஆட்சியின் இறுதி நாள்களில், கஸ்னிமீது படையெடுத்த கோரியர் கஸ்னியிலிருந்து அவரை அப்புறப்படுத்தினார்கள். அவர் இந்தியாவுக்குத் தப்பித்துச்சென்று ஹிஜ்ரீ 547இல் அங்கேயே இறந்தார். கோரியர் ஆட்சியின்கீழ் கஸ்னியும், கஸ்னவியர் ஆட்சியின்கீழ் பஞ்சாபும் இருந்து வந்தன.

பெஹ்ராமின் இறப்பைத் தொடர்ந்து, அவரது மகன் குஸ்ரோ ஷா அரியணையேறினார். கோரியர் பிடியிலிருந்து கஸ்னியை மீட்டெடுக்க அவர் பெருமுயற்சிகள் மேற்கொண்டும் பலனளிக்கவில்லை. எட்டு ஆண்டுகள் ஆட்சி செய்த குஸ்ரோ ஷா லாகூரில் வைத்து மரணமடைந்தார். தொடர்ந்து, அவரது மகன் மாலிக் பின் குஸ்ரோ ஹிஜ்ரீ 555இல் லாகூரில் அரியணையேறினார். அவரைத் தோற்கடித்த கோரியர் பஞ்சாபைக் கைப்பற்றினர். இத்துடன் கஸ்னவியர் ஆட்சி முடிவுக்கு வந்தது.

ஸெல்ஜூக் வம்சாவளியினர் : தைமூர் தலீக் என்று சிறப்புப் பெயரிலான வக்காக் எனும் துருக்கியர் ஒருவர் துருக்கிஸ்தான் அரசரான பைகுவின் உறவினர். அவருக்கு ஸெல்ஜூக் எனும் ஒரு மகனிருந்தார். தன்னை அவர், அஃப்ரஸியா கோத்திரத்தின் 34 ஆவது தலைமுறையைச் சேர்ந்தவன் என்று சொல்லிக்கொண்டார். தந்தையைப் போல் இவருக்கும் அரசவைத் தொடர்பிருந்தது. பைகுவுடனான ஒரு முரண்பாட்டில் தன் பிள்ளைகளுடன் சமர்கண்டுக்கும் அங்கிருந்து புக்ஹாராவுக்கும் இடம் பெயர்ந்தார் ஸெல்ஜூக். புக்ஹாரா அப்போது, இரண்டாம் நூஹ் ஸமனியின் ஆட்சியின் கீழிருந்தது. ஜூந்து முஸ்லிம் ஆளுநரின் தூண்டுதலின்பேரில் ஸெல்ஜூக் இஸ்லாத்தைத் தழுவினார். துருக்கிஸ்தான் அரசன் பைகுவுக்கு ஜூந்து அப்போது திறைசெலுத்தி வந்தது. பைகுவின் திறை அளவீட்டாளர்கள் தங்கள் பணி நிமித்தம் ஒருநாள் ஜூந்துவுக்கு வந்தனர். ஸெல்ஜூக் அப்போது முஸ்லிம்களிடமிருந்து இறைமறுப்பாளர்கள் திறைபெறுவதை என்னால் ஏற்றுக்கொள்ள முடியவில்லை என்றார். ஸெல்ஜூக்கின் துணிச்சல் அவர்களுக்குத் தூண்டுதலாக அமையவே ஸெல்ஜூக்குடன் சேர்ந்து திறை அளவிட வந்தவர்களை அவர்கள் தாக்கினர். இத்துடன் ஸெல்ஜூக் புகழ்பெறலானார். அவரது துணிச்சல் மற்றவர்களையும்

தொற்றிக்கொண்டது. ஸெல்ஜூக்கின் கோத்திரத்தைச் சேர்ந்தவர்கள் அவர் பின்னால் அணி திரண்டனர். இரண்டாம் நூஹை எலெஜ்கான் தாக்கியபோது ஸெல்ஜூக், இரண்டாம் நூஹூக்கு ஆதரவாக வீரத்துடன் போரிட்டார். போரில் ஸெல்ஜூக்கின் மகன் மிக்காயீல் மரணமடைந்தார். மிக்காயீலின் இரு மகன்களும் ஸெல்ஜூக்கிடம் வளர்ந்து வந்தனர். ஸெல்ஜூக்குக்கு இஸ்ராயீல், யூனுஸ், யானல், மூஸா என மேலும் நான்கு மகன்கள் இருந்தனர்.

துருக்கிய, மங்கோலிய கோத்திரங்களிடையே போரின்போது அவரவர் வீரத்தைத் தனித்துவமாக வெளிப்படுத்துவது அரசாற்றலுக்கான தகுதியாகக்கொள்ளப்படும். அப்படி, ஸெல்ஜூக்கும் அவரது மகன்களும் குறுகிய காலத்தில் புகழும் அரசாற்றலும் பெற்றனர். துருக்கியர்கள் அவர்களைச் சுற்றி அணிதிரண்டனர். ஸெல்ஜூக்குகளை அழித்துவிட எலெஜ்கானும் பைகுவும் கைகோர்த்தனர். அதே நேரத்தில் ஸெல்ஜூக் இறந்துபோனார்.

அவரது பேரனான சாகர்பெக், கிறிஸ்தவர்களுக்கு எதிரான புனிதப் போரை மேற்கொள்ளும் பொருட்டு ஆர்மேனியாவுக்குச் செல்வதாக முடிவு செய்தார். கஸ்னவி பேரரசின் ஒரு பகுதியாக இருந்த தூஸ் மாகாணம், புக்ஹாராவுக்கும் ஆர்மேனியாவுக்குமிடையில் இருந்தது. தூஸின் ஆளுநர் புனிதப் போருக்கு ஒத்துழைப்பு அளிக்கும் விதமாகத் தனது ஆட்சிப் பகுதியைக் கடந்து செல்ல சாகர்பெக்கை அனுமதித்தார். மதிநுட்பமும் தொலைநோக்குமுள்ள மஹ்மூத் கஸ்னவி, ஸெல்ஜூக் படைகள் தனது ஆட்சிப் பகுதியினூடே சென்றதையறிந்து அவர்களது தாக்குதலுக்கும் கொள்ளைகளுக்கும் இடமளிக்கும் விதமாக அனுமதியளித்ததை முன்வைத்து ஆளுநரிடம் விளக்கம் கேட்டார்.

ஆர்மேனியாவிலிருந்து திரும்பி வந்த ஸெல்ஜூக் படையினர் முன்பைவிடவும் வலுப்பெற்றிருந்தனர். பல்க்கின் சுற்றுப்புறங்களில் தங்கள் கால்நடைகளை அவர்கள் மேயவிட்டனர். இதையறிந்த மஹ்மூத் கஸ்னவி தனது ஆளுநரின் மூலம் ஸெல்ஜூக் தலைவரை அரசவைக்கு வரவழைத்தார். வயதிலும் அறிவிலும் முதிர்ச்சியுள்ள ஸெல்ஜூக்கின் மூத்த மகன் இஸ்ராயீல், தலைவராக அனுப்புவதற்குத் தேர்வு செய்யப்பட்டார். உரிய மரியாதைகளுடன் அவர் முஹம்மத் கஸ்னவியின் அவையில் வரவேற்கப்பட்டார். வழக்கமான நலன் விசாரணைகளின் முடிவில் மஹ்மூத் கஸ்னவி, "எனக்குப் படையுதவி

தேவைப்படுமெனில் உங்களால் எத்தனை வீரர்களை அனுப்ப இயலும்?" என்று கேட்டார். தனது அம்பை கஸ்னவியின் முன்வைத்த இஸ்ராயீல், "காட்டிலிருக்கும் எங்கள் கோத்திரத்தாரிடம் நீங்கள் இந்த அம்பை அனுப்பி வைத்தால் லட்சம் வீரர்கள் உங்கள் முன் நிற்பார்கள்" என்றார். மஹ்மூத் கஸ்னவி, "ஒருவேளை, இதைவிட அதிக எண்ணிக்கையிலான வீரர்கள் தேவைப்படுமெனில்?" என்று கேட்டார். மற்றொரு அம்பை முன்வைத்த இஸ்ராயீல், "இதை நீங்கள் எங்கள் கோத்திரத்தாருக்கு அனுப்பி வைத்தால் இரண்டு லட்சம் வீரர்கள் வந்து நிற்பார்கள்" என்றார். இதன்மூலம் ஸெல்ஜூக்கின் படை பலத்தை அறிந்துகொண்ட மஹ்மூத் கஸ்னவி, அமைதிக்குரிய பிணையாளியாக அவரை இந்தியாவுக்கு அனுப்பி வைத்தார். கலிங்கக் கோட்டையில் ஏழாண்டுகள் அவர் காவலில் வைக்கப்பட்டார். ஸெல்ஜூக் ஆட்சி பின்னர் துக்ரில் பெக்கிடமும் சாகர் பெக்கிடமும் சென்றது. அவர்கள் ஒற்றுமையாக ஆட்சி செய்து வந்தனர்.

மவரோன்னஹ்ரில் ஒரு சிறு துண்டு நிலத்தை ஸெல்ஜூக்குகளுக்கு மேய்ச்சல் நிலமாக அளித்தார் மஹ்மூத் கஸ்னவி. அவர்கள் ஆக்ஸஸ் நதியைக் கடந்து குராசானில் வசிக்கவும் அனுமதியளித்தார். இம்முடிவை தூஸ் மற்றும் பல்க் ஆளுநரான அர்சலான் ஜாதே எதிர்த்தார். "ஆக்ஸஸ் நதியைக் கடந்து வர அவர்களை ஏன் அனுமதிக்கிறீர்கள்? அவர்கள் சச்சரவுக்காரர்கள். குழப்பங்களை ஏற்படுத்துவார்கள்" என்றார். மஹ்மூத் தனது வலுவை நன்கறிந்தவர். மட்டுமல்ல, இஸ்ராயீல் இன்னமும் பிணைக்கைதியாகத் தன் கீழிருக்கிறார். இதன்மூலம், தனது தேவைகளை அடையவும் ஸெல்ஜூக்குகளைத் தனது படைக்குள் சேர்க்கவுமான ஒரு திட்டமும் அவரிடமிருந்தது. மஹ்மூத் இறந்துவிட்டார். சுல்தான் மஸ்ஊத் கஸ்னவி, இஸ்ராயீலை விடுதலை செய்தார். அவர் தனது உறவினர்களிடம் போய்ச் சேர்ந்தார். இஸ்ராயீலின் வருகையுடன் ஸெல்ஜூக்குகள் அரசாற்றலில் மேலும் உயர்ந்தனர். மஸ்ஊத் இன்னமும் தன்னை முழுமையாக உறுதிப்படுத்திக்கொள்ளாத நிலையில், மர்வையும் ஹேரமையும் சாகர்பெக் கைப்பற்றிக்கொள்ள, நிஷாப்பூரை துக்ரில்பெக் கைப்பற்றிக்கொண்டார். ஸெல்ஜூக்குகளை அடக்கி வைக்க முடிவு செய்தார் மஸ்ஊத். அவர்கள் மிகக்கடுமையான பல்வேறு தாக்குதல்களைத் தொடுத்தனர். இறுதியில், மஸ்ஊதுக்கு

குராசான் முழுவதையும் அவர்களிடம் விட்டுக்கொடுக்க வேண்டியதாயிற்று

சாகர்பெக், மர்வில் தங்கியிருக்க துக்ரில்பெக், தனது தலைநகரை ரேய்க்கு மாற்றினார். அரசியல் செயல்பாடுகள் அனைத்தும் இரு சகோதரர்களின் பெயரிலும் நடைபெற்றன. பின்னர் குவாரிஸ்மையும் தன்னுடன் இணைத்துக்கொண்ட சாகர்பெக், ரோமானியர் (இன்றைய துருக்கி) மீது வெற்றிகரமான ஒரு தாக்குதலையும் மேற்கொண்டார். பாக்தாதுக்குச்சென்ற அவர்கள் தெலாமிய ஆட்சிக்கு முற்றுப்புள்ளி வைத்தனர். பின்னர், பாக்தாத் கலீஃபாவிடமிருந்து சிறப்புப் பெயரையும் அரசாடைகளையும் பெற்ற துக்ரில்பெக், அவரது தலைமை அமைச்சராக நியமிக்கப்பட்டார். ஹிஜ்ரீ 447இல் பாக்தாதின் ஜுமுஆ பேருரைகளில் துக்ரில்பெக்கின் பெயரும் குறிப்பிடப்பட்டது. தனது 70ஆவது வயதில், ஹிஜ்ரீ 455இல் துக்ரில்பெக் மரணமடைந்தார். சாகர்பெக் ஹிஜ்ரீ 451இலேயே மரணமடைந்து விட்டார்.

துக்ரில்பெக்கிற்கு வாரிசுகள் இல்லை என்பதால் அல்ப் அர்சலான் பின் சாகர்பெக் அரியணையேறினார். 9 ஆண்டுகள் ஆட்சி செய்த இவர் ஹிஜ்ரீ 465 இல் இறந்தார். மிகுந்த இறைபக்தியுள்ள முஸ்லிமாகத் திகழ்ந்த இவர் உன்னதமான அரசராகவும் விளங்கினார். ஒருமுறை 3,00,000 வீரர்கள்கொண்ட ஒரு கிறிஸ்தவப் படையை, 12,000 வீரர்களடங்கிய ஒரு படையுடன் எதிர்கொண்டு வெற்றி பெற்றதுடன் கான்ஸ்டான்டிநோபிளின் சீஸரான நான்காம் ரோமானுஸ் டயோஜனீஸை சிறைப்பிடித்தார்.

அல்ப் அர்சலானுக்குப் பிறகு அவரது மகன் மாலிக் ஷா செல்ஜுக் பொறுப்புக்கு வந்தார். சகோதரர் மகனின் அரசப்பொறுப்பை எதிர்த்த அர்சலானின் சகோதரர் கவூரத் கைது செய்யப்பட்டுக் கொல்லப்பட்டார். பிறகு, சிரியாவையும் எகிப்தையும் தன்னுடன் இணைத்துக்கொண்ட மாலிக் ஷா, அல்ப் அர்சலானின் பேரரசைவிடவும் பெருமளவிலான பகுதிகளுக்கு அரசராக இருந்தார். ஹிஜ்ரீ 484இல் மாலிக் ஷா மரணமடைந்தார். தொடர்ந்து, அவரது மகன் பர்க்கியாரக் பொறுப்பேற்றார். இத்துடன் செல்ஜுக்குகளின் வீழ்ச்சியும் ஆரம்பித்தது. தொடர்ந்து, ஹிஜ்ரீ 496 இல் பர்க்கியாரக்கின் சகோதரரான முஹம்மத் பின் ஷா பொறுப்புக்கு வந்தார்.

ஹிஜ்ரீ 509இல் சுல்தானுஸ் ஸாலத்தீன் எனும் சிறப்புப் பெயர்கொண்ட ஸன்ஜார் பின் மாலிக் ஷா அரசராக நியமிக்கப்பட்டார். அவருக்குத் திறைசெலுத்துவதாக சுல்தான் பெஹ்ரம் கஸ்னவி ஒப்புக்கொண்டார். பெஹ்ராமை அகற்றிவிட்டு சுல்தான் அலாவுத்தீன் கோரி ஜஹன்ஸோஸ் என்பவர் கஸ்னியைக் கையகப்படுத்தினார். ஸன்ஜார் ஸெல்ஜூக் கஸ்னிக்கு வந்து அலாவுத்தீன் கோரியைச் சிறைப் பிடித்தார். ஒகூஸ் துருக்கியர், ஸன்ஜாரரை ஒருமுறை பல்க்கின் புறப்பகுதியில் வைத்துச் சிறைப்பிடித்தனர். நான்காண்டுகள் அவர் கைதியாக இருந்தார். இக்காலகட்டத்தில் குராசான் முழுவதும் அவர்கள் அராஜகத்தைக் கட்டவிழ்த்து விட்டனர். சுல்தான் ஸன்ஜார் விடுதலையடைந்து குராசானைத் தனது கட்டுப்பாட்டுக்குள் கொண்டு வந்தார். தொடர்ந்து அவரது தந்தையின் முன்னாள் அடிமையும் குவாரிஸ்ம் ஆளுநருமான அனுஸ்தகீன், ஸன்ஜாருக்கு எதிராகக் கிளர்ச்சி செய்து குவாரிஸ்ம் ஷாஹியா எனும் ஒரு புதிய வம்சாவளியை உருவாக்கினார். சுல்தான் ஸன்ஜாரின் மறைவுக்குப் பின் அவரது சகோதரியின் மகனான மஹ்மூத் கான், ஹிஜிரீ 550 இல் நிஷாப்பூரில் வைத்து அரசராகப் பொறுப்பேற்றார். அந்நேரத்தில் குராசானின் ஒரு பகுதியை கோரியரும் எஞ்சிய பகுதிகளை குவாரிஸ்ம் ஷாஹியாவினரும் கைப்பற்றினர். இத்துடன் ஸெல்ஜூக் வம்சாவளியின் அடையாளங்கள் முற்றிலுமாக அழித்தொழிக்கப்பட்டன.

அல்ப் அர்சலானின் சகோதரரான கவூரத்தின் பரம்பரையில் வந்த பத்து அரசர்கள் கர்மானிய ஸெல்ஜூக்குகள் என்று அறியப்பட்டனர். மேற்கில் பலுச்சிஸ்தானையும் ஸிஸ்தானையும், வடக்கில் யஸ்தையும், வடகிழக்கில் குராசானையும் எல்லைகளாகக் கொண்டிருந்தது கர்மான். அவர்களது தலைநகரம் ஹமதான். தனது சகோதரரின் மகனான மாலிக் ஷாவை எதிர்த்த கவூரத், ஹிஜ்ரீ 465 இல் கொல்லப்பட்டார். மாலிக் ஷாவின் உத்தரவின்படி அவரது மகன் ஷா கர்மானி அரசரானார். 12 ஆண்டுகள் ஆட்சி செய்த அவர் இறந்ததும் அவரது சகோதரர் துரான் ஷா பொறுப்பேற்றார். 13 ஆண்டுகள் ஆட்சி செய்த துரான் ஷாவுக்குப் பின் அவரது மகன் இரான் ஷா பொறுப்புக்கு வந்தார். அவர் 42 ஆண்டுகள் ஆட்சி செய்தார். இரான் ஷாவின் மகன் முகீதுத்தீன் 14 ஆண்டுகள் ஆட்சி செய்தார். முகீதுத்தீனைத் தொடர்ந்து அவரது மகன் முஹியுத்தீன்

துக்ரில் ஷா 12 ஆண்டுகள் ஆட்சி செய்தார். தொடர்ந்து அவரது மகன் பெஹ்ராம் ஷா பொறுப்புக்கு வந்தார். தொடர்ந்து, அர்சலான் ஷா, துரான் ஷா, முஹம்மத் ஷா போன்ற பலர் ஆட்சிக்கு வந்தனர். பிறகு, கர்மானிய ஸெல்ஜூக்குகளின் வம்சாவளி ஆட்சி முடிவுக்கு வந்தது.

சுல்தான் அல்ப் அர்சலான் ஸெல்ஜூக், ஆசியா மைனரின் ஆளுநராக சுலைமான் கத்லமிஷ் பின் இஸ்ராயீல் பின் ஸெல்ஜூக்கியை அனுப்பியிருந்தார். அங்கே சென்ற அவர் தனது சுதந்திர அரசு ஒன்றை நிறுவினார். அவரது சந்ததியினர் ரோமானிய ஸெல்ஜூக்குகள் என்று அழைக்கப்பட்ட 14 அரசர்களை உருவாக்கினர். அவர்களது தலைநகரம் கோன்யா. ஹிஜ்ரி ஏழாம் நூற்றாண்டு முடிவுவரைக்கும் அவர்கள் ஆட்சி செய்தனர். தொடர்ந்து அவர்கள் ரோமானியர்களுக்கு எதிராகப் போரிட்டு வந்தனர். அவர்களுக்குப் பிறகு உஸ்மானியப் பேரரசு தொடர்ந்தது.

குவாரிஸ்ம் ஷாவின் வம்சாவளியினர் : மாலிக் ஷா ஸெல்ஜூக்கின் துருக்கிய அடிமையான குத்புதீன் பின் அனுஸ்தகீன் என்பவர், சுல்தான் ஸன்ஜாருடன் நெருக்கமாக இருந்தார். அவரை குவாரிஸ்மின் ஆளுநராக நியமித்தார் ஸன்ஜார். சுல்தானைப் பார்க்க வரும்போதெல்லாம் தனது அரச உடைகளுடன் அவருக்குப் பணி விடைசெய்வது குத்புதீனின் வழக்கம். நீண்ட காலம் குவாரிஸ்மின் ஆளுநராக இருந்த அவர், குவாரிஸ்ம் என்றே அழைக்கப்பட்டார். அவரது சந்ததியினரும் இவ்வாறே அழைக்கப்பட்டனர்.

சுல்தான் ஸன்ஜார் ஸெல்ஜூக்மீது மிகுந்த பற்றுகொண்ட குத்புத்தீன், ஓகூஸ் துருக்கியரால் ஸன்ஜார் கைதுசெய்யப்பட்ட பிறகு, தனது அரசைப் பிரகடனம் செய்து மவரோன்னஹ்ர்மீது படையெடுத்தார். குத்புதீனுக்குப் பிறகு அவரது மகன் அத்ஸாஸ் குவாரிஸ்ம் ஷா அரசரானார். அவர் இறந்த பின் அவரது மகன் அர்சலான் ஷா ஹிஜ்ரீ 557இல் அரசரானார். அவருக்கும் அவரது சகோதரர் அலஅத்தீன் தேகிஷூக்கும் முரண்பாடுகளிருந்து வந்தன. இது சிறு சிறு போர்களாக வெளிப்பட்டன. இதில், அலஅத்தீன் தேகிஷ் வெற்றி பெற்று குவாரிஸ்ம் ஷா ஆனார். ‘தகீரா இ குவாரிஸ்ம்’ எனும் நூலின் ஆசிரியர் இஸ்மாயீல் பின் ஹஸனும் கவிஞர் கக்கானியும் அவரது சமகாலத்தவர். மூன்றாம் துக்ரில்

ஸெல்ஜூக்கைக் கொன்று, குராசானையும் இராக்கையும் கைப்பற்றி, தனது ஆட்சிப் பகுதியை மேலும் விரிவுபடுத்திக்கொண்டார் குவாரிஸ்ம் ஷா.

தேகிஷின் மரணத்திற்குப் பிறகு அவரது மகன் முஹம்மத் பின் தேகிஷ் குவாரிஸ்ம் ஷா, ஹிஜ்ரீ 590இல் அரசராகப் பொறுப்பேற்றார். 21 ஆண்டுகள் ஆட்சிசெய்த இவர் தனது ஆட்சிப் பகுதியைப் பெருமளவு விரிவுபடுத்தினார். இந்த முயற்சியின்போது பாக்தாத் கலீஃபாவுடனான அவரது உறவு சீர்கெட்டது. ஷஹாபுத்தீன் கோரியின் மறைவுடன் குவாரிஸ்ம் ஷாவின் ஆட்சிப் பகுதி கோர், கஸ்னி வரைக்கும் பரவியது. அவர் பாரசீக அரசர் அத்தபெக் ஸஅதையும் அஸர்பைஜானின் அரசன் அத்தபெக் உஸ்பெக்கையும் தோற்கடித்தார். பின்னர் பாக்தாத் கலீஃபாவுக்கு எதிரான கிளர்ச்சியில் ஈடுபட்டார். கலீஃபாவை நீக்கிவிட்டு, தன்னுடைய ஆன்மிக வழிகாட்டியான ஸெய்யத் அலஅ அல் முல்க் திர்மிதியை நியமிக்கும் நோக்கத்துடன் படையெடுத்துச் சென்றார். குவாரிஸ்ம் ஷாவை எதிர்கொள்ள ஷெய்க் ஷஹாபுத்தீன் ஸஹ்ரவர்தியை அனுப்பி வைத்த கலீஃபா, வாய்ப்பிருந்தால் அமைதி முயற்சியைக் கைகொள்ளவும் அறிவுரைத்தார். இம்முயற்சி பலனளிக்கவில்லை. தனது நிலைப்பாட்டில் குவாரிஸ்ம் ஷா உறுதியாக இருந்தார். ஆனால், ஒரு பனிப்பொழிவின் காரணமாக இராக்கைத் தாக்க இயலாமல் அவர் திரும்ப வேண்டியதாயிற்று. தனது தலைநகரத்தை அடைவதற்குள் அவரது நாடு செங்கிஸ்கானால் சூறையாடப்பட்டுக்கொண்டிருந்தது.

சுல்தான் முஹம்மத் பின் தேகிஷ் குவாரிஸ்ம் ஷா, அவரது காலத்தில் பலம் வாய்ந்த ஓர் அரசராக இருந்தார். தொலைதூர நாடுகளின் மன்னர்களும் அவருக்கு அஞ்சினார்கள். ஆயினும், பனிப்புயலின் காரணமாக இராக்கிலிருந்து திரும்பியதுடன் அவரது வீழ்ச்சியும் தொடங்கியது. இறந்தபோது அவரது உடலைச் சுற்றியிடப் புதிய ஓர் ஆடைகூட கிடைக்கவில்லை.

சுல்தான் முஹம்மத் பின் தேகிஷ் குவாரிஸ்ம் ஷாவுக்கு ஏழு மகன்கள். ருக்னுதீன், கைத்துதீன், ஜலாலுதீன் ஆகிய மூத்த மகன்கள் மூவரும் பல்வேறு மாகாணங்களின் ஆளுநர்களாக இருந்தனர். அவர்களிடையிலான ஒற்றுமை சிறப்பாக இல்லை. எனவே, ஒன்றிணைந்து செங்கிஸ்கானுக்கு எதிராகச் செயல்பட

அவர்களால் இயலவில்லை. ஒவ்வொருவரும் அடுத்தடுத்துத் துரத்தியடிக்கப்பட்டனர்.

அவர்களில் ஜலாலுத்தீன் குவாரிஸ்ம் ஷா மிகுந்த சிறப்புப் பெற்றவராக இருந்தார். அவர் இந்துஸ் நதிக்கரையில் செங்கிஸ்கானை எதிர்த்துப் போரிட்டார். ஆனால், பலன் எதுவும் இல்லை. எனவே, இந்தியாவுக்குச் சென்றார். சிறிது காலம் சிந்துவில் தங்கிவிட்டுத் திரும்பினார். வரும் வழியில், அலமுத் கோட்டையிலிருந்த இறைமறுப்பாளர்களை எதிர்த்துத் தோற்கடித்தார். பின்னர், ஒருபுறம் மங்கோலியர்களையும் இன்னொரு புறம் ரோமானியர்களையும் தாக்கினார். இதில் வெற்றியடைந்தாலும் எதிர்ப்பு வலுவடைந்த நிலையில் இழந்த பேரரசை அவரால் மீட்க முடியவில்லை. அவரது மரணம் யாருமறியாமல் எங்கோ நிகழ்ந்துவிட்டதாகக் கருதப்படுகிறது. வரலாற்றாசிரியர்கள் அவரது வீரத்தை முன்வைத்து நேசத்துடனும் மரியாதையுடனும் அவரை நினைவுகூருகிறார்கள். அவரது வீழ்ச்சி ஏறக்குறைய குவாரிஸ்ம் வம்சாவளியின் முடிவாகவே அமைந்துவிட்டது.

கோரி வம்சாவளியினர் : மத்திய ஆஃப்கானிஸ்தானின் மேற்பகுதியான கோரை (Ghur) மஹ்மூத் கஸ்னவி வெற்றிகொண்டு தனது பேரரசின் ஒரு மாகாணமாக்கினார். கோரியர் ஹிஜ்ரி இரண்டாம் நூற்றாண்டின் தொடக்கத்தில் இஸ்லாத்தைத் தழுவினர். ஆஃப்கானிஸ்தான் மக்கள் மட்டுமே அங்கு வசித்து வந்தனர். மஹ்மூத் கஸ்னவி, கோரின் ஆளுநராக மரியாதைக்குரிய ஒருவரை நியமித்திருந்தார். அவருடைய சந்ததியினர் நீண்ட காலம் இந்நிலையில் இருந்து வந்தனர். சூழ்நிலைகளின் காரணமாக, சுல்தான் பெஹ்ராம் கஸ்னவிக்கும் ஆளுநரான குத்புதீனுக்கும் இடையிலான உறவு விரிசலடைந்து, இரு சாராருக்குமிடையே போர் மூண்டது. இதில் குத்புத்தீன் கொல்லப்பட்டார். குத்புத்தீன் கோரியின் சகோதரரான ஸைஃபுதீன், கஸ்னிமீது படையெடுத்து, பெஹ்ராம் கஸ்னவியை கஸ்னியிலிருந்து அப்புறப்படுத்தி அரியணையைக் கைப்பற்றினார். சுற்றியிருந்த நாடுகளின் உதவியுடன் கஸ்னியைக் கைப்பற்றிய பெஹ்ராம், ஸைஃபுதீனை இரக்கமின்றிச் சித்திரவதை செய்து கொன்றார்.

இதையறிந்த அவரது மூன்றாவது சகோதரர் அலாவுத்தீன், தனது

இரு சகோதரர்களின் கொலைக்குப் பழிவாங்கும் நோக்கத்துடன் கஸ்னிமீது படையெடுத்தார். விலையுயர்ந்த ஆபரணங்களையும் மணிக்கற்களையும் கொடுத்து எதிரிப் படைவீரர்களை விலைக்கு வாங்கி விடலாமென்று கருதிய பெஹ்ராம் கஸ்னவியின் தந்திரம் பலனளிக்கவில்லை. இரக்கமற்ற முறையில் சித்திரவதை செய்துகொல்லப்பட்ட ஸைஃபுதீனின் மரணம் படையினரின் மனதைவிட்டு அகலாமலிருந்தது. கஸ்னியைக் கைப்பற்றினார் அலாவுத்தீன். பெஹ்ராம் கஸ்னவி இந்தியாவுக்குத் தப்பியோடினார். பழி வாங்கும் வெறியுடன் கஸ்னி மக்களைப் படுகொலை செய்தார் அலாவுத்தீன் கோரி. கஸ்னவி அரசர்களின் கல்லறைகளை இடிப்பதும் வீடுகளுக்குத் தீ வைப்பதுமான அவரது அட்டூழியங்கள் தொடர்ந்து ஒரு வார காலம் நடந்தன. அலாவுதீனின் காட்டுமிராண்டித்தனமான படுகொலைகளின் காரணமாக அவர், 'ஜஹான் ஸோஸ்' (உலகை எரிப்பவன்) என்று குறிப்பிடப்பட்டார். பெருமளவிலான சிறைக்கைதிகளைக் கொன்று அவர்களது இரத்தத்தைப் பாதுகாவல் அரண்கள் கட்டுவதற்காகக் குழைக்கப்பட்ட மண்ணில் கலந்தார். இக்கொடூரம் நடந்த காலகட்டம் ஹிஜ்ரீ 547. கஸ்னியில் ஒரு பதில் ஆளுநரை நியமித்த அலாவுத்தீன் கோரி, கோருக்குப் புறப்பட்டார். கஸ்னி, கோரி பேரரசின் மாகாணமானது.

சுல்தான் ஸன்ஜார் ஸெல்ஜூக்கின் தலைமையை ஏற்றிருந்த பெஹ்ராம் கஸ்னவி, இந்தியாவின் நிலைமைகளை விவரித்து அவருக்கு ஒரு கடிதம் எழுதினார். அடுத்த ஆண்டு, கோரையும் கஸ்னியையும் கைப்பற்றிய ஸன்ஜார் ஸெல்ஜூக், அவற்றை ஆட்சி செய்வதற்காக இந்தியாவிலிருந்த பெஹ்ராமை அழைத்துக்கொண்டார். அவர் அலாவுதீனைக் கைது செய்து தனது நாட்டுக்குக் கொண்டுசென்றார். பழி வாங்கும் நோக்கத்துடன் தன்னுணர்விழந்த நிலையில்தான் அலாவுத்தீன், கஸ்னிமீது தாக்குதல் மேற்கொண்டார். இதைத் தவிர அவர் தொலைநோக்கும் திறமையுமுள்ள ஆட்சியாளர் என்பதில் சந்தேகமில்லை. அலாவுத்தீனின் நடவடிக்கைகளையும் திறமையையும் நன்குணர்ந்திருந்த ஸன்ஜார் அவரை விடுதலை செய்தார். மீண்டும் கோரின் ஆட்சிப் பொறுப்பை ஏற்றுக்கொண்டார் அலாவுதீன்.

சிறிது காலத்துக்குப் பின் ஸன்ஜார், ஓகூஸ் துருக்கியரால் கைது செய்யப்பட்டார். இது ஸெல்ஜூக்குகளின் ஆற்றலைப்

பெரிதும் இழக்கச் செய்தது. நான்கு ஆண்டுகளை அவர் சிறையில் கழித்தார். ஆனால், அது உண்மையான சிறைவாசமாக இல்லை. பகல் பொழுதுகளில் அரியணையில் அமரச் செய்து அரசனுக்குரிய மரியாதைகளுடனும், இரவில் மீண்டும் காவலிலும் வைக்கப்பட்டார். ஸன்ஜார் கைது செய்யப்பட்ட சிறிது காலத்துக்குப் பிறகு கஸ்னியிலிருந்து பெஹ்ராம் கஸ்னவியை அகற்றினார் அலாவுத்தீன். பிறகு, அவர் இயற்கையான மரணமடைந்தார். கோரி வம்சாவளியின் முதலாவது அரசராக அலாவுதீனைக் குறிப்பிடலாம். அவருக்குப் பிறகு அவரது மகன் இரண்டாம் ஸைஃபுதீன் அரியணையில் அமர்ந்தார். ஓகூஸ் துருக்கியருக்கு எதிராக நடந்த ஒரு போரில் தனது படைத்தலைவராலேயே அவர் கொல்லப்பட்டார்.

அலாவுத்தீனுக்கு நெருங்கிய உறவுமுறை வாரிசுகள் கயாஸுத்தீன், ஷஹாபுத்தீன் எனும் இரு சகோதரர்கள். போரிலும் நிர்வாகத் துறையிலும் நன்கு தேர்ச்சிப் பெற்ற இவர்கள், துக்ரில்பெக் ஸெல்ஜுக், சாகர்பெக் ஸெல்ஜுக் சகோதரர்கள்போல் இரட்டை அரசர்களாக மிகுந்த ஒற்றுமையுடன் ஆட்சி செய்து வந்தனர். இருவருக்குமே அரசருக்கான மரியாதைகள் வழங்கப்பட்டன. இதில், ஷஹாபுத்தீன் மூத்த சகோதரர் என்பதால் அதற்கான மரியாதையுடன் நடத்தி வந்தார் கயாஸுத்தீன். தமையனின் உத்தரவுகளையும் விருப்பங்களையும் இளையவர் ஏற்றுக்கொண்டார்.

குராசானின் பெரும்பகுதியைத் தங்கள் ஆட்சியுடன் இணைத்துக்கொண்ட இவர்கள், தொடர்ந்து இந்தியாவை நோக்கித் தங்கள் கவனத்தைத் திருப்பினார்கள். கஸ்னவி வம்சாவளியின் மிகச்சிறந்த வெற்றியாளர்கள் என தங்களையே அவர்கள் முன் நிறுத்தினர். எனவே, கஸ்னவிகள் ஆட்சியின் கீழிருந்த பகுதிகள் அனைத்தையும் தங்களின் கீழ்க்கொண்டுவர வேண்டியதைக் கடமையாக உணர்ந்தனர். பஞ்சாப் அப்போது பெஹ்ராம் கஸ்னவி சந்ததியின் கீழிருந்தது. அவர்களிடமிருந்து பஞ்சாபைக் கைப்பற்றினார் ஷஹாபுத்தீன். ஹிஜ்ரீ 582இல் குஸ்ரோ மாலிக் கஸ்னவியை லாஹூரில் வைத்துக் கைது செய்து, கோரிலிருந்த தன் சகோதரன் கயாஸுத்தீனிடம் அனுப்பி வைத்தார். தொடர்ந்து லாஹூரைத் தலைநகராகக்கொண்டு ஆட்சி செய்து வந்தார்.

ஹிஜ்ரீ 599இல் கயாஸுத்தீன் மரணமடைந்ததுடன் ஷஹாபுத்தீன் பொறுப்புக்கு வந்தார். கயாஸுத்தீன் ஆட்சிக்காலத்திலேயே அவர்

இந்தியாவுக்குப் படையெடுத்துச் சென்று பிரித்விராஜைக் கைது செய்து கொன்றார். தன் அடிமையான குத்புதீன் அய்பக்கை இந்தியாவில் ஆட்சியாளராகவும் நியமித்தார். அவரது ஆட்சியின்போது இந்தியாவுக்குச் சென்ற ஷஹாஃபுத்தீன், திரும்பி வரும்போது ஃபிதைஸுகள் அல்லது கஹ்கார்ஸிகள் தவறுதலாக அவரைக் கொன்று விட்டனர். ஷஹாபுத்தீனின் இறப்புடன் கோரி வம்சாவளி ஆட்சியின் வீழ்ச்சி தொடங்கியது. குத்புதீன் அய்பக் தனது நிலையை இந்தியாவில் உறுதிசெய்து அடிமை வம்சாவளி ஆட்சிக்கு அடித்தளம் அமைத்தார். கயாஸுத்தீனின் மகன் மஹ்மூத் கோரி, ஃபிரோஸ்கோ (இரான் மலைப் பகுதி) அரியணையைக் கைப்பற்றினார்.

மஹ்மூத், ஹிஜ்ரீ 607இல் கொலையுண்டார். பிற்காலத்தில், குவாரிஸ்ம் ஷாவால் கைது செய்யப்பட்ட மஹ்மூதின் மகன் பஹாவுத்தீன் பொறுப்புக்கு வந்தார். அப்போது, ஷஹாபுத்தீனின் குடும்பத்தைச் சேர்ந்த பலர் பெயரளவில் ஆட்சி செய்து வந்தனர். கோரி வம்சத்தின் ஆட்சி இத்துடன் முடிவுக்கு வந்தது.

ஷிராஸின் அத்தபெக்கியர் : அத்தபெக் எனப்படுவோர் ஆசிரியர்கள் ஆவார்கள். இவர்கள், ஸெல்ஜுக் இளவரசர்களுக்குக் கல்வி, ஒழுக்கவியல் பயிற்சிகளுக்காக ஆசிரியர்களாக நியமிக்கப்பட்டவர்கள். படிப்படியாக இவர்கள், அமைச்சர்களாகவும் ஆளுநர்களாகவும் நியமிக்கப்படும் அளவுக்கு உயர்ந்தனர். ஸெல்ஜுக் வம்சாவளியின் வீழ்ச்சியைத் தொடர்ந்து பல்வேறு மாகாணங்களிலும் நாடுகளிலும் தங்கள் அரசுகளை இவர்கள் நிறுவிக்கொண்டனர். சிரியா, இராக், பாரசீகம் ஆகிய பகுதிகளில் அத்தபெக்கியர் பலர் உயர் பதவிகளிலும் ஆட்சியிலும் இருந்தனர். இஸ்லாமிய உலகில் ஆட்சிசார்ந்த இவர்களது பங்களிப்பு சிறப்பாக அமைந்திருந்தது.

சுல்தான் ஸன்ஜார் ஸெல்ஜுக்கின் ஆட்சியின்போது பாரசீக ஆளுநராக இருந்தவர் முஸஃப்ஃபருத்தீன் ஸங்கி பின் மௌதூத் ஸல்காரி ஆவார். சுல்தான் ஸன்ஜாரின் மறைவை யடுத்து, அத்தபெக் எனும் சிறப்புப் பெயருடன் பாரசீக ஆட்சியாளராகப் பொறுப்பேற்ற அவர், ஹிஜ்ரீ 556இல் மரணமடைந்தார். தொடர்ந்து அவரது சகோதரர் முஸஃப்ஃபருத்தீன் அத்தபெக் ஹிஜ்ரீ 571 வரை ஆட்சி செய்தார். அவரது மரணத்துக்குப் பின் ஆட்சிப் பொறுப்பை ஏற்ற அவரது மகன் 20 ஆண்டு காலம் ஆட்சி செய்தார்.

அவரும் மறைந்த பிறகு, அரியணைக்கு வந்த அத்தபெக் ஸஅத் பின் ஸங்கி, 28 ஆண்டு காலம் ஆட்சி செய்தார். ஹிஜ்ரீ 622இல் இவர் மரணமடைந்ததைத் தொடர்ந்து, ஷெய்க் முஸ்லிஹுத்தீன் ஷிராஸி, ஸஅதி எனும் சிறப்புப் பெயருடன் அரியணை ஏறினார். இவரது இறப்புக்குப் பின் மகன் அத்தபெக் பின் ஸஅத் ஸங்கி பொறுப்புக்கு வந்தார். இவரது ஆட்சிக் காலத்தில்தான் பாக்தாத் ஹுலகுகானால் பாழ்படுத்தப்பட்டது. பின்னர், மங்கோலியர்களுக்குத் திறைசெலுத்துவதாக ஒப்புக்கொண்டு ஆட்சியைத் தொடர்ந்தார். அவரது மறைவுக்குப் பின், அவரது பேரனான அத்தபெக் முஹம்மத் பொறுப்புக்கு வந்தார்.

சுருங்கச் சொன்னால், இவ்வம்சாவளியினர் ஷிராஸையும் பாரசீகத்தையும் ஹிஜ்ரீ 663 வரையிலும் ஆட்சி செய்தனர். இத்துடன், மங்கோலியர்களுக்குத் திறை செலுத்தியும் வந்தனர். இக்காலகட்டங்களின் பிற்பகுதியில் ஷிராஸ் நிர்வாகத்தைக் கவனித்துக்கொள்வதற்காக மங்கோலியர்களால் ஆளுநர்கள் நியமிக்கப்பட்டனர். மங்கோலியர்களிடையே குழப்பங்கள் தலைதூக்கியதுடன் அவர்களது வீழ்ச்சியும் ஆரம்பமான பிறகுதான் ஷிராஸ் மீண்டும் சுதந்திர அரசாக இயங்க முடிந்தது. ஆனால், மீண்டும் அது தைமூர்களிடம் வீழ்ந்தது.

ஸிஸ்தான் அரசர்கள் : கிழக்கு இரானும் தென்மேற்கு ஆஃப்கானிஸ்தானும் இணைந்த ஒரு பகுதியான ஸிஸ்தான், நிம்ரோஸ் என்ற பெயரிலும் வழங்கப்படுகிறது. இதன் ஆளுநராக அபுல் ஃபஸ்ல் தாஜுத்தீன் என்பவரை நியமித்திருந்தார் அரசர் ஸன்ஜார் ஸெல்ஜுக். ஸெல்ஜுக் வம்சாவளியினரின் வீழ்ச்சி ஆரம்பித்ததுடன் தன்னை அவர் அரசராக அறிவித்துக்கொண்டார். பிறகு அவரது மகன் ஷம்சுத்தீன் பொறுப்புக்கு வந்தார். இவரது கொடுங்கோல் ஆட்சி மக்களின் வெறுப்புக்கும் கோபத்திற்கும் உள்ளானது. இறுதியில் கொந்தளித்து எழுந்த மக்கள் அவரைக் கொன்றுவிட்டு, அதே வம்சாவளியைச் சேர்ந்த தாஜுத்தீன் ஹர்ப் பின் இஸ்ஸுல் மாலிக் என்பவரைத் தேர்வு செய்தனர். நற்குணங்களும் திறமையும் வாய்க்கப்பெற்ற இவரது ஆட்சியின்போது குராசான், கோரி வம்சாவளி ஆட்சியின் கீழிருந்தது. 6 ஆண்டு காலம் ஆட்சி செய்த தாஜுத்தீனின் மறைவுக்குப் பின் பொறுப்புக்கு வந்த அவரது மகன் யமீனுத்தீன் பெஹ்ராம் ஷா இறைமறுப்பாளர்களால்

கொலையுண்டார். இவருக்குப் பின் இவரது மகன் நஸ்ருத்தீன் பொறுப்புக்கு வந்தார். இவரது சகோதரர் ருக்னுத்தீனும் அரியணைக்கு உரிமை கோரினார். இது அவர்களிடையிலான போருக்குக் காரணமாக அமைந்தது. இதில், நஸ்ருத்தீன் கொல்லப்பட்டார். பிறகு, மங்கோலிய படையெடுப்பாளர்களால் ருக்னுத்தீனும் கொல்லப்பட்டார். தொடர்ந்து, தாஜுத்தீன் ஹர்பின் மகன், ஷஹாபுத்தீன் முஹம்மத் அரியணையில் அமர்த்தப்பட்டார். அவர்களது வம்சாவளியின் கடைசி அரசர் அவர். அவரும் கைது செய்யப்பட்டு மங்கோலியரால் கொல்லப்பட்டதுடன் அந்த வம்சமும் அழிந்தது.

காரத் மற்றும் ஹேரத்தில் உருவான முலுக் வம்சாவளியினர் : ஸெல்ஜுக் வம்சாவளியைச் சேர்ந்த இஸ்ஸுத்தீன் உமர் என்பவர், கயாஸுத்தீன் கோரியின் அமைச்சராக இருந்தார். கயாஸுத்தீன், அவரை ஹேரத்தின் ஆளுநராக நியமித்தார். ஹேரத்தில் அரண்மனைகளும் பள்ளிவாசல்களும் கட்டியெழுப்பிய அவர் இஸ்ஸுத்தீன் காரத் என்று அறியப்படலானார். அவருக்குப் பின் ஹிஜ்ரீ 643இல் அவரது மகன் ருக்னுத்தீன் பொறுப்பேற்றார். கோரி வம்சாவளியின் வீழ்ச்சியுடன் அவர்கள் ஹேரத்தின் அரசர்களாக அறியப்பட்டனர். ஹேரத்தின் அரியணையில் ஷம்சுத்தீன் காரத் அமர்ந்தார். அவரும் அவரது தந்தையும் மங்கோலியர்களுடன் நல்லிணக்கம்கொண்டிருந்தனர். மங்கோலியர்கள் அவர்களுக்கு எந்த ஊறும் விளைவிக்கவில்லை. தங்களுடைய ஆளுநர்களாகவே அவர்களை நடத்தி வந்தனர்.

ஷம்சுத்தீன் காரத்தின் இறப்பைத் தொடர்ந்து அவரது மகன் ருக்னுத்தீன் பொறுப்புக்கு வந்தார். மங்கோலிய அரசனான அபகா கான் அவருக்கு ஷம்சுத்தீன் காஹின் என்று சிறப்புப் பெயர் அளித்திருந்தான். அவரது மறைவுக்குப் பிறகு அவரது மகன் ஃபக்ருத்தீனும், ஃபக்ருத்தீனுக்குப் பிறகு அவரது சகோதரரான கயாதுத்தீனும் பொறுப்புக்கு வந்தனர். கயாதுத்தீனுக்குப் பிறகு ஹிஜ்ரீ 729இல் ஷம்சுத்தீன் பொறுப்பேற்றார். தொடர்ந்து அவரது சகோதரர் மலிக் ஹாஃபீசும் அவருக்குப் பிறகு அவரது சகோதரர் முய்ஸுத்தீன் ஹுசைனும் பொறுப்புக்கு வந்தனர். ஹேரத்தின் அரசரான அவர் ஹிஜ்ரீ 771இல் இறந்தார். தொடர்ந்து அவரது மகன் கயாதுத்தீன் பாபர் அலீ ஆட்சிக்கு வந்தார். இவரது ஆட்சிக்காலத்தில்

ஹேரத்துக்கு வந்த தைமூருக்கு கயாதுத்தீன் பாபர் அலீ பணிந்தார். தன் மகளை கயாதுத்தீனுக்கு மணம் முடித்து வைத்தார் தைமூர்.

அஸர்பைஜான் அத்தபெக்கியர் : துருக்கிய இனத்தைச் சேர்ந்த ஷம்சுத்தீன் எல்டகூஸ் என்பவர், மன்னர் மஸ்ஊத் ஸெல்ஜூக்கின் அடிமைகளில் ஒருவர். சாதாரணப் பணியாளாக தனது வாழ்க்கையைத் தொடங்கிய இவர் படிப்படியாக உயர்ந்து ஆசிரியராக ஆனார். பின்னர், தனது திறமையையும் செல்வாக்கையும் நிர்வாகத்திலும் காட்டினார். இரண்டாம் துக்ரிலின் விதவை மனைவியைத் திருமணம் செய்து அஸர்பைஜான் ஆளுநராகவும் ஆனார். தொடர்ந்து, அமைச்சராகவும் ஸெல்ஜூக் வம்ச படைத்தலைவராகவும் நியமிக்கப்பட்டார். இவரது இறப்புக்குப் பிறகு, மூத்த மகனான முஹம்மத் அத்தபெக் அமைச்சராகவும் மூன்றாம் துக்ரிலின் ஏழு வயது மகனின் பாதுகாப்பாளராகவும் ஆசிரியராகவும் நியமிக்கப்பட்டார். 13 ஆண்டு காலம் இந்தப் பொறுப்புகளை மேற்கொண்ட முஹம்மத் அத்தபெக் இறந்த பிறகு அவரது சகோதரரான கஸ்ல் அர்சலான் அதே பொறுப்பில் நியமிக்கப்பட்டார். இவர் மூன்றாம் துக்ரிலைச் சதி செய்து கொன்று அரியணையைக் கைப்பற்றினார். ஆனால், முடிசூட்டு விழா அன்று இறந்துபோனார்.

தொடர்ந்து, அத்தபெக் அபூபக்ர் ஆட்சிப்பொறுப்பை ஏற்றார். தனது ஆட்சிப் பகுதியை அஸர்பைஜான்வரை வரையறுத்துக்கொண்ட இவர் அமைதியான முறையில் ஆட்சி செய்து வந்தார். இவரது சகோதரரான கத்லக் கான் திடீரென்று கிளர்ச்சியில் ஈடுபட்டார். போர் நடந்தது. போரில் தோல்வியடைந்த கத்லக் கான் தப்பியோடி குவாரிஸ்ம் ஷாவிடம் அடைக்கலம் புகுந்து அஸர்பைஜான்மீது போர் தொடுக்கும்படி அவரைத் தூண்டினார். இந்நிலையில், குவாரிஸ்ம் ஷாவின் ஒரு படைத்தலைவரால் கத்லக் கான் கொலை செய்யப்பட்டார். சில நாள்களுக்குப் பிறகு அத்தபெக் அபூபக்ரும் இறந்து போனார்.

தொடர்ந்து, அவரது சகோதரரான அத்தபெக் முஸஃப்ஃபர் ஆட்சிக்கு வந்தார். இவர், இராக்கையும் கைப்பற்றி, பதினைந்து ஆண்டுகள் ஆட்சி செய்தார். இறுதியில், ஜலாலுத்தீன் குவாரிஸ்ம் ஷா தனது வம்சாவளியின் கடைசி மன்னராக இருந்து அஸர்பைஜானை வெற்றிகொண்டார். செங்கிஸ்கானின் படுகொலைகளுடன் குவாரிஸ்ம்

ஷா மற்றும் அஸர்பைஜானின் எல்டகூஸ் வம்சாவளியின் ஆட்சிகள் ஒரே காலகட்டத்தில் முடிவுக்கு வந்தன.

நாத்திகவாத அலமுத்களின் வம்சாவளி : ஸெல்ஜூக் வம்சாவளியினர் வலுப்பெற்று வந்த நிலையில் அலமுத், கஸ்வின் கோட்டைகளைக் கைப்பற்றி தனது அரசை நிறுவிக்கொண்டார் ஹஸன் பின் ஸபா. இவரைப் பற்றி வரலாற்றில் பல்வேறு தகவல்கள் உள்ளன. அதிலொன்று அவரது உடல் வலுவைப் பற்றியது. ஒருமுறை, தனது இரண்டு மகன்களும் தன்னுடைய சொல்லைமீறி நடந்துகொண்ட குற்றத்திற்காக ஆளுக்கொரு அடி கொடுத்தார். அடியின் வீரியத்தில் அவர்கள் இறந்தே விட்டனர். மிகவும் எளிமையாக வாழ்ந்து வந்த ஹஸன் பின் ஸபா, இதைத் தனது மனைவியிடமும் பிள்ளைகளிடமும் எதிர்பார்த்தார். ஸெல்ஜூக்குகள் தனது கோட்டையைத் தாக்குவார்கள் என்பதையறிந்த ஹஸன் பின் ஸபா பாதுகாப்புக் கருதி, தன் மனைவியையும் பிள்ளைகளையும் வேறொரு கோட்டைக்கு அனுப்பி வைத்தார். அங்கே, அவர்களை விருந்தினர்போல் நடத்த வேண்டாம் என்றும், நூல் நூற்று தங்களுக்கான தேவைகளை அவர்கள் நிறைவேற்றிக்கொள்ள வேண்டும் என்றும் கோட்டைக் காவலாளிக்கு உத்தரவிட்டார்.

ஹஸன் பின் ஸபாவின் இறப்புக்குப் பிறகு அரியணையேறிய கியாபுஸூர்க், முஹம்மத் ஸெல்ஜூக்கின் மரணம்வரைக்கும் அவரை எதிர்த்தார். ஸெல்ஜூக்குகளின் பல கோட்டைகளைக் கைப்பற்றி ஜிலானைக் கொள்ளையிட்டார். கியாபுஸூர்கிற்குப் பிறகு அவரது மகன் முஹம்மத் ஆட்சிக்கு வந்தார். இவரது ஆட்சியின்போது ஃபிதாயிகள் ஆங்காங்கே அரசர்களையும் பிற முக்கியஸ்தர்களையும் கொல்லத் தொடங்கினர். இது எல்லை மீறிய நிலையில் பாரசீகர்கள், மன்னர் ஸன்ஜார் ஸெல்ஜூக்கின் உதவியை நாடினர். ஃபிதாயிகளைக் கொல்வது சரிதான் என்று சமய சான்றோர்களும் தீர்ப்பளித்தனர். ஆயினும், அலமுத்திடம் தூதுக்குழுவை அனுப்பி வைத்தார் ஸன்ஜார். ஒரு கலந்துரையாடல் ஏற்பாடு செய்யப்பட்டது. இறைமறுப்பாளர்கள் தங்கள் செயல்பாடுகள் அனைத்தையும் நியாயப்படுத்திய நிலையில் கலந்துரையாடலில் எந்த முடிவும் கிடைக்கவில்லை.

மூன்றாண்டுகளுக்குப் பிறகு முஹம்மத் பின் கியாபுஸூர்க்

இறந்து, அவரது மகன் ஹஸன் பொறுப்புக்கு வந்தார். இறைமறுப்பு சிந்தனை வரம்பு மீறியது. ஹிஜ்ரீ 561இல் ஹஸன் இறந்த பிறகு அவரது மகன் அலாவுத்தீன் ஆட்சிக்கு வந்தார். அவரது ஆட்சியின்போது, அஸர்பைஜானிலிருந்து ரேய்க்கு வந்த இமாம் ஃபக்ருத்தீன் ராஸி தனது பேருரைகள் மூலம் மக்களுக்கு அறிவுரை வழங்கினார். இறைமறுப்பின் தீமைகளை எடுத்துச்சொன்ன அவர் ஃபிதாயிகளிடமிருந்து விலகியிருக்கும்படி மக்களை அறிவுறுத்தினார். இதையறிந்த ஃபிதாயிகள் ரேய்க்கு வந்து இமாமை அச்சுறுத்தினர். இடம்பெயர்ந்த இமாம், கோருக்கு வந்து கயாதுத்தீன் கோரியுடனும் அவருடைய சகோதரருடனும் சேர்ந்துகொண்டார். ஷஹாபுத்தீன் கோரி தனது இந்தியப் பயணங்களின்போது இமாமையும் அழைத்துச் சென்றார். முஸ்லிம் படை வீரர்களின் தொழுகைகள் அவரது முன்னிலையில் நடந்தன. ஃபிதாயிகள், ஷஹாபுத்தீனை ஹிஜ்ரீ 602 இல் கொலை செய்தனர். இமாம் ஃபக்ருத்தீன் ராஸி, குவாரிஸ்ம் ஷாவிடம் சென்றார்.

அலாவுத்தீனுக்குப் பிறகு அரியணை ஏறிய அவரது மகன் ஜலாலுத்தீன் ஹஸன் இஸ்லாத்தைத் தழுவிக்கொண்டார். இதில், கலீஃபா நஸீர் அப்பாசி தனது மகிழ்ச்சியை அறிவித்தார். ஹஜ் கடமையை நிறைவேற்றச் சென்ற ஜலாலுத்தீன் ஹஸனின் தாயாரின் பின்னால் அரசர் முஹம்மத் குவாரிஸ்ம் ஷாவின் கொடி வைக்கப்பட்டது. ஜலாலுத்தீன் ஹஸனை அங்கீகரிக்கவும் அவர்மீதான மதிப்பை அறிவிக்கவுமே இவ்வாறு செய்யப்பட்டது. ஆனால், இது குறித்த தவறான புரிதல் பாக்தாத் கலீஃபாவுக்கெதிரான போரில் சென்று முடிவடைந்தது. தொடர்ந்து, பொறுப்புக்கு வந்த ஜலாலுத்தீனின் மகனுக்கு அப்போது ஒன்பது வயது. நாடு முழுவதும் குழப்பங்களும் சீர்கேடுகளும் மேலோங்கியிருந்தன. இக்காலகட்டத்தில் வாழ்ந்தவர்தான் நஸீருத்தீன் தூஸி. ஹிஜ்ரீ 653இல் முஹம்மத் இறக்கவே, அவரது மகன் ருக்னுத்தீன் குர்ஷாஹ் அரியணையேறினார். ருக்னுத்தீன்மீது போர் தொடுத்து அவரைக் கைது செய்த ஹுலகுகான், கோட்டைகளையும் அழித்தான். இத்துடன் அந்த வம்சாவளி ஆட்சியும் முடிவுக்கு வந்தது.

06. இஸ்லாமிய வரலாற்றின் சுருக்கம்
எகிப்து, சிரியா

தங்கள் வீழ்ச்சியைத் தொடர்ந்து பல்வேறு கூறுகளாகச் சிதைந்த ஸெல்ஜூக்குகள், சுதந்திர அரசுகள் பலவற்றை நிறுவிக்கொண்டனர். இதுபோல், அத்தபெக்கியரும் தங்களுக்கான அரசுகளை நிறுவிக்கொண்டனர். எனவே பாரசீகம், குராசான், இராக், இரான், சிரியா, ஆசியா மைனர் ஆகிய பகுதிகளில் சிற்சில முஸ்லிம் அரசுகள் தோற்றம் பெற்றன. ஆசியா மைனரின் ஆட்சிக்கு கோன்யா தலைநகராக இருந்தது. இவர்கள் ரோமானிய ஸெல்ஜூக்குகள் என்று அறியப்பட்டனர். உஸ்மானிய வம்சாவளி தோற்றம் பெறும்வரைக்கும் இவர்கள் ஆட்சி செய்தனர். இதுபோல், அத்தபெக் ஆட்சியாளர்கள் என்று அறியப்பட்ட ஒரு பிரிவினரின் சுதந்திர ஆட்சி சிரியாவில் இருந்து வந்தது.

சிரிய அத்தபெக் ஆட்சி : ஹிஜ்ரீ 521இல் சிரியாவில் சுதந்திர அரசை நிறுவிய அத்தபெக் இமாதுத்தீன் ஸங்கி என்பவர் ஹிஜ்ரீ 544இல் இறந்தார். இவருக்கு நூருத்தீன் ஸங்கி, ஸைஃபுத்தீன் ஸங்கி, குத்புத்தீன் ஸங்கி என மூன்று மகன்கள். இவர்கள் சிரியாவின் வெவ்வேறு பகுதிகளில் தங்கள் அரசுகளைத் தோற்றுவித்திருந்தனர். இதன் பேரரசராக நூருத்தீன் ஸங்கி விளங்கினார். ரோமானிய ஸெல்ஜூக்குகள்போல், அத்தபெக் சிரியர்களும் கிறிஸ்தவ,

ரோமானியர்மீதான தாக்குதல்களிலும் ஈடுபட்டு வந்தனர்.

சுல்தான் நூருத்தீன் ஸங்கி வீரமும் இறைபக்தியும் நற்குணங்களும் நிரம்பியவர். ஹிஜ்ரீ 490 முதல் பைத்துல் முகத்தஸ் கிறிஸ்தவர்களின் கட்டுப்பாட்டின் கீழிருந்து வந்தது. இதன் ஆட்சியாளர்களுக்கு ஐரோப்பிய நாடுகளிலுள்ள கிறிஸ்தவ ஆட்சியாளர்களின் ஆதரவும் உதவிகளும் கிடைத்து வந்தன. எவ்வளவோ முயற்சிகள் செய்தும் திட்டங்கள் தீட்டியும் நூருத்தீன் ஸங்கியால் பைத்துல் முகத்தசைக் கைப்பற்ற இயலவில்லை.

சுல்தான் ஸலாஹுத்தின் அய்யூப் இதை நிறைவேற்றி வைத்தார். நூருத்தீனுக்கு சுல்தான் எனும் சிறப்புப் பெயரையும் சிரியாவை ஆள்வதற்கான அனுமதியையும் பாக்தாதின் அப்பாசிய கலீஃபா வழங்கியிருந்தார். இவரது ஆட்சியில் எகிப்தின்மீதான கிறிஸ்தவர்களின் அழுத்தம் இருந்து வந்தது. எனவே, உபைதிய வம்சாவளியின் கடைசி அரசராகவும் அப்போதைய எகிப்து ஆட்சியாளராகவுமிருந்த அஸீத், சுல்தான் நூருத்தீனின் உதவியை நாடினார். நூருத்தீன் தன் படைத்தலைவராகிய ஷெர்க்கோவையும் உறவினரான ஸலாஹுத்தீனையும் எகிப்துக்கு அனுப்பி வைத்தார். சிறிது காலத்தில் உபைதிய அரசர் இறந்துபோனார். எகிப்து, ஸலாஹுத்தீனின் கட்டுப்பாட்டின் கீழ் வந்தது. இதே காலகட்டத்தில் நூருத்தீன் ஸங்கியும் இறந்துபோனார். அவரது மகன் மாலிக் ஸாலே சிரியாவின் டமாஸ்கஸ் அரியணைக்கு வந்தார். சிறிது காலத்துக்குப் பிறகு ஸைஃபுத்தீன் பின் குத்புத்தீன், மோசிலில் தனது ஆட்சியை நிறுவிக்கொண்டார். இறுதியில் சிரியாவும் சுல்தான் அலாவுத்தீன் அய்யூபின் கட்டுப்பாட்டின்கீழ் வந்தது. அவர், நூருத்தீனின் பிள்ளைகளுக்கும் உறவினர்களுக்கும் பல்வேறு சலுகைகளும் உதவிகளும் செய்துவந்தார். ஹுலகுகானின் படையெடுப்புவரையிலும் அவர்கள் தங்கள் ஆட்சியை நடத்திவந்தனர். பெயரளவில்தான் இவர்கள் ஸலாஹுத்தீனின் கட்டுப்பாட்டின்கீழ் இருந்து வந்தனர்.

எகிப்திலும் சிரியாவிலும் அய்யூப் வம்சாவளியினர் : சுல்தான் இமாமுத்தீன் ஸங்கியின் படைத்தலைவராக இருந்தவர் குர்து இனத்தைச்சேர்ந்த நஜ்முத்தீன் அய்யூப். அவரது மகன் ஸலாஹுத்தீன்மீது இமாமுத்தீன் ஸங்கி மிகுந்த அன்பு வைத்திருந்தார்.

அவரது கல்விக்கும் பிற பயிற்சிகளுக்கும் சிறப்பு வசதிகள் செய்து கொடுத்தார். இமாமுத்தீன் ஸங்கியின் இறப்பைத் தொடர்ந்து டமாஸ்கஸ் கோட்டையின் காவல் படைத்தலைவராக நஜ்முத்தீன் அய்யூபை நியமித்தார் நூருத்தீன் ஸங்கி. உதவியாளராக அவரது மகன் ஸலாஹுத்தீன் நியமிக்கப்பட்டார். நஜ்முத்தீன் அய்யூபின் மரணத்துக்குப் பிறகு அவரது சகோதரர் ஷேர்க்கோவை அனைத்துப் படைத்தலைவராகவும் ஸலாஹுத்தீனை டமாஸ்கஸ் கோட்டையின் காவல் படைத்தலைவராகவும் நியமித்தார்.

அஸீத் உபைதின் மரணத்தைத் தொடர்ந்து ஸலாஹுத்தீன் அய்யூப் எகிப்தின் அரசராக ஆனார். சுல்தான் ஸலாஹுத்தீன் அய்யூபின் மரணத்தைத் தொடர்ந்து கருத்து வேற்றுமைகள் உருவாகவே, எகிப்திலிருந்து டமாஸ்கசுக்கு வந்த ஸலாஹுத்தீன் அய்யூப், சுல்தான் நூருத்தீன் ஸங்கியின் மகன் மாலிக் ஸாலேயை அரியணையில் அமர வைத்தார். அன்று முதல் சிரிய ஆட்சி சுல்தான் ஸலாஹுத்தீன் அய்யூபின் கட்டுப்பாட்டின் கீழிருந்தது. அதே காலகட்டத்தில் யேமன், ஹிஜாஸ் ஆட்சிகளும் இணைக்கப்பட்டன.

இது இஸ்லாமிய உலகிற்கு மிகவும் இக்கட்டான ஒரு காலகட்டமாக இருந்தது. ஐரோப்பிய கூட்டரசுகள் எகிப்துமீது படையெடுத்தன. அவர்களால் அசைக்க முடியாத ஒரு கற்பாறை போல் நின்றிருந்தார் ஸலாஹுத்தீன் அய்யூப். இன்னொரு புறம், இறைமறுப்பாளர்களான அலமுத்கள் நாடெங்கும் முஸ்லிம் அரசர்களையும் அமைச்சர்களையும் பெருமக்களையும் படைத்தலைவர்களையும் கொன்று குவித்துக்கொண்டிருந்தனர். ஸலாஹுத்தீன் அய்யூபுக்கும் அவர்கள் கொலை மிரட்டல் விடுத்தனர்.

படைத்தலைவர்கள் அனைவரும் ஒன்றிணைந்து ஸலாஹுத்தீனை சிரியாவின் அரசராகத் தேர்வு செய்தனர். தொடர்ந்து, அவர் கிறிஸ்தவர்களிடமிருந்து பைத்துல் முகத்தஸை மீட்பதற்கான அனைத்து முயற்சிகளையும் மேற்கொண்டார். ஹிஜ்ரீ 583இல் நடந்த ஒரு பெரும்போரின் முடிவில் பைத்துல் முகத்தஸின் கிறிஸ்தவ ஆட்சியாளன் பிடிபட்டான். முஸ்லிம்களை எதிர்த்துப் போரிடுவதில்லை என்ற உடன்பாட்டின்கீழ் விடுதலை செய்யப்பட்ட அவன் இதை மீறினான். ஹிஜ்ரீ 588இல் மீண்டும் அணிவகுத்துச் சென்று ஆக்காவைக் கைப்பற்றி, பைத்துல் முகத்தஸ் மீட்கப்பட்டது.

ஹிஜ்ரீ 490 முதல் 588 வரைக்குமான 98 ஆண்டு காலம் பைத்துல் முகத்தஸ் கிறிஸ்தவர்களின் கீழிருந்து வந்தது. முஸ்லிம்களிடமிருந்து அதனை வென்றெடுத்த கிறிஸ்தவர்கள் போர் முடிந்த பிறகும் முஸ்லிம்களைக் கொன்று குவித்தனர். ஆனால், ஸலாஹுத்தீன் அய்யூப் போரின்போது அல்லாமல் அதனை வென்றெடுத்த பிறகு கிறிஸ்தவர்களின் ஒரு துளி இரத்தம் எங்குமே சிந்தப்படுவதை அனுமதிக்கவில்லை.

முஸ்லிம்களின் பைத்துல் முகத்தஸ் வெற்றி ஐரோப்பியா முழுவதையும் கண்ணீர்க் கடலில் ஆழ்த்தியது. எதிர்பார்த்திராத இந்தத் தோல்வி ஒவ்வொரு கிறிஸ்தவ இல்லத்திலும் தாக்கம் செலுத்தியது. தொடர்ந்து, ஃபிரான்ஸ் அரசன் ஃபிலிப், இங்கிலாந்து அரசன் ரிச்சர்ட், ஜெர்மனி அரசன் ஃப்ரடெரிக், ஐரோப்பாவின் ஏனைய சிற்றரசர்கள், பிரபுக்கள், உயர்குடியினர் ஆகியோர் ஒன்றிணைந்து முஸ்லிம்களுக்கு எதிரான மாபெரும் படையொன்றைத் திரட்டினர். ஆசியா முழுவதையும் வெற்றிகொண்டு முஸ்லிம்களை இந்த உலகிலிருந்தே துடைத்தெறியும் நோக்கத்துடன் புறப்பட்ட அவர்கள், முதலில் சிரியாவை இலக்கு வைத்தனர். எதிரிகளின் படையுடன் ஒப்பிடும்போது மிகச்சிறிய ஒரு படையுடன் எதிர்கொண்டார் ஸலாஹுத்தீன் அய்யூப். நான்கு ஆண்டு காலத்தினுள் பலநூறு போர்கள் நடந்தன. ஆனால், பைத்துல் முகத்தசின் அருகில்கூட அவர்களால் நெருங்க முடியவில்லை. தோல்வியுடனும் அவமானம் தந்த விரக்தியுடனும் தகர்ந்த கனவுகளுடனும் அவர்கள் திரும்பிச் சென்றனர். சீர்குலைந்து கிடந்த இந்த உறவு நிலையிலும் கிறிஸ்தவர்கள் பைத்துல் முகத்தசுக்கு புனித யாத்திரை செல்வதை அனுமதித்தார் ஸலாஹுத்தின் அய்யூப்.

இப்போர்களின்போது கிறிஸ்தவர்களை மகத்தான மனிதாபிமான உணர்வுடனும் பெருந்தன்மையுடனும் அன்புடனும் மேன்மையாகவும் நடத்தினார் ஸலாஹுத்தீன் அய்யூப். ஐரோப்பிய உலகும் கிறிஸ்தவர்களும் இன்றும் அவரை மரியாதையுடன் நினைவு கூருகிறார்கள். ஸலாஹுத்தீன் அய்யூப் ஹிஜ்ரீ 589இல் காலமானார். அல்லாஹ்வின் நேசத்துக்குரிய ஒருவராகவே இன்றும் அவர் கருதப்படுகிறார்.

ஸலாஹுத்தீனின் இறப்பைத் தொடர்ந்து அவரது மகன் உஸ்மான், மலிக் அல்அஸீஸ் எனும் சிறப்புப் பெயருடன் அரியணையேறினார்.

ஆறாண்டு காலம் நற்பெயருடன் ஆட்சி செய்த அவர் ஹிஜ்ரீ 595இல் காலமானார். தொடர்ந்து, அவரது மகன் மலிக் மன்ஸூர் ஆட்சிக்கு வந்தார். ஓராண்டு மட்டுமே ஆட்சி செய்த அவர், ஆட்சியிலிருந்து அகற்றப்பட்டு சுல்தான் ஸலாஹுத்தீன் அய்யூபின் சகோதரர் மலிக் ஆதில் பொறுப்புக்கு வந்தார். அவரும் நல்லாட்சி நடத்தினார். ஹிஜ்ரீ 615இல் மலிக் ஆதிலின் இறப்பைத் தொடர்ந்து அவரது மகன் மலிக் காமில் ஆட்சிப் பொறுப்பை ஏற்றார். இவர், ஹிஜ்ரீ 635இல் இறந்ததன் பின், இவரது மகன் மலிக் ஆதில் அபூபக்ர் அரசராக வந்தார். இரண்டு ஆண்டுகளுக்குப் பிறகு, எகிப்தின் மேலாண்மையாளர்கள் இவரை வீட்டுக்காவலில் வைத்துவிட்டு இவரது சகோதரர் மாலிக் ஸாலே பின் மாலிக்கை அரியணையில் அமரச் செய்தனர். பத்தாண்டு காலம் ஆட்சி செய்த மாலிக் ஸாலே, கிறிஸ்தவர்களுடனான ஒரு போரில் கொலையுண்டார். அதன் பிறகு, ஹிஜ்ரீ 647இல் மாலிக் முஅஸ்ஸாம் துரான் ஷா மாலிக் ஸாலே அரியணையேறினார். சில மாதங்களே ஆட்சி புரிந்த நிலையில் இவர் சதிச்செயல் மூலம் கொல்லப்பட்டார். பிறகு, ஹிஜ்ரீ 648இல் அரியணையேறிய அரசி ஷஜ்ரத்துத்தூர் ஒரு சில மாதங்களில் பொறுப்பிலிருந்து நீக்கம் செய்யப்பட்டார். அதே ஆண்டு மாலிக் அஷ்ரஃப் அரசுப்பொறுப்பில் நியமிக்கப்பட்டார். அதே வம்சாவளியைச் சேர்ந்த அடிமைகளால் ஹிஜ்ரீ 652 இல் மாலிக் அஷ்ரஃப் பதவி நீக்கம் செய்யப்பட்டதுடன் அய்யூப் வம்சாவளி ஆட்சி முடிவுக்கு வந்தது.

தனது ஆட்சிக் காலத்தின்போது சுல்தான் ஸலாஹுத்தீன் அய்யூப், சிரியாவில் அல்லது போர்க்களத்தில் இருப்பார். அவரது வாரிசுகள் தங்களது இருப்பை எகிப்துடன் மட்டுமே நிறுத்திக்கொண்டதால் சிரியா அவர்களிடமிருந்து விடுபட்டது. எகிப்து மட்டுமே அவர்களது ஆட்சியின் கீழிருந்தது. பிற்கால ஆட்சியாளர்கள் கிளர்ச்சிகளை அடக்கவும் படைகளை வலுப்படுத்தவும் கார்ஜியாவிலிருந்தும் ஆர்மேனியாவிலிருந்தும் அடிமைகளை விலைக்கு வாங்குவதைக் கொள்கையாக வைத்திருந்தனர். படிப்படியாக இந்த அடிமைகள் மம்லுக் வம்சத்தை உருவாக்கும் அளவுக்குத் தங்களை வலுப்படுத்திக்கொண்டனர்.

எகிப்தின் மம்லுக் வம்சாவளி ஆட்சி (முதல் கட்டம்) : அய்யூப் வம்சாவளியின் வீழ்ச்சியும் அதன் நிர்வாகங்கள் அடிமைகளால்

மேற்கொள்ளவும் தொடங்கியபோது மாலிக் முயீஸ் அஸீஸுத்தீன் அய்பக் என்பவர் அரசராகத் தேர்வு செய்யப்பட்டார். சிறிது காலம் அரசாட்சி செய்த பெண்மணியும் மாலிக் ஸாலே அய்யூபின் அடிமையுமான ஷஜ்ரதுத்துரை அவர் மணம் புரிந்தார். ஹிஜ்ரி 655இல் மாலிக் முயீஸ் கொலை செய்யப்பட்டார்.

இதைத் தொடர்ந்து அவரது மகன் மன்ஸூர் பொறுப்புக்கு வந்தார். ஆனால், இரண்டே ஆண்டுகளில் இவர் பதவியைத் துறந்தார். பிறகு பொறுப்புக்கு வந்த மாலிக் முஸஃப்ஃபர் 11 மாதங்கள் ஆட்சி செய்தார். அவரது ஆட்சியின்போது எகிப்தைத் தாக்கிய ஹுலகுகான் தோற்கடிக்கப்பட்டான். ஹிஜ்ரீ 658இல் மாலிக் முஸஃப்ஃபரை சதி செய்து கொன்றுவிட்டு அரியணையைக் கைப்பற்றிய மாலிக் அல் ஸாஹிர் ருக்னுத்தீன் பதினேழு ஆண்டுகள் வெற்றிகரமாக ஆட்சி செய்தார். அவருக்குப் பின், ஹிஜ்ரீ 676 இல் பொறுப்பேற்ற மாலிக் ஸெய்யத் நஸீருத்தீன் ஓராண்டுக்குள் பதவி நீக்கப்பட்டார். தொடர்ந்து, பொறுப்பில் நியமிக்கப்பட்ட மாலிக் ஆதில் பத்ருத்தீன் நான்கே மாதங்களில் நீக்கப்பட்டார். இவ்வாறாக, முதல் கட்ட மம்லுக் வம்சாவளியினரின் ஆட்சி ஹிஜ்ரீ 678 இல் முடிவுக்கு வந்தது. இவர்கள் மொத்தம் 26 ஆண்டுகள் மட்டுமே ஆட்சி செய்தனர். இவர்களில் சிலரது ஆட்சி சிறப்பாக அமைந்திருந்தது. இதில், குறிப்பிட வேண்டிய அம்சங்கள், பெரும்பான்மை வாக்குகளின் அடிப்படையில் ஆட்சியாளரைத் தேர்வு செய்த முறையும் உலகை சிதறச் செய்து பாழ்படுத்திய மங்கோலியர்களை முறியடித்ததும்.

மம்லுக் வம்சாவளி ஆட்சி (இரண்டாம் கட்டம்) : இவர்கள் குலோனிய வம்சாவளியினர் என்றும் குறிப்பிடப்படுகின்றனர். மாலிக் ஆதில் பத்ருத்தீனுக்குப் பிறகு, அபுல் மஅனி மாலிக் மன்ஸூர் கலஅஉன், எகிப்தின் அரசராகத் தேர்வு செய்யப்பட்டார். இரண்டாம் கட்ட மம்லுக் வம்சாவளியின் முதலாவது அரசராகக் கருதப்படும் இவர் 11 ஆண்டு காலம் ஆட்சி செய்தார்.

இவரது காலத்தில் எகிப்தின் ஆட்சிப்பகுதிகள் விரிவடைந்தன. பிறகு, பொறுப்புக்கு வந்த மாலிக் அஷ்ரஃப் ஸலாஹுத்தீன் கலீல் சில நாள்களில் பதவியை விட்டு விலகினார். மக்களின் வற்புறுத்தலுக்கிணங்க மீண்டும் பொறுப்பில் அமர்ந்த இவர்,

ஹிஜ்ரீ 737இல் தனது மரணம் வரைக்கும் 44 ஆண்டு காலம் தொடர்ந்து ஆட்சி செய்தார். அடுத்து, பொறுப்புக்கு வந்த மாலிக் ஆதில் கத்பகா மன்ஸூரின் ஆட்சி ஒரு மாதம்கூட நீடிக்கவில்லை. தொடர்ந்து, மன்ஸூர் ஹொஸாமுத்தீன் அரியணை ஏறினார். இரண்டாண்டுகளுக்குப் பிறகு, அவர் கொலை செய்யப்பட்டார். இதன் பின்னர், தேர்வு செய்யப்பட்ட மாலிக் முஸஃப்ஃபர் ஓராண்டு ஆட்சி செய்தார். தொடர்ந்து, ஹிஜ்ரீ 741இல் மாலிக் மன்ஸூர் அபூபக்ருக்கு வாய்ப்பளிக்கப்பட்டது. ஆனால், பிறகு அவர் நாடு கடத்தப்பட்டார். தொடர்ந்து ஆட்சிக்கு வந்த மாலிக் அஷ்ரஃபும் எட்டு மாத ஆட்சிக்குப் பிறகு நாடு கடத்தப்பட்டார். அடுத்து, மாலிக் நஸீர் அஹ்மத் பொறுப்பேற்றார். ஹிஜ்ரீ 745இல், இவர் கொலை செய்யப்படவே, அபுல் ஃபிதா மாலிக் ஸாலே பொறுப்புக்கு வந்தார். அவரது ஆட்சியும் ஓராண்டுக்கும்மேல் நீடிக்கவில்லை. ஹிஜ்ரீ 746இல் மாலிக் ஷஅபானி அரியணையேறினார். சில மாதங்களில் இவரும் பதவி நீக்கம் செய்யப்பட்டார்.

ஹிஜ்ரீ 747இல் பொறுப்பில் நியமிக்கப்பட்ட மாலிக் முஸஃப்ஃபர் ஹஜ்ஜியும் ஒரு வருடத்திற்குள் கொலை செய்யப்பட்டார். அடுத்து, நஸீர் ஹஸன் பொறுப்பேற்றார். பதினான்கு மாதங்கள் ஆட்சி செய்த பின் இவரும் கொலை செய்யப்பட்டார். ஹிஜ்ரீ 762இல் அரியணையேறிய மாலிக் ஸாலே 765இல் பதவி நீக்கம் செய்யப்பட்டு, மாலிக் மன்ஸூர் பின் ஹஜ்ஜி நியமிக்கப்பட்டார். இவரும் இரண்டாண்டுக்குப் பிறகு பதவி நீக்கம் செய்யப்பட்டார். பிறகு, மாலிக் அஸ்ரஃப் ஷஅபானி பொறுப்புக்கு வந்தார். 11 ஆண்டு காலம் ஆட்சி செய்த இவரும் கொலை செய்யப்பட்டார். பிறகு, ஹிஜ்ரீ 778இல் பொறுப்புக்கு வந்த மாலிக் மன்ஸூர் அலீ ஐந்து ஆண்டு கால ஆட்சிக்குப் பிறகு மரணமடைந்தார். ஹிஜ்ரீ 783இல் ஸாலே ஹஜ்ஜி பொறுப்பேற்றார். எட்டு அல்லது ஒன்பது ஆண்டுகள் ஆட்சி செய்த இவர் பொறுப்பைத் துறந்ததுடன், குலோனிய வம்சாவளி ஆட்சி முடிவுக்கு வந்தது. இவர்களது மொத்த ஆட்சி காலம் 114 ஆண்டுகள். ஆட்சி, நிர்வாகம் போன்ற விஷயங்களில் இரண்டு மம்லுக் பிரிவினருக்குமிடையே பெரிய அளவிலான வேறுபாடுகள் எதுவும் இருக்கவில்லை.

மம்லுக் வம்சாவளி ஆட்சி (மூன்றாம் கட்டம்) : இவர்கள் செர்க்கஸ் வம்சாவளியினர் என்றும் குறிப்பிடப்படுகின்றனர். மாலிக்

ஸாலே ஹஜ்ஜிக்குப் பிறகு, வடமேற்கு கோக்கஸின் செர்க்கஸ் வம்சத்தைச் சேர்ந்த மாலிக் தாஹிர் பர்க்கூக் பொறுப்பேற்றார். இதே வம்சாவளியைச் சேர்ந்த அரசர்கள் பின்னர், எகிப்தை ஆண்டதால், அய்யூப் வம்சாவளியினரின் முதலாம் அரசராகவும் மாலிக் தாஹிர் கருதப்படுகிறார். ஹிஜ்ரீ 792 முதல் 801 வரையிலும் இவர் ஆட்சி செய்தார். இவருக்குப் பின் வந்த மாலிக் நஸீர் நான்காண்டுகள் ஆட்சி செய்தார். தைமூர் ஆட்சியின் ஐந்தாண்டு காலம் எகிப்து திறை செலுத்தும் நாடாக இருந்தபோதும் மம்லுக் வம்சாவளியினர் பாதுகாப்பாகவே இருந்தனர்.

ஹனஃபி, ஷாஃபியி, மாலிக்கி, ஹன்பலி ஆகிய நான்கு மத்ஹபினரின் தொழுகை விரிப்புகளும் கஅபாவில் இடம்பெறுவதற்குக் காரணமாக இருந்தவர் மாலிக் நஸீர் ஆவார். ஆரம்பக் காலங்களில் மார்க்க அறிஞர்கள் இதை எதிர்த்தனர். காலப்போக்கில், இதன் காரணமாக, மார்க்கத்தினுள் எந்தப் பிளவும் உருவாகாது என்று உறுதியாக அறிந்த பின் எதிர்ப்புகள் தணிந்தன. தொடர்ந்து மாலிக் மன்ஸூர், அபூ நஸ்ஸார், ஷெய்க் மாலிக் முஸஃப்ஃபர் அஹ்மத், மாலிக் அல் ஸாஹிர் அபுல் ஃபத், மாலிக் ஸாலே முஹம்மத் ஆகியோர் உட்பட பல்வேறு அரசர்கள் ஆட்சிக்கு வந்தனர். ஹிஜ்ரீ 822இல் பொறுப்பேற்ற மாலிக் நஸீர் நான்காண்டுகள் ஆட்சி செய்த பின் சுய விருப்பத்தின் பேரில் பதவியைத் துறந்தார். அவரது இடத்தை மாலிக் அஷ்ரஃப் அபூ நஸீர் நிறைவு செய்தார். இவர் இறைபக்தி மிகுந்தவர். குர்ஆன் ஓதுவதைச் செவிமடுப்பதில் பெரும் ஆர்வமுள்ள இவர் ஹிஜ்ரீ 841 வரையிலும் ஆட்சி செய்தார். பின்பு, இவரது இடத்துக்கு நியமிக்கப்பட்ட அபுல் மஹஸின் அப்துல் அஸீஸ் மூன்றே மாதங்களில் பதவி நீக்கம் செய்யப்பட்டார். தொடர்ந்து, மாலிக் அல் ஸாஹிர் என்றறியப்பட்ட மாலிக் அபுல் ஸயீத் பொறுப்பேற்றார். மிகுந்த பண்பாடுகள்கொண்ட இவர் ஐந்தாண்டு காலம் ஆட்சி செய்த பின் மரணமடைந்தார். பிறகு, அரசராக நியமிக்கப்பட்டுச் சில மாதங்கள் மட்டுமே ஆட்சியிலிருந்த மாலிக் மன்ஸூர் உஸ்மான் ஹிஜ்ரீ 857இல் பதவி நீக்கம் செய்யப்பட்டார்.

தொடர்ந்து ஆட்சிக்கு வந்த மாலிக் அஷ்ரஃப் அபூ நஸ்ஸார் ஹிஜ்ரீ 885 வரையிலும் ஆட்சி செய்தார். பின்னர், பொறுப்புக்கு வந்த மாலிக் முஅய்யத், சில நாள்களில் நீக்கப்பட்டார். மாலிக்

ஸாஹிர் அபூஸயீத் குஷ்கதம் என்பவர் ஹிஜ்ரீ 885 முதல் 892 வரையிலும் ஆட்சி செய்தார். இவர் இறந்த பின் ஆட்சிக்கு வந்தவர் மாலிக் ஸாஹிர் அபூ ஸயீத் மல்யாஸ். சில மாதங்களுக்குப் பிறகு இவர் நாடு கடத்தப்படவே, மாலிக் ஸாஹிர் அபூ ஸயீத் தம்ரிகா பொறுப்பேற்றார். இரண்டே மாதங்களில் இவர் சிறையில் அடைக்கப்பட்டார். பின்னர், பொறுப்புக்கு வந்த மாலிக் அஷ்ரஃப் அபூ நஸீர் ஹிஜ்ரீ 902 வரையிலும் ஆட்சி செய்தார். இவருக்குப் பிறகு மாலிக் அபூ அல் ஸதாத் வந்தார். இரண்டரை ஆண்டுகளில் இவரும் கொல்லப்பட்டார். இவரைத் தொடர்ந்து ஆட்சிக்கு வந்த மாலிக் அஷ்ரஃப் கல்தூஹ் 11 நாள்களில் காணாமல் போனார். பிறகு, கண்டுபிடிக்கப்படவே இல்லை. மாலிக் ஸாஹிர் அபூஸயீத் குல்தூஹ் ஹிஜ்ரீ 906 வரையிலும் பொறுப்பில் இருந்தார். இவரது இடத்தைக் கைப்பற்றிய மாலிக் ஹன்பலத் ஓராண்டில் நாடு கடத்தப்பட்டார். ஹிஜ்ரீ 907இல் மாலிக் ஆதில் பொறுப்பேற்றார். நான்கரை மாதத்தில் இவரும் கொலையுண்டார். பின்னர், ஆட்சிக்கு வந்த மாலிக் அஷ்ரஃப் அபூ நஸ்ஸார் கல்தூஹ் 15 ஆண்டு காலம் ஆட்சி செய்தார்.

இரண்டாம் சுல்தான் ஸலீம் உஸ்மானி, ஹிஜ்ரீ 922இல் எகிப்துமீது படையெடுத்து மாலிக் அஷ்ரஃபைத் தோற்கடித்து செர்க்கஸ் வம்சாவளி ஆட்சியை முடிவுக்குக் கொண்டுவந்தார். எகிப்தை இவர் தனது அரசுடன் இணைத்துக்கொண்டதுடன் அங்கே பெயரளவில் இருந்த அப்பாசிய வம்சாவளி ஆட்சியும் முடிவுக்கு வந்தது.

அய்யூப் வம்சாவளி அடிமைகளின் மூன்றாவது பிரிவான செர்க்கஸ் வம்சாவளியின் மொத்த ஆட்சி காலம் 130 ஆண்டுகள். அய்யூப் வம்சத்தின் மூன்று பிரிவு மம்லுக்குகளும் சேர்ந்து எகிப்தை 270 ஆண்டு காலம் ஆட்சி புரிந்திருக்கிறார்கள். இவர்களது தொடக்க காலத்தில், அப்பாசிய வம்சாவளி ஆட்சியின்கீழிருந்த பாக்தாதை பெரும் அழிவுக்குள்ளாக்கினான் ஹுலகுகான். ஒரு குறுகிய காலகட்டத்தில் மம்லுக்குகளால் அப்பாசிய வம்சம் மீண்டெழுந்தது. தொடர்ந்து அவர்கள் ஹிஜ்ரீ 922 வரையிலும் ஆட்சியில் இருந்தனர். அப்பாசிய தலைவர்கள் அப்போது ஆன்மிகத் தலைவர்களாகவும் பெயரளவில் மட்டுமே கலீஃபாக்களாகவும் இருந்து வந்தனர். தனித்துவமான சமய நிலையைத் தங்களுடன் கொண்டிருந்தனர்.

மம்லுக்குகளை மீறி வேறு முஸ்லிம் அரசர்கள் யாரும் அவர்களை எதிர்க்கத் துணியவில்லை. மம்லுக்குகளும் அப்பாசியர்மீதான எந்த நடவடிக்கைகளுக்கும் முன்வரவில்லை. ஆகவே மம்லுக்குகளின் ஆட்சிக் காலம் அமைதியாகவும் பாதுகாப்பாகவும் இருந்தது.

எகிப்தில் ஓர் அரசர் அப்பாசிய கலீஃபாவின் அனுமதியுடனும் ஆவணங்களுடனும்தான் ஆட்சிப் பொறுப்பை ஏற்க முடியும் என்பதும், பாக்தாதில் எந்த அப்பாசிய கலீஃபாவும் எகிப்து அரசரின் அனுமதியுடன்தான் பொறுப்புக்கு வரமுடியும் என்பதும் கவனிக்கத்தக்கது. எகிப்து அரசர்களின் அனுமதியின்றி கிலாஃபத்தையேற்ற ஆற்றல்மிக்க அப்பாசிய கலீஃபாக்களும் இருந்தனர். இதுபோன்ற சூழ்நிலைகளில் எகிப்து அரசர்கள் கலீஃபாக்களை எதிர்க்க முன்வரவில்லை. பாக்தாத் கலீஃபாக்களுக்கும் எகிப்து அரசர்களுக்குமிடையே கருத்து வேற்றுமைகளும் முரண்பாடுகளும் உருவான காலகட்டங்களும் இருந்தன. கலீஃபாவுக்கு முஸ்லிம்களின் ஆதரவும் உதவியும் இருந்தன. அதே நேரம் எகிப்து அரசர்கள் தங்கள் ஆற்றலை முன்நிறுத்தியே ஆட்சி செய்து வந்தனர். அரசர் ஸாலிம் உஸ்மானி இதுபோன்ற முரண்பாடுகளைக் களையும் நோக்கத்துடன் ஆன்மிகத் தலைமையையும் அரச மேலாண்மையையும் ஒன்றுபடுத்தும்விதமாக தனது ஆட்சிக் கோட்பாட்டை நிறுவினார்.

எகிப்திய அரசர்களின் ஆட்சியின்போது அப்பாசிய கலீஃபாக்களாகப் பொறுப்பேற்றவர்களின் காலகட்டங்களை இங்கே வரிசைப்படுத்துவது பொருத்தமாக இருக்கும்.

1) முஸ்தன்ஸிர் பில்லாஹ் பின் ஸாஹிர் பி அம்ரில்லாஹ், ஹிஜ்ரி 659.

2) ஹக்கீம் பி அம்ரில்லாஹ் பின் முஸ்தன்ஸிர் பில்லாஹ், ஹிஜ்ரி 660.

3) முஸ்தக்ஃபி பில்லாஹ் பின் ஹக்கீம் பி அம்ரில்லாஹ், ஹிஜ்ரி 701.

4) வத்தீக் பில்லாஹ், ஹிஜ்ரி 702.

5) ஹக்கீம் பி அம்ரில்லாஹ் பின் முஸ்தக்ஃபி பில்லாஹ், ஹிஜ்ரி 742.

6) முத்தஸித் பில்லாஹ், ஹிஜ்ரி 753.

7) முத்தவக்கில் அலல்லாஹ், ஹிஜ்ரி 762.

8) முஸ்தஸிம் பில்லாஹ் பின் முஹம்மத் இப்ராஹீம், ஹிஜ்ரி 778.

9) முஸத்தஅஇன் பில்லாஹ், ஹிஜ்ரி 808.

10) முத்தஸித் பில்லாஹ், ஹிஜ்ரி 815.

11) முஸ்தக்ஃபி பில்லாஹ், ஹிஜ்ரி 845.

12) காஸிம் பி அம்ரில்லாஹ் பின் முத்தவக்கில், ஹிஜ்ரி 858.

13) முஸ்த்தஅஇத் பில்லாஹ் பின் முத்தவக்கில், ஹிஜ்ரி 858.

14) முத்தவக்கில் அலீ பின் யஅக்கூப் பின் முத்தவக்கில், ஹிஜ்ரி 872.

15) முஸ்தம்ஸிக் பில்லாஹ், ஹிஜ்ரி 903.

சுல்தான் ஸாலிம் உஸ்மானி எகிப்தை வெற்றிகொண்டார். கலீஃபா முஸ்தம்ஸிக், அரசுக்குரிய செங்கோலையும் ஏனைய ஆவணங்களையும் அவரிடம் ஒப்படைத்து, தனது இணக்கத்தை அறிவித்தார். எகிப்திலிருந்து தன்னுடன் முஸ்தம்ஸிக்கையும் அழைத்துக்கொண்டு கான்ஸ்டான்டிநோபிளுக்குச் சென்ற சுல்தான் ஸலீம் உஸ்மானி அங்கேயே காலமானார்.

07. உஸ்மானிய வம்சாவளியினர்

இதுவரை ஹிஜ்ரீ 10ஆம் நூற்றாண்டு வரையிலான வரலாற்றைப் புரிந்துகொண்ட நிலையில் உஸ்மானிய வம்சாவளியின் தோற்றம் குறித்துப் புரிந்துகொள்ள ஏழாம் நூற்றாண்டை நோக்கிப் பின்செல்ல வேண்டியதிருக்கிறது.

ஓகூஸ் மற்றும் கஸான் துருக்கியர் என்று அறியப்பட்ட, கொள்ளையடிப்பதில் ஈடுபாடுகொண்ட துருக்கிய இனக்குழுவினர் இரானிலும் குராசானிலும் நுழைந்தனர். இது ஸெல்ஜூக் வம்சாவளியின் பெருமைகளுக்கு இடையூறாக அமைந்தது. சீனாவின் ஹன்ச்சு மாகாணம் முதல் மொராக்கோ வரையிலான வரலாறுகள், ஓகூஸ் துருக்கியரின் சாதனைகளைப் பேசுகின்றன. அவர்கள், ஸன்ஜார் ஸெல்ஜூக்கைப் பிடித்ததன் மூலம் மக்களிடையே பயத்தை உருவாக்கினர். செங்கிஸ்கானின் எழுச்சியுடன் அவர்களது ஆற்றல் பெருமளவு குறைந்தது. செங்கீஸியரின் இரத்த வேட்கையும் அழிவு நடவடிக்கைகளும் துருக்கியரின் ஆற்றல்களுக்குப் பெரும் பின்னடைவை உருவாக்கின. ஏற்கனவே கோத்திரங்களாகப் பிரிந்துகிடந்த அவர்கள், வெளிநாட்டுப் படையெடுப்புகளின் காரணமாக பல்வேறு பகுதிகளில் பரந்துபட்டு வாழ்ந்தனர். அதில், ஒரு கோத்திரம் எகிப்துக்குச் சென்று எகிப்தியப் படையுடன் சேர்ந்துகொண்டது. அதே நேரம், பல கோத்திரங்கள் எகிப்திலிருந்து பிரிந்துசென்று ஆர்மேனியா, அஸர்பைஜான் போன்ற பகுதிகளில்

குடியேறின. அவர்களிடையே வலுப்பெற்ற அரசர்கள் யாரும் தோன்றாததால் அது பற்றிய வரலாற்றுக் குறிப்புகள் எதுவுமில்லை. இரானிலும் குராசானிலும் வாழ்ந்த அவர்கள் இஸ்லாமியப் பழக்கவழக்கங்களை உள்வாங்கிக்கொண்டனர். ஆற்றலுடனும் வீரத்துடனும் வாழ்ந்திருந்த போதும், நாட்டுப்புற வாழ்க்கைமீதான தங்கள் பற்றுதலை அவர்கள் கை விடவில்லை. எனவே, இக்கோத்திரங்களைச் சேர்ந்த பெரும்பான்மையினர் குராசான், இரான் போன்ற நாடுகளிலும் பசுமை நிறைந்த பிற இடங்களிலும் காடுகளிலும் வசிப்பதையே பெரிதும் விரும்பினர்.

மங்கோலியர் குராசான்மீது படையெடுத்த பிறகு, குராசானிலிருந்த ஓகூஸ் துருக்கியர் ஆர்மேனியாவில் குடியேறினர். அவர்களது தலைவர் சுலைமான்கானும் தோழர்களும் ஸெல்ஜூக்குகள்போல் இறைபக்தி மிகுந்த முஸ்லிம்களாக இருந்தனர். அவரது துணிச்சலும், உறுதியும் மக்களுடனான அவரது அணுகுமுறையும் ஓர் இடத்திலும் நிலைகொள்ளாமலிருந்த ஓகூஸ் துருக்கியரைப் பெரிதும் கவர்ந்தன. இதனால் அவரது பலம் அதிகரித்தது. செங்கீஸியரின் படையெடுப்பும் கொள்ளைகளும் தலைவிரித்தாடிய காலகட்டம் அது. இதிலிருந்து தங்கள் குடும்பங்களைப் பாதுகாப்பதே ஒவ்வொருவருக்கும் பெரிய சிரமமாக இருந்தது. இத்தகைய சூழ்நிலையில் ஒற்றுமையும் தனித்துவமுமே அழிவிலிருந்து அவர்களைக் காப்பாற்றியது. மிகுந்த மதிநுட்பத்துடன் நடந்துகொண்ட சுலைமான்கான் தனது ஆற்றலையும் வலுவையும் மென்மேலும் அதிகரித்துக்கொண்டார். எதிர்காலச் செயல்பாடுகளுக்காக இவற்றைத் தக்க வைக்கவும் செய்தார். குவாரிஸ்ம் ஷா வம்சாவளியின் வீழ்ச்சி அந்த மக்களைப் பயன்படுத்திக்கொள்வதற்கான ஒரு நல்ல வாய்ப்பையும் அவருக்கு அளித்தது.

அவரது இறப்புக்கு மூன்று ஆண்டுகளுக்கு முன், ஹிஜ்ரீ 621இல் கோன்யாவிலிருந்த ஸெல்ஜூக்குகளுக்கு எதிராக ஒரு பெரும் படையை அனுப்பி வைத்தான் செங்கிஸ்கான். கோன்யாவை அப்போது அலாவுத்தீன் கைக்பாத் ஸெல்ஜூக் ஆண்டு வந்தார். கோன்யா பேரரசின் கீழிருந்த ஸெல்ஜூக் அரசர்கள் தொடர்ந்து கிறிஸ்தவ ரோமானியருடன் போரிட்டு வந்தனர் என்பதை ஏற்கனவே பார்த்தோம். இப்போது, கோன்யா பேரரசில் வீழ்ச்சிக்கான அறிகுறிகள் தென்பட்டன. கிறிஸ்தவர்களுக்கு

எதிராகத் தொடர்ந்து புனிதப் போரில் ஈடுபட்டு வந்த கோன்யா மக்கள் இறைநம்பிக்கையாளர்கள். இஸ்லாமிய உலகை நாசம் செய்துகொண்டிருக்கும் இறைமறுப்பாளர்களான மங்கோலியர், அலாவுத்தீன் கைக்பாத்தைக் குறிவைப்பதை அறிந்த சுலைமான் கான் பெரிதும் கவலையுற்றார்.

அலாவுத்தீனுக்கு உதவியாக இருக்கும்படி தனது படையினருக்கு உத்தரவிட்டார் சுலைமான்கான். உயிர்த்தியாகம் செய்வதற்கான வாய்ப்பை அவரும் எதிர்பார்த்திருந்தார். சுலைமான்கானின் மகன் அர்த்துக்ரிலின் தலைமையில் சென்ற முன்னணிப்படையில் 444 வீரர்களிருந்தனர். படையின் மொத்த எண்ணிக்கை பற்றிய குறிப்புகள் இல்லை. இறைநம்பிக்கையையும் நல்லுறவையும் பாதுகாக்கும் நோக்கத்துடன் ஆர்மேனியாவிலிருந்து அணிவகுத்துச் சென்றனர் முஸ்லிம் வீரர்கள். இன்னொரு புறமிருந்து வந்த மங்கோலியப் படைகள் அலாவுத்தீனின் படைகளைத் தாக்கினர். மங்கோலியருக்கும் ஸெல்ஜுக்குகளுக்கும் இடையே பெரும் போர் நடந்துகொண்டிருந்தது. மங்கோலியர் வெற்றி பெறும் நிலையில் சுலைமான்கானின் மகன் படையுடன் வந்தார். மோதலில் ஈடுபட்டிருக்கும் இரு படைகளில் ஸெல்ஜுக் படை எதுவென்பதை அவரால் புரிந்துகொள்ள முடியவில்லை. தோல்விமுனையில் நிற்பதுதான் ஸெல்ஜுக் படையாக இருக்குமென்ற எண்ணத்துடன் அவர் ஸெல்ஜுக்குகளுடன் இணைந்து போரிட்டார். இத்துடன் வெற்றி திசைமாறியது. மங்கோலியப் படைகள் சிதறியோட ஆரம்பித்தன. தோல்வி முனையிலிருந்து எதிர்பாராத வெற்றியை அடைந்த அலாவுத்தீன் கைக்பாத் அன்பும் நன்றியுணர்வும் மேலிட அர்த்துக்ரிலை மகிழ்ச்சியுடன் கட்டித்தழுவினார். அல்லாஹ்வின் பாதையில் போர் செய்து தன் முஸ்லிம் சகோதரர்களுக்கு உதவிசெய்யக் கிடைத்த வாய்ப்புக்காக அர்த்துக்ரிலும் தனது மகிழ்ச்சியைத் தெரிவித்துக்கொண்டார். அப்போது சுலைமான்கானும் போர்க்களத்துக்கு வந்து சேர்ந்தார். அலாவுத்தீன் மிகுந்த மகிழ்ச்சியுடன் அவருக்கு நன்றி தெரிவித்து, தந்தைக்கும் மகனுக்கும் விலையுயர்ந்த ஆடைகளை அணிவித்துக் கௌரவித்தார். இன்றைய அங்கோராவின் அருகிலுள்ள ஒரு தோட்டத்தை அர்த்துக்ரிலுக்கு அன்பளிப்பாக வழங்கிய அலாவுத்தீன், சுலைமான்கானைத் தனது படைத்தலைவராக நியமித்தார்.

தன்னுடைய விளைநிலத்தை அர்த்துக்ரிலுக்கு அளிக்க முன்வந்த அலாவுத்தீனின் எச்சரிக்கையுணர்வு பாராட்டுக்குரியது. ஆசியா மைனரின் வடமேற்குப் பகுதிகள் படிப்படியாக ரோமானியரால் கைப்பற்றப்பட்டு வந்தன. நாடுபிடிக்கும் தங்கள் திட்டத்தின்படி ஒவ்வொரு பகுதியாகக் கைப்பற்றி அவர்கள் முன்னேறிக்கொண்டிருந்தனர். இன்னொருபுறம், தென் கிழக்குப் பகுதிகளைத் துண்டாடிய மங்கோலியரின் நாடுபிடிக்கும் ஆர்வமும் வெற்றிகொள்ள இயலாததாக இருந்தது. மிகப்பெரிய பேரரசாக விளங்கிய கோன்யா, இப்படி இருபுறமும் தேய்ந்து அழிந்து போகும் நிலையை நோக்கித் தள்ளப்பட்டது. இந்நிலையில் ரோமானிய ஆட்சிப் பகுதியின் அண்மையிலிருந்த தனது நிலத்தை அர்த்துக்ரிலுக்கு வழங்கியதும் மங்கோலியர்களின் வருகையைத் தடுத்து நிறுத்த சுலைமான்கானை அனைத்துப் படைத்தலைவராக நியமித்ததும் அலாவுத்தீனின் மதியூகத்தின் சான்றுகளாகும்.

மங்கோலியரை எதிர்த்துப் போர் புரிந்த சுலைமான்கான் தனது பரிவாரங்ளுடன் யூப்ரட்டீசைக் கடக்கும்போது நதியில் விழுந்து மரணமடைந்தார். அர்த்துக்ரில், கிறிஸ்தவ ஆட்சிப் பகுதிகள்மீதான போரைத் தொடர்ந்து நடத்தி வந்ததுடன் தனது ஆட்சிப்பகுதிகளையும் விரிவுபடுத்திக்கொண்டிருந்தார். கோன்யா அரசரான அலாவுத்தீன், அவரது திறமையிலும் வெற்றிகளிலும் திருப்தியடைந்தார்.

ஹிஜ்ரீ 634இல் அலாவுத்தீன் இறந்துபோகவே, அவரது மகன் கியாதுத்தீன் கைக்குஸ்ரோ அரியணையேறினார். தொடர்ந்து படையெடுப்புகளில் ஈடுபட்டுவந்த மங்கோலியருக்குத் திறைசெலுத்த வேண்டிய நிலை கியாதுத்தீனுக்கு உருவானது. பாதுகாப்பான நிலப்பகுதியில் இருந்ததால் அர்த்துக்ரிலுக்கு எந்த அச்சுறுத்தலுமில்லை. ஆசியா மைனரை நோக்கிக் கவனம் செலுத்துவதற்கான காலஅவகாசம் மங்கோலியருக்கும் கிடைக்கவில்லை. செங்கிஸ்கானின் பேரனான ஹுலகுகானால் ஹிஜ்ரீ 656இல் பாக்தாதின் அப்பாசிய கிலாஃபத் முடிவுக்கு வந்தது. ஹிஜ்ரீ 657இல் அர்த்துக்ரில்லுக்கு ஆண் குழந்தை பிறந்தது. உஸ்மான் காஸி என்று அதற்குப் பெயரிடப்பட்டது. முதலாவது உஸ்மான் என அறியப்படுபவர் இவர்தான். உஸ்மான் காஸிக்குப் பிறகுதான் துருக்கிய அரசர்கள் உஸ்மானிய வம்சாவளியினர்

என்று அழைக்கப்படலாயினர். உஸ்மானின் 30ஆவது வயதில், ஹிஜ்ரீ 687இல் அர்த்துக்ரில் காலமானார். தொடர்ந்து, உஸ்மான் காஸி ஆட்சியாளராகத் தேர்வு செய்யப்பட்டார். உஸ்மானின் ஆற்றல்களை நன்குணர்ந்த கியாதுத்தீன் கைக்குஸ்ரோ, அவரை அனைத்துப் படைத்தலைவராக நியமித்ததுடன் தன் மகளையும் மணம் முடித்துக்கொடுத்தார். கோன்யாவில் வசித்து வந்த உஸ்மான் காஸி, கயாதுத்தீன் குஸ்ரோவுக்குப் பதிலாக ஜுமுஆ பேருரையும் நிகழ்த்தி வந்தார்.

உஸ்மான் கான் : மங்கோலியருடனான ஒரு சண்டையில் கியாதுத்தீன் குஸ்ரோ கொலையுண்டார். ஆண் வாரிசுகள் இல்லாத கியாதுத்தீனுக்கு உஸ்மான் காஸியின் மனைவியான ஒரு மகள் மட்டும்தானிருந்தார். எனவே, உஸ்மான் காஸி கோன்யா அரசராகத் தேர்வுசெய்யப்பட்டார். ஹிஜ்ரீ 470இல் இஸ்ராயீல் பின் ஸெல்ஜுக்கால் நிறுவப்பட்ட அரசு ஹிஜ்ரீ 699இல் முடிவுக்கு வந்த பிறகு உருவான உஸ்மானிய அரசு, அண்மைக்காலம்வரை தொடர்ந்தது. சுல்தான் மஹ்மூத் கஸ்னவி, இந்தியாவில் கலிங்கக் கோட்டையில் சிறை வைத்திருந்த இஸ்ராயீல் பின் ஸெல்ஜுக் இவர்தான்.

ரோமானிய, மங்கோலிய தாக்குதல்களால் வலுவிழந்திருந்த கோன்யா, உஸ்மான் பொறுப்பேற்ற பிறகு புதிய ஆற்றலையும் வலுவையும் திரட்டிக்கொண்டது. அனைவர்மீதும் அவர் காட்டிய பெருந்தன்மையும் பண்பான அணுகுமுறைகளும்தான் இந்த வெற்றிக்கான காரணங்கள். மிகுந்த இறைபக்தியுள்ள முஸ்லிமாகத் திகழ்ந்தார் உஸ்மான். ரோமானியரிடமிருந்து எஸ்கிஸீஹிர் நகரைக் கைப்பற்றி அதைத் தனது தலைநகராக்கியது உஸ்மானின் சிறப்பான வியூகமாக அமைந்தது.

அரசுப் பொறுப்பை ஏற்றுக்கொண்ட உஸ்மானுக்கு இடையூறுகளையும் எதிர்ப்புகளையும் களைந்த பிறகுதான் எதிரிகள்மீது கவனம் செலுத்த இயன்றது. இதை அவர் செய்யாமல் விட்டிருந்தால் கிளர்ச்சிகள் தலைதூக்கியிருக்கும். தனது ஒவ்வொரு செயல்பாட்டையும் அவர் துணிச்சலுடனும் உறுதியான முடிவுகளுடனும் பயமின்றியும் மேற்கொண்டார். கோன்யாமீது படையெடுப்பதற்காக கிறிஸ்தவர்கள் பெரும்படை

ஒன்றைத் தயார் செய்திருப்பதை அறிந்த உஸ்மான், அரசவையைக் கூட்டினார். அவரது நெருங்கிய உறவினரான ஒரு முதியவர் தனது கருத்தை அரசவையில் சொன்னார்: "மங்கோலியருடன் நாம் போரிடும்போது கிறிஸ்தவர்களுடன் சேர்ந்து துருக்கிப் படைகள் நம்மைத் தாக்கக்கூடும். இந்நிலையை நம்மால் எதிர்கொள்ள இயலாமலும் போகும். ஆகவே, முதலில் நாம் கிறிஸ்தவர்களுடன் நல்லிணக்கம்கொள்வது நல்லது."

பயத்தைத் தூண்டும் விதமான அவரது சொற்களைக் கேட்டுக் கோபமடைந்த உஸ்மான் காஸி, அவர்மீது அம்பெய்தார். அந்த இடத்திலேயே அவர் மரணமடைந்தார். இதைக் கண்ணுற்ற அவையினர் எதுவும் பேசத் துணியவில்லை. பின்னர், கிறிஸ்தவர்கள்மீது ஒரு பெரும்போரை நிகழ்த்திய உஸ்மான் காஸி, எஸ்கிஸீஹிரைத் தனது கட்டுப்பாட்டின் கீழ்க்கொண்டு வந்ததுடன் அதைக் கோன்யாவின் தலைநகராக மாற்றினார். இவ்வெற்றியைத் தொடர்ந்து, கிறிஸ்தவ நகரங்களை ஒவ்வொன்றாகக் கைப்பற்றி ஆசியா மைனரிலிருந்து அவர்களை வெளியேற்றினார். உஸ்மான் காஸியின் வெற்றிப் பாய்ச்சலில் பெரும் கவலையுற்ற கான்ஸ்டான்டிநோபிளின் சீஸர், கிழக்குத் திசையிலிருந்து உஸ்மான் காஸியைக் தாக்கும்படி மங்கோலியரைத் தூண்டிவிட்டான். மங்கோலியர் தாக்குதலைத் தொடங்கினர். உஸ்மானின் படைகள் வீராவேசம் பூண்டு நின்றன. ஒரு படைப்பிரிவை தன் மகன் ஆர்க்கானின் தலைமையில் மங்கோலியரை எதிர்கொள்ள அனுப்பி வைத்த உஸ்மான், தன்னுடைய தலைமையில் கிறிஸ்தவர்களை எதிர்கொள்ளப் புறப்பட்டார். ஆர்க்கான், மங்கோலிய படைகளைத் துரத்தியடித்தார். மங்கோலியரை வெற்றிகொண்ட அவர் தந்தையுடன் இணைந்துகொண்டார். சென்ற இடங்கள் அனைத்தையும் உஸ்மானின் படைகள் வெற்றிகொண்டன. ஆசியா மைனரை மிக எளிதாக வென்றெடுத்த அவரது படைகள் கருங்கடலை அடைந்தது. கிறிஸ்தவர்களைப் புறமுதுகுக் காட்டி ஓட வைத்த ஆர்க்கான், ஆசியா மைனரின் மேற்குக் கரையிலுள்ள சீஸரின் அற்புத நகரமாகிய புர்ஸாவைக் கைப்பற்றினார். நோய்வாய்ப்பட்டிருந்த உஸ்மான் காஸி அப்போது எஸ்கிஸீஹிரில் இருந்தார். புர்ஸாவைக் கைப்பற்றிய தகவலையறிந்த அவர் உடனே புர்ஸாவுக்குச் செல்ல விரும்பினார். வழியில் இறந்துபோக நேரிட்டாலும்

தன்னை புர்ஸாவில்தான் அடக்கம் செய்ய வேண்டுமென்று படைத்தலைவரிடம் கேட்டுக்கொண்டார். புர்ஸாவை அடைந்த உஸ்மான் சில நாள்களில், ஹிஜ்ரீ 727இல் காலமானார்.

உஸ்மான் காஸி தன் மகனிடம் சொன்னார்: "எனக்குப் பிறகு ஆட்சி செய்யும் பொறுப்புக்கு தகுதி வாய்ந்த நீ இருப்பதால் நெருங்கிக்கொண்டிருக்கும் இறப்பைக் குறித்து நான் வருந்தவில்லை. அல்லாஹ்வின்மீதான பக்தியுடன் நீதி பாலித்தும் இரக்கம் காட்டியும் இஸ்லாமிய நியதிகளின்படி நடந்துகொள்வது உன்னுடைய முதல் அணுகுமுறையாக இருக்க வேண்டும்."

அவர், புர்ஸாவைத் தலைநகராக்கவும் அறிவுரைத்தார். இது அவரது அறிவுக்கூர்மைக்கும் தொலைநோக்குப் பார்வைக்கும் சான்றாக அமைந்தது. ஒரு பகுதி கோன்யா மக்கள் பகையுணர்வுடன் இருப்பதையும், புதிய அரசருக்கெதிராக அவர்கள் எப்போது வேண்டுமானாலும் கிளர்ந்தெழுவார்கள் என்பதையும் உணர்ந்திருந்தார் உஸ்மான் காஸி. அதே நேரம், மங்கோலியரின் போர் முயற்சி நாடுபிடிப்பதை மட்டுமே நோக்கமாகக் கொண்டது என்பதையும் இஸ்லாத்தை எதிர்க்கும் நோக்கம் அவர்களிடமில்லை என்பதையும், மாறாக இஸ்லாத்தை நோக்கி அவர்கள் வந்துகொண்டிருப்பதையும் அவர் உணர்ந்திருந்தார். மேலும், கோன்யா தலைநகராக இருந்தால் தேவையற்ற பிளவுகள் உருவாவதுடன் போர்களும் ஓயாது. புர்ஸா தலைநகராக இருப்பது கிறிஸ்தவர்களுக்கு அச்சுறுதலாக அமையும். அனைத்தையும்விட உஸ்மானிய அரசர்கள் ஐரோப்பாவைக் குறிவைத்து பால்கன் நாடுகளைப் பிடிப்பதற்கு வசதியாக கால அவகாசமும் கிடைக்கும். இதையெல்லாம் கருத்தில்கொண்ட உஸ்மான் தீர்க்கமான முடிவுக்கு வந்தார். அவருக்குப் பின்வந்த ஆட்சியாளர்களும் இதையே பின்பற்றினர்.

உஸ்மான் காஸி அழகும் வீரமும் மிகுந்தவர். ஈடிணையற்ற குதிரை வீரர். அவரது தீர்ப்புகள் தனித்துவம் மிக்கவை. சிக்கலான பிரச்சினைகளிலும் தெளிவான முடிவுகளுக்கு வருபவர். அவரது கருத்துக்கள் பிரச்சினைகளைத் தீர்க்கமுடன் எதிர்கொள்வதாக அமைந்திருக்கும். கொடைத்தன்மையிலும் அவர் ஈடிணையற்றவராக விளங்கினார்.

ஸெல்ஜூக் அரசர்கள் தங்கள் கொடிகளில் பிறைச்சின்னம்

பொறித்திருந்தனர். உஸ்மானின் கொடியிலும் பிறைச்சின்னமிருந்தது. அதையே தனது தேசிய அடையாளமாகவும் கொண்டிருந்தார்.

மேன்மையுடனும் கம்பீரத்துடனும் நீதியுடனும் 27 ஆண்டு காலம் அரசாட்சி செய்த உஸ்மான் தனது 69 ஆவது வயதில் காலமானார். அவரது உடைமைகளாக ஒரு போர்க்கவசமும், வாளும், சேணமும் மட்டுமே மிச்சமிருந்தன. அவரது இறைசிந்தனையின் மேன்மையையும் உலகியல் ஆதாயங்கள்மீதான ஆர்வமின்மையையும் இதன்மூலம் புரிந்துகொள்ள இயலும். பிந்தைய காலங்களில் அரியணையேறிய உஸ்மானிய அரசர்கள் உஸ்மானின் உடைவாளை இடையில் சொருகிக்கொள்வதை வழக்கமாகக்கொண்டனர். கோன்யாவிலிருந்து புர்ஸாவுக்குப் புறப்பட்ட உஸ்மான், பழைய ஸெல்ஜூக் வம்சாவளியினரை அரசர்களாகவும் ஆளுநர்களாகவும் நியமித்திருந்தார். தங்கள் மரபுகளை அவர்கள் கைவிடாதிருக்கவும் வழிவகை செய்தார். இவை அனைத்தும் அவரது கண்ணியத்திற்கும் பெருந்தன்மைக்கும் தொலைநோக்குப் பார்வைக்குமானப் புறச் சான்றுகள்

08. உஸ்மானியப் பேரரசு

உஸ்மான் காஸிக்குப் பிறகு அவரது மகன் ஆர்க்கான், உஸ்மானியப் பேரரசின் இரண்டாம் அரசராக முடிசூடினார். இங்கே, ரோமானியப் பேரரசின் உருவாக்கம் குறித்த வரலாற்றை அறிந்து கொள்வது ஆர்க்கானின் போர்களுக்கும் வெற்றிகளுக்குமான காரணங்களைப் புரிந்துகொள்ள உதவியாக இருக்கும்.

ஈஸா (அலை) அவர்கள் பிறப்பதற்கு 600 ஆண்டுகளுக்கு முன் இத்தாலியைச் சேர்ந்த ஸில்வியா எனும் கன்னிப்பெண்ணுக்கு இரட்டை ஆண் குழந்தைகள் பிறந்தன. அக்குழந்தைகளுக்கு ரொமியூலஸ் என்றும் ரிமோஸ் என்றும் பெயரிடப்பட்டன. அவர்கள் செவ்வாய் கடவுளுக்குப் பிறந்தவர்கள் என்று கருதப்பட்டனர். வெஸ்ட்டா எனும் பெண்கடவுளின் கோவிலில் துறவியாக இருந்த ஸில்வியா, செவ்வாய் கடவுள் மூலம் கருவுற்றுப் பிறந்த தனது குழந்தைகள் இரண்டையும் ஒரு படகில் வைத்து ஆற்றில் விட்டாள். அலைகளின் போக்கில் சென்ற குழந்தைகள் ஒரு காட்டை அல்லது மலையடிவாரத்தை அடைந்தன. அப்போது ஒரு பெண் ஓநாய் வந்து அவர்களைத் தூக்கிக்கொண்டு போய்ப் பாதுகாத்து வந்தது. எதிர்பாராமல் அங்கே வந்த அரண்மனை இடையன் ஒருவன் குழந்தைகளை எடுத்துச்சென்று அரசனிடம் ஒப்படைத்தான். குழந்தைகள் அரசியின் பாதுகாப்பின்கீழ் வளர்ந்து

வந்தன. பெரியவர்களான அவர்கள் ஒரு நகரத்தை அமைத்தனர். அதுவே பின்னர் ரோம் அல்லது ரோமா என்று அறியப்பட்டது. அவர்களது சந்ததியினர் பிற்காலத்தில் மாபெரும் பேரரசு ஒன்றைக் கட்டியெழுப்பினர். இத்தகைய மாபெரும் பேரரசு உலகில் அன்றுவரை உருவானதே இல்லை. ரொமியூலஸ், ரிமோஸ் ஆகியோரால் கட்டியெழுப்பப்பட்ட பேரரசு மறைந்த பின்னும் இத்தாலியின் தலைநகராக ரோம் நகர் இருந்து வந்தது.

அரசாற்றலிலும் வளர்ச்சியிலும் உச்சநிலைக்கு வந்த ரோம், கிழக்கு - மேற்கு என இரண்டாகப் பிரிந்தது. கிழக்கு ரோமுக்கு கான்ஸ்டான்டிநோபிள் தலைநகராகவும் மேற்கு ரோமுக்கு ரோம் நகரே தலைநகராகவும் இருந்தன. ஐரோப்பா மற்றும் ரஷ்ய மக்களால் அடிக்கடித் தாக்குதலுக்குள்ளான மேற்கு ரோம், தனது வலுவையும் ஆற்றலையும் இழந்து கடைசியில் ஜெனோவா, வெனிஸ் என இரண்டாகப் பிரிந்து வெவ்வேறு அரசுகளாக இயங்கின. காலப்போக்கில் ஒவ்வொரு அரசும் இரண்டாகப் பிரிந்து சிறு சிறு அரசுகளாயின.

கிழக்கு ரோம் பெரிய அளவில் எந்தத் தாக்குதலுக்கும் இலக்காகவில்லை. அரபிகளும் பாரசீகர்களும் மேற்கு ரோமைக்குறித்து முதலில் அறிந்திருக்கவில்லை. கிறிஸ்தவத்தைத் தழுவிய கான்ஸ்டான்டிநோபிளின் ஆட்சியாளன் அதை நாடு முழுவதும் பரப்பினான். கிறிஸ்தவ உலகம் முழுவதும் அவனுக்கு மரியாதை செலுத்திப் பணிந்தது. ஏறக்குறைய ஐரோப்பா முழுவதும் கிறிஸ்தவத்தைத் தழுவிய நிலையில் ரோமின் சீஸர் ஐரோப்பிய உலகின் பெருமைக்குரியவனாக ஆனான். ரோமானியரின் ஆட்சிப்பகுதிகளில் கிறிஸ்தவம் பரவிய நிலையில் அரபிகளும் பாரசீகர்களும் கிறிஸ்தவர்கள் அனைவரையும் ரோமானியர் என்றே அழைக்கத் தொடங்கினர்.

சீஸரின் பேரரசு கிரேக்கப் பேரரசின் சிதைவிலிருந்து உருவானாலும் சீஸர், மகா அலெக்ஸான்டரின் கீழிருந்த பகுதிகளுக்கும் அரசராக இருந்ததால் ரோமானியப் பேரரசும் கிரேக்கப் பேரரசு என்றே குறிப்பிடப்பட்டது. ஆசியா மைனரும் சிரியாவும் சீஸரின் ஆட்சிப்பகுதிக்குள் இருந்ததால் இஸ்லாத்தின் தொடக்கக் காலத்தில் ரோமானியப் பேரரசின் ஒரு பகுதியாக அவ்விரண்டு நாடுகளும் கருதப்பட்டு வந்தன. சில ஆட்சிப் பகுதிகள் கிறிஸ்தவ

ஆட்சியிலிருந்து ஏற்கனவே விடுபட்ட பின்பும் ஆசியா மைனரில் அவர்களது ஆட்சி நீண்ட காலம் நீடித்திருந்தது. ஆகவே, ஆசியா மைனரும் பொதுவாக ரோம் என்றே அழைக்கப்பட்டு வந்தது. ஸெல்ஜூக்குகளின் ஒரு பிரிவினர் ஆசியா மைனரில் தங்களது ஆட்சியை நிறுவிக்கொண்ட போதும் அது ஸெல்ஜூக் ரோமானிய அரசு என்றே குறிப்பிடப்பட்டது. ஆசியா மைனரின் பெரும் பகுதியைக் கைப்பற்றிய உஸ்மான் காஸியும் ரோமானிய சுல்தான் என்றே அறியப்படலானார். இன்றுகூட உஸ்மானிய அரசர்கள் அவ்வாறு குறிப்பிடப்படுகின்றனர்.

கிறிஸ்தவத்தை ஏற்றுக்கொண்ட கான்ஸ்டான்டிநோபிளின் சீஸரும் பாரசீகர்களின் மாகிய அரசும் பரஸ்பரம் போரில் ஈடுபட்டு வந்தன. இது, அரேபியாவில் இஸ்லாமிய அரசு தோற்றம் பெற்ற பிறகும் தொடர்ந்துகொண்டிருந்தது. இஸ்லாம் வந்த சிறிது காலத்துக்குப் பிறகு, மாகிய பேரரசு சிதைவுற்று இறுதியில் அழிந்தும்போனது. ஆனால் கான்ஸ்டான்டிநோபிளின் கிறிஸ்தவப் பேரரசு இஸ்லாத்தின் எதிர்ப்பையும் தாங்கி நிலை பெற்றது.

நபிவழி கலீஃபாக்களின் ஆட்சியின்போது சீஸரின் கிறிஸ்தவ ஆட்சி சிரியா, பாலஸ்தீன், எகிப்து ஆகிய நாடுகளில் இல்லாமலானது. உமய்யாக்களும் அப்பாசியரும் தொடர்ந்து ரோமானியர்களுடன் போரில் ஈடுபட்டனர். தொடர்ந்து எழுநூறு ஆண்டு காலம் கிறிஸ்தவர்களுக்கும் முஸ்லிம்களுக்குமிடையே நடந்த போருக்கு ஆசியா மைனர்தான் காரணமாக இருந்தது. முஸ்லிம்கள், டான்யூப் பகுதிவரைக்கும் கிறிஸ்தவர்களை விரட்டுவதும் கிறிஸ்தவர்கள், இரான், குர்திஸ்தான் பகுதிகள் வரைக்கும் முஸ்லிம்களை விரட்டுவதும் அவ்வப்போதைய நிகழ்வுகளாக இருந்தன. பல்வேறு முஸ்லிம் அரசுகளிடையே ஏற்பட்ட குடும்பச் சண்டைகளும் உள்நாட்டுக் கிளர்ச்சிகளுமே ஆசியா மைனரில் கிறிஸ்தவர்கள் ஆட்சி நீண்டகாலம் நிலைபெறுவதற்குக் காரணமாக அமைந்தன.

உஸ்மானிய வம்சாவளியினர் இதிலிருந்து முற்றிலும் மாறுபட்ட சில அணுகுமுறைகளை மேற்கொண்டனர். இதன் காரணமாக பொதுமுஸ்லிம்கள் அவர்களை ஏற்றுக்கொள்ளவும் செய்தனர். சிரியா, பாலஸ்தீனம் ஆகிய பரந்துபட்ட பகுதிகளில் அவ்வப்போது பெரும் பாய்ச்சலுடன் நுழைந்துகொண்டிருந்த ஐரோப்பிய படைகள் ஒவ்வொரு முறையும் முஸ்லிம்களால் தோற்கடிக்கப்பட்ட ஒரு

காலகட்டம் அது. போர்களில் தோல்வியுற்ற கிறிஸ்தவர்கள் முஸ்லிம்களின் பண்பாடுகள், ஒழுக்கங்கள் போன்றவற்றைப் படிப்படியே உணர்ந்துகொண்டனர். இவற்றைத் தங்கள் மக்களுக்கும் அவர்கள் போதித்தும் வந்ததாக வரலாறு சொல்கிறது. இப்படியாக, ஒரு புதிய வாழ்க்கை முறையை அறிந்துகொண்ட ஐரோப்பா அதை ஏற்றுக்கொண்டது. இதன்மூலம் வேகமான வளர்ச்சியை நோக்கிச் சென்றது.

ரோமானியப் பேரரசு முஸ்லிம்களிடம் தோல்வியடைவதற்கு அதன் பலவீனமும் அலட்சியமும்தான் காரணங்கள் எனும் ஒரு கூற்றை ஐரோப்பிய வரலாற்றாசிரியர்கள் முன்வைக்கின்றனர். இது, வரலாற்றைத் தவறாகச் சித்திரிக்கும் உண்மைக்குப் புறம்பான ஒரு வாதமாகும். கிறிஸ்தவர்கள் அப்போது முஸ்லிம்கள்மீதான கடும்பகையுணர்வின் கொதிநிலையில் இருந்து வந்தனர். சிலுவைக்கும் பிறைக்குமிடையே ஒரு பெரும்போரை நிகழ்த்துகிற பொறுப்பை கான்ஸ்டான்டிநோபிளின் அரசவை மேற்கொண்டிருந்தது. இதற்காக அவர்கள் கிறிஸ்தவ சக்திகளை ஒன்றுதிரட்டும் பணியில் ஈடுபட்டனர். கான்ஸ்டான்டிநோபிளின் படை அக்காலகட்டத்திலுள்ள படைகளில் அளவில் பெரியதும் மிகவும் சக்தி வாய்ந்ததுமாக இருந்தது. போர்க்கலையில் மிகவும் தேர்ச்சிபெற்ற படை அது.

சிலுவைப் போரை மேற்கொண்டவர்கள் ஐரோப்பாவின் போர்ப்படைகளை ஒன்றுதிரட்டியிருந்தனர். கூடவே, முஸ்லிம்களின் எதிரிகள் அனைவருடனும் கான்ஸ்டான்டிநோபிளின் சீஸர் நட்புகொண்டிருந்தான். சீனாவரையிலும் தனது தூதுவர்களை அனுப்பி வைத்தான். முஸ்லிம்களுக்கு எதிரான முயற்சிகளின் ஒரு பகுதியாக, தங்கள் மகள்களை முஸ்லிம்களின் எதிரிகளுக்கு மணமுடித்து வைக்கவும் அவர்கள் தயங்கவில்லை. முஸ்லிம்களிடையே கருத்து வேற்றுமைகளையும் பிரிவினைகளையும் உருவாக்குவதற்கான இப்போதைய வழிமுறைகள் அனைத்தும் முந்தைய கால அணுகுமுறைகள்தான். முஸ்லிம்களின் இன்றைய தோல்விகளுக்கான காரணங்கள்கூட முந்தைய காலத்தின் மிச்ச சொச்சங்கள்தான்.

உஸ்மான் காஸியும் அவரது வழித்தோன்றல்களும் இந்த எளிய உண்மையை நன்கு புரிந்துவைத்திருந்தனர். ஏனைய முஸ்லிம் அரசுகளுடனான மோதல்களை முடிந்தவரைக்கும் அவர்கள் தவிர்த்துக்கொண்டனர். தங்களது திறமைகளையும் வளத்தையும்

கிறிஸ்தவர்களை எதிர்ப்பதற்காகவே ஒன்றுதிரட்டினர்.

ஆர்க்கான் : உஸ்மான் காஸிக்கு அலாவுத்தீன், ஆர்க்கான் எனும் இரண்டு மகன்கள். மூத்தவரான அலாவுத்தீன் கல்வி, உள்ளுணர்வு, துணிச்சல், வீரம் போன்றவற்றில் நிகரற்றவராகத் திகழ்ந்தார். அர்க்கானின் போர் வியூகமும் நுட்பமும் ஆற்றலும் உஸ்மான் காஸியைக் கவர்ந்தன. ஆகவே, தனது வாரிசாக அவர் அர்க்கானை நியமித்தார். அரசுரிமையை முன்வைத்து சகோதரர்களிடையே பிரச்சினை உருவாகுமென்பதே அனைவரது எண்ணமும். ஆனால், வாரிசுரிமைக்கு வரவேண்டிய அலாவுத்தீன் தந்தையின் இறுதி விருப்பத்தை மனமுவந்து ஏற்றுக்கொண்டார். தம்பியை அரசராக ஏற்று மனமகிழ்ச்சியுடன் அவருக்கு ஒத்துழைப்பை நல்கினார். தனது வாழ்க்கையை மன அமைதியுடன் கழிப்பதற்காக ஒரு துண்டு நிலம் வழங்கும்படி தம்பியிடம் அவர் கேட்டுக்கொண்டார். ஆனால், அவரோ ஆட்சி செய்வதற்கு அண்ணனின் உதவியை நாடினார். அரசவையினரின் ஒருமனதான ஆதரவுடன் அண்ணனைத் தலைமை அமைச்சராக நியமிக்க விரும்பினார். சிறிது தயங்கினாலும் அவர் அதை ஏற்றுக்கொண்டார். தம்பியின்கீழ் தலைமை அமைச்சராக இருப்பது மேன்மைக்குரிய பதவி இல்லைதான். இருப்பினும், தங்கள் வம்சாவளியின் பெருமையைக் கவனத்தில்கொண்டு இதற்கு உடன்பட்டார் என்றுதான் சொல்லவேண்டும். தலைமை அமைச்சராகப் பதவி வகித்த அனைவரிலும் அலாவுத்தீன்தான் சிறப்பானவர் என்று சொல்லுமளவுக்கு அர்ப்பணிப்புடன் செயல்பட்டார்.

அரியணையேறிய ஆர்க்கான் தொடக்க ஆண்டிலேயே டான்யூப்வரையிலும் ஆட்சிப் பகுதியை விரிவுபடுத்தினார். ஆசியா மைனரை கிறிஸ்தவக் கட்டுப்பாட்டிலிருந்து விடுவித்தார். மூத்த சகோதரரின் அறிவுரையுடன் உத்தரவுகளையும் சட்டங்களையும் நடைமுறைப்படுத்தினார். நாட்டின் நிர்வாக விஷயங்களை ஒழுங்குபடுத்தவும் நடத்திச் செல்லவும் அவை மிகுந்த உதவியாக இருந்தன. அதுவரையிலும் வரிசெலுத்தத் தேவையில்லாத நிலங்களை வைத்திருந்த படைத்தலைவர்கள் போர்ச்சூழலிலும் தங்கள் நிலங்களைப் பாதுகாப்பதற்காக வீரர்களை நியமித்திருந்தனர். புதிய சட்டத்தின்படி நிலவுடைமையாளர்களும் படைத்தலைவர்களாகப் பணியாற்ற வேண்டியதாயிற்று. ஆசியா மைனரில் முஸ்லிம்கள்

பெரும்பான்மையாக வசித்து வந்தனர். ஆனால், வடமேற்கு ஆசியாமைனரில் கிறிஸ்தவர்களே பெரும்பான்மையாக இருந்தனர்.

மெய்க்காவலர்கள் : ஆசியா மைனரின் வடமேற்குப் பகுதி உஸ்மானிய துருக்கியரிடம் வீழ்ந்ததுடன் போரில் பிடிபட்ட ஏராளமான கிறிஸ்தவக் கைதிகள் தலைநகருக்குக் கொண்டுவரப்பட்டனர். அவர்களில் பலர் முஸ்லிம் ஆட்சிப்பகுதியில் திம்மிகளாகக் குடியேற்றப்பட்டனர்.

நிலவுடைமையாளர்களில் பலர் தங்கள் நிலங்களைப் பாதுகாப்பதற்காகப் பெருமளவு வீரர்களை வைத்திருப்பதாகவும் இது மைய அரசுக்கு அச்சறுத்தலாகவும் ஆபத்தாகவும் மாற வாய்ப்பிருக்கிறது என்றும் அரசரிடம் சொன்னார் தலைமை அமைச்சர் அலாவுத்தீன். அவர்கள் பெரும்பான்மையினரான கிறிஸ்தவர்களை அரசுக்கு எதிராகப் பயன்படுத்த இருக்கும் வாய்ப்பையும் அவர் சுட்டிக்காட்டினார். எனவே, கிறிஸ்தவ மற்றும் பிற இளைஞர்களைக்கொண்ட ஒரு தனிப்படை அமைத்து அவர்களுக்கு இஸ்லாமிய அறிவையும் ஏனைய ஒழுங்குமுறைகளையும் சட்டங்களையும் பயிற்றுவிப்பதென முடிவு செய்யப்பட்டது. மைய அரசால் பயிற்றுவிக்கப்பட்ட அரசுப்படையான இவர்கள் அரசுக்கு எதிராக ஒருபோதும் கிளர்ந்தெழ மாட்டார்கள் என்றும் கருதப்பட்டது.

இப்படி, பலநூறு கிறிஸ்தவ இளைஞர்களுக்குப் பயிற்சியளிக்கப்பட்டது. முறையாகப் பயிற்சிபெற்ற அவர்கள் உயர்ந்த பொறுப்புகளில் நியமிக்கப்பட்டனர். இதைக் கண்ணுற்ற கிறிஸ்தவப் பெற்றோர்கள் தங்கள் பிள்ளைகளுக்கும் பயிற்சியளிக்க அழைத்து வந்தனர். முதலில் பயிற்சிபெற்று அரசரின் மெய்க்காவலர்களாக நியமிக்கப்பட்ட கிறிஸ்தவ இளைஞர்கள் சமயப் பெரியவர் ஒருவரிடம் அழைத்துச் செல்லப்பட்டனர். அவர், தனது கையை ஓர் இளைஞனின் தலைமீது வைத்து அல்லாஹ்வின் அருளை வேண்டி அவர்களுக்காகப் பிரார்த்தனை செய்தார். இஸ்லாமியப் போதனையும் படையின் உயர் ஒழுக்கப் பாடங்களும் அவர்களை இறைபக்தியுள்ளவர்களாகவும் நேர்மையான படைவீரர்களாகவும் ஆக்கின. இவர்கள் தங்கள் உறவினர்களுடன் உறவைத் தவிர்த்த பிற

தொடர்புகள் வைத்திருக்கவில்லை. இஸ்லாத்தின் சேவகர்களாகவும் அரசரின் பாதுகாவலர்களாகவும் இருப்பது ஒன்றுதான் அவர்களின் முக்கியக் கடமை.

அற்புதமான இந்தப் படையினர் மைய அரசுக்கு எதிரான கிளர்ச்சிகள் அனைத்தையும் முறியடித்தனர். அரசுக்கெதிரான எதையும் படைத்தலைவர்களாலும் நிலவுடைமையாளர்களாலும் நினைத்துப்பார்க்கவே இயலாமல் ஆனது. தலைமை அமைச்சர் அலாவுத்தீன் நாட்டின் பல்வேறு பகுதிகளில் மதரஸாக்களைத் திறந்து வைத்தார். தங்கள் வணிகங்களைத் திறம்பட மேற்கொள்வதற்கான உரிமைகள் உட்பட முஸ்லிம்களின் அனைத்து உரிமைகளும் கிறிஸ்தவர்களுக்கும் வழங்கப்பட்டன. தேவாலயங்கள் கட்டுவதற்கான நிலங்கள் வழங்கப்பட்டன. இந்த அணுகுமுறைகள் எண்ணற்ற கிறிஸ்தவர்களை இஸ்லாத்தின்பால் ஈர்த்தன. ஆயினும், அதை முடிவு செய்வதற்கான உரிமை அவர்களிடம் மட்டுமே இருந்தன. இது, இஸ்லாத்தை முற்றிலுமாக அறிந்துகொண்ட பின், அவர்களாகவே முன்வந்து இஸ்லாத்தைத் தழுவச் செய்வதற்கான வழியமைத்தது. இந்த மெய்க்காவலர்கள் படை முற்றிலும் ஒரு புதிய முயற்சி.

போர்ப்படையிலும் பல்வேறு சீர்திருத்தங்களைக் கொண்டு வந்தார் அலாவுத்தீன். பதவிகளுக்கேற்ப சீருடைகள் வழங்கப்பட்டன. புதிதாக பல பிரிவுகள் உருவாக்கப்பட்டன. காலாட்படை, குதிரைப்படை எனப் பிரிக்கப்பட்டு ஒவ்வொரு தலைமையின் கீழுள்ள வீரர்கள் நூறு, ஐந்நூறு, ஆயிரம் என்று வரையறைப்படுத்தப்பட்டனர். படை ஒழுங்குகள் மிகுந்த கண்டிப்புடன் பின்பற்றப்பட்டன. தன்னார்வத் தொண்டர்களுக்கென தனிச்சட்டங்களும் வகுக்கப்பட்டன.

நிதி வாரியத்திலும் சீர்திருத்தங்கள் மேற்கொள்ளப்பட்டன. நகரங்களில் உரிமையியல் மற்றும் குற்றவியல் நீதிமன்றங்கள் தனித்தனியாக நிறுவப்பட்டன. ஊர்க்காவல் படையிலும் நகர அபிவிருத்தியிலும் அதிகக் கவனம் செலுத்தினார் அலாவுத்தீன். கொள்ளை, வழிப்பறி போன்றவற்றில் ஈடுபட்டிருந்த கோத்திரங்கள் அதே முறையில் பயன்படுத்தப்பட்டன. அதாவது, போரின்போது எதிரி நாடுகளில் தங்கள் கோத்திரத் தொழிலை மேற்கொள்ளும் படையினராக நியமிக்கப்பட்டனர்.

கட்டிட அமைப்புக்களில் சிறப்புக் கவனம் செலுத்திய தலைமை அமைச்சர் பள்ளிவாசல்கள், மதரஸாக்கள், மருத்துவமனைகள், தங்கும் விடுதிகள் போன்றவற்றைக் கட்டினார். பெரிய நகரங்களில் சிறப்புவாய்ந்த பூங்காக்களும் அரண்மனைகளும் பாலங்களும் அமைத்தார். பெருவழிகளில் காவல் நிலையங்களை உருவாக்கினார். போர்ப்படைகள் மற்றும் வணிகர்களின் பயண வசதிக்கான வழிப்பாதைகளைச் செப்பனிட்டார். நாட்டின் தனித்துவத்தை நிறுவவும் அமைதிக்காகவும் தன்னாலியன்ற அனைத்தையும் சலிப்பின்றிச் செய்துவந்தார். இக்காரணங்களால் இந்த ஆட்சிப்பகுதி இன்றும் துருக்கியரின் இருப்பிடமாக இருந்து வருகிறது.

ஆசியா மைனரையும் தாங்கள் கைப்பற்றியிருந்த மேலும் பல ஆட்சிப் பகுதிகளையும் இழக்க வேண்டிய துயரமான அனுபவங்கள் கான்ஸ்டான்டிநோபிளின் சீஸருக்கு ஏற்பட்டன. துருக்கியர்கள் கடல் தாண்டி வருவதையும் அவன் அறிந்துகொண்டான்.

தனது சகோதரர் அலாவுத்தீனால் ஆசியா மைனரில் மேற்கொள்ளப்பட்ட சீர்திருத்தங்களையும் வளர்ச்சிப் பணிகளையும் ஆட்சிப் பகுதியையும் மேன்மேலும் விரிவுபடுத்துவதில் ஆர்வம் காட்டினார் ஆர்க்கான். தனது வாழ்க்கையின் இருபதாண்டு காலத்தை இதற்கென மிகக் கவனமாகவும் நாட்டின் அனைத்துப் பகுதிகளிலும் அனைத்துத் துறைகளிலும் செயல்படுத்தினார். அவரது பிற்கால சந்ததியினரும் இதைப் பின்பற்றியிருந்தால் எகிப்து, பால்கன் நாடுகள், திரிப்போலி என அவர்களது ஆட்சிப்பகுதிகள் மேலும் விரிவடைந்திருக்கும்.

அவர்களுக்கு எதிராக சீஸரின் பேரன் கிளர்ந்தெழுந்தான். அப்போது கிறிஸ்தவர்களிடையே உருவான உள்நாட்டுப் போர்கள் உஸ்மானிய வம்சத்தாருக்கு ஒருவகையில் சாதகமாக அமைந்தன. கிளர்ச்சியாளர்கள், ஐடனின் துருக்கிய ஆளுநரான இளவரசர் உமர் பெக்கிடம் உதவி கேட்டனர். அவர், 380 கப்பல்கள், 28,000 வீரர்களுடன் கடல் மார்க்கமாகச் சென்று கிரீஸின் திரேஸிலுள்ள திமோத்திகா நகரை முற்றுகையிட்டார். பின்னர், இரண்டாயிரம் குதிரைப்படை வீரர்களுடன் செர்பியாவுக்குள் நுழைந்தார்.

உமர் பாஷா எனப்படும் உமர் பெக்குக்குக் கணிசமான ஒரு தொகையைக் கையூட்டாக வழங்கிய சீஸர், கிளர்ச்சியாளர்களுக்கு

அவர் உதவி செய்வதைத் தடுத்தான். உமர் தனது ஆட்சிப் பகுதிக்குத் திரும்பினார். சீஸரின் பேரன் கட்டுப்பாட்டைமீறி சீஸரை அகற்றிவிட்டு அரியணையைக் கைப்பற்றினான். சீஸரின் மரணத்தைத் தொடர்ந்து ஹிஜ்ரீ 742இல் ஜோன் பலியாலாகுஸ், கான்ஸ்டான்டிநோபிள் அரியணையில் அமர்ந்தான். ஹிஜ்ரீ 748இல் சீஸரின் பேரன், பலியாலாகுஸை அகற்றிவிட்டு அரியணையைக் கைப்பற்றி ஹிஜ்ரீ 794 வரையிலும் ஆட்சி செய்தான். அதன் பிறகு, ஹிஜ்ரீ 857 வரையிலும் இரண்டு சீஸர்களின் ஆட்சி நடந்தது. இத்துடன் கான்ஸ்டான்டிநோபிள் துருக்கியரிடம் வீழ்ந்தது.

சீஸர் கன்டாக்கியூஸீனஸ், கான்ஸ்டான்டிநோபிளின் அரியணையில் ஏறியதுடன் ஆசியா மைனரின் அரசராக ஆர்க்கானை ஏற்றுக்கொண்டு அவருடனான நட்புறவை வளர்த்துக்கொண்டான். பின்னர், தனது இளவயது அழகிய மகள் தியோடோராவை ஆர்க்கானுக்கு மணம் முடித்து வைக்க விரும்பினான். ஆர்க்கானுக்கு அப்போது 60 வயது என்பதையும் சமய வேறுபாடுகளையும் அவன் பொருட்படுத்தவில்லை. இதை ஏற்றுக்கொண்ட ஆர்க்கான், சீஸரின் மகளை மணம் முடித்தார். இதன் மூலம் அமைதியைப் பெற்றுக்கொண்ட சீஸர் தனது படைபலத்தை அதிகரித்துக்கொண்டான். எட்டாண்டுகளுக்குப் பிறகு எதிர்பாராத ஒரு சம்பவம் நடந்தது. கடற்படையில் ஆற்றல்மிகுந்த ஜெனோவாவும் வெனீசும் கடற்கரை மற்றும் துறைமுகங்கள் தொடர்பான பூசல்களை முன்னிட்டுப் போரில் ஈடுபட்டன. ஜெனோவாவுக்கும் கான்ஸ்டான்டிநோபிள் சீஸருக்குமிடையே ஏற்கனவே எல்லைப் பிரச்சினைகள் இருந்து வந்தன. ஆகவே, வெனீசின் வெற்றியில் சீஸர் ஆர்வமாக இருந்தார். ஆனால், வெனீசின் வெற்றியை ஆர்க்கான் விரும்பவில்லை. ஆசியா மைனரின் தென்கரையில் எதிர்ப்பு நடவடிக்கைகளில் ஈடுபட்டு வந்ததுடன் ஆர்க்கானின் பேரரசுக்கு வெனீஸ் எதிராக இருந்தது. ஆகவே, ஜெனோவாவை ஆதரிக்க வேண்டிய நிர்ப்பந்தம் ஆர்க்கானுக்கு ஏற்பட்டது.

ஜெனோவாவும் வெனீசும் பாஸ்போரஸ் ஜலசந்தியின் அருகே போரில் ஈடுபட்டன. அதன் அண்மையிலுள்ள கடற்கரை மாகாணத்தின் ஆளுநராக இருந்தவர் ஆர்க்கானின் மகன் சுலைமான். ஒரு நாளிரவு, ஒரு ஜெனோவா படகில் 40 வீரர்களுடன் சென்று ஐரோப்பிய கடற்கரையில் இறங்கிய சுலைமான், கல்லிப்போலி

எனுமிடத்திலிருந்த வெனீசின் கடற்கரைக் கோட்டையைக் கைப்பற்றினார். இதையடுத்து ஆயிரக்கணக்கான துருக்கியர்கள் வெற்றிபெற்ற தங்கள் இளவரசருடன் கோட்டையில் ஒன்றுகூடினர். ஜெனோவாவினருக்குத் துணிச்சல் அதிகரித்தது. ஆனால், கான்ஸ்டான்டிநோபிள் நண்பர்கள் ஏமாற்றமும் விரக்தியும் அடைந்தனர். கோட்டையிலிருந்து தன் மகனை வெளியேற உத்தரவிடும்படி சீஸர், ஆர்க்கானுக்குக் கடிதம் எழுதவிருந்தார். அப்போது, சீஸரின் மருமகன் கிளர்ச்சியில் ஈடுபடவே அவர் அதை எதிர்கொள்ள வேண்டியதாயிற்று.

தனது தலைநகரம் அச்சுறுத்தலுக்கு உள்ளாகியிருப்பதை அறிந்த சீஸர், ஆர்க்கானின் அவசர உதவியை நாடினான். கணிசமான ஒரு தொகையைப் பிணைப்பொருளாகப் பெற்று, கோட்டையை ஒப்படைத்துவிட்டு வெளியேறும்படி மகன் சுலைமானுக்கு உத்தரவிட்டார் ஆர்க்கான். உத்தரவை நிறைவேற்றுவதற்கான முயற்சிகளில் ஈடுபட்டிருக்கும்போது ஏற்பட்ட ஒரு பெரும் பூகம்பத்தில் கல்லிப்போலியின் நகரச்சுவர்கள் இடிந்து விழுந்தன. மக்களிடையே பதற்றம் உருவானது. இதை, இயற்கையின் அனுகூலமாகக் கருதிய படைத்தலைவர்கள் அஸ்தி பெக்கும் காஸி ஃபாஸிலும் சுலைமானை அழைத்துக்கொண்டு உடைந்து விழுந்த சுவரினூடே கல்லிப்போலி நகருக்குள் புகுந்து அதைக் கைப்பற்றினர். நகரைக் கைப்பற்றிய சுலைமான் சுவர்களைப் பழுது தீர்த்து, அதனுள் பலம் வாய்ந்த ஒரு துருக்கியப் படையை நிறுவினார்.

சுலைமான், கல்லிப்போலி கோட்டையைக் கைப்பற்றியதை எதிர்த்து ஆர்க்கானிடம் முறையிட்டார் சீஸர். தன் மகன் கல்லிப்போலியைப் போர்மூலம் கைப்பற்றவில்லை என்றும், பூகம்பத்தில் இடிந்து வீழ்ந்த சுவர்களினூடே எதிர்பாராத விதமாகவே அந்நகர் கைப்பற்றப்பட்டது என்றும், இருந்தாலும் நகரைவிட்டு அவனை வெளியேற தான் உத்தரவிட இருப்பதாகவும் பதிலெழுதினார் ஆர்க்கான். ஆனால், ஆர்க்கானின் உதவிகள் தொடர்ந்து தேவைப்படுகிற சூழலும் தனது நாட்டில் குடும்பச்சண்டைகளை எதிர்கொள்ள வேண்டிய சூழலும் காரணமாக சீஸர் அதை வலியுறுத்தவில்லை. கல்லிப்போலியை விட்டு சுலைமானும் வெளியேறவில்லை. அதைத் தனது கட்டுப்பாட்டின்கீழ் வைத்திருக்க

வேண்டிய தேவை அவருக்கிருந்தது. ஏனெனில், ஆசியா மைனரின் மேற்குக் கரையை வெனீசியர்கள் கைப்பற்றுவதைத் தடுக்க இது உதவியாக இருக்கும். இரண்டாண்டுகளுக்குப் பிறகு ஹிஜ்ரீ 759 இல், வேட்டையில் ஈடுபட்டிருந்த சுலைமான் குதிரையிலிருந்து தவறி விழுந்து இறந்தார். அவரது உடல் டான்யூப் கழிமுகப்பகுதியில் அடக்கம் செய்யப்பட்டது. புர்ஸாவில் அடக்கம் செய்யாமல் டான்யூபில் அடக்கம் செய்ததற்கான காரணம், ஐரோப்பிய கரையைவிட்டுத் தன் மக்கள் வெளியேறி விடக்கூடாது என்பதுதான் எனும் ஒரு விளக்கமும் சொல்லப்படுகிறது.

சுலைமான், வீரமும் மதிநுட்பமும் திறமைகளும் வாய்க்கப் பெற்றவர். தனக்குப் பிறகு அரியணைக்கு வர வேண்டிய மகனின் மறைவு ஆர்க்கானைப் பெரும் துயரத்திலாழ்த்தியது. 38 ஆண்டு காலம் மிகச்சிறப்பாக அரசாட்சி செய்த ஆர்க்கான் தனது 75 ஆவது வயதில் ஹிஜ்ரீ 761 இல் காலமானார். தந்தையின் இறுதி விருப்பத்தின்படி அரசாண்ட ஆர்க்கான், ஐரோப்பா வரையிலும் தனது ஆட்சியை விரிவுபடுத்தியிருந்தார். ஐரோப்பாவின்மீதான போர்களில் முழு மூச்சாக ஈடுபட்டிருந்த அவர் அதையே பெரிதும் விரும்பினார் என்றும் தெரிகிறது.

முதலாம் முராத் : மூத்த மகன் சுலைமானின் மரணத்தைத் தொடர்ந்து இளைய மகன் முராதை வாரிசாக நியமித்திருந்தார் ஆர்க்கான். அவரது மரணத்திற்குப் பிறகு, தனது 40 ஆவது வயதில் ஹிஜ்ரீ 761 இல் முராத் அரியணையேறினார். ஐரோப்பாவின் ஒரு பெரும்பகுதியைத் தனது ஆட்சியின்கீழ்க் கொண்டு வரும் ஆர்வம் முராதுக்கும் இருந்தது. ஆனால், துருக்கிய ஸெல்ஜூக் அரசான கர்மானில் ஏற்பட்ட கிளர்ச்சிகளையும் இதன் விளைவாக ஆசியா மைனரில் ஏற்பட்ட பிரச்சினைகளையும் அவர் எதிர்கொள்ள வேண்டியதாயிற்று. இருந்தும், ஐரோப்பியக் கரைகளில் இறங்கி அத்ரியாநோபிளைக் கைப்பற்றினார். அதற்கு எதிர்னீ என்று பெயர் சூட்டி ஹிஜ்ரீ 763 முதல் அதையே தலைநகராகவும் கொண்டார். இரண்டாம் சுல்தான் முஹம்மத், கான்ஸ்டான்டி நோபிளைக் கைப்பற்றும்வரையிலும் அதுவே தலைநகராக இருந்தது.

அத்ரியாநோபிள் வெற்றியைத் தொடர்ந்து பல்கேரியா மற்றும் செர்பியா மக்கள் கவலைகொண்டனர். சிலுவைப்போர் குறித்து

மக்களிடையே பிரச்சாரம் செய்யவும் ஐரோப்பிய கிறிஸ்தவ நாடுகளிலிருந்து உதவிப்படைகளை அனுப்பி உதவவும் கோரிக்கை விடுத்து ரோமின் மதகுருவுக்குத் தகவல் அனுப்பினான் கான்ஸ்டான்டிநோபிளின் சீஸர். செர்பியா மற்றும் பல்கேரியா கிறிஸ்தவ அரசர்களும் தயாராயினர். ஹிஜ்ரீ 765 இல் ஒன்றிணைந்த கிறிஸ்தவப் படைகள் அத்ரியாநோபிளை நோக்கி முன்னேறின. லாலா ஷாஹின் தலைமையில் 20,000 படை வீரர்களை அனுப்பி வைத்தார் முராத். அத்ரியாநோபிளின் சிறிது தொலைவில் நிகழ்ந்த போரில் பல்லாயிரக்கணக்கான கிறிஸ்தவ வீரர்கள் கொலையுண்டனர். மிகப் பெரிய கிறிஸ்தவப் படை மிகச்சிறிய முஸ்லிம் படையிடம் படுதோல்வி அடைந்தது. போரில் இறந்தவர்களையும் கைதிகளாகப் பிடிபட்டவர்களையும் விட்டு விட்டு அவர்கள் புறமுதுகிட்டு ஓடினர். முன்னேறிச் சென்ற லாலா ஷாஹின், எதிரிகளின் ஆட்சிப் பகுதிகளில் ஒரு பெரும்பகுதியைக் கைப்பற்றினார்.

முதலாம் முராத், அத்ரியாநோபிளில் தனது நிலையை உறுதிப்படுத்திக்கொண்டதை அறிந்த கிறிஸ்தவர்கள், ஐரோப்பிய மண்ணிலிருந்து முஸ்லிம்களை ஒட்டு மொத்தமாகத் துடைத்தெறியும் நோக்கத்துடன் ஹிஜ்ரீ 778இல் மீண்டுமொரு முயற்சியை மேற்கொண்டனர். செர்பியா, பல்கேரியா, ஹங்கேரி, போஸ்னியா, போலந்து, கான்ஸ்டான்டிநோபிள், ரோம் ஆகிய நாடுகளின் கூட்டுப்படை ஒன்று முதலாம் முராதையும் உஸ்மானியப் பேரரசையும் வேரறுக்கப் புறப்பட்டது. கிறிஸ்தவப் படைகளின் நான்கிலொரு அளவே இருந்த முஸ்லிம் படைகள் இம்முறையும் வெற்றி பெற்றன.

ஒரு பெருந்தொகையை ஆண்டு தோறும் வெள்ளிப்பணமாகத் திறை செலுத்துவதாகவும் போர்க் காலங்களில் ஆயிரம் குதிரை வீரர்களை அனுப்பி வைப்பதாகவும் உடன்படிக்கை செய்துகொண்டான் செர்பிய அரசன். நல்லெண்ணத்தின் அடையாளமாக தனது மகளை முராதுக்கு மணம் முடித்துக்கொடுத்து உடன்பாட்டுக்கு வந்தான் பல்கேரிய அரசன். முராதுக்கும் அவரது இரண்டு மகன்களுக்கும் தனது மூன்று மகள்களைத் திருமணம் செய்து வைத்தான் கான்ஸ்டான்டி நோபிளின் சீஸர். முதலாம் முராதை ஐரோப்பாவிலிருந்து துரத்தியடிக்கும் முயற்சியைக் கைவிட்டிருப்பதாகக் காட்டிக்கொண்ட சீஸர் அவருடனான நட்புறவை மேலும் வளர்த்துக்கொள்ளும்

முயற்சிகளில் ஈடுபட்டான். இதை வெளிப்படையாகச் செய்து வந்த அதே நேரத்தில் முராதை ஒழித்துக்கட்டுவதற்கான இரகசியத் திட்டங்களையும் மேற்கொண்டான். முஸ்லிம் ஆட்சியாளரை வெளியேற்ற தார்மிக ஆதரவும் பிற உதவிகளும் கேட்டு ரோமின் மதகுருவைச் சந்தித்து அவமரியாதையை எதிர்கொண்டான். தன்னுடைய முயற்சிகள் அனைத்தும் தோல்வியடைந்த நிலையில் முதலாம் முராதை நினைத்துப் பயந்துபோயிருந்தான். இதை, ஈடுசெய்வதற்காக தனது மகன் தியோடர்ஸை முராதிடம் அனுப்பி வைத்தான். அவன் முராதின் மெய்க்காவலனாக நியமிக்கப்பட்டான்.

இந்நாள்களில் சில கிளர்ச்சிகளை அடக்குவதற்காக முதலாம் முராத் ஆசியா மைனருக்குச் செல்ல வேண்டியதாயிற்று. ஐரோப்பாவில் தான் கைப்பற்றியிருந்த ஆட்சிப் பகுதியின் நிர்வாகப் பொறுப்புகளைத் தனது மகன் ஸவ்ஜியிடம் ஒப்படைத்துவிட்டுச் சென்றார். அரசர் இல்லாத வேளை பார்த்து, கான்ஸ்டான்டிநோபிள் சீஸரின் மகன் அந்த்ரோனிக்கஸ், அத்ரியாநோபிளிலிருந்த ஸவ்ஜியிடம் வந்து மிக நெருக்கமாகப் பழகி நட்பை வளர்த்துக்கொண்டான். பிறகு, தந்தைக்கு எதிராக மகனைத் தூண்டிவிட்டான். அரசர் தொலைவிலிருக்கும்போது ஆட்சியை மிக எளிதாகக் கைப்பற்றி விட முடியும் என்றான். முதலில் இதை ஏற்க மறுத்த ஸவ்ஜி, அந்த்ரோனிக்கசின் தொடர் வற்புறுத்தலின் விளைவாக உடன்பட்டான். இருவரும் படைகளுடன் சென்று முதலில் கான்ஸ்டான்டிநோபிளையும் தொடர்ந்து, அத்ரியாநோபிளையும் கைப்பற்றுவதென்று சீஸரின் மகன் திட்டம் தீட்டினான்.

இதன்படி, இருவரும் படைகளுடன் சென்று கான்ஸ்டான்டிநோபிளைக் கைப்பற்றித் தங்களைச் சுதந்திர அரசாக அறிவித்தனர். இதையறிந்த முதலாம் முராத், ஆசியா மைனரில் செய்ய வேண்டிய பணிகளை வேகமாக முடித்துவிட்டு அத்ரியாநோபிளுக்குத் திரும்பினார். இரண்டு இளவரசர்களும் படைகளுடன் ஆற்றைக் கடந்து சென்று முதலாம் முராதை எதிர்க்கும் ஏற்பாடுகளில் ஈடுபட்டனர். அத்ரியாநோபிளை அடைந்த முதலாம் முராத், இது எப்படி, என்ன காரணங்களால் நிகழ்ந்தது என்றும் மகனை அனுப்பி, என் மகனை எனக்கெதிராகத் தூண்டியதற்கு நேரில் விளக்கமளிக்க வேண்டுமென்று சீஸர் பலாயிலோகுசுக்குக்

கடிதம் எழுதினார். நிலைகுலைந்துபோன சீஸர், தனக்கு இது பற்றி எதுவுமே தெரியாதென்றும் இளவரசர்கள்மீதான சுல்தானின் நடவடிக்கைகளைத் தான் ஏற்றுக்கொள்வதாகவும் பதிலெழுதினான். பதில் கடிதம் கிடைத்ததும் முதலாம் முராத், ஒரு படையைத் தனது தலைமையில் அழைத்துச் சென்று ஆற்றின் கரையில் முகாமிட்டார். தான் மட்டும் ஆற்றைக் கடந்து எதிரிகளின் முகாமிற்குச் சென்று அழைப்பு விடுத்தார். "இப்போது என்னிடம் வருபவர்கள் மன்னிக்கப்படுவார்கள்."

அரசரின் குரலை இனம்புரிந்துகொண்ட படைவீரர்கள் முகாமிலிருந்து வெளியே வந்து அவருடன் இணைந்துகொண்டனர். இளவரசர்கள் இருவரும் சில துருக்கியர்களுடனும் கிறிஸ்தவர்களுடனும் தப்பியோட முயன்றனர். இருவரும் சுற்றிவளைக்கப்பட்டு அரசரின் முன் கொண்டு வந்து நிறுத்தப்பட்டனர். முதலில், தன் மகனை அழைத்த முராத் அவனது கண்களைக் குருடாக்கிய பின் கொலை செய்தார். தன் மகனைத் தான் தண்டித்ததுபோல் சீஸரும் அவரது மகனைத் தண்டிக்க வேண்டுமென்ற செய்தியுடன் அவனை சீஸரிடம் அனுப்பி வைத்தார். சீஸர் இக்கட்டான சூழலுக்குத் தள்ளப்பட்டான். மகனைக் கொலைசெய்யவோ முராதின் கோபத்திலிருந்து தப்பிக்கவோ இயலாமல் அவன் திகைத்து நின்றான். சுல்தானைத் திருப்திப்படுத்தும் நோக்கத்துடன் மகனின் கண்களில் அமிலத்தை ஊற்றிக் குருடாக்கி விட்டு விட்டான். தனது உத்தரவு ஓரளவுக்கேனும் நிறைவேற்றப்பட்டதை அறிந்த முராத் திருப்தியடைந்தார். சீஸரின் மகன் உயிருடனிருப்பதை அவர் ஆட்சேபிக்கவில்லை. ஆனால், சீஸரின் மகன் தனது கண்பார்வையை முற்றிலுமாக இழக்கவில்லை. சிறிது காலத்துக்குப் பிறகு அவனது கண் பார்வை திரும்பியது.

ஹிஜ்ரீ 789இல் கரமான் துருக்கியர், முதலாம் முராதுக்கு எதிராக ஆசியா மைனரின் மேற்குப் பகுதியில் கிளர்ச்சி செய்தனர். கோன்யாவின் அருகில் நடந்த போரில் முதலாம் முராதின் மகன் பயாஸித் எதிரிகள்மீது திடீர்த்தாக்குதல் நடத்தி அவர்களைச் சுற்றி வளைத்தார். மகனின் வீரத்தையும் துணிச்சலையும் அறிந்து அகம் மகிழ்ந்த சுல்தான், அவருக்கு யல்தரம் அல்லது இல்அதீரம் (மின்னல்) எனும் சிறப்புப் பெயர் சூட்டினார். முதலாம் முராதின் மகள், எதிரியாக மாறிய துருக்கியப் படைத்தலைவரான

தனது கணவருக்காக, தந்தையிடம் மன்றாடி அவரது உயிரைக் காப்பாற்றினாள்.

பின்னர், சுல்தான் முதலாம் முராத் ஆசியா மைனருக்குச் சென்றார். இக்காலகட்டங்களில் சிலுவைப் போரின் துடிப்பும் மதகுருக்களின் உசுப்பேற்றும் உரைகளும் முஸ்லிம்களுக்கு எதிரான வன்மத்தை ஐரோப்பா முழுவதிலுமுள்ள கிறிஸ்தவர்களிடையே விதைத்திருந்தன. ரொமீலியா மற்றும் சில கிறிஸ்தவ ஆட்சிப்பகுதிகளின் வீழ்ச்சியைத் தொடர்ந்து அவர்கள் கொதித்துப் போயிருந்தனர். ஐரோப்பா முழுவதும் இப்படியான ஒரு சூழல் உருவாகியிருப்பதையோ செர்பியா, பல்கேரியா, அல்பேனியா, ஹங்கேரி, கிளாஸியா, போலந்து, ஜெர்மனி, ஆஸ்ட்ரியா, இத்தாலி, போஸ்னியா ஆகிய பகுதிகளிலுள்ள கிறிஸ்தவர்கள் உஸ்மானிய வம்சத்தாரை அழித்தொழிக்க ஒன்று சேர்ந்திருப்பதையோ சுல்தான் முதலாம் முராத் அறிந்திருக்கவில்லை. ஹிஜ்ரீ 791இல் அவர் புர்ஸாவில் இருக்கும்போது ரோமாலியாவில் நிறுத்தப்பட்டிருந்த 20,000 படை வீரர்களும் கிறிஸ்தவப் படைகளால் கொல்லப்பட்டுவிட்டனர் என்றும், அத்ரியாநோபிள் உட்பட முராதின் ஐரோப்பிய ஆட்சிப்பகுதிகள் அனைத்தையும் ஐரோப்பியர்கள் தாக்க இருப்பதாகவும் ஓர் அதிர்ச்சித் தகவல் வந்தது. உடனடியாக அத்ரியாநோபிளை அடைந்த அவர், நிர்வாகப் பொறுப்பை ஏற்றுக்கொண்டார். ஹிஜ்ரீ 792இல் முதலாம் முராதின் படைத்தலைவரான அலீ பாஷா, பல்கேரியாமீது படையெடுத்து மீண்டும் அதைப் பணிய வைத்தார். செர்பியா மன்னன், பல்வேறு கிறிஸ்தவ அரசுகளின் உதவியுடன் படைவீரர்களை ஒன்றுதிரட்டி செர்பியா மற்றும் போஸ்னியா எல்லைகளில் முகாமிட்டுப் போருக்கு அறைகூவல் விடுத்தான். இறுதிப் போருக்கு முராதும் தயாரானார். அனைத்துப்படைகளின் பொறுப்பையும் ஏற்றுக்கொண்ட அவர், கொசோவா போர்க்களத்தை நோக்கி விரைந்தார். தங்கள் படைபலத்தில் நான்கிலொரு பகுதி மட்டுமே முஸ்லிம்களிடம் இருப்பதைக்கண்ட கிறிஸ்தவர்கள் பன்மடங்குத் துணிச்சல் பெற்றனர். ஏற்கனவே போர்க்களத்தில் இருந்த அவர்கள் களைப்பு நீங்கி புத்துணர்ச்சியுடன் இருந்தனர். ஆனால், முஸ்லிம் படைகளோ வழியெங்கும் போர்களை எதிர்கொண்டும் கடினமான பயணம் மேற்கொண்டும் களைத்துப்போன நிலையில் அப்போதுதான் வந்து சேர்ந்திருந்தனர். அந்தச் சூழலையும் சுற்றுப்புறங்களையும்

கிறிஸ்தவர்கள் நன்கு அறிந்தவர்கள். அப்பகுதிகளில் அவர்களது உற்றார் உறவினர்களும் சமயத்தைச் சேர்ந்தவர்களும் ஏராளமாக இருந்தனர். முஸ்லிம் படையின் வருகையுடன் அன்றிரவு இரண்டு பக்கமுள்ள எதிரிகளும் அவரவர் முகாம்களில் நீண்ட நேரம் கலந்தாலோசனை செய்தனர். ஒளிந்திருந்து விடிவதற்குள் முஸ்லிம் படைமீது தாக்குதல் தொடுக்க வேண்டும் என்பது கிறிஸ்தவப் படைத்தலைவர்களில் சிலருடைய கருத்து. வேறு சில படைத்தலைவர்கள் இதை ஏற்கவில்லை. முஸ்லிம் வீரர்கள் இருட்டின் மறைவில் தப்பித்தோடி விடுவதற்கு இது வாய்ப்பாக அமைந்து விடும். ஆகவே, நேரடித் தாக்குதல் மூலம் அவர்களை அழித்து விடவேண்டும் என்று அவர்கள் கருத்துத் தெரிவித்தனர்.

முஸ்லிம் படைகள் எதிரிகளின் பெருமளவிலான போர் ஏற்பாடுகளைப் பார்த்துப் பயந்து போயிருந்தன. எதிரிகளின் முன், ஒட்டகங்களை அணிவகுத்து ஒரு பாதுகாப்பு வளையம் உருவாக்கலாம் எனும் கருத்தை சில படைத்தலைவர்கள் முன்வைத்தனர். எதிரிகளின் குதிரைகள் ஒட்டகங்களைப் பார்த்து மிரண்டோடி குழப்பத்தை ஏற்படுத்தும் என்பது அவர்களது எண்ணம். இதை ஏற்க மறுத்த சுல்தானின் மூத்த மகன் பயாஸித் இப்படியான தந்திரங்கள் நம்முடைய பலவீனத்தை வெளிப்படுத்துவதாகவே அமையும் என்றார். எதிரிகளை நேரடியாகத் தாக்குவதே அவரது விருப்பம். பல்வேறு கருத்துக்களிடையே எந்த முடிவுக்கும் முதலாம் முராதால் வர இயலவில்லை. கவலைக்குரிய ஒரு சூழல் நிலவியது. அப்போது, பலமான ஒரு புழுதிக் காற்றுவேறு வீச ஆரம்பித்தது. முஸ்லிம் வீரர்களின் முகத்தில் அறைந்தப் புழுதிக் காற்று அவர்களது பார்வையை மறைத்தது. திடமான முடிவுடன் போரில் ஈடுபடுகிற வீரர்களின் மனத் துணிச்சலை இது இல்லாமல் ஆக்கி விடக்கூடும் என்பதையும் அவர்கள் உணர்ந்திருந்தனர். இதிலிருந்து தப்பிக்கும் வகையறியாத முதலாம் முராத், ஸஜ்தாவில் விழுந்து அல்லாஹ்விடம் மன்றாடினார். இக்கட்டான சூழலிலிருந்து தங்களைப் பாதுகாக்கும்படி பிரார்த்தனை செய்தார். அவரது தொழுகையும் பிரார்த்தனையும் காலைவரைக்கும் நீடித்தன. அவர் தரையில் தலை பதித்து அழுதழுது மன்றாடினார்: "நாங்கள் செய்த பாவங்களை மன்னித்து நம்பிக்கைக்கும் அவநம்பிக்கைக்குமிடையே நடக்கும் இப்போரில் எங்களை வெற்றி

பெறச் செய்வாயாக! உன்னுடைய தூதர் ஸல்லல்லாஹு அலைஹி வஸல்லம் அவர்கள்மீதும் எங்களுக்காக நீ அளித்த நேர்மையான வேதத்தின்மீதும் உனது பார்வையைப் பதியச் செய்வாயாக!..."

அன்று பகல் முழுவதும் அவர் பிரார்த்தனையில் ஈடுபட்டார். புழுதிப் புயல் ஓயவில்லை. இரண்டு பக்கமிருந்தும் யாரும் போருக்குத் துணியவில்லை. மாலை வந்ததும் கடும் மழை பொழியத் தொடங்கியது. காற்றில் பறந்து வந்த புழுதி நின்றது. வானம் தெளிந்தது. சிறிது நேரத்தில் காற்றும் மழையும் நின்றன. பின்னர், அணிவகுப்புகள் தொடங்கின. படைகளை அணிவகுத்து நிறுத்தினார் முதலாம் முராத். கோத்திரப் படைகளை வலப்புற அணியில் நிறுத்தி, அதன் தலைவராக இளவரசர் பயாஸித்தை நியமித்தார். ஆசிய ஆட்சிப் பகுதிகளிலுள்ள வீரர்களை இடப்புறம் அணி வகுக்கச் செய்து அதன் தலைவராக இளவரசர் யஅக்கூபை நியமித்தார். தான் நடு அணியில் நின்று தனது மெய்க்காவலர்களையும் அதில் சேர்த்துக்கொண்டார். பின்னர், காலாட்படையையும் குதிரைப் படையையும் ஒழுங்கற்ற ஒரு முன்னணிப்படையில் அனுப்பி வைத்தார்.

கிறிஸ்தவர்களின் நடு அணிக்கு செர்பிய அரசன் லாசரசும் வலப்புற அணிக்கு அவனது மருமகனும் தலைமையேற்றிருந்தனர். இடப்புற அணிக்கு போஸ்னியா அரசன் தலைமையேற்றிருந்தான். நண்பகல்வரைக்கும் மிகக் கடுமையான போர் நடந்தது. தன்னை எதிர்கொண்ட அனைவருடனும் முதலாம் முராத் கையில் ஒரு இரும்புத் தண்டாயுதத்துடன் மோதினார். கிறிஸ்தவப் படைகள் தளரத் தொடங்கின. கிறிஸ்தவ வீரர்களை எந்தத் தடங்கல்களுமின்றி தாக்கிக்கொண்டிருந்த முஸ்லிம் வீரர்கள், செர்பியா அரசனையும் கிறிஸ்தவர்களின் அனைத்துப் படைத்தலைவனையும் சுற்றி வளைத்தனர். இறந்துபோன பல நூறாயிரம் வீரர்களையும் கைதிகளாக ஏறத்தாழ படைத்தலைவர்கள் அனைவரையும் களத்தில் விட்டுவிட்டு எஞ்சியிருந்த கிறிஸ்தவப் படைகள் ஓட்டம் பிடித்தன. செர்பிய அரசன், முதலாம் முராதின் முன் கொண்டுவந்து நிறுத்தப்பட்டான். அவனைப் பாதுகாப்பாகச் சிறைவைக்கும்படி உத்தரவிட்டார் முராத். ஆனால், முஸ்லிம்களின் வெற்றியை செர்பிய படைத்தலைவன் ஒருவனின் தந்திரம், துயரம் மிகுந்ததாக மாற்றியது. தோல்வியடைந்து ஓடிக்கொண்டிருந்த

அவன், தன்னைத் துரத்திக்கொண்டிருந்த முஸ்லிம்களை நோக்கித் திடீரென்று தனது குதிரையைத் திருப்பினான். தன்னை சுல்தானிடம் அழைத்துச்செல்லுமாறும், கிறிஸ்தவர்களைத் தான் வெறுப்பதாகவும், சில முக்கியமான உண்மைகளை சுல்தானிடம் சொல்லிவிட்டு இஸ்லாத்தைத் தழுவ விரும்புவதாகவும் சொன்னான். முஸ்லிம் வீரர்கள் அவனை சுல்தானிடம் அழைத்துச் சென்றனர். அவர் அவனை அருகில் அழைத்தார். பணிவுடன் முன்னகர்ந்து சென்ற அவன் சுல்தானின் பாதங்களில் தலை பதித்துவிட்டு எழுந்தான். திடீரென்று தனது ஆடைக்குள்ளிருந்து ஒரு கட்டாரியை எடுத்து சுல்தானின் மார்பில் பாய்ச்சினான். பாதுகாவலர்கள் அந்த செர்பியனைக் கிழித்துப் போட்டனர்.

படுகாயமுற்ற சுல்தான், சிறையில் அடைக்கப்பட்ட செர்பிய அரசனைக் கொன்றுவிடச் சொல்லி உத்தரவிட்டார். உடனடியாக அது நிறைவேற்றப்பட்டது. சிறிது நேரத்தில் முதலாம் முராத் மரணமடைந்தார்.

மதியூகமும் துணிச்சலும் இறைபக்தியும் நிரம்பிய முதலாம் முராத் 32 ஆண்டுகள் ஆட்சி செய்தார். அவரது உடல் புர்ஸாவில் அடக்கம் செய்யப்பட்டது.

தொடர்ந்து, முராதின் மகன் பயாஸித் பொறுப்புக்கு வந்தார். ஐரோப்பியக் கூட்டுப் படைகளால் முஸ்லிம்களை வெளியேற்றிவிட இயலாது எனும் உண்மை கொசோவா போர் மூலம் மேலும் உறுதிபட்டது. கிறிஸ்தவர்களின் பாதுகாப்பின்மீதான கவலைதான் அவர்களது படையெடுப்புகளின் சிலுவைப் போர்களில் தற்போதைய முடிவுக்குக் காரணமாக இருக்க வேண்டும். சிரியாவை வெற்றிகொள்ளும் அவர்களின் ஆர்வம் தணிந்தது. தங்களது எண்ணிறந்த மேன்மைகளும் படைபலமும் முஸ்லிம் வீரர்களின் ஆன்மிக உறுதிக்கு இணையாகாது எனும் உண்மையை அவர்கள் உணர்ந்துகொண்டனர். கிறிஸ்தவர்களின் தோல்விகளில் மிகவும் பயங்கரமானது கொசோவா தோல்வியென்று கருதப்படுகிறது. இம்மாபெரும் வெற்றி ஐரோப்பிய மண்ணில் தங்களை உறுதிப்படுத்திக்கொள்ள முஸ்லிம்களுக்கு ஒரு வாய்ப்பாக அமைந்தது. ஒரு காலத்தில் கிரெனடாவில் முஸ்லிம் ஆட்சியை முடிவுக்குக்கொண்டுவர நினைத்த ஸ்பெய்ன் மற்றும் ஃபிரான்ஸ் கிறிஸ்தவர்கள் இப்போது பயத்துடன் வாழ்ந்தனர். முஸ்லிம்களுக்குப்

பல்வேறு சலுகைகளையும் வசதிகளையும் செய்து கொடுக்கத் தொடங்கினர்.

சுல்தான் பயாஸித் கான் யல்தரம் : சுல்தான் பயாஸித் கான் யல்தரம் அரசுப் பொறுப்பையேற்ற இரண்டாம் ஆண்டான ஹிஜ்ரீ 793 இல் முஸ்லிம்களுக்கு எதிரான முன்னேற்பாடுகள் நடப்பதாகவும் செர்பியாவும் போஸ்னியாவும் கிளர்ச்சிக்குத் தயாராகின்றன என்றும் செய்திகள் வந்தன. ஐரோப்பாவுக்கு விரைந்த பயாஸித் போஸ்னிய ஆட்சிப்பகுதியை டான்யூப் நதியுடனான ஆட்சிப்பகுதியுடன் இணைத்தார். இதன்மூலம் அவரது ஆட்சிப்பகுதி யூஃப்ரட்டீசிலிருந்து வலச்சியாவில் டான்யூப் வரையிலும் விரிந்தது. செர்பியாவும் போஸ்னியாவும் சுல்தான் பயாஸிதுக்குத் திறைசெலுத்தும் நாடுகளாயின.

பாரசீகத்தில் மங்கோலிய செங்கீஸ்கள் தங்களது ஒற்றுமையையும் தனித்துவத்தையும் இழந்து பல்வேறு அரசுகளாகச் சிதறுண்டனர். செங்கீஸிய வம்சாவளியினர் பல்வேறு குறுநில மன்னர்களாகப் பிரிந்து, பூசல்களுடனும் பிணக்குகளுடனும் வாழ்ந்து வந்தனர்.

பயாஸிதின் ஆற்றலையும் மேன்மையையும் உணர்ந்த கான்ஸ்டான்டிநோபிளின் சீஸர் அவருக்கு ஒரு கடிதம் எழுதினான். அதில், மஸிடோனியாவையும் சில தீவுகளையும் தவிர தனக்கு வேறு அரசுகள் இல்லாத நிலையிலும் தான் சுல்தானின் ஆதரவாளனாக இருப்பதன் அடிப்படையிலும் அவற்றைத் தனக்கு விட்டுவைக்கும்படி கேட்டிருந்தான். அவனது வேண்டுகோளை ஏற்ற பயாஸித், அப்பகுதிகளை சீஸருக்கே விட்டுக்கொடுத்தார். ஒருபுறம், பயாஸிதுடன் இணக்கமாக நடந்துகொண்ட அவன், அவருக்கெதிரான இரகசிய சதிவேலைகளிலும் ஈடுபட்டான். தன்னுடைய தூதுவர்களை இரான், குராசான், பாரசீகம், சிரியா, இராக் ஆகிய நாடுகளுக்கு அனுப்பி வைத்தான். ஆசியாவிலிருந்த முஸ்லிம் அரசர்களுடனும் தனது நட்பை வளர்த்துக்கொள்ளும் முயற்சிகளை மேற்கொண்டான்.

இன்னொருபுறம், ஆர்மேனியா, குர்திஸ்தான், அஸர்பைஜான் ஆகிய நாடுகளின் முஸ்லிம் அரசர்கள் மேற்கு ஆசியா மைனரின் கதவைத் தட்டத் தொடங்கினர். ஆசியா மைனரின் துருக்மானியர்களை பயாஸித் வெகுஎளிதாக அடக்கினார். இத்தகைய நடவடிக்கைகளை

மேற்கொள்ள இஸ்லாமிய சகோதரத்துவ உணர்வு இதுவரை அவரை அனுமதிக்கவில்லை. உஸ்மானியப் பேரரசு தனது தொடக்கக் காலம் முதல் இஸ்லாமிய அரசுகளுடன் பிணங்குவதைத் தவிர்த்தே வந்தது. கிறிஸ்தவ ஆட்சிப்பகுதிகளைப் போர்கள்மூலம் கைப்பற்றி அங்கே இஸ்லாமியப் பண்புகளை விதைத்து மக்களை மேன்மையை நோக்கி வழிநடத்திச் செல்வது மட்டுமே அதன் கொள்கையாக இருந்தது. முன்னோர்களின் வழியை பயாஸிதும் கடைப்பிடித்தார். ஆகவே, பிற முஸ்லிம் ஆட்சியாளர்களைப் பகைத்துக்கொள்ளவோ அவர்களை எதிர்க்கவோ அவர் விரும்பவில்லை. ஆனால், ஹிஜ்ரீ 795இல் பயாஸிதின் ஆசியா மைனர் ஆட்சிப் பகுதியை நோக்கிப் படையெடுத்து வந்த துருக்மானியர்களைத் தோற்கடித்து அவர்களைக் கொன்று அமைதியை நிலைநாட்ட வேண்டிய ஒரு நிலைக்கு அவர் தள்ளப்பட்டார்.

அதே ஆண்டில், எகிப்தின் அப்பாசிய கலீஃபாவான முஸ்தஸிம் பில்லாஹ்விடமிருந்து சுல்தான் எனும் சிறப்புப் பெயரையும் பெற்றார். பயாஸித் இப்போது உஸ்மானியப் பேரரசின் முதல் சுல்தான் என்று அழைக்கப்படலானார். இதற்கு முன், உஸ்மானிய அரசர்கள் அமீர் என்றே அழைக்கப்பட்டு வந்தனர்.

ஒரு படைவீரனுக்கே உரித்தான அனைத்துப் பண்புகளும் அமையப்பெற்றவர் சுல்தான் பயாஸித். ஆயினும், ஹிஜ்ரீ 795 முதல் 799 வரையிலும் தனது பழைய தலைநகரான அத்ரியாநோபிளிலும் ஆசியா மைனரின் பிற நகரங்களிலும் போர்களிலிருந்து விடுபட்டுத் தனிமையில் வாழ்ந்தார். ஹிஜ்ரீ 799இல் தன்னுடன் நட்புறவுகொண்டிருந்த ஐரோப்பிய அரசர்களில் சிலர் ஹங்கேரி அரசன் ஸஜ்முன்டின் தலைமையில் தனக்கெதிரான முயற்சிகளில் ஈடுபட்டிருப்பதாக அறிந்தார். எதிரிகளான ஃபிரான்சும் இங்கிலாந்தும் உஸ்மானியப் பேரரசுக்கெதிராக ஒன்று சேர்ந்திருப்பதாகவும் அந்தத் தகவலில் சொல்லப்பட்டிருந்தது. இந்த ஏற்பாடுகளின் பின்னணியில் நின்றிருந்த கான்ஸ்டான்டிநோபிளின் சீஸர், பயாஸிதுக்கு எதிராகத் தன்னை வெளிப்படுத்திக் கொள்வதற்குப் பயந்திருந்தான். காலம் தாழ்த்தாமல் மிக வேகமாக ஐரோப்பாவுக்குச் சென்ற பயாஸித், உஸ்மானியப் பேரரசுக்கெதிராக ஐரோப்பா வெறியுடனிருப்பதைக் கண்டார். ஏற்கனவே, ரோம் மதகுரு சிலுவைப் போரில் பங்கு வகிப்பவர்கள் பாவங்களிலிருந்து இரட்சிக்கப்படுவார்கள் என்று

அறிவித்திருந்தார். சிறிது காலத்துக்கு முன், பரஸ்பரம் போரில் ஈடுபட்டிருந்த ஃபிரான்சுக்கும் இங்கிலாந்துக்குமிடையே அமைதியை ஏற்படுத்திய ரோம் மதகுருவும் பிரபுக்களும் அவர்களது போர் வெறியை முஸ்லிம்களுக்கு எதிராகத் திருப்பிவிட்டனர். ஹங்கேரி மன்னனின் தலைமையில் ஒன்றுதிரண்ட படைக்கு உதவியாக புர்கன்டி பிரபுவின் தலைமையில் பலம் வாய்ந்த ஒரு படை புறப்பட்டது. இதைத்தவிர, ஃபிரான்ஸ் அரசனின் மைத்துனர்களான ஜேம்ஸ், ஃபிலிப், ஹென்ரி ஆகியோர் தலைமையிலும் பெரும் படைகள் புறப்பட்டன. ஜெர்மனி, பொமரேனியா, ஆஸ்ட்ரியா, இத்தாலி, ஜெருசலேம் ஆகிய நாடுகளிலிருந்து புறப்பட்ட படைகளும் ஹங்கேரியில் குவிந்தன. ஏற்கனவே சுல்தான் பயாஸிதுக்கு ஆதரவு தெரிவித்திருந்த வலச்சியாவின் கிறிஸ்தவ அரசன் தனது நாட்டினூடே கடந்து சென்ற கிறிஸ்தவப் படைகளுடன் தனது படையையும் அனுப்பி வைத்தான். செர்பியா அரசன் கிறிஸ்தவப் படைகளுக்குத் தனது இரகசிய ஆதரவை அளித்திருந்தான்.

கிறிஸ்தவப் படைகளில் போர்க்கருவிகள், கவசம் என முழு ஆயுதம் தாங்கிய பயிற்சி பெற்ற வீரர்களிருந்தனர். வெற்றியின்மீதான அசைக்க முடியாத நம்பிக்கையும் அவர்களிடமிருந்தது. படைத்தலைவர்கள், "வானமே இடிந்து வீழ்ந்தாலும் வாட்களால் அதைத் தூக்கி நிறுத்துவோம்" என்று இறுமாப்புடன் அறிவித்துக்கொண்டனர். வலச்சியா மற்றும் செர்பியாவினூடே நுழைந்த கிறிஸ்தவப் படைகள் உஸ்மானியப் பேரரசை நோக்கி முன்னேறின. அதன் எல்லையை அடைந்ததும் கூட்டுப்படைகளின் தலைவரும் ஹங்கேரி அரசனுமான ஸஜ்முன்ட் தாக்குதலைத் தொடங்கும்படி உத்தரவிட்டான். கிறிஸ்தவப் படைகள் ஒவ்வொரு நகரமாகக் கைப்பற்றி அவற்றைத் தீக்கிரையாக்கினர். பெண்கள், குழந்தைகள், முதிய வயதினர் என்று யாரையும் விட்டு வைக்கவில்லை. உஸ்மானியப் பேரரசின் பல நகரங்களைத் தகர்த்து, மக்களைக் கொன்று குவிக்கும் செய்தி பயாஸிதுக்கு எட்டியது. அவர் ஆசியா மைனரிலிருந்து அத்ரியாநோபிளுக்கு விரைந்தார். அங்கே அவர் வந்து சேருவதற்குள் எதிரிகளால் அத்ரியாநோபிளை அடைந்திருக்க முடியும். ஆனால் வழியெங்கும் கொள்ளை, தீவைப்பு போன்ற நாசவேலைகளில் ஈடுபட்டதால் அவர்கள் வந்து சேருவதற்குக் காலதாமதமானது. ஆகவே, கிறிஸ்தவர்களை அத்ரியா நோபிளில்

வைத்து எதிர்கொள்வதற்கான கால அவகாசம் பயாஸிதுக்குக் கிடைத்தது.

முஸ்லிம் படைகள் வருவதைக் கிறிஸ்தவப் படைகள் அறியவில்லை. தொலைதூரம் வரைக்கும் முஸ்லிம் படைகள் இல்லை என்று புர்கன்ட் பிரபுவின் ஒற்றர்கள் அறிவித்தனர். உடனே, ஃபிரான்ஸ் படைத்தலைவர்களுடன் சென்று ஸஜ்முன்டைச் சந்தித்த புர்கன்ட் பிரபு, தங்களை முன்னணிப் படையில் நியமிக்கும்படி கேட்டுக்கொண்டான்.

முஸ்லிம் படையின் உண்மையான பலத்தைக் கிறிஸ்தவப் படைகள் அறிய இயலாதபடி ஒரு மேட்டுப்பகுதியின் மறைவில் நாற்பதாயிரம் வீரர்களை ஒளிந்திருக்கச் செய்தார் பயாஸித். தொடர்ந்து, தனது படைகளைக் குழுக்களாகப் பிரித்து ஒழுங்கற்ற முறையில் முன்னேறச் செய்தார். எதிர்ப்புறம், ஃபிரான்சின் குதிரைப்படை வந்தது. ஸஜ்முன்ட் மிக மெதுவாக வந்துகொண்டிருந்தான். போர் தொடங்கியது. முஸ்லிம்களின் முன்னணிப் படையைத் துவம்சம் செய்த வெற்றிப் பெருமிதத்துடன் ஃபிரான்ஸ் வீரர்கள் மேட்டில் ஏறி மறுபக்கம் இறங்கினார்கள். அங்கே ஒளிந்திருந்த முஸ்லிம் படை அவர்களைத் தாக்கியது. பலர் கொல்லப்பட்டனர். மிகச் சிலரால் மட்டுமே தப்பியோட முடிந்தது. தங்களில் பலர் கொல்லப்பட்டதையும் துரத்தியடிக்கப்பட்டதையும் கிறிஸ்தவப் படையிடம் அவர்கள் தெரிவித்தனர். கிறிஸ்தவப் படை பயத்துடன் விழித்துக்கொண்டது. தொடர்ந்து, மிகுந்த வேகத்துடன் கடுமையான ஒரு தாக்குதலை மேற்கொண்டார் பயாஸித். எதிரிகள் அதிர்ச்சியுற்றனர். முஸ்லிம் படைகளின் அதிவேகத் தாக்குதல் அவர்களை நிலை குலைய வைத்தது. அவர்களது மணல் அரண்கள் சரிந்து விழுந்தன. பவாரியா, ஆஸ்ட்ரியா, ஹங்கேரி வீரர்கள் கடுந்தாக்குதல்களை மேற்கொண்டும் முஸ்லிம்களின் வாட்களின் முன் அவர்களால் உயிர் வாழ இயலவில்லை. பெரிய அளவிலான ஏற்பாடுகளுடன் தொடங்கிய போர், மிகக்குறுகிய காலத்தில் கிறிஸ்தவர்களின் வழக்கமான தோல்வி என்பதாகவே முடிவுக்கு வந்தது. ஹங்கேரி அரசன் ஸஜ்முன்ட், உயிரைப் பாதுகாத்துக்கொள்வதற்காக ஓடினான். இளவரசர்களிலும் பிரபுக்களிலும் பலர் கொல்லப்பட்டனர். பலர் கைது செய்யப்பட்டனர். போரில் ஒரு லட்சத்து ஐம்பதாயிரத்துக்கும் அதிகமான கிறிஸ்தவப் படை வீரர்கள் கொல்லப்பட்டனர். தனது

வெற்றியைத் தொடர்ந்து போர்க்களத்தைப் பார்வையிட்டார் சுல்தான். உயிரற்ற உடல்களால் போர்க்களம் மூடப்பட்டிருந்தது. அதில் முஸ்லிம் வீரர்களின் உடல்களும் கிடந்தன. அவர்களது தியாகத்திற்காகப் பிரார்த்தனை செய்த பயாஸித், தனது கவலையைத் தெரிவித்ததுடன் இதற்குப் பழிவாங்குவதாகவும் சூளுரைத்தார்.

பின்னர், கைதிகளைத் தன்முன் கொண்டுவரும்படி உத்தரவிட்டார். கைதிகள் பல்வேறு பிரிவுகளாகப் பிரிக்கப்பட்டிருந்தனர். சாதாரணப் படை வீரர்கள் அடிமைகளாக்கப்பட்டு முஸ்லிம் வீரர்களுக்குப் பகிர்ந்தளிக்கப்பட்டனர். மற்றவர்கள் கொல்லப்பட்டனர். கைது செய்யப்பட்ட படைத்தலைவர்களின் கைகள் பின்புறம் கட்டப்பட்டன. பெரிய நகரங்களுக்கு இதே நிலையில் முஸ்லிம்களின் பார்வைக்காக அவர்கள் அனுப்பி வைக்கப்பட்டனர். புர்கன்ட் பிரபு உட்பட பல பிரபுக்கள், இளவரசர்கள், உயர்குடியினர் என இருபத்தைந்து பேர் சுல்தானின் முன் அழைத்து வரப்பட்டனர். அவர்களைத் தனது ஆசிய தலைநகரான புர்ஸாவுக்கு அழைத்து வந்த அவர், “நீங்கள் தேவையில்லாமல் எனது ஆட்சிப் பகுதிகள்மீது படையெடுத்தீர்கள். இப்போது நான், ஹங்கேரி, ஆஸ்ட்ரியா, ஃபிரான்ஸ், ஜெர்மனி, இத்தாலி ஆகிய நாடுகள்மீது படையெடுப்பதாக முடிவு செய்துள்ளேன். புனித பீட்டர் தேவாலய பலிபீடத்தின் எதிரில் எனது குதிரைக்குத் தீனிபோட விரும்புகிறேன். ஆகவே, உங்கள் அனைவரையும் நான் உங்கள் நாடுகளிலேயே சந்திக்க வேண்டும். இப்போது நீங்கள் அழைத்து வந்திருந்த வீரர்களைவிட பன்மடங்கு வீரர்களுடன் அங்கே வருவீர்கள் என்றும் எதிர்பார்க்கிறேன். உங்கள்மீது சிறிதளவாவது எனக்குப் பயமிருக்குமெனில் மீண்டும் தாக்குதலில் ஈடுபடமாட்டோம் என்று வாக்குறுதி பெற்றுக்கொண்டு உங்களை விடுதலை செய்திருப்பேன். மாறாக, நீங்கள் திரும்பிச்சென்று மிகவேகமாக, மீண்டுமொரு போருக்கு ஆயத்தமாக வேண்டுமென்ற ஆர்வத்துடன் உங்களை விடுதலை செய்கிறேன்” என்றார்.

சிறிது காலத்துக்குப் பிறகு பலம் பொருந்திய ஒரு படையுடன் ஐரோப்பாவை நோக்கிப் புறப்பட்டார் பயாஸித். முதலில் கிரீசுக்குச் சென்ற அவர், ஹிஜ்ரீ 800இல் ஏதன்ஸைக் கைப்பற்றினார். பின்னர், தன் படைகளை ஆஸ்ட்ரியாவுக்கும் ஹங்கேரிக்கும் அனுப்பி வைத்தார். அந்நாடுகளில் பல பகுதிகளை அவர்கள்

வெற்றிகொண்டனர். சீஸரின் குழப்பமான நடவடிக்கைகளை அறிந்திருந்த பயாஸித், அவரது ஆட்சிக்கு முற்றுப்புள்ளி வைக்கும் நோக்கத்துடன் கான்ஸ்டான்டிநோபிளை அடைந்தார். ஆனால் சீஸரோ, கான்ஸ்டான்டிநோபிளில் முஸ்லிம்களுக்கென ஒரு பள்ளிவாசல் கட்டுவதாகவும், அவர்களது பிரச்சினைகளைக் கவனித்துக்கொள்வதற்கு ஒரு காதியை நியமிப்பதாகவும், தங்கள் வணிக நடவடிக்கைகளை அவர்கள் சுமுகமான முறையில் நடத்திச்செல்வதற்கான அனைத்து வசதிகளையும் செய்துகொடுப்பதாகவும், ஆண்டுதோறும் ஒரு பெருந்தொகையைத் திறை செலுத்துவதாகவும் வாக்குறுதியளித்துத் தப்பித்துக்கொண்டான். இதை ஏற்றுக்கொண்ட பயாஸித் கான்ஸ்டான்டிநோபிளிலிருந்து திரும்பினார்.

பயாஸிதின் கிரீஸ், ஏதென்ஸ் வெற்றிகள் சீஸரின் மனதில் ஆழ்ந்த கவலையையும் பெரும் அச்சத்தையும் உருவாக்கின. ஒரு தூதுவனைக் கடிதத்துடன் அவன் தைமூருக்கு அனுப்பி வைத்தான். அந்தக் கடிதத்தில், “எனது வம்சாவளியினர் பழங்காலம் முதல் ஆட்சி செய்து வருபவர்கள். இறுதித்தூதரின் காலத்திலும் நபிவழி கலீஃபாக்களின் காலத்திலும் கான்ஸ்டான்டிநோபிளை நாங்கள் ஆண்டு வந்திருக்கிறோம். உமய்யாக்களுடனும் அப்பாசியருடனும் தொடர்ந்து நாங்கள் அமைதி உடன்படிக்கைகள் செய்து வந்திருக்கிறோம். அவர்களில் யாருமே கான்ஸ்டான்டிநோபிளைக் கைப்பற்ற நினைத்ததில்லை. ஆனால், இப்போது உஸ்மானியப் பேரரசு எங்கள் ஆட்சிப்பகுதிகளைக் கைப்பற்றி வைத்திருக்கிறது. அவர்களது பார்வை கான்ஸ்டான்டிநோபிள்மீதும் பதிந்திருக்கிறது. இந்நிலை தொடர்ந்து நீடிப்பதால் எனக்கு உங்களிடம் உதவி கேட்பதைத் தவிர வேறு வழி தெரியவில்லை. ஐரோப்பாவில் வெற்றிக்கு மேல் வெற்றி பெற்று வருகிறார் பயாஸித். அவரது அரசாற்றல் வேகமாகப் பரவிக்கொண்டிருக்கிறது. ஐரோப்பியப் படையெடுப்பை முடித்த பிறகு அவர் உங்கள்மீதும் படையெடுப்பார். அவர் வெற்றிகொள்ள இயலாத எதிரி என்பதை நீங்களும் புரிந்துகொள்கிற ஒரு சந்தர்ப்பம் நிச்சயம் வரும். மட்டுமல்ல, உங்களுக்கு எதிராகக் கிளர்ச்சி செய்த சுல்தான் அஹ்மத் ஜலைருக்கும் காரா யூஸுஃப் துருக்மானுக்கும் அவர் தனது அரசில் முக்கியமான இடங்களை வழங்கியுள்ளார். பயாஸிதை அவர்கள் உங்கள்மீது

படையெடுக்கும்படி தூண்டி வருகிறார்கள். உங்களுடைய எதிரிகள் அவருக்கு முக்கியமானவர்களாக இருப்பதென்பது உங்களுக்கு அவர் இழைக்கும் அவமரியாதை. இருந்தும் இது தொடர்பாக நீங்கள் எதையும் செய்ய இயலாத நிலையில் இருக்கிறீர்கள். காலதாமதம் செய்யாமல் ஆசியா மைனரின்மீது படையெடுத்து பயாஸிதின் அழிவுச் செயல்பாடுகளிலிருந்து என்னையும் உங்களையும் பாதுகாத்துக்கொள்ள இதுவே சரியான தருணம். உங்களுக்கு ஆதரவாக அனைத்து உதவிகளும் செய்ய எப்போதுமே நான் தயாராக இருக்கிறேன்" என்று எழுதியிருந்தான்.

இந்தியாவின் கங்கைக் கரையில் ஹரித்துவாரிலிருந்த தைமூருக்கு சீஸரின் கடிதம் கிடைத்தது. கடிதத்தை வாசித்த தைமூர், எதையும் காட்டிக்கொள்ளாமல் தூதுவனை அனுப்பி வைத்தார். சீஸரின் சுயநலம் மட்டுமே மேலோங்கி நின்ற இந்தக் கடிதத்தை முன் வைத்து தைமூர் ஏமாறுவதாக இல்லை. ஆயினும், இந்தியாவின் கிழக்கு மாகாணங்களைத் தாக்குவதற்குத் திட்டமிட்டிருந்த தைமூரை இந்தக் கடிதம் வெகுவாகக் குழப்பி விட்டது. இந்தியப் பகுதிகள்மீது படையெடுக்கும் அவரது ஆர்வம் தணிந்துபோய் விட்டது. அவர் சமர்கண்டுக்குத் திரும்பினார். மாபெரும் வெற்றியாளர் யாரென்பதை இந்த உலகுக்கு அறிவித்தே ஆகவேண்டும் என்று முடிவு செய்த அவர், உஸ்மானியப் பேரரசை எதிர்ப்பதற்கான எல்லா முன்னேற்பாடுகளிலும் ஈடுபட்டார்.

ஹங்கேரியையும் ஆஸ்ட்ரியாவையும் வெற்றிகொண்டு புகழ்பெற்ற புனித பீட்டர்ஸ் தேவாலயத்தின் முன், தனது குதிரைக்கு உணவளிக்கும் முயற்சியில் பயணம் செய்து கொண்டிருந்த பயாஸித், தைமூரும் சீஸரும் சேர்ந்து தனக்கெதிராகச் செயல்படும் செய்தியை அறிந்துகொண்டார். தைமூரின்மீது பயமோ சீஸருடன் கைகோர்த்து தன்னை அவர் எதிர்ப்பார் என்பதோ பயாஸிதின் பிரச்சினையல்ல. சீஸருக்குப் பாடம் கற்பித்தாக வேண்டும் என்ற எண்ணம் மட்டுமே அவரிடம் மேலோங்கி நின்றது.

தைமூர், ஆசியா மைனரின் மேற்கு எல்லையில் வந்து கொள்ளை, கொலை, தீவைப்புகளில் ஈடுபட்டதுடன் அஸர்பைஜானிலும் ஆர்மேனியாவிலும் பயத்தை உருவாக்கினார். பயாஸித் பேரரசின் எல்லைப் பகுதிகள் இப்போது தைமூரின் கையருகில் இருந்தன. அஸர்பைஜானை தைமூர் வெற்றிகொண்டதைத் தொடர்ந்து,

தன் மகன் துக்ரிலின் தலைமையில் ஒரு படையை அனுப்பி வைத்தார் பயாஸித். நேரடிப் போரில் ஈடுபடுவது குறித்து தைமூர் மிகுந்த எச்சரிக்கையுடன் இருந்தார். தனது இலக்கை அடைவதில் மட்டுமே அவர் குறியாக இருந்தார். முதலில், தான் கைப்பற்றிய பகுதிகளிலுள்ள பண்பட்ட படைத்தலைவர்களும் தேர்வு செய்யப்பட்ட படைகளும் காலதாமதமின்றி தன்னுடன் வந்து இணைந்துகொள்ளுமாறு சுற்றறிக்கை அனுப்பினார். மேலும், உஸ்மானியப் பேரரசின் எல்லைகளுக்குள் யாசகர்கள், மிஸ்கீன்கள், ஸூஃபிகள், பிரச்சாரகர்கள், வணிகர்கள், உல்லாசப் பயணிகள் வேடத்தில் ஊடுருவ ஏராளமான வீரர்களும் அவரிடம் தயாராக இருந்தனர். இன்னொரு ஏற்பாடும் அவர் செய்து வைத்திருந்தார். உஸ்மானியப் பேரரசின் காலாட்படையிலும் குதிரைப்படையிலும் கணிசமான அளவில் மங்கோலியர்கள் இருந்தனர். அவர்களது இனத்தலைவர் தைமூர்தான் என்றும், துருக்கியத் தலைவரான பயாஸிதின்கீழ் வீரர்களாக இருப்பது இழுக்கும் வஞ்சகச் செயல்பாடுமாகும் என்பதை மங்கோலிய மனங்களில் விதைக்க அனுபவமும் பயிற்சியும் பெற்ற ஒற்றர்களை அனுப்பியிருந்தார். மேலும், பயாஸிதின் கருமித்தனம், படைவீரர்கள் நலனின் தைமூரின் அக்கறை, அதிக ஊதியம், பொதுநன்மை, போர் இலாபங்களைப் பங்கிடுவது போன்ற விஷயங்களில் தைமூர் தாராள குணத்துடன் நடந்துகொள்கிறார் என்றும் அவர்கள் பிரச்சாரம் செய்தனர். தைமூரின் இந்த மறைமுகப் போர் மிக நன்றாகவே பலனளித்தது. உஸ்மானியப் பேரரசின் பெருமளவிலான படைவீரர்கள் பயாஸிதின் வெற்றியில் ஆர்வமிழந்தனர்.

இம்முன்னேற்பாடுகளில் திருப்தியடைந்த தைமூர், சிரியாவும் எகிப்தும் பயாஸிதுக்குப் படையுதவி செய்வதைத் தடுக்கும் நோக்கத்துடன் முதலில் அந்த இரு நாடுகளையும் கைப்பற்றுவதாக முடிவு செய்தார். பின்னர், காரா யூஸுஃப் துருக்மானைத் தன்னிடம் ஒப்படைக்க வேண்டும் என்றும், மறுத்தால் உங்கள்மீது போர்த்தொடுக்க நேரிடும் என்றும் பயாஸிதுக்கு ஒரு கடிதம் அனுப்பினார். ஹிஜ்ரீ 803இல் சிரியாவைத் தாக்கினார் தைமூர். சிரியாவையும் எகிப்தையும் வெற்றிகொண்ட பிறகு பாக்தாதையும் கைப்பற்றினார். தைமூரின் கடிதத்திற்கு பயாஸித் கடுங்கோபத்துடன் அளித்த பதிலை தைமூர் பாக்தாதில் வைத்துக் கைப்பற்றினார்.

இப்படியான ஒரு பதிலையே அவரும் எதிர்பார்த்தார். பதில் கிடைப்பதற்கு முன்பே போருக்கான ஏற்பாடுகளைச் செய்து வைத்திருந்த அவர், பாக்தாதிலிருந்து அஸர்பைஜானுக்கு விரைந்தார். உணவுப் பொருள்கள், போர்ப்பாடல்கள், உளவுத்துறை போன்ற ஏற்பாடுகளைப் புனரமைப்பதில் காலத்தையும் வலுவையும் செலவிட்டார். இன்னொருபுறம், சிரியாவிலிருந்து மங்கோலியரைத் துரத்தியடிக்கவும் தைமூரின் ஆளுநர்களை அகற்றவும் காரா யூஸுஃப் துருக்மானின் தலைமையில் ஒரு படையை சிரியாவுக்கு அனுப்பிவிட்டு தைமூரை எதிர்கொள்ள புறப்பட்டார் பயாஸித்.

பயாஸிதின் மகன் அர்த்துக்ரில் காவல் அரண் தலைவராக இருந்த ஸிவாஸ் நகரின் எல்லையை நோக்கிப் படையெடுத்து வந்தார் தைமூர். அர்த்துக்ரிலும் படைகளும் கோட்டைக்குள்ளிருந்து தற்காப்புப் போரில் ஈடுபட்டனர். கோட்டை முற்றுகைக்குள்ளானது. தைமூரின் வீரர்கள் கோட்டையைத் தகர்க்கத் தொடங்கினர். கோட்டை மதில் சுவரின் அடிக்கட்டுமானத்தை வெளிப்புறமிருந்து தோண்டி, சுவர்களின்கீழ் பல்வேறிடங்களில் பொருத்தப்பட்ட அகழிப் பலகைகளுக்குத் தீ வைத்தனர். பலகைகள் எரிந்த நிலையில் மதில் சுவர்கள் உட்குழிந்து சாய்ந்தன. கோட்டைக்குள் இருந்தவர்கள் வெளியேற இயலாத நிலையில் சரணடைந்தனர். கோட்டையைத் தரைக்குள் தாழ்த்தும் புதிய உத்தியைக் கண்டுபிடித்த தைமூர், சரணடைந்த 4,000 கைதிகளுக்குத் தண்டனையளிப்பதிலும் புதிய, குரூரமான முறையைக் கடைப்பிடித்தார். சரணடைந்தவர்களின் கைகளைப் பின்புறமாகவும் தலையை முழங்கால்களிடையிலும் கட்டி, சுருண்ட நிலையில் இருக்க வைத்து, குழிகளில் தள்ளி அதன்மீது பலகைகளை வைத்துக் குழிகளை மண்போட்டு நிரப்பினார். சரணடைந்தவர்கள் உயிருடன் புதைக்கப்பட்டனர்.

தன்னுடைய மகனுக்கும் 4,000 மக்களுக்கும் நேரிட்ட இந்தக் கொடூரமான, மனிதாபிமானமற்ற செயலை அறிந்து கோபத்தில் கொந்தளித்த பயாஸிதின் மனம் சமநிலையை இழந்தது. தைமூரும் இதையே எதிர்பார்த்தார். அவர் அமைதியாகவும் மகிழ்ச்சியுடனும் இருக்க, பயாஸித் தன்னிலை இழந்தும் சீற்றத்துடனும் காணப்பட்டார்.

தேர்வு செய்யப்பட்ட ஐந்து லட்சம் படைவீரர்கள் தைமூரிடம் இருப்பதை பயாஸித் அறிந்துகொண்டார். தன் மகனுக்காகவும்

கொல்லப்பட்ட மக்களுக்காகவும் பழிவாங்கத் துடித்த அவர், இயன்றவரைக்கும் வீரர்களைத் திரட்டிக்கொண்டு தன் மக்கள் உயிருடன் புதைக்கப்பட்ட, இப்போது எதிரிப்படைகள் தங்கியிருக்கும் ஸிவாசை நோக்கிப் புறப்பட்டார். ஸிவாசை நோக்கி பயாஸித் மிகவேகமாக வந்துகொண்டிருக்கும் தகவலை அறிந்த தைமூர், அங்கிருந்து அங்காராவுக்குச் சென்று அதைக் கைப்பற்றினார். ஸிவாசை அடைந்த பயாஸித், மகன் புதையுண்ட இடத்தைப் பார்த்ததும் வெறிபிடித்தவர் போலானார். தைமூர் ஆசியா மைனரின் மையப்பகுதியான அங்காராவுக்குச் சென்று விட்டதையறிந்த பயாஸிதுக்குப் பழிவாங்கும் உணர்வு மட்டுமே மேலிட்டிருந்தது. சிந்திக்கும் திறனை அவர் இழந்துவிட்டார் என்றுதான் சொல்ல வேண்டும்.

சிறிது அமைதியுடனும் மதிநுட்பத்துடனும் யோசித்திருந்தால் அங்காராவை நோக்கிச் செல்லும்படி சிரிய, எகிப்தியப் படைகளுக்கு உத்தரவிட்டிருப்பார். தைமூருக்கான படையுதவிகளும் உணவுப்பொருள்களும் வரும் வழிகளை மிக எளிதாக அவரால் தடுத்திருக்கவும் முடியும். எனில், தைமூர் மேற்குப்பகுதி நகரங்களைநோக்கிச் சென்றிருப்பார். அங்கே, அவர் சேதங்களை விளைவித்தாலும் உஸ்மானியப் பேரரசுக்கு ஆதரவான துருக்கியர்களைக்கொண்ட அனைத்துப் பகுதிகளிலிருந்தும் அவர் சுற்றி வளைக்கப்பட்டிருப்பார்.

ஸிவாசை அடைந்த பயாஸிதால் மதிநுட்பத்துடன் செயல்பட முடியாதெனும் தைமூரின் எதிர்பார்ப்பு அப்படியே நிறைவேறியது. கொந்தளிக்கும் கோபத்துடனும் 4,00,000 படை வீரர்களுடனும் அங்காராவை நோக்கிப் புறப்பட்டார் பயாஸித். அங்காராவை அடையும்போது அவருடன் 1,20,000 வீரர்கள் மட்டுமே இருந்தனர். மிக வேகமான பயணத்தால் அவர்களும் மிகவும் சோர்வுற்று, வலுவிழந்துபோய் காணப்பட்டனர். இது பயாஸித் செய்த பெரும்பிழையாக முடிந்தது. இதற்கான விலையையும் அவர் கொடுக்க வேண்டியதாயிற்று.

சோர்வுற்ற தனது படைகளுடன் அங்காராவை அடைந்தார் பயாஸித். அங்கே மிகத் தெளிவான மன, உடல்நிலைகளுடனும் பாதுகாப்பான பகுதியில் முகாமிட்டிருந்த வீரர்களுடன் பயாஸிதை எதிர்கொள்ளத் தயாராக இருந்தார் தைமூர். பல்வேறிடங்களில்

அகழிகள் அமைத்து மிகுந்த எச்சரிக்கையுடனிருந்தன அவரது படைகள்.

பயாஸித் வந்தார். தைமூரின் படையை அவர் கண்டுகொள்ளவோ மரியாதை செலுத்தவோ இல்லை. கிடைத்த இடத்தில் அவசர அவசரமாக முகாம் அமைத்துக்கொண்டனர். ஓய்வெடுப்பதற்கான சிறு காலஅவகாசம்கூட வீரர்களுக்குக் கிடைக்கவில்லை. உணவுக்காகக் காட்டு மிருகங்களை வேட்டையாட உயரமான ஒரு குன்றின்மீது ஏறிய வீரர்கள் மேலும் களைப்படைந்தனர். நீரும் கிடைக்கவில்லை. ஐயாயிரம் வீரர்கள் குடிநீரின்றி மரணமடைந்தனர். பயாஸின் பதற்றம், எஞ்சியிருந்த வீரர்களுக்கும் விரக்தியளித்தது. வேட்டையை முடித்துவிட்டு வந்து பார்க்கும்போது, முகாம் கொள்ளையடிக்கப்பட்டும் நீரோடை திசை திருப்பப்பட்டுமிருந்தது. தைமூரின் மதியூகமும் போர்த்தந்திரமும் மிக எளிதாக அவருக்கு வெற்றியைத் தந்தது. தாகத்தாலும் களைப்பாலும் சோர்வுற்றிருந்த தனது படையை எண்ணிக்கை பலமும் ஆயுத பலமும்கொண்ட எதிரிப்படைகளை நோக்கிச் செலுத்துவதைத் தவிர பயாஸிதால் வேறு எதுவும் செய்ய முடியவில்லை.

அங்காரா போர் : கி.பி. 1402 ஜூலை 20 ஹிஜ்ரீ 804 துல்ஹிஜ்ஜா 19. பயாஸித் தைமூர் படைகளிடையே போர்க்கோடு வரையப்பட்டு மாலைவரையிலும் போர் நடந்தது. ஐந்து லட்சம் முதல் எட்டு லட்சம் வரையிலான வீரர்கள்கொண்ட தைமூரின் படையை களைப்பும் விரக்தியுமுற்றிருந்த ஒரு லட்சத்துப் பதினையாயிரம் வீரர்களைக்கொண்ட பயாஸிதின் படை எதிர்கொண்டது. ஏற்கனவே பயந்ததுபோல் மங்கோலிய வீரர்கள் பயாஸிதின் படையிலிருந்து விலகினர். கிறிஸ்தவர்களோ பலவீனமும் பயமும்கொண்டனர். உஸ்மானியப் படைகள் பெரும் அழிவைச் சந்தித்தன. பயாஸிதின் நிதானமற்ற போக்கும் தொலைநோக்கின்மையும்தான் இதற்கானக் காரணங்கள்.

அவரது பிடிவாதம் மிகப்பெரிய தோல்வியாக அமைந்தது. இதற்கு மாறாக, ஒவ்வொரு அடியையும் கவனமாக எடுத்து வைத்த தைமூரின் பொறுமையும், மதியூகமும், போர் நுட்பமும், தந்திரமும் மிகப்பெரிய வெற்றியைக் கொடுத்தன. பயாஸிதின் படுதோல்வி இஸ்லாமிய உலகின் பேரிழப்பாக மாறியது. மிக

எளிதாக இஸ்லாமிய நாடுகளாக மாறியிருக்க வேண்டிய ஐரோப்பாக் கண்டம் மீண்டும் கிறிஸ்தவர்களிடம் சென்றது.

தைமூர் படைகளின் வலப்புற அணி இளவரசர் மிர்ஸா ஷாருக்கின் தலைமையில் கலீல் சுல்தான், சுலைமான் ஷா, ருஸ்ட்டம் பிர்லாஸ் ஸோன்ஜாக் பஹதூர், மூஸா, தவீ புர்கா, அமீர் யட்கார் ஆகியோர் படைத்தலைவர்களாகவும் இருந்தனர். வலப்புற அணிக்கு உதவியாக பலம் வாய்ந்த மற்றொரு படை மிர்ஸா சுல்தான் ஹுஸைன் தலைமையில் தனியாக நியமிக்கப்பட்டிருந்தது.

இளவரசர் மீரான் ஷாவின் தலைமையிலான இடப்புற அணிக்கு நூருத்தீன் ஜலைர், பர்மஸாக் பிர்லாஸ், அலீ ஃபன்ஜய்ன், முபஷ்ஷிர், சுல்தான் ஸன்ஜார் பிர்லாஸ், உமர் பின் தபான் ஆகியோர் படைத்தலைவர்களாக இருந்தனர். உதவிப் படையின் இணைத்தலைவர்களாக அபூபக்ர் அமீர் ஜஹன் பிர்லாசும் பீர் அலீ ஜல்தூஸூம் இருந்தனர்.

நடு அணியின் வலப்புறம் தாஷ் தைமூர், அக்லான் உஸ்பெக், அஹ்மத் ஜலால் யூஸுஃப், பாபா ஹஜ்ஜி ஸூஜி, ஸிக்கந்தர் ஹிந்து போகா, கவாஜா அலீ ஐர்வி, தௌலத்தேமூர், முஹம்மத் ஃபௌஜய்ன் இதிரீஸ் கர்ச்சி ஆகியோரும் உதவிப்படையின் தலைவர்களாக பெக் வலீ, எல்ச்சிக்தை ஹாரி மாலிக், அர்கூன் மாலிக் ஸூஃபி கலீல், ஈஸான் தைமூர், ஸன்ஜார், நெக்ரோஸின் இரு மகன்களான ஹுஸைன், உமர் பெக் ஆகியோரும் கூடவே ஜொன் அர்பானி, பேரி பெக் ஃபௌஜய்ன், ஸிராக் பிர்லிசும் நியமிக்கப்பட்டனர்.

நடு அணியின் இடப்புறம் தவக்கல் கரஅகாரா, அலீ மஹ்மூத், ஷா வலீ, ஸுன்ஜுக் தன்க்காரி, பெஸீஷ் கவாஜா முஹம்மத் கலீல், லுக்மான், சுல்தான் பிர்லாஸ், மிராக் பீர்முஹம்மத், ஷன்க்ராம், ஷெய்க் அஸ்லான் இல்யாஸ், கபக் கனி, தௌலத் கவாஜா பிர்லாஸ், யூஸுஃப் பிர்லாஸ், அலீ கப்ச்சக் ஆகியோரும் உதவிப்படைப் பொறுப்புகளுக்கு முஹம்மத் சுல்தான், பீர் முஹம்மத், இஸ்க்கந்தர், ஷா மாலிக், இல்யாஸ் கவாஜா, ஷம்சுத்தீன் ஆகியோரும் நியமிக்கப்பட்டனர்.

இப்படைப் பிரிவுகளைத் தவிர உதவி தேவைப்படும் அணிகளுக்கு அனுப்பி வைப்பதற்கென நாற்பது சிறு படைப்பிரிவுகள் தைமூரின்

பொறுப்பிலிருந்தன. மலைபோல் உருவம்கொண்ட ஏராளமான யானைகளும் அணிவரிசையின் முன் நிறுத்தப்பட்டிருந்தன. பயாஸிதிடம் ஒரு யானைகூட இல்லை.

பயாஸித், இடப்புற அணியின் தலைமைக்கு சுலைமான் சல்பியையும் வலப்புற அணியின் தலைமைக்குத் தன் மனைவியின் கிறிஸ்தவ சகோதரனையும் நியமித்து அனைத்துப் படையின் தலைமையைத் தானும் ஏற்றுக்கொண்டார். மூஸா, ஈஸா, முஸ்தஃபா என்னும் தன்னுடைய மூன்று மகன்களையும் தனக்குப் பின்புறம் வைத்துக்கொண்டார்.

பறை முழக்கத்துடன் இரு படையினரும் பரஸ்பரம் எதிரிகள்மீது பாய்ந்தனர். இளவரசர் அபூபக்ர், துருக்கியப் படைமீது மிக மூர்க்கமாகத் தாக்கியதில் அந்த அணி சீர்குலைந்தது. தொடர்ந்து, சுலைமான் சல்பி மீதான ஒரு தாக்குதலை சுல்தான் ஹுசைனும் மூன்றாவது தாக்குதலை முஹம்மத் சுல்தானும் மேற்கொண்டனர். துருக்கியப் படையின் இடப்புற அணி பின்வாங்குவதைக்கண்ட முஹம்மத், சுலைமான் சல்பிக்கு உதவும் பொருட்டு அங்கே விரைந்தார். துருக்கியப் படையிலிருந்த மங்கோலியர்கள் வீரத்துடன் போரிட்டாலும் அவர்கள் ஒரு மேட்டுப்பகுதியை நோக்கிப் பின்வாங்க வேண்டியதாயிற்று. அனைத்துப் படைக்கும் தலைவர் என்பதையும் போர்க்களம் முழுவதையும் கண்காணிக்க வேண்டிய தனது பொறுப்பையும் மறந்த பயாஸித், கோபத்தில் அறிவிழந்தவராக மங்கோலியப் படையைப் பின்வாங்க வைப்பதில் மட்டுமே குறியாக இருந்தார். இதில் அவர் ஓரளவு வெற்றியும் பெற்றார். தனது படையின் வல, இடப்புற அணிகளைக் கண்காணித்து அவர்களுக்கான உதவிகள் செய்வதை விட்டு மங்கோலியரைப் பின்வாங்கச் செய்வதில் மும்முரமாக ஈடுபட்டிருந்த அவர் மேட்டுப் பகுதியின் மீதேறி ஆறு எதிரிப் படைத்தலைவர்களைக் கொன்றார்.

அதே நேரத்தில் தைமூர் போரில் ஈடுபடாமல் களத்தின் ஒவ்வொரு பகுதியையும் அதன் அசைவுகளையும் உற்றுக் கவனித்துக்கொண்டிருந்தார். நன்கு தேர்ச்சிபெற்ற ஒரு படைத்தலைவன்போல் தனது படையை முன்னேறவும் தேவைப்படும்போது பின்னகரவும் உத்தரவு பிறப்பித்துக்கொண்டிருந்தார். பயாஸித் ஆவேசத்துடன்

முன்னேறுவதைக் கண்ட அவர், எதிரிப் படையின் வல, இடப்புற அணிகளைத் தாக்கும்படி உத்தரவிட்டார். இதன் விளைவாக பயாஸித் தனது படையிலிருந்து வெகுதொலைவுக்கு அப்புறப்படுத்தப்பட்டார். இந்த இக்கட்டான சூழ்நிலையில் மங்கோலியப் படைகள் துருக்கிப் படைகளைப் பேரழிவுக்குள்ளாக்கின. தைமூர் எதிர்பார்த்திருந்த வாய்ப்பு அவருக்குக் கிடைத்தது. பயாஸிதின் வலப்புற அணியின் தலைவர் கொல்லப்பட்டார். பயாஸிதின் மைத்துனரான கிறிஸ்தவப் படைத்தலைவர் களத்திலிருந்து தப்பியோடினார். பயாஸித் நான்கு புறமிருந்தும் சுற்றி வளைக்கப்பட்டார். இந்தச் சூழ்நிலையிலும் பயாஸிதும் அவருடனிருந்த வீரர்களும் சளைக்காமல் நின்று போரிட்டனர். தன்னை எதிர்கொண்ட மங்கோலிய வீரர்களைக் கொன்றொழித்தபடி எதிரணிக்குள் ஊடுருவிச் சென்ற பயாஸித், எங்கே தைமூர் என்று கேட்டவாறே அவர் நின்றிருந்த இடத்தை அடைந்தார்.

அப்போது இருள் சூழ்ந்துகொண்டிருந்தது. குதிரைமீதிருந்த பயாஸித் எனும் துருக்கியச் சிங்கம் தவறி கீழே விழுந்ததில் உயிருடன் பிடிபட்டது. அவருடன் தோள் நின்று போரிட்ட வீரர்கள் ஏற்கனவே உயிரிழந்து விட்டனர். பயாஸித் கைது செய்யப்பட்டதுடன் முஸ்லிம் உலகின் ஐரோப்பிய வெற்றி தடைபட்டது.

வனவிலங்காக இருப்பினும் சிங்கத்தைப் பெருமைக்குரியதாகவே உலகம் கருதுகிறது. மனிதர்களுக்குப் பயன்படுகிற பசு, குதிரைபோன்ற விலங்கினங்களை யாரும் ஒப்பீடாகச் சொல்வதில்லை. தன்னை சிங்கத்துடன் ஒப்பிடவே அவன் விரும்புகிறான். அதன் துணிச்சலும், வீரமும், பயமின்மையும்தான் இதற்கான காரணங்கள். ருஸ்ட்டம், காலித் பின் வலீத், ஸலாஹுத்தீன் அய்யூப் போன்றவர்கள் அவர்களது வீரத்தை முன்வைத்தே புகழப்படுகிறார்கள். ஷாநாமாவில் வரும் ருஸ்ட்டமின் சதிக்கொலை நம்மை வேதனைக்குள்ளாக்குகிறது. மாபெரும் வீரன் ஒருவனின் தோல்வியில் ஏற்படும் மன அவஸ்தை அது. அங்காரா போர்க்களத்தில் பயாஸிதுக்கு நிகழ்ந்தது வரலாற்றில் ஒரு துன்பியல் நிகழ்வு.

அங்காரா போர்க்களத்தில் தைமூர் தோற்றிருந்தால் அது தனிப்பட்ட அல்லது அவரது வம்சாவளியின் தோல்வி மட்டும்தான். இஸ்லாத்தின் தோல்வி அல்ல! அப்படியான ஒரு நிலையில் தைமூரின் கீழிருந்த ஆட்சிப் பகுதிகள் இன்னொரு முஸ்லிம்

அரசின்கீழ் போகும். ஆனால் பயாஸிதின் தோல்வி அப்படியல்ல! ஐரோப்பாவை நோக்கிய இஸ்லாத்தின் நகர்வைத் திடீரென்று முடிவுக்குக் கொண்டு வந்துவிட்ட தோல்வி அது.

போரின் முடிவு பயாஸிதுக்கு சாதகமாக அமைந்திருந்தால் ஹிஜ்ரீ 463 இல் ஆசியா மைனர் போர்க்களத்தில் இரண்டு அல்லது மூன்று லட்சம் வீரர்கள்கொண்ட கிறிஸ்தவப் படையை சுல்தான் அல்ப் அர்சலான் ஸெல்ஜுக் வெறும் 12,000 வீரர்களுடன் சென்று தோற்கடித்த நிகழ்வுபோலாகும். அல்லது, மூன்றாவது பானிபட் போரில் ஐந்து அல்லது ஆறு லட்சம் இந்து வீரர்களை 80,000 முஸ்லிம் வீரர்கள் தோற்கடித்த நிகழ்வு போலாகும். ஆனால், உலகில் முஸ்லிம்களுக்கும் முஸ்லிம் அல்லாதவர்களுக்குமிடையில் நடந்த போர்களில் மட்டும்தான் எதிரிகளைவிட குறைந்த எண்ணிக்கையிலான முஸ்லிம் வீரர்கள் வெற்றி பெற்றிருக்கிறார்கள். இதை மிகத்தெளிவாகவே வரலாறு பதிவு செய்திருக்கிறது. பயாஸிதுக்கும் தைமூருக்குமிடையே நிகழ்ந்த போரில் இரு தரப்பினரும் முஸ்லிம்கள்.

துரதிர்ஷ்டவசமாக நடந்த இந்தப் போருக்கு முன், பயாஸித் எனும் முஸ்லிம் பேரரசர் ஃபிரான்சுக்கும் இங்கிலாந்துக்கும் செல்லவும் பலம் வாய்ந்த இன்னொரு ஆட்சியாளரான தைமூர் சீனா, ஜப்பான்வரையிலான உலகின் கிழக்கை நோக்கிச்செல்லவும் திட்டமிட்டிருந்தனர். பயாஸிதை எதிர்கொள்ளும் அளவுக்கு பலம் வாய்ந்தவர்கள் ஐரோப்பாவிலோ தைமூருக்கு இணையாக கிழக்கு உலகிலோ யாருமில்லை. மங்கோலியரின் போர் முயற்சிகள் தவறியதில்லை. இந்நிலையில், உலகம் இஸ்லாமியப் பதாகையின்கீழ் ஒன்றுபட்டிருக்கும். ஆனால், இஸ்லாமிய உலகுக்கு அதிர்ச்சியளிக்கும் ஒன்றை வரலாறு தன்னுள் வைத்திருந்தது. இஸ்லாத்தின் இரண்டு ஆற்றல்மிகு சக்திகளையும் திசைமாறச் செய்த அங்காரா போர்க்களத்தில் ஐரோப்பிய உலகின் வெற்றிக்கான நம்பிக்கைகள் விதைக்கப்பட்டன.

பயாஸிதின் மகன் மூஸாவும் தந்தையுடன் பிடிபட்டிருந்தார். முஹம்மதும் ஈஸாவும் தப்பியோடினர். பயாஸிதை ஓர் இரும்புக் கூட்டில் அடைத்தார் தைமூர். பயாஸித்போன்ற பலம் வாய்ந்த அரசரை இரும்புக் கூட்டிலடைத்து இழிவுபடுத்தி மக்களுக்குக் காட்சிப்படுத்துவது வீரம் செறிந்த ஓர் அரசருக்கு அழகல்ல. தைமூரின்

நடவடிக்கைகள் கண்ணியமற்றவை. பலம் வாய்ந்த எதிரிகள்மீது, குறிப்பாக அவர்களது பரிதாபமான சூழ்நிலைகளின்போது கௌரவமாக நடத்துவதில்தான் வீரமும் தகுதிகளும் வாய்ந்த ஓர் ஆட்சியாளரின் சிறப்பு அடங்கியிருக்கிறது. மாலத்குர்த் போர்க்களத்தில் கான்ஸ்டான்டிநோபிளின் சீஸரைக் கைது செய்த அல்ப் அர்சலான் ஸெல்ஜூக் அவனை மரியாதையுடன் நடத்தி விடுதலை செய்ததுடன் அவனது நாட்டையும் திருப்பிக்கொடுத்தார். பஞ்சாப் மன்னனைக் கைது செய்து தன் முன் அழைத்து வந்தபோது அவனை மரியாதையுடன் விடுவித்து அதிகமான சலுகைகளும் வழங்கினார் அலெக்ஸாண்டர். நிக்கோப்பொலிஸ் போர்க்களத்தில் இருபத்தைந்து இளவரசர்களைக் கைது செய்த பயாஸித், இன்னொரு போருக்கான ஏற்பாடுகளில் ஈடுபடுங்கள் என்று சொல்லி அவர்களை விடுதலை செய்தார்.

சுல்தான் பயாஸித்மீதான தைமூரின் நடவடிக்கை பெருமைக்குரியதல்ல. சிங்கத்தை இரும்புக் கூட்டிலடைத்து வைப்பதுபோல் உஸ்மானியப் பேரரசரை அடைத்து வைத்தது ஏற்புடையதோ முன்மாதிரியான அணுகுமுறையோ அல்ல. விலங்குக்கும் மனிதனுக்கும் இடையிலான வேறுபாட்டை உணர்ந்துகொள்ளும் திறன் தைமூருக்கு வாய்க்கவில்லை.

அங்காரா தோல்வியைத் தொடர்ந்து பெரும் இகழ்ச்சியையும் அவமரியாதையையும் அனுபவிக்க நேர்ந்த பயாஸித் எட்டு மாதங்களுக்குமேல் உயிரோடு இருக்கவில்லை. தைமூர் செய்த ஒரே நல்ல விஷயம், கைதியாக இருந்த மூஸாவை விடுதலை செய்து, பயாஸிதின் உடலை அவரிடம் ஒப்படைத்து புர்ஸாவில் அடக்கம் செய்யச் சொன்னது மட்டும்தான்.

இஸ்லாமிய ஆட்சிப்பகுதிகளில் கொள்ளையடிப்பது ஒன்றே தைமூர் படைகளின் முக்கியப் பணியாக இருந்தது. முஸ்லிம் அல்லாதவர்களின் ஆட்சிப் பகுதிகள்மீது படையெடுக்கவோ அதன்மூலம் இஸ்லாத்தைப் பரப்பவோ தைமூரோ அவரது படையினரோ எந்த முயற்சியும் செய்யவில்லை. பயாஸிதின் மரணத்துக்குப் பிறகு தைமூரும் நீண்ட காலம் உயிர் வாழவில்லை. அவர் சமர்கண்டுக்கு வந்து சீனாவின்மீது படையெடுத்துச் சென்றார். தனது வாழ்க்கையில் அவர் முஸ்லிமல்லாத ஒரு நாட்டின்மீது படையெடுத்த ஒரே நிகழ்வு இது மட்டும்தான். ஆயினும்,

அல்லாஹ் அதை விரும்பவில்லை. பயணத்தின்போதே அவர் மரணமடைந்தார்.

பயாஸிதின் மகன்கள் : பயாஸிதை வெற்றிகொள்வதற்கு முன், ஆசியா மைனரில் ஸெல்ஜுக்குகள் ஆட்சி செய்து வந்த சிறு சிறு நிலப்பகுதிகளை அவர்களுக்கே பங்கிட்டுக் கொடுத்திருந்தார் தைமூர். எனவே, அங்காரா தோல்விக்குப் பிறகு, உஸ்மானியப் பேரரசு மீண்டும் எழுச்சிபெறும் என்ற நம்பிக்கை யாருக்குமே இல்லை. சில பகுதிகளில் தைமூர் புதிய அரசுகளையும் உருவாக்கியிருந்தார்.

தைமூரை எதிர்கொள்ள ஆசியா மைனரிலிருந்து புறப்படுவதற்கு முன், தன் மகன் சுலைமானை அத்ரியாநோபிளில் தனது பிரதிநிதியாக நியமித்திருந்தார் பயாஸித். அங்காராவில் துருக்கியர்களுக்கு ஏற்பட்ட பேரழிவு, தாங்கள் இழந்த பகுதிகளை மீட்பதற்கான துணிச்சலைக் கிறிஸ்தவர்களுக்கு அளித்தது. எனவே, அத்ரியாநோபிளைத் தவிர அதனைச் சுற்றியிருந்த எல்லா ஆட்சிப்பகுதிகளும் உஸ்மானியரிடமிருந்து கைநழுவிச் சென்றன. அங்காரா போரின் முடிவை எதிர்பார்த்திருந்த கான்ஸ்டான்டிநோபிளின் சீஸருக்கும் தனது ஆட்சிப்பகுதியை விரிவுபடுத்தும் ஆசை இருந்தது. கடந்த காலங்களில் தங்களுக்கேற்பட்ட தோல்வியிலும் இழப்பிலும் இருந்து உருவான பயவுணர்வின் காரணமாக அத்ரியாநோபிளின் உஸ்மானியரை எதிர்க்கும் ஆற்றல்களைத் திரட்டுவதில் அவர்களுக்குத் தயக்கமிருந்தது. ஆசியா மைனரையும் சிறு ஐரோப்பிய பகுதிகளையும் தவிர பிற ஆட்சிப்பகுதிகள் அனைத்தையும் உஸ்மானியர் இழந்திருந்தனர். அதே நேரத்தில் பயாஸிதின் மகன்கள்வேறு அரியணைப் போட்டியில் ஈடுபட்டிருந்தனர்.

பயாஸிதுக்கு ஏழோ எட்டோ மகன்கள் இருந்தனர். அங்காரா போருக்குப் பின், இதில் ஐந்து அல்லது ஆறு பேர் உயிரோடிருந்தனர். அத்ரியாநோபிளில் தந்தையின் இடத்தில் சுலைமான் இருந்தார். மூஸா தந்தையுடன் சிறையிலிருந்தார். அங்காரா போர்க்களத்திலிருந்து தப்பியோடிய ஈஸா, புர்ஸாவின் அரசராக இருந்தார். பயாஸிதின் இளைய மகனும் தகுதி வாய்ந்தவருமான முஹம்மத், ஆசியா மைனரில் ஒரு நகரின் ஆட்சியாளராக இருந்தார். துணிச்சலோ மனஉறுதியோ இல்லாத காசிம், முஹம்மத் அல்லது ஈஸாவுடன் வசித்து வந்தார். பயாஸித் கைதான பிறகு, உஸ்மானியப் பேரரசின்

எஞ்சியிருந்த பகுதிகளில் முஹம்மதும் ஈஸாவும் அவரவர் அரசுகளை ஆட்சி செய்து வந்தனர். உஸ்மானியப் பேரரசின் கீழிருந்த ஐரோப்பிய நிலப்பகுதிகளை சுலைமான் ஆட்சி செய்து வந்தார்.

உஸ்மானிய நிர்வாகத்தின்கீழிருந்த ஆசியா மைனரின் ஆட்சிப்பகுதிகளில் தத்தம் அரசுகளை நிறுவிக்கொள்ள ஈஸாவும் முஹம்மதும் தங்களுக்குள் மோதிக்கொண்டனர். கடுமையான ஒரு போரும் நடந்தது. இதில், முஹம்மத் வெற்றி பெற்றார். ஆசியா மைனரிலிருந்து தப்பியோடிய ஈஸா, அத்ரியாநோபிளில் சகோதரர் சுலைமானுடன் இணைந்துகொண்டார். தான் இழந்துவிட்ட ஆட்சிப் பகுதியைப் பிடிக்க உதவும்படி சுலைமானிடம் அவர் கேட்டுக்கொண்டார். அங்காராவையும் புர்ஸாவையும் கைப்பற்றினார் சுலைமான். தந்தை இழிவுபடுத்தப்பட்டு, கொட்டடியில் வதைபட்டுக்கொண்டிருக்கும்போது அவரது வாரிசுகள் இழிவான முறையில், அரசுரிமைக்காக தங்களுக்குள் போரிட்டுக்கொண்டிருந்தனர்.

ஆசியா மைனரில் சுலைமானை எதிர்த்து முஹம்மத் போரிட்டுக்கொண்டிருந்த அதே வேளையில், முற்றிலும் அவமானப்பட்ட நிலையில் சிறைக்குள் தனது இறுதி மூச்சை விட்டார் பயாஸித். அவரது உடலையும் சுமந்துகொண்டு மூஸா வெளியே வந்தார். துரதிர்ஷ்டவசமாக, கர்மானில் ஸெல்ஜூக்கின் ஒரு சிறுபடை மூஸாவைக் கைது செய்தது. இதையறிந்த முஹம்மத், தன்னுடைய சகோதரரான மூஸாவை விடுதலை செய்தால் மட்டுமே சுலைமானை எதிர்த்துத் தன்னால் போரிட முடியுமென்று ஸெல்ஜூக் ஆட்சியாளருக்கு எழுதினார். பயாஸிதின் வாரிசுகளுக்கிடையிலான சண்டையில் தன்னுடைய நன்மையைக்கண்ட ஸெல்ஜூக் அரசர், மூஸாவை உடனடியாகவே விடுதலை செய்தார். தந்தையின் உடலை அடக்கம் செய்யும் பணிகளை முடித்த மூஸா, சகோதரர் முஹம்மதுடன் இணைந்துகொண்டார். பயாஸிதுடன் சிறைப்பட்டிருந்த மூஸாவின்மீது உஸ்மானியப் பேரரசின் படைத்தலைவர்களும் அதிகாரிகளும் மதிப்பும் மிகுந்த அன்பும் கொண்டிருந்தனர். இது முஹம்மதுக்குப் புதிய ஆற்றலையும் தெம்பையும் கொடுத்தது.

ஆசியா மைனரின் போர்க்களங்கள் நெருப்பையும் குருதியையும்

கொட்டத்தொடங்கின. இதில், ஈஸா மரணமடைந்தார். முஹம்மத் தொடர்ந்து போரிட்டுத் தனது சகோதரர்கள் வெற்றி பெற்று விடாமல் கவனித்துக்கொண்டார். இதிலிருந்து எந்த முடிவுக்கும் வர இயலாத மூஸா, ஐரோப்பாவில் உஸ்மானியரின்கீழுள்ள பகுதிகளைக் கைப்பற்ற உதவியாக ஒரு படைப்பிரிவை அனுப்பித்தரும்படி முஹம்மதிடம் கேட்டுக்கொண்டார். இதன் மூலம், சுலைமானின் கவனத்தை ஆசியா மைனரிலிருந்து தன்னுடைய ஆட்சிப் பகுதியை நோக்கித் திருப்பிவிட முடியும் என்பது மூஸாவின் எண்ணம். இம்முடிவை முஹம்மதும் ஏற்றுக்கொண்டார். தனது படைகளுடன் அத்ரியாநோபிளை நோக்கிப் புறப்பட்டார் மூஸா. அவர் எதிர்பார்த்தபடி சுலைமானும் அத்ரியாநோபிளுக்கு விரைந்தார். மூஸாவுக்கும் சுலைமானுக்குமிடையே கடும்போர் நிகழ்ந்தது. பயாஸிதின் மூத்த மகன் என்ற நிலையில் உஸ்மானிய அரசுக்கு உரிமைகோரிய சுலைமான் தனது படைகளைத் திருப்திப்படுத்த எதையுமே செய்யவில்லை. அரசுரிமையில் இரண்டாவதும் மூன்றாவதும் இடங்களிலிருந்த மூஸாவும் முஹம்மதும் இதற்கான அனைத்து முயற்சிகளிலும் ஈடுபட்டனர். படைத்தலைவர்களுக்கு சலுகைகளும் அதிக முக்கியத்துவமும் மதிப்பும் அளித்து தங்களுக்கு ஆதரவாக்கிக்கொண்டனர். சுலைமான் தோல்வியடைந்தார். விரக்தியுற்ற நிலையில் கான்ஸ்டான்டிநோபிளின் சீஸரிடம் அபயம் தேடிச் சென்ற சுலைமான், வழியில் பிடிபட்டு ஹிஜ்ரீ 813இல் கொலை செய்யப்பட்டார். பிறகு, மூஸாவும் முஹம்மதும் மட்டுமே மிச்சமிருந்தனர். உஸ்மானியப் பேரரசின் ஐரோப்பிய ஆட்சிப் பகுதிகளை மூஸாவும், ஆசிய ஆட்சிப் பகுதிகளை முஹம்மதும் ஆண்டு வந்தனர்.

சுலைமானுக்கு மறைமுக ஆதரவாக இருந்த கான்ஸ்டான்டிநோபிளின் சீஸரையும் வெளிப்படையாக ஆதரவளித்த செர்பியாவின் ஸ்டீஃபனையும் அடக்கி வைக்க விரும்பினார் மூஸா. முதலில் செர்பியாமீது படையெடுத்துச் சென்று ஸ்டீஃபனைத் தோற்கடித்தார். கிறிஸ்தவர்களை மீண்டும் பயம் ஆட்கொண்டது. மூஸாவின் வெற்றி உஸ்மானியர் பலமிழந்து விட்டனர் என்ற எண்ணத்தை அடியோடு அகற்றியது. பின்னர், கான்ஸ்டான்டிநோபிளை முற்றுகையிட்டார்.

சீஸர் இம்முறையும் மிகவும் தந்திரமாகச் செயல்பட்டான். மூஸா, செர்பியா போரில் ஈடுபட்டிருக்கும்போது ஆசியா மைனரின் சில

பகுதிகளையும் தைமூர் புதிதாக உருவாக்கிய அதன் அண்மைப் பகுதிகளையும் ஆட்சி செய்துகொண்டிருந்த முஹம்மதுடன் நெருக்கமான நட்பை ஏற்படுத்திக்கொண்டான். மூஸாவும் முஹம்மதும் தங்கள் உடன்படிக்கையின்படி ஐரோப்பாவையும் ஆசியாவையும் ஆட்சி செய்து வந்தனர். சீஸரின் திறமையான அணுகுமுறைகள், முஹம்மதை மூஸாவுக்கு எதிராகக் திருப்பின. தனது நாடு முற்றுகைக்குள்ளானதைத் தொடர்ந்து முஹம்மதிடம் உதவி கேட்டான் சீஸர். சகோதர உறவையும் கருத்தில் கொள்ளாமல், கான்ஸ்டான்டிநோபிளுக்குச் சென்று மூஸாவின் முற்றுகையை அகற்றுகிற நடவடிக்கையில் ஈடுபட்டார் முஹம்மத். ஐரோப்பிய துருக்கியர்களும் ஆசிய துருக்கியர்களும் போர்க்களத்தில் எதிரிகளாக நின்றனர். அப்போது, தன் படைத்தலைவர்களில் ஒருவர் தனக்கெதிராகக் கிளர்ச்சியில் ஈடுபட்டிருப்பதாக முஹம்மதுக்கு ஒரு செய்தி வந்தது. உடனடியாக அவர் ஆசியா மைனருக்குத் திரும்பினார். முஹம்மத், கிறிஸ்தவ அரசனுக்கு உதவுவதைத் தடுப்பதற்காக, கிளர்ச்சியை ஏற்பாடு செய்தவரே மூஸாதான். முஹம்மத் திரும்பிச் சென்றதும் மூஸா தனது முற்றுகையை நெருக்கினார். தான் பெரும் சிக்கலுக்குள்ளாகி விட்டதை உணர்ந்தான் சீஸர்.

ஆசியா மைனருக்குச்சென்ற முஹம்மத் கலவரத்தை அடக்கிவிட்டு மீண்டும் கான்ஸ்டான்டிநோபிளுக்கு விரைந்தார். மூஸாவுக்கு எதிராகப் போரிடுமாறும், தான் அதற்கான உதவிகளைச் செய்வதாகவும் செர்பிய அரசன் ஸ்டீஃபனுக்கு முஹம்மத் கடிதம் எழுதினார். செர்பிய அரசன் மூஸாவுக்கு எதிராகக் கிளர்ந்தெழுந்தான். தகவலறிந்த மூஸா முற்றுகையைக் கைவிட்டு செர்பியாவுக்கு விரைந்தார். முஹம்மதும் அவரைப் பின் தொடர்ந்தார். செர்பிய அரசனும் முஹம்மதும் சேர்ந்து மூஸாவைக் கொலை செய்தனர். அத்ரியாநோபிள் அரியணையில் முஹம்மத் அமர்ந்தார். உஸ்மானியரால் வெற்றிகொள்ளப்பட்ட ஆட்சிப் பகுதிகள் அனைத்துக்கும் இப்போது முஹம்மத் மட்டுமே அரசராக இருந்தார். அவருக்கெதிராக யாருமில்லாத நிலையில் உள்நாட்டுப் போர்கள் அனைத்தும் முடிவுக்கு வந்தன. பிறகு, தனது படைத்தலைவர்களுடனும் வீரர்களுடனும் மக்களுடனும் நல்லிணக்கத்துடன் ஆட்சி செய்தார் முஹம்மத். தனக்கெதிராக இருக்கும் சிறு எதிர்ப்பையும்கூட இல்லாமல் செய்வதற்காக

புர்ஸாவில் வாழ்ந்த எஞ்சியிருந்த ஒரே சகோதரன் காசிம் மற்றும் சுலைமானின் மகனின் கண்களைக் குருடாக்கினார். இவை, ஹிஜ்ரீ 816இல் நடந்த நிகழ்வுகள். 11 ஆண்டுகளாக தொடர்ந்து நடந்த உள்நாட்டுப் போர்களிலும் குடும்பச் சண்டைகளிலும் துவண்டு சிதறிப்போன ஒரு வம்சாவளி, மீண்டும் உயிர்ப்புடன் மேலெழுந்து ஆற்றல் மிக்கதொரு சக்தியாக மாற்றம் பெற்றது என்பதுகூட ஒரு வரலாற்று அதிசயம்தான்.

சுல்தான் முதலாம் முஹம்மத் : பயாஸிதின் மகனான சுல்தான் முஹம்மத் ஹிஜ்ரீ 816 இல் அரியணையேறினார். ஆட்சியை மிகுந்த மதிநுட்பத்துடன் மேற்கொண்ட அவர், கான்ஸ்டான்டிநோபிள் சீஸர் மற்றும் செர்பியாவின் கிறிஸ்தவ அரசனுடனும் தொடர்ந்து நல்லுறவைப் பேணி வந்தார். அவரது பதவியேற்பின்போது தங்களது வாழ்த்துக்களையும் அன்பளிப்புகளையும் அவர்கள் அனுப்பி வைத்தனர். தனது இணக்கத்தை அறிவித்துக்கொள்ளும் பொருட்டு செர்பிய அரசனுக்குப் பல்வேறு சலுகைகளையும் அவர் அளித்து வந்தார். ஏற்கனவே, தனது ஆட்சிப்பகுதிகளில் சிலவற்றை இழந்து பெரிதும் வருத்தத்துடனிருந்த கான்ஸ்டான்டிநோபிளின் சீஸருக்கு அவற்றை விட்டுக்கொடுத்தார்.

துருக்கியர்மீது வன்மமும் பலம்வாய்ந்த கடற்படையும்கொண்டிருந்த வெனீசின் ஜனநாயக அரசும் அமைதியை விரும்பும் புதிய உஸ்மானிய அரசுக்கு ஆதரவு தெரிவித்திருந்தது. இந்தப் புதிய சூழ்நிலையை சுல்தான் முஹம்மத் ஆர்வத்துடன் வரவேற்றார். அதே நேரம், உஸ்மானியப் பேரரசு தோல்வியடைந்திருந்த அங்காராவிலுள்ள வலச்சியா, அல்பேனியா, போஸ்னியாபோன்ற நாடுகள் தங்களை சுதந்திர அரசுகளாக அறிவித்தன. சிறிது அச்சத்துடனிருந்த இந்தக் கிறிஸ்தவ அரசுகள், தூதுவர்கள் மூலம் உஸ்மானிய அரசுக்குத் தங்கள் வாழ்த்துக்களைத் தெரிவித்தன. அனைவரையும் அன்புடன் வரவேற்று வாழ்த்துக்களை ஏற்றுக்கொண்ட முஹம்மத், அவர்கள் விடைபெறும் வேளையில், “அனைவருக்கும் நான் அமைதியை வழங்கியிருக்கிறேன்; அமைதிக்கான சமிக்கைகளை நானும் மனமுவந்து ஏற்றிருக்கிறேன்; இதை உங்கள் தலைவர்களிடம் தெரிவியுங்கள். எல்லாம் வல்ல அல்லாஹ் அமைதியை விரும்புகிறான்; குழப்பங்களை வெறுக்கிறான்” என்றார். நட்பு அறிவிப்புகளால் ஐரோப்பாவில் அமைதி நிலவியது.

நீண்டகால நோயிலிருந்து குணமடைந்ததுபோல் எழுந்த உஸ்மானியப் பேரரசுக்கு ஓய்வும் ஊட்டமும் சிந்திப்பதற்கான பொறுமையும் தேவைப்பட்டிருந்தன. சுல்தான் முஹம்மத் அவற்றைப் பல வழிகளிலும் அடைய முயற்சி செய்தார். அவர் எடுத்து வைத்த ஒவ்வொரு அடியும் முழுமையையும் அரசைக் கட்டியெழுப்புவதையும் நோக்கியதாகவே அமைந்தது.

ஆனால், ஆசியாவில் நடைபெற்று வந்த கிளர்ச்சிகள் சரியாகக் கவனிக்கப்படவில்லை. அவை அதிகரித்த நிலையில் அடக்கப் புறப்பட்டார் முஹம்மத். முதலில் ஸ்மைர்னாவிலும் பின்னர் ஃபர்மானியாவிலும் நடந்த கிளர்ச்சிகளை அடக்கினார். தைமூரின் மறைவுக்குப் பின், உஸ்மானிய ஆட்சியின் கிழக்குப் பகுதியை எல்லையாகக்கொண்டு உருவான இந்த அரசுகளுடன் பின்னர் நல்லுறவையும் ஏற்படுத்திக்கொண்டார். இப்படியாக, ஆசியா மைனர் முழுவதும் அமைதி நிலவியது. கிளர்ச்சிகளை அடக்கிவிட்டுத் திரும்பி வரும் வழியில் முஹம்மதின் கப்பற்படை வெனீசியருடன் மோதவேண்டிய சூழல் உருவானது. இதில், உஸ்மானியக் கப்பற்படைக்கு சிறிது சேதமும் ஏற்பட்டது. ஆயினும், புதிய அமைதி உடன்படிக்கையின் விளைவாக சுமுக நிலை திரும்பியது.

ஆட்சியின் எல்லைகளை அகலப்படுத்துவதற்கு மாறாக உள்நாட்டு வலுவையும் அரசாற்றலையும் அதிகரித்துக்கொள்ள விரும்பினார் முஹம்மத். போரில்லாத அமைதியான சூழலை உருவாக்கிய பின், மக்கள் நலனில் ஆர்வம் காட்டினார். மதரஸாக்களை அமைத்தார். சமயச் சான்றோர்களுக்குரிய மரியாதைகளை அளித்தார். சாலை வசதிகளை மேம்படுத்திப் பாதுகாப்பையும் வசதிகளையும் அதிகரித்தார். வணிக நடவடிக்கைகளை ஊக்குவித்தார். எதிரிகள் நண்பர்கள் என்ற பேதமில்லாதபடி நிர்வாக நடவடிக்கைகளை ஒழுங்கமைத்தார். இதெல்லாம் ஒருபுறம் நடந்து வந்தாலும் இன்னொரு புறம் குழப்பங்களும் இருந்தே வந்தன. இதற்குக் காரணகர்த்தா காதி பத்ருத்தீன் என்பவர்.

இஸ்லாத்தைத் தழுவிய பின் இறைமறுப்பாளனாக மாறிய யூதன் ஒருவன், சுல்தான் பதவி நீக்கம் செய்யப்பட்டு மக்களாட்சி உருவாகவேண்டுமென்ற ஒரு கருத்தை முன்வைத்தான். இதற்கு காதி பத்ருத்தீனின் ஆதரவுமிருந்தது. அவர்கள் ஓர் இயக்கமாக

இணைந்து முஸ்தஃபா எனும் கல்வியறிவற்ற ஒருவனைத் தலைவனாக்கி ஆசியாவிலும் ஐரோப்பாவிலும் பிரச்சாரத்தில் ஈடுபட்டனர். இந்த இயக்கம் முஸ்லிம்களிடையிலும் பரவ ஆரம்பித்தது. சுல்தான் பிறநாடுகளுடன் நட்பாக இருப்பதையும் கிறிஸ்தவ ஆட்சியாளர்களுடனான நல்லுறவையும் முஸ்லிம்கள் விரும்பவில்லை. இந்நிலையில் உஸ்மானிய அரசுக்கெதிரான கலகக்குரல்கள் அவர்களைக் கவர்ந்தன. கிறிஸ்தவ அரசுகளுடனான உறவுகள் அப்போதைய காலகட்டத்தின் தேவை என்பதை அவர்கள் புரிந்துகொள்ள மறுத்தனர்.

சுல்தான் முஹம்மதை இது கவலைக்குள்ளாக்கியது. விஷமத்தனமான இந்தக் கருத்துக்கு அவர் எதிராக நின்றார். குறுகிய காலத்தினுள் இதற்கு முடிவு கட்டினார். எதிரிகள் மூவரும் அழிக்கப்பட்டனர். சிறிது காலத்துக்குப் பிறகு, இன்னொரு பிரச்சினையை அவர் எதிர்கொள்ள வேண்டியதாயிற்று.

பயாஸிதின் இன்னொரு மகன் முஸ்தஃபா, அங்காரா போர்க்களத்தில் கொலையுண்டார். அவரது உடல் கிடைக்கவில்லை. அதைக் கண்டுபிடிப்பதற்கு தைமூரால் அனுப்பி வைக்கப்பட்ட குழுவும் தோல்வியுடன் திரும்பியது. ஆகவே, உண்மையில் முஸ்தஃபா இறந்தாரா என்ற சந்தேகம் உருவானது. ஹிஜ்ரீ 824இல் சுல்தான் முஹம்மதின் ஆட்சியின்போது ஆசியா மைனரில் ஒருவன், நான் பயாஸிதின் மகன் முஸ்தஃபா என்று சொல்லி அரசுப் பொறுப்புக்கு உரிமை கோரினான். அவன் முஸ்தஃபாவின் சாயலுடன் இருந்ததால் துருக்கியர் பலர் அவனை உண்மையான முஸ்தஃபா என்று நம்பி விட்டனர். முஹம்மத்மீது அதிருப்தியுடனிருந்த உஸ்மானியப் பேரரசின், ஸ்மைர்னா மற்றும் வலச்சியா ஆளுநர்கள் அவனுடன் சேர்ந்துகொண்டனர். அவர்களது ஆதரவுடன் அவன் கல்லிப்போலிக்கு வந்து தஸ்லியின் அருகிலுள்ள ஆட்சிப்பகுதியைக் கைப்பற்றினான். முஹம்மத் அங்கே விரைந்தார். படுதோல்வியடைந்த அவன் கான்ஸ்டான்டிநோபிளுக்குத் தப்பியோடினான்.

அவனை உடனடியாகத் தன்னிடம் அனுப்பி வைக்கும்படி சீஸருக்குக் கடிதம் எழுதினார் முஹம்மத். சீஸர் இதை ஏற்க மறுத்ததுடன் அவனைத் தான் பாதுகாப்பாகக் காவலில் வைத்திருப்பதாகவும் இதற்கான செலவைத் தனக்கு அனுப்பி

வைக்கும்படியும் கேட்டுப் பதிலெழுதினான். ஆங்காங்கே உருவாகிக்கொண்டிருக்கும் கிளர்ச்சிகளை அடக்குவதில் ஈடுபட்டிருந்த முஹம்மத், இப்போதைய சூழ்நிலையில் கிறிஸ்தவர்களைப் பகைத்துக்கொள்ள வேண்டாம் என்று முடிவு செய்தார். சீஸரின் கோரிக்கையைத் தான் ஏற்றுக்கொள்வதாகவும் பரஸ்பர உறவுகளை மேலும் வலுப்படுத்திக்கொள்ள விரும்புவதாகவும் சொல்லி கான்ஸ்டான்டிநோபிளுக்கு வருகை தந்தார் முஹம்மத். அவரை உற்சாகத்துடன் வரவேற்று உபசரித்தான் சீஸர். தங்களிடையிலான நட்புறவுகளை அவர்கள் வலுப்படுத்திக்கொண்டனர். இதன் பின், ஹிஜ்ரீ 825 இல் கல்லிப்போலிக்குச் சென்ற முஹம்மத் அங்கேயே காலமானார்.

முஹம்மதின் ஆட்சி : அங்காரா போரின்போது முஹம்மதுக்கு 27 வயது. போருக்குப் பின், ஆசியா மைனர் நகரமான அமீஸியாவில் அவர் அரியணையேறினார். தொடர்ந்து 11 ஆண்டு காலம் சகோதரர்களுடன் போர் நடத்தி அனைவரையும் வென்று, உஸ்மானியப் பேரரசின் தலைமைப் பொறுப்புக்கு வந்தார். அவரது எட்டாண்டு கால ஆட்சியில் குழப்பங்களும் பிரச்சினைகளும் இருந்தே வந்தன. ஆயினும் அவரது மென்மையான கொள்கையும் மதிநுட்பம் மிகுந்த அணுகுமுறையும் அழிவின் விளிம்பில் நின்ற உஸ்மானியப் பேரரசுக்கு உயிரூட்டியது. இதன்காரணமாக சில வரலாற்றாசிரியர்கள் அவரை, உஸ்மானிய வம்சாவளியின் நூஹ் என்று வர்ணிக்கின்றனர்.

சுல்தான் முதலாம் முஹம்மத் எனப்படும் இவர்தான் கஅபாவுக்கு ஆண்டுதோறும் ஒரு தொகையை அளித்துவந்த முதலாவது உஸ்மானிய அரசராவார். இது மட்டுமல்லாமல் மக்காவில் வாழும் ஏழைகளுக்கு ஆண்டுதோறும் உதவியளித்து வந்தார். சுல்தான் முஹம்மத் தனது 47ஆம் வயதில் மரணமடைந்தார். அவரது மகனான இரண்டாம் முராதுக்கு அப்போது 18 வயது. இந்த வயதிலேயே முராத், ஆசியா மைனரின் படைத்தலைவருக்கான தகுதியும் செல்வாக்கும் பெற்றிருந்தார். சுல்தான் முஹம்மதின் மரணத்தை உஸ்மானிய அமைச்சர்கள் 40 நாள்கள் பகிரங்கமாக அறிவிக்கவில்லை. தந்தையின் மரணத்தை இரண்டாம் முராதுக்குத் தூதுவர்கள் மூலம் அறிவித்த அவர்கள் உஸ்மானியப் பேரரசின் தலைவராக முடிசூட்டிக்கொள்ள உடனடியாகத் தலைநகருக்கு

வரும்படி தகவல் அனுப்பினார்கள். தொடர்ந்து சுல்தானின் உடல் அடக்கம் செய்வதற்காக புர்ஸாவுக்குக் கொண்டுவரப்பட்டது.

இரண்டாம் முராத் : சுல்தான் இரண்டாம் முராத் ஹிஜ்ரீ 806 இல் பிறந்தார். அத்ரியாநோபிளில் அவர் அரியணையேறினார். பொறுப்பேற்ற சில நாள்களிலேயே சிறுவயது சுல்தான் ஆபத்துக்களையும் சிக்கல்களையும் எதிர்கொண்டார். சுல்தான் முஹம்மதின் இறப்பை அறிந்த கான்ஸ்டான்டிநோபிளின் சீஸர், காவலில் வைக்கப்பட்டிருந்த முஸ்தஃபாவிடமிருந்து உஸ்மானிய ஆட்சிப் பகுதிகளுக்கு அரசனாக வந்தால் குறிப்பிட்ட விஷயங்களைத் தனக்கு நிறைவேற்றி வைப்பதாகவும் தொடர்ந்து, கான்ஸ்டான்டிநோபிளின் நம்பிக்கைக்குரியவனாகவும் இருப்பேன் என்று ஓர் உடன்படிக்கை எழுதி கையெழுத்துப் பெற்றுக்கொண்டான்.

தொடர்ந்து முஸ்தஃபாவிடம் ஒரு கடற்படையை ஒப்படைத்தான் சீஸர். அவன் உஸ்மானியப் பேரரசின் கிழக்கு கரைப்பகுதியில் இறங்கினான். முஸ்தஃபா, பயாஸிதின் மகனா இல்லையா எனும் சந்தேகம் இன்னமும் முடிவு செய்யப்படவில்லை. பயாஸிதின் மகன்தான் என்ற நம்பிக்கையில் பெருமளவிலான படை வீரர்கள் அவனுக்கு ஆதரவாக இருந்தனர். அவனது படை பலம் மேலும் அதிகரித்தது. அவர்களின் உதவியுடன் பல நகரங்களை வெற்றிகொண்டு அவன் முன்னேறினான். முஸ்தஃபாவுக்கு எதிராகப் போரிட அனுப்பப்பட்ட இரண்டாம் முராதின் படை வீரர்களில் பலர் முஸ்தஃபாவுடன் சேர்ந்துகொண்டனர். மற்றவர்கள் போர்க்களத்திலிருந்து தப்பியோடினர். தொடர்ந்து படைத்தலைவர் பயாஸித் பாஷாவின் தலைமையில் ஒரு படையை அனுப்பி வைத்தார் முராத். போரில் பயாஸித் பாஷா கொலையுண்டார். அவரது படைகள் விரட்டியடிக்கப்பட்டன.

இவ்வெற்றிகளால் அளவுகடந்த உற்சாகமடைந்தான் முஸ்தஃபா. சீஸரிடமிருந்தும் மேற்கத்திய நாடுகளின் கிறிஸ்தவர்களிடமிருந்தும் தொடர்ந்து உதவிகள் கிடைக்குமென்றும் இந்நிலையில் ஆசியா மைனரை வென்று முராதைப் பதவியிலிருந்து துரத்திவிட முடியுமென்றும் நம்பினான். இந்த எண்ணத்துடன் ஆசியா மைனரைத் தாக்கினான். தன்னுடைய தலைமையில் ஒரு

படையுடன் ஆசியா மைனருக்குச் சென்ற இரண்டாம் முராத், முஸ்தஃபாவைத் தோற்கடித்தார். முஸ்தஃபா பொய்யன் என்பதைப் புரிந்துகொண்ட துருக்கிய வீரர்கள் அவனிடமிருந்து விலகி முராதுடன் சேர்ந்துகொண்டனர். தன்னை ஆபத்து சூழ்ந்துகொண்டதை உணர்ந்த முஸ்தஃபா, ஆசியா மைனரிலிருந்து ஓடி, கல்லிப்போலிக்குச் சென்று தாஸிலைக் கைப்பற்றினான். கல்லிப்போலிக்கு வந்த முராத், அவனது படைகளைத் தோற்கடித்தார். தொடர்ந்து, அத்ரியாநோபிளைக் கைப்பற்ற ஓடிய முஸ்தஃபா பிடிபட்டுத் தூக்கிலிடப்பட்டான்.

சிறிது காலத்துக்குப் பிறகு ஜெனோவாவை நோக்கித் தனது பார்வையைத் திரும்பினார் இரண்டாம் முராத். கான்ஸ்டான்டிநோபிளுக்கும் ஜெனோவாவுக்கும் பகைமை இருந்து வந்தது. இந்நிலையில் ஜெனோவாவுடன் அமைதி உடன்படிக்கை செய்துகொண்டு, கான்ஸ்டான்டிநோபிளைத் தாக்குவதற்கான பெரும் முன்னேற்பாடுகளில் ஈடுபட்டார். இதையறிந்த சீஸர் பயந்துபோனான். இதுவரையிலும் இப்படிப்பட்ட ஒரு நிலை ஏற்பட்டுவிடாமல் மிகத் தந்திரமாக அவன் தப்பித்து வந்தான். தனது நாட்டைக் காப்பாற்றிக்கொள்ள வேறு வழி தெரியாமல் முஸ்தஃபாவுக்கு ஆதரவளித்த குற்றத்திற்காக தன்னை மன்னிக்கும்படி கேட்டு ஒரு தூதுவனை முராதிடம் அனுப்பி வைத்தான். இதை ஏற்க மறுத்தார் சுல்தான் முராத்.

இதைத் தொடர்ந்து இரண்டாம் முராத், ஹிஜ்ரீ 826இல் (கி.பி. 1422 ஜூன்) 20,000 வீரர்களடங்கிய ஒரு படைக்குத் தலைமையேற்று கான்ஸ்டான்டிநோபிளுக்குச் சென்று நகரை முற்றுகையிட்டார். கான்ஸ்டான்டிநோபிளைக் கைப்பற்றுவது அவ்வளவு எளிதாக இல்லை. எனினும், அவரது முன்னேற்பாடுகள் வெற்றியின் மிக அண்மைவரைக்கும் அவரைக் கொண்டு சென்றன. தோல்வியை ஏற்றுக்கொள்ள சீஸர் தயாராக இல்லை. ஆசியா மைனரில் கிளர்ச்சிகளை உருவாக்கும் அவனது இரகசியத் திட்டத்தின்படி அங்கே கலவரங்கள் மூண்டன. இதையறிந்த முராத், கான்ஸ்டான்டிநோபிள் முற்றுகையை நீக்கி விட்டு ஆசியா மைனருக்குத் திரும்பினார். முன்பு, தைமூரை அடக்குவதற்காக கான்ஸ்டான்டிநோபிள் முற்றுகையைக் கைவிட்டுவிட்டு அவருடைய பாட்டனார் ஆசியா மைனருக்குத் திரும்பியதுபோலவே இவருக்கும் நேர்ந்தது.

முன்னாள் சுல்தான் முஹம்மதுக்கு நான்கு மகன்கள். இதில், இரண்டாம் முராத் மூத்தவன். அடுத்த மகனுக்கு 15 வயது. மற்ற இரண்டு மகன்களும் சிறுவர்கள். அரியணையேறிய இரண்டாம் முராத், தனது கடைசி சகோதரர்கள் இருவரையும் வளர்ப்பதற்காகவும் கல்வி புகட்டுவதற்காகவும் புர்ஸாவில் விட்டிருந்தார். தன்னை விட மூன்று வயது இளைய சகோதரர் முஸ்தஃபாவை ஆசியா மைனரின் ஆளுநராகவோ படைத்தலைவராகவோ நியமித்திருந்தார்.

தனது தந்தையின் சகோதரர் என்று சொல்லிக்கொண்ட முஸ்தஃபாவின் பிரச்சினையை இரண்டாம் முராத் தீர்த்து வைத்த உடனேயே, அடுத்த முஸ்தஃபாவைக் கொண்டுவரும் முயற்சியில் இறங்கினான் கான்ஸ்டான்டிநோபிளின் சீஸர். அரியணைக்கு உரிமையுள்ளவன் அவன்தான் என்பதை நிறுவவும் அதற்கான அனைத்து ஆதரவுகளையும் தான்அளிப்பதாகவும் தூதுவர்கள்மூலம் அவனை உருவேற்றினான். அதன்படி கோன்யாவிலுள்ள படைத்தலைவர்களையும் அதன் சுற்றுப்புறங்களிலுள்ள உஸ்மானிய அரசின் நிலக்கிழார்களையும் வளைத்துப் போட்டுக்கொண்டான் முஸ்தஃபா. அவர்களில் பெரும்பாலானோர் ஆட்சி செய்யும் குடும்பத்தின் உறவினர்கள்.

இறுதியில், ஸெல்ஜூக் படைத்தலைவர்களின் உதவியுடன் உஸ்மானியப் பேரரசை எதிர்க்க ஆரம்பித்தான் முஸ்தஃபா. இரண்டாம் முராத் கான்ஸ்டான்டிநோபிளை வெற்றிகொள்ளும் நிலையிலிருந்தபோது, ஆசியா மைனரின் பெருமளவு நகரங்களைக் கைப்பற்றி புர்ஸாவையும் முற்றுகையிட்டான். நிலைமையைக் கவனத்தில்கொண்ட ஆசியா மைனரிலிருந்த உஸ்மானியப் படையினர் முஸ்தஃபாவுடன் சேர்ந்துகொண்டனர். ஆசியா மைனர் படிப்படியாகத் தனது கைகளிலிருந்து நழுவுவதைக்கண்ட முராத், பிரச்சினைக்குரிய பகுதிக்குச் சென்று நிலைமையைச் சீர்ப்படுத்தினார். இரண்டாம் முராதின் வருகையுடன் முஸ்தஃபாவின் படையில் பெரும் பகுதியினர் மீண்டும் முராதின் படையுடன் இணைந்துகொண்டனர். முஸ்தஃபா கொல்லப்பட்டான். ஆசியா மைனரில் அமைதி திரும்பியது. இவ்வெற்றியைத் தொடர்ந்து ஓர் ஆண்டுகாலம் ஆசியா மைனரில் தங்கியிருந்த முராத், கிளர்ச்சிகளை அதற்கான வேர்களுடன் களைந்தார். அவர் ஐரோப்பாவுக்கு வந்தபோது ஆண்டுக்கு 30,000 டுக்காட்ஸ் பணம் திறைசெலுத்துவதாக

ஏற்று உடன்படிக்கை செய்துகொண்டான் கான்ஸ்டான்டிநோபிளின் சீஸர்.

போர்களிலிருந்து விடுபட்ட இரண்டாம் முராத், பொதுநல சேவைகளிலும் நாட்டை அபிவிருத்தி செய்வதிலும் ஈடுபட்டார். கூடவே, உடன்படிக்கைகள் செய்துகொண்ட பிற நாட்டவர்கள் அதன்படி நடந்துகொள்வதையும் கண்காணித்து வந்தார்.

உஸ்மானியப் பேரரசுக்கு நம்பிக்கையாகவும் திறைசெலுத்தியும் வந்த செர்பிய அரசன், ஹிஜ்ரீ 831இல் மரணமடைந்தான். அவனுக்குப் பிறகு, அனுபவமோ தொலைநோக்கு சிந்தனையோ இல்லாத ஜோர்ஜ் பர்னிக் என்பவன் பொறுப்பேற்றான். இவனது அரசையும் ஹங்கேரிய அரசையும் தொடர்புகொண்ட கான்ஸ்டான்டிநோபிளின் சீஸர், உஸ்மானிய ஆட்சிக்கெதிரான சதித்திட்டங்களைத் தீட்ட ஆரம்பித்தான்.

சீஸருடன் நட்புறவுடனிருந்த வெனீஸ், இரண்டாம் முராதிடம் வீழ்ந்ததில் சீஸர் கவலை கொண்டான். தனது சதி நடவடிக்கைகளை அவன் மேலும் அதிகரித்தான். இன்னொரு புறம், ஐரோப்பாவில் தனது நிலையை உறுதிசெய்துகொள்வதிலும் வளர்ச்சிப் பணிகளைச் சிறப்பாக மேற்கொள்வதிலும் தீவிரமாக ஈடுபட்டார் இரண்டாம் முராத். செர்பியர்களையும் ஹங்கேரியர்களையும்போல் அல்பேனியர்களும் போஸ்னியர்களும் முராதுக்கு எதிரான நடவடிக்கைகளில் ஈடுபட்டு வந்தனர்.

செர்பியாவுக்கும் ரோமுக்கும் வடக்கிலிருந்த டிரான்ஸில்வேனியா மாகாணத்தைச் சேர்ந்த கிறிஸ்தவர்கள் ஹிஜ்ரீ 842இல் இரண்டாம் முராதுக்கெதிராகப் போரிட்டனர். கடுமையான ஒரு தாக்குதல்மூலம் அவர்களை அடக்கினார் முராத். இப்போரில், 70,000 கிறிஸ்தவர்கள் கொலையுண்டனர். இப்போது, முராத் என்னும் பெயரே பயமுறுத்தும் ஒன்றாக மாறியது.

இக்காலகட்டத்தில், ஜான் ஹனி எனும் ஒருவன் ஹங்கேரிக்கு வந்தான். மேற்கு ஐரோப்பாவில் பல போர்க்களங்கள் கண்டு நன்கு தேர்ச்சி பெற்ற இவன், ஹங்கேரிய மன்னன் ஸஜ்முன்டுக்கு மணவுறவு அல்லாத வழியில் பிறந்தவன். இவனது தாயின் பெயர் எலிஸபெத் மர்ஸி. அழகு மிகுந்த இவள், தன் மகன் ஜோனுக்குப் படைத்தலைவர் பொறுப்பை பெற்றுக்கொடுத்தாள். துருக்கியர்களுக்கு

எதிராகக் கிளர்ந்தெழுந்த ஜான், டிரான்ஸில்வேனியாவிலிருந்து அவர்களை வெளியேற்றுவதில் வெற்றி பெற்றான். இதில் ஆளுநரும் நிர்வாகியும் துருக்கிய அனைத்துப் படைத்தலைவருமான மஸீத் பெக், தன் மகன் உட்பட 30,000 படைவீரர்களுடனும் கொலையுண்டார்.

இதைத் தொடர்ந்து நடந்த கடிதப் போக்குவரத்துகளின் முடிவில் அமைதி உடன்படிக்கைக்கு முன்வந்தார் இரண்டாம் முராத். இதன்படி, செர்பியாவுக்குச் சுதந்திரம் கிடைத்தது. அதன் அரசனாக ஜோர்ஜ் பர்னிக் பொறுப்பேற்றான். ஹங்கேரியிடம் வலச்சியாவை மீண்டும் ஒப்படைத்ததுடன், 60,000 டூக்காட்ஸ் திறைத்தொகையுடன் முஹம்மத் சல்பியை நாடு திரும்பச் செய்தார் முராத். பத்தாண்டுகள் காலாவதியுள்ள அந்த அமைதி உடன்படிக்கை துருக்கிய மொழியிலும் ஹங்கேரிய மொழியிலும் எழுதப்பட்டது. இரண்டு அரசர்களுடைய முத்திரைகளும் பதிக்கப்பட்ட அந்த உடன்படிக்கையை ஒரு சமய நூல்போல் கடைப்பிடிப்பதாக அவர்கள் வாக்குறுதியளித்தனர்.

இக்காலகட்டத்தில் இரண்டாம் முராதின் மகன் அலாவுத்தீன் திடீரென்று மரணமடைந்தார். இது அவரைப் பெரிதும் வேதனைக்குள்ளாக்கியது. இந்நிகழ்ச்சியும் பத்தாண்டு கால அமைதி உடன்படிக்கையும் காரணமாக அரியணையைத் துறக்க முன்வந்த முராத், தனது இரண்டாவது மகன் இரண்டாம் முஹம்மதை அத்ரியாநோபிளுக்கு அழைத்து முடிசூட்டு விழா நடத்தினார். சிக்கலான பிரச்சினைகளின்போது மிகச்சிறு வயதுள்ள அரசருக்கு வழிகாட்டுவதற்காக அனுபவமும் துணிச்சலும் வீரமும் பொருந்திய அமைச்சர்கள் மற்றும் படைத்தலைவர்கள்கொண்ட ஒரு குழுவை நியமித்தார். பிறகு, ஆசியா மைனருக்குச் சென்று சமயப்பெரியோர்கள் குழுவுடன் இணைந்து தனியான ஒரு வாழ்க்கையைத் தொடங்கினார்.

இரண்டாம் முராத் அரசுப் பொறுப்பைத் துறந்ததையும் சிறுவயது மகனைப் பொறுப்பில் நியமித்ததையும் தொடர்ந்து, பத்தாண்டுகால உடன்படிக்கையைமீறி ஐரோப்பிய மண்ணிலிருந்து துருக்கியர்களை அகற்றுவதற்கான இரகசியத் திட்டங்களில் ஈடுபட்டனர் கிறிஸ்தவர்கள். தான் கையெழுத்திட்டு வாக்குறுதியளித்த ஒப்பந்தத்தை மீறுவதற்கு ஹங்கேரிய மன்னன் உடன்படவில்லை. ஆனால், மதகுருவும் அவரது உதவியாளரான கார்டினல் ஜூலியனும்

முஸ்லிம்களுடனான உடன்படிக்கையை மீறுவது பாவமல்ல என்பதுடன் போற்றுதலுக்குரியது என்று சமயத் தீர்ப்பளித்தனர். உடன்படிக்கையை மீற ஜோன் ஹனியும் விரும்பவில்லை. இது கிறிஸ்தவச் சமூகத்துக்கு இழிவை ஏற்படுத்தும் என்றான். பல்கேரியாவைத் தருவதாக ஆசை காட்டியதும் ஒப்புக்கொண்டான். உடன்படிக்கையை மீறுவதாக கிறிஸ்தவர்கள் முடிவு செய்தனர்.

துருக்கிய எல்லைக்காவல் படையை ஹங்கேரியப் படை தாக்கியது. வர்னாவை முற்றுகையிட்டு அதைக் கைப்பற்றினான் ஜோன் ஹனி. எதிர்ப்பட்ட துருக்கிய வீரர்கள் அனைவரும் கொலை செய்யப்பட்டனர். முஸ்லிம்களுக்கு எதிரான வன்முறையில் புதிய சாதனை நிகழ்த்தப்பட்டது.

உஸ்மானிய அரசவை உறுப்பினர்கள் ஆசியா மைனருக்குச் சென்று இரண்டாம் முராதிடம் கிறிஸ்தவர்கள் உடன்படிக்கையை மீறியது குறித்து முறையிட்டனர். தனிமை வாழ்க்கையைக் கைவிட்டு, தடம்புரண்டுவிட்ட கிறிஸ்தவர்களை அடக்கி உஸ்மானியப் பேரரசைப் பாதுகாக்கும்படி அவர்கள் கேட்டுக்கொண்டனர். இதன்படி அத்ரியாநோபிளுக்கு விரைந்த இரண்டாம் முராத், அங்கிருந்து வர்னாவுக்குச் சென்றார். கிறிஸ்தவப் படை அங்கு முகாமிட்டிருந்தது. தனது துறவு வாழ்க்கையைக் கைவிட்ட இரண்டாம் முராத் 40,000 வீரர்களுடன் கிறிஸ்தவர்களை எதிர்த்துப் போரிட வந்து கொண்டிருக்கிறார் எனும் தகவலை ஒற்றர்கள் மூலம் ஜோன் ஹனி அறிந்தான்.

ஜோன் ஹனியும் ஹங்கேரிய அரசனும் அவசரமாகக் கலந்தாலோசனை செய்து உஸ்மானிய தாக்குதலை எதிர்கொள்வதாக முடிவு செய்தனர். போர்க்கோடு வரையப்பட்டது. வலச்சியா படைகள் இடப்புறமும் ஹங்கேரியப் படைகள் வலப்புறமும் அணி வகுத்து நின்றன. மதகுரு கார்டினல் ஜூலியன் தலைமையிலான ஒரு பெரும் படையும் தயாராக நின்றது. ஹங்கேரிய அரசன் மையப் படைக்கும் குதிரைப் படைக்கும் தலைமை ஏற்றான். போலந்து படை பின்னால் நின்றது. அதற்கும் ஒரு மதகுரு பொறுப்பு வகித்தார். அனைத்துப் படைக்கும் ஜோன் ஹனி தலைவராக நியமிக்கப்பட்டிருந்தான்.

சுல்தான் முராதும் தனது படையை அணிவகுத்து நிறுத்தினார்.

அமைதி உடன்படிக்கையின் ஒரு பிரதி ஒட்டப்பட்டிருந்த கொடியை அவர் உயர்த்திப் பிடித்திருந்தார். இப்போர் நிகழ்ந்த இடம் வர்னா. வலப்புறம் நின்றிருந்த ஜோன் ஹனி கடுமையான ஒரு தாக்குதலை மேற்கொண்டான். துருக்கியப் படைகள் கதிகலங்கின. வலச்சிய படைகளும் உஸ்மானியப் படைகளைத் துவம்சம் செய்தன. சுல்தான் முராத் பின்புறமிருந்து அனைத்தையும் கவனித்துக்கொண்டிருந்தார். தனது படை தோல்வியைத் தழுவும் என்பதையும் அவர் உணர்ந்துகொண்டார்.

ஹங்கேரி மன்னன், உஸ்மானியப் படைமீது பலம்வாய்ந்த ஒரு தாக்குதலை நிகழ்த்தியபடியே இரண்டாம் முராத் கவலையுடன் நின்றிருந்த இடத்துக்கு வந்து தலைக்கனத்துடன் சவால் விடுத்தான். அடுத்தக் கணம், அவனை நோக்கி ஓர் அம்பைச் செலுத்தினார் முராத். அவனது குதிரை கீழே விழுந்தது. முராதின் மெய்க்காவலர் படையின் முன்னாள் தலைவரான கவாஜா கைரி பாய்ந்து அவனது தலையை ஒரே வீச்சில் துண்டித்தார். ஈட்டி முனையில் குத்தி நிறுத்திய தலையை உயரே தூக்கிப் பிடித்தார். இது கிறிஸ்தவ வீரர்களிடையே பயத்தை உருவாக்கியது. தலையைப் பெற்றுக்கொள்வதற்காக ஜோன் ஹனி எடுத்த முயற்சிகள் பலனளிக்கவில்லை. அதே நேரம், இந்த எதிர்பாராத நிகழ்ச்சியால் ஊக்கம் பெற்றன உஸ்மானியப் படைகள். இறுதியில் எதிரிகள் படுதோல்வி அடைந்து உயிர்ப்பிழைத்தோடினர். எஞ்சியவர்கள் களத்திலிருந்து விரட்டியடிக்கப்பட்டனர். முஸ்லிம்களின் எதிரியும் மதகுருவின் உதவியாளனும் சிலுவைப் போரின் படைத்தலைவனுமான கார்டினல் ஜூலியனும் மதகுருவும் பிற படைத்தலைவர்களும் கொலையுண்டனர். ஜோன் ஹனி மட்டுமே உயிர்ப்பிழைத்தான்.

இவ்வெற்றியைத் தொடர்ந்து உஸ்மானியப் பேரரசுடன் செர்பியாவும் இணைக்கப்பட்டது. போஸ்னியாவும் உஸ்மானியப் பேரரசின் ஒரு பகுதியாக மாறியது. கிறிஸ்தவர்களின் நம்பிக்கைத் துரோகம் அவர்களுக்கே வினையாகி விட்டதன் விளைவாக பெருமளவிலான கிறிஸ்தவர்கள் இஸ்லாத்தைத் தழுவினர். சுல்தான் இரண்டாம் முராத், தனது ஆட்சிப் பகுதியை ஐரோப்பாவில் மேலும் விரிவுபடுத்தியதுடன் அதன் தன்னாட்சி நிர்வாகத்தை ஒழுங்குபடுத்தினார். பின்னர், ஆட்சியைத் தனது மகனிடம்

ஒப்படைத்துவிட்டு, துறவு வாழ்க்கைக்கே திரும்பி விட்டார்.

இரண்டாம் முஹம்மத் மீண்டும் ஆட்சிப்பொறுப்புக்கு வந்த சிறிது காலத்துக்குப் பிறகு, பாதுகாப்புப் படைவீரர்கள் தங்களது ஊதியத்தையும் உதவித்தொகையையும் அதிகரிக்கக் கோரினர். அவர்களது கோரிக்கை ஏற்கப்படாத நிலையில் ஆயுதங்களுடன் இறங்கிக் கொள்ளைகளில் ஈடுபட்டனர். உஸ்மானியப் பேரரசு மீண்டும் கலவரச் சூழல்களுக்குள்ளானது.

நாடு முழுவதும் ஆபத்தான சூழ்நிலைகள் நிலவுவதைக்கண்ட அத்ரியாநோபிளின் உயர் குடியினர், சுல்தான் இரண்டாம் முராதிடம் சென்று நிலைமையைச் சீர்ப்படுத்துமாறு கேட்டுக்கொண்டனர். சுல்தான் முராத் தனது தனிமை வாழ்விலிருந்து மீண்டும் விடுபட்டு வெளியே வந்தார். ஹிஜ்ரீ 849இல் அத்ரியாநோபிளுக்கு வந்த அவர், தலைநகரத்தை அடையும்போது படைத்தலைவர்களாலும் மக்களாலும் ஆரவாரத்துடன் வரவேற்கப்பட்டார். அத்ரியாநோபிளில் எதிரிகளுக்கும் கிளர்ச்சியாளர்களுக்கும் தகுந்த தண்டனைகள் வழங்கியதுடன் கிளர்ச்சிகளை அடக்கி அமைதியை நிலைநாட்டினார். தான் மீண்டும் அரியணையைத் துறப்பது அறிவார்ந்த செயல்பாடாக இருக்க முடியாது என்றும் உஸ்மானியப் பேரரசுக்கெதிராக மீண்டும், கிறிஸ்தவர்கள் ஒன்று திரள்கிற வாய்ப்பினை உருவாக்கி விடக்கூடாதென்றும் அவர் முடிவு செய்தார். ஆயினும், பிரச்சினைகளைத் தானாக முன்னெடுத்துச் செல்ல அவர் விரும்பவில்லை. உஸ்மானியரின் மாபெரும் எதிரியான சீஸரை வேருடன் களைய வேண்டும் என்பதை உணர்ந்திருந்தாலும் அவனது குயுக்திகளைக் கண்டுகொள்ளாமலிருப்பதாக முடிவு செய்தார்.

ஹிஜ்ரீ 852இல் ஜோன் ஹனி, மீண்டுமொரு தாக்குதலை மேற்கொண்டான். கடந்த முறை திரட்டியிருந்த அதே அளவிலான வீரர்களை இம்முறையும் திரட்டியிருந்தான். ஆனால், சுல்தான் இரண்டாம் முராத் இம்முறையும் அவனைப் படுதோல்வி அடையச் செய்து பல்வேறு கிறிஸ்தவ ஆட்சிப் பகுதிகளை உஸ்மானியப் பேரரசுடன் இணைத்துக்கொண்டார்.

இதைத் தொடர்ந்து அல்பேனியாவில் ஏற்பட்ட கிளர்ச்சிகளை அடக்குவதில் அவர் அதிகக் காலத்தைச் செலவிட வேண்டியதாயிற்று. இருந்தும், அதற்கொரு முடிவுகட்ட அவரால்

இயலவில்லை. இந்நிலையில் ஹிஜ்ரீ 855இல் இரண்டாம் முராத் மரணமடைந்தார்.

நீண்ட காலத்துக்கு முன்பே துருக்கியர்களால் கைப்பற்றப்பட்ட அல்பேனியா, அதே ஆட்சியாளர்களுக்குப் பண்ணை உரிமையின்கீழ் விடப்பட்டிருந்தது. சுல்தான் இரண்டாம் முராதுடனான உறவைப் பேணும் நோக்கத்துடன் அல்பேனியா அரசன் தனது நான்கு மகன்களையும் பிணையாளர்களாகவும் மெய்க்காவலர்களாகவும் சுல்தானிடம் அத்ரியாநோபிளுக்கு அனுப்பி வைத்திருந்தான். துரதிர்ஷ்டவசமாக அவர்களில் மூன்று பேர் பயிற்சியின்போதே நோய்வாய்ப்பட்டு இறந்து விட்டனர். அவர்களது திடீர் மரணத்தில் அல்பேனிய அரசனுக்கு சந்தேகமிருந்தது. தன்னுடைய மகன்களை எதிரிகள் விஷம் கொடுத்துக் கொன்றிருக்கலாம் என்று தான் சந்தேகப்படுவதாக சுல்தானுக்கு அவன் கடிதம் எழுதினான். அவர்களது மரணம் முராதையும் வேதனைக்குள்ளாக்கியது. இந்நிலையில் அவர் அல்பேனிய அரசனின் மூத்த மகன் ஜார்ஜ் சாஸ்த்ரைத்துக்குச் சிறப்பான சில பயிற்சிகள் அளித்து அவனைத் தன்னுடன் அரண்மனையிலேயே வைத்துக்கொண்டார்.

ஒரு முஸ்லிம் இளவரசனைப்போலவே ஜார்ஜ் கல்வியூட்டப்பட்டுப் பயிற்சியளிக்கப்பட்டான். 18 வயதில் ஒரு படைப்பிரிவின் தலைவராக நியமிக்கப்பட்ட அவன், சிக்கந்தர் பெக் அல்லது சிக்கந்தர் பிரபு என்னும் பெயரில் அறியப்பட்டான். அவனது தந்தை ஜோன் சாஸ்த்ரைத், ஹிஜ்ரீ 836இல் அல்பேனியாவில் மரணமடைந்தார். ஜார்ஜைத் தன் சொந்த மகனாகவே நினைத்து அன்பு செலுத்தி வந்த முராத், தந்தையின் பொறுப்பை ஏற்க அல்பேனியாவுக்கு அவனை அனுப்ப விரும்பவில்லை. அல்பேனியாவின் அரசனாக இருப்பதை விடவும் உயர்ந்த நிலையில் இங்கே அவன் வாழ்ந்து வந்தான். அவன்மீது சுல்தான் முழுநம்பிக்கை வைத்திருந்தார். அவன் ஒருபோதும் தனக்கெதிராகத் திரும்ப மாட்டான் என்பதிலும் அவருக்கு நம்பிக்கை இருந்தது.

ஆனால், ஜோன் ஹனியின் ஒரு தாக்குதலில் துருக்கியப்படை தோல்வி கண்டதைத் தொடர்ந்து சிக்கந்தர் பெக், அல்பேனியாவைக் கைப்பற்றுவதாக முடிவு செய்தான். திடீரென்று ஒருநாள், முகாம் அதிகாரியின் அறைக்குள் புயல்போல் நுழைந்த சிக்கந்தர், “இரண்டாம் முராதின் தற்போதைய பதில் ஆளுநரான சிக்கந்தர்

பெக்கிடம் அல்பேனிய நிர்வாகத்தை உடனடியாக ஒப்படைக்க வேண்டும்" என்று அல்பேனிய ஆணையாளருக்கு ஒரு கடிதம் எழுதச் சொன்னான். கடிதத்தில் அரசு முத்திரை பதித்துப் பெற்றுக்கொண்ட சிக்கந்தர், அந்த அதிகாரியைக் கொலை செய்துவிட்டு அல்பேனியாவை நோக்கி விரைந்தான். அல்பேனிய ஆணையாளர் உடனடியாகவே நிர்வாகப் பொறுப்பை அவனிடம் ஒப்படைத்தார். இப்படியாக, அரசுப் பொறுப்பைப் பெற்றுக்கொண்ட சிக்கந்தர், தான் மீண்டும் கிறிஸ்தவத்துக்கு மாறுவதாகவும் தனது நாட்டைத் துருக்கியர் பிடியிலிருந்து மீட்டு, சுதந்திர அரசாக அறிவிக்கப் போவதாகவும் பிரகடனம் செய்தான். கிறிஸ்தவர்கள் பெரும் மகிழ்ச்சியடைந்தனர். அதே நேரத்தில், துருக்கியர்களை இனப்படுகொலை செய்யுமாறு ஓர் உத்தரவும் பிறப்பிக்கப்பட்டது. அல்பேனியாவின் எந்த மூலையிலும் ஒரு துருக்கியரைக்கூட உயிருடன் விட்டுவைக்கவில்லை.

ஒருபுறம், துருக்கிய சூழலில், கல்வியும் பிற பயிற்சிகளும் அளிக்கப்பட்டு இளவரசனைப் போலவே வளர்ந்து வந்த சிக்கந்தரின் துணிச்சலும் மனஉறுதியும். இன்னொரு புறம், அல்பேனியா அமைந்திருக்கும் நிலப்பகுதி. இயற்கை அரண்களாக அமைந்திருக்கும் அதன் பாறைக்கூட்டங்கள் நிறைந்த மலைப்பகுதிகளைக் கடந்து அல்பேனியாவைக் கைப்பற்றுவது எளிதான விஷயமல்ல. உள்நாட்டின் குழப்பம் மிகுந்த சூழ்நிலைகளை எதிர்கொள்வதில் ஈடுபட்டிருந்த முராதால் அதில் முழுமையாக வெற்றி பெற இயலவில்லை. பெரிய அளவில் தாக்குதலில் ஈடுபடவும் முடியாத சூழல். நிகழ்ந்த ஓரிரு கைகலப்புகளும் பலனளிக்கவில்லை.

தான் வளர்த்தெடுத்த சிக்கந்தர் பெக்கின் அழிவையோ அவனது இறப்பையோ முராத் விரும்பவில்லை என்பது இன்னொரு காரணமாகவும் இருக்கலாம். அவன் மனம் திருந்தி தன்னிடம் வருவான் என்றும் அவர் எதிர்பார்த்தார். தன்னுடைய தந்தை முராத் இறந்த பின் பொறுப்புக்கு வந்த இரண்டாம் முஹம்மதும் சிக்கந்தரைத் தனது சகோதரனாக பாவித்து அவன்மீது நட்பு பாராட்டினார். இத்தனைக்குப் பிறகும் உஸ்மானியப் பேரரசின் மீதும் இரண்டாம் முஹம்மத்மீதும் சிக்கந்தர் மீண்டும் படையெடுத்தான். இதில், அல்பேனியா வீழ்ந்தது. பிறகு வெனீசுக்குச் சென்ற சிக்கந்தர், ஹிஜ்ரீ 872இல் அங்கேயே மரணமடைந்தான். அல்பேனியா,

உஸ்மானியப் பேரரசின் மாகாணமாக ஆனது.

ஹிஜ்ரீ 855இல் காலமான சுல்தான் இரண்டாம் முராத், புர்ஸாவில் அடக்கம் செய்யப்பட்டார். இவர் 30 ஆண்டு காலம் வலுவான ஓர் ஆட்சியை நடத்திவந்தார். உஸ்மானியப் பேரரசை நிலைநிறுத்துவதில் இவரது பங்கு மகத்தானது. இறைபக்தியிலும் இஸ்லாமியப் பற்றிலும் கண்ணியத்திலும் வீரத்திலும் நிகரற்று விளங்கியவர் இரண்டாம் முராத்.

கான்ஸ்டான்டிநோபிளை வென்ற இரண்டாம் முஹம்மத்:

சுல்தான் முராத் இறக்கும்போது அவரது மகன் இரண்டாம் முஹம்மத் ஆசியா மைனரில் இருந்தார். அப்போது அவருக்கு 21 வயது. தந்தை உயிருடனிருக்கும்போது 15 வயதிலும் பின்னர் 16 வயதிலுமாக இரண்டு முறை அரசுப்பொறுப்பில் அவர் நியமிக்கப்பட்டார். இரண்டாம் முராதுக்கும் செர்பிய அரசனின் மகளுக்கும் மகன் பிறந்து அப்போது எட்டு மாதங்கள்தான் ஆகியிருந்தன. இரண்டாம் முஹம்மதின் முடிசூட்டு விழாவின்போது யாருக்கும் தெரியாமல் மெய்க்காவலர்களின் படைத்தலைவன் ஒருவன் அந்தக் குழந்தையைக் குளியலறைக்கு எடுத்துப்போய்க் கொன்றுவிட்டான். இதைச் செய்தவன் இரண்டாம் முஹம்மதின் நன்மையைக் கருத்தில் கொள்வதாக நினைத்தும் செய்திருக்கலாம். இந்தக் குழந்தை வளர்ந்த பிறகு கிறிஸ்தவ அரசுகளின் உதவியுடன் உஸ்மானியப் பேரரசுக்கு எதிராக மாற வாய்ப்பிருப்பதாக அவன் நினைத்திருக்கலாம். ஆனால், இந்தக் கொடுமையான வஞ்சகச் செயலை இரண்டாம் முஹம்மத் தனக்கிழைத்த அவமானமாகக் கருதியதுடன் கொலையாளியைக் கண்டுபிடித்து மரண தண்டனை வழங்கினார்.

தன் தந்தையாரின் காலத்தில் இரண்டே ஆண்டுகளில் இரண்டு முறை அரசுப் பொறுப்பிலிருந்து நீக்கப்பட்ட முஹம்மதைப் பலவீனமான, துணிச்சலற்ற அரசராகவே மக்கள் கருதியிருந்தனர். இது தவறான அனுமானம் என்பதை அவர் நிரூபித்தார். இப்போது அவர் சிறுவன் அல்ல. இளைஞர். கடந்த ஆறு ஆண்டு காலத்தையும் அவர் விளையாடிக் கழிக்கவில்லை. எதிர்காலத்தில் நல்ல ஆட்சியாளராகவும் சிறந்த நிர்வாகியாகவும் போர் வீரனாகவும் மாற பயிற்சி பெற்று வந்தார். அவரது சமய, கல்வித் தோழர்களும்

அவரை அனைத்து வகையிலும் உயர்ந்த நிலையில் வைத்திருந்தனர். அவரது மனஉறுதியும் ஆன்மிக வளமும் வலுப்பெற்றிருந்தன.

குழந்தையாக இருந்த தன்னுடைய சகோதரனைக் கொன்றவர் என்று ஐரோப்பிய வரலாற்றாசிரியர்கள் அவரைப் பழித்து எழுதியுள்ளனர். இதற்கானக் காரணம், கான்ஸ்டான்டிநோபிளை அவர் கைப்பற்றியதுதான். ஆனால், மெய்க்காவலர்களின் ஒரு படைத்தலைவன்தான் குழந்தையைக் கொன்றான் என்பதும், கொலையாளியைக் கண்டுபிடித்து அரசர் மரண தண்டனை வழங்கியதையும் அனைவரும் அறிவார்கள். தனது முடிசூட்டு விழாவின்போது எட்டு மாதங்கள் மட்டுமே நிரம்பிய ஒரு குழந்தையைக் கொல்ல எந்த அரசனும் துணிய மாட்டான் என்பதுதான் பொதுவான உண்மை. குழந்தையைக் கொல்லவேண்டும் என்ற எண்ணம் இருந்தால்கூட தன்னுடைய முடிசூட்டு நாளை அதற்குத் தேர்வு செய்திருக்க மாட்டான். மேலும், அந்தப் படைத்தலைவன் ஆசியா மைனரிலிருந்து அத்ரியாநோபிளுக்கு இரண்டாம் முஹம்மதுடன் செல்லவில்லை. ஏற்கனவே அவன் அத்ரியாநோபிளில்தான் இருந்தான். குழந்தையைக் கொல்வதாக அவர் முடிவு செய்திருந்தால் ஆசியா மைனரிலிருந்து தன்னுடன் வந்த நம்பிக்கைக்குகந்த ஒருவனை ஏற்பாடு செய்திருப்பார். மிக முக்கியமான ஒரு சூழலில் இப்படியான ஒரு செயலை நிறைவேற்ற உத்தரவிடுவதென்பது முன்னெச்சரிக்கை நடவடிக்கைளுக்கும் மாறானது. மரணத்தின் விளிம்பில் நிற்கும்போதுகூட கொலைக்கான காரணத்தைக் கொலையாளி சொல்லவில்லை. முஹம்மத், தனது சிறிய தாயாரான செர்பியா இளவரசியுடன் மிகுந்த பாசமும் அன்பும் கொண்டவர். முடிசூட்டு விழாவில் இளவரசியும் மகிழ்ச்சியுடன் கலந்துகொண்டார். இரண்டாம் முஹம்மதின் பிற்கால வாழ்க்கையிலும் சரி, அவரது ஆட்சியின் போதும் சரி, இத்தகைய மோசமான எந்தச் செயலிலும் அவர் ஈடுபட்டதாக வரலாற்றில் கிடையாது. தன்னம்பிக்கையும் துணிச்சலும் இறைபக்தியும் மிகுந்த ஒரு வாழ்க்கை முறையையே இறுதிவரைக்கும் அவர் கடைப்பிடித்து வந்தார்.

இங்கே மற்றொரு உண்மையையும் மறுக்க இயலாது. உஸ்மானிய அரசர்களுடன் தங்களை மிக நெருக்கமாகப் பிணைத்துக்கொண்டவர்கள் இந்த மெய்க்காவலர்கள். பல்வேறு

செயல்களில் இவர்கள் தன்னிச்சையாகவும் ஈடுபட்டு வந்தனர். சுல்தான் முஹம்மதின் ஆட்சிக்காலத்திலும் இப்படியான பல நிகழ்வுகள் நடந்தன. சுல்தானின் கடைக்கண் பார்வையைத் தன்மீது திருப்பவும் தன்னை அவர் நன்றியறிதலுடன் நடத்துவார் என்பதற்காகவும் சுயநல எண்ணத்துடன் செய்யும் செயல்கள் இவை. கொலையாளியின் நோக்கமும் இதுவாக இருக்கலாம்.

ஹிஜ்ரீ 852இல் சீஸர் ஜோன் பலேலோகூஸின் மரணத்துக்கு மூன்றாண்டுகளுக்கு முன், 12ஆவது சீஸர், கான்ஸ்டான்டிநோபிளின் அரசுப்பொறுப்பை ஏற்றான். இவனும் முந்தைய சீஸரைப் போலவே திறமையும் முன்னெச்சரிக்கையும் கொண்டவன். முராத் மரணமடைந்து இரண்டாம் முஹம்மத் அரசுப் பொறுப்பை ஏற்ற பின், ஆசியா மைனரிலிருந்த எதிர்ப்புப் படையை பலம் பொருத்திய ஒரு கிளர்ச்சிக் குழுவாக உருவாக்கி புதிய உஸ்மானிய அரசருக்கு எதிரான கலகங்களைத் தூண்டினான். கிளர்ச்சிகளை ஒடுக்கி அமைதியை நிலைநாட்டுவதற்காக சுல்தான் இரண்டாம் முஹம்மத் ஆசியா மைனருக்குப் போகவேண்டியதாயிற்று. அதே நேரத்தில், தாங்கள் காவலில் வைத்திருக்கும் உஸ்மானிய வம்சாவளியைச் சேர்ந்த ஆர்க்கான் இளவரசருக்கான செலவுத் தொகையை அதிகரித்துத் தரவேண்டும் என்றும் மறுத்தால், தனது நாட்டை மீட்டுக்கொள்ள உதவியாக அவரை விடுதலை செய்து விடுவதாகவும் இரண்டாம் முஹம்மதுக்குத் தகவல் அனுப்பினான்.

சுல்தான் இரண்டாம் முஹம்மத் பலவீனமானவர் என்று நினைத்திருந்த சீஸரின் நோக்கம் மிரட்டிப் பணம் பறிப்பது. ஆனால், சீஸர் நினைத்ததுபோல் முஹம்மத் பலவீனமான அரசரில்லை. ஆகவே, சீஸரின் எண்ணம் ஈடேறவில்லை. கிரேக்கத்தின் அலெக்ஸான்டரை விடவும் ஃபிரான்ஸின் நெப்போலியனைவிடவும் துணிச்சலும் தன்னம்பிக்கையும் மிகுந்தவர் முஹம்மத். கான்ஸ்டான்டிநோபிள் கிறிஸ்தவப் பேரரசாக இருக்கும்வரை அமைதியாக இருக்க முடியாது என்ற முடிவுக்கே வந்துவிட்ட முஹம்மத், பதில் எதுவும் சொல்லாமல் தூதுவர்களைத் திருப்பியனுப்பினார்.

ஆசியா மைனரிலிருந்து திரும்பிவந்த சுல்தான் இரண்டாம் முஹம்மத், ஹங்கேரிய அரசன் ஜோன் ஹனியுடன் மூன்றாண்டுகால அமைதி உடன்படிக்கை ஒன்றை செய்துகொண்டார். இந்த உடன்படிக்கை அவரது வடக்கு எல்லைகளுக்குப் பாதுகாப்பாக

அமைந்தது. அடுத்து அவர் எடுத்த நடவடிக்கை மெய்க்காவலர்களில் குற்றம் செய்தவர்களைத் தண்டித்து அவர்களது எண்ணிக்கையைக் குறைத்தது. சிறிது கால இடைவெளிக்குப் பிறகு ஆர்க்கானை விடுதலை செய்துவிடப் போவதாக மீண்டும் தூதுவர்கள் மூலம் எச்சரிக்கை விடுத்தான் சீஸர். இந்நிபந்தனை சுல்தான் முஹம்மதின் கோபத்தைத் தூண்டியது. ஆர்க்கானின் செலவுக்கு இனிமேல் பணமே அனுப்பப் போவதில்லை என்று சொல்லி தூதுவர்களைத் திருப்பியனுப்பினார்.

இதைத் தொடர்ந்து சுல்தான் இரண்டாம் முஹம்மத், கான்ஸ்டான்டிநோபிள்மீது படையெடுப்பதற்கான அனைத்து ஏற்பாடுகளையும் செய்ய ஆரம்பித்தார். எச்சரிக்கை அடைந்த சீஸர் தனது தவறை உணர்ந்தான். தான் நரியென்று நினைக்க, அது சிங்கமாக மாறியிருப்பதைக் கண்டான். சிறந்த வீரனான சீஸர் கான்ஸ்டான்டைனும் உடனடியாகவே போருக்கான ஏற்பாடுகளில் ஈடுபட்டான். அவனது அறிவும் தொலைநோக்குப் பார்வையும் பாராட்டுக்குரியவை. பெரும்பான்மைக் கிறிஸ்தவப் பிரிவுகளை அவன் ஒன்றிணைத்தான். அன்றைய கிறிஸ்தவ உலகம் இரு பிரிவுகளாகச் செயல்பட்டது. ரோமன் திருச்சபையின் போப் தலைமையில் ஒரு குழுவும் கிரேக்க தேவாலயத் தலைவரின்கீழ் இன்னொரு பிரிவுமாக அது இயங்கி வந்தது. இரண்டாவது குழுவினர் கான்ஸ்டான்டிநோபிளின் மதகுருவைத் தலைவராகக் கொண்டிருந்தனர். சீஸர் அதற்குப் பேராதரவு அளித்துவந்தான்.

வேற்றுமைகளைக் களைந்துவிட்டு முஸ்லிம்களுக்கு எதிராக அணிதிரளும்படி ரோமானிய போப்புக்குக் கடிதம் எழுதினான் சீஸர். அதில், தான் இனிமேல் ரோமானியரின் கொள்கைகளை ஏற்றுக்கொள்வதாகவும் கான்ஸ்டான்டிநோபிள் தேவாலயம் இனிமேல் ரோமன் தலைமையின்கீழ் செயல்படும் என்றும் எழுதினான்.

கான்ஸ்டான்டிநோபிள் சீஸரின் இந்த அறிவிப்பை கிறிஸ்தவ உலகம் ஏறிட்டுப் பார்த்தது. முன்பு, பைத்துல் முகத்தசையும் சிரியாவையும் வெற்றிகொள்ள ஒன்றுதிரண்டதுபோல் முஸ்லிம்களுக்கு எதிரான சிலுவைப் போருக்கு இப்போது ஒன்று திரண்டிருக்கிறார்கள். பெருமளவு கிறிஸ்தவர்கள் படைகளில் சேர்ந்தனர். போப் ஐந்தாம் நிக்கோலஸ் சிலுவைப்போருக்கான பலம் வாய்ந்த

பிரச்சாரங்களை மேற்கொண்டார். இது நல்ல பலனையளித்தது. ஸ்பெய்னிலிருந்தும் காஸைலிலிருந்தும் பெருமளவிலான வீரர்கள் வந்து கான்ஸ்டான்டிநோபிளில் குவிந்தனர். போப்பும் ஒரு படையைத் தயார் செய்து தனது உதவியாளர் கார்டினல் தலைமையில் போர்க் கப்பல்மூலம் அனுப்பி வைத்தார். வெனீசிலிருந்தும் ஜெனோவாவிலிருந்தும் தரைப்படைகளும் கடற்படைகளும் அனுப்பி வைக்கப்பட்டன. ஒரு லட்சத்துக்கும் அதிகமான மக்களைக்கொண்ட கான்ஸ்டான்டிநோபிள் நகருக்குப் பலத்த பாதுகாப்பு ஏற்பாடுகள் செய்யப்பட்டன. பாதுகாப்புகளை உறுதி செய்யும் பொருட்டு அனைத்துச் செல்வங்களையும் வளங்களையும் பயன்படுத்தும்படி மக்களுக்கு அறிவுறுத்தப்பட்டது.

புதிதாக இஸ்லாத்தைத் தழுவிய அர்பான் எனும் ஒரு கொல்லனிடம் நீண்ட பீரங்கிகளைத் தயாரிக்கும்படி உத்தரவிட்டார் சுல்தான் இரண்டாம் முஹம்மத். இஸ்லாத்தில் இணைவதற்கு முன் சீஸரிடம் பணியாற்றிய ஹங்கேரியைச் சேர்ந்த இந்தக் கொல்லன் நீண்ட பீரங்கிகள் செய்தான். அவற்றில் சில ஏராளமான குண்டுகளை வெடிக்கச் செய்பவை. சில ஆண்டுகளுக்கு முந்தைய போர்க்களங்களில் இரண்டாம் முராத் சில பீரங்கிகளைப் பயன்படுத்தினார். ஆனால், அவை போதுமான அளவு பயன்படவில்லை. கோட்டைச் சுவர்களைத் தகர்ப்பதற்கும் பயன்படவில்லை. ஓர் இடத்திலிருந்து அதை மற்றோர் இடத்துக்கு நகர்த்துவதே கடினமான பணியாக இருந்தது. மேலும், காலையிலிருந்து மாலைவரைக்கும் ஐந்தோ ஆறோ குண்டுகளைத்தான் அதில் வெடிக்க வைக்க முடியும். எனவே, கான்ஸ்டான்டிநோபிள் போரில் அவற்றைப் பயன்படுத்துவதை அதிகமாக அவர் விரும்பவில்லை.

இரண்டாம் முஹம்மத் தனது ஆட்சிப் பகுதிகளில் முதலில் அமைதியை நிலைநாட்டினார். பிறகு, கான்ஸ்டான்டிநோபிளை முற்றுகையிடுவதற்காக 50,000 குதிரைப்படை வீரர்களையும் 20,000 காலாட்படை வீரர்களையும் அனுப்பி வைத்தார்.

ஹிஜ்ரீ 856 (கி.பி. 1452) முதல் இரு பிரிவினரும் பரஸ்பரம் போருக்கான முன்னேற்பாடுகளில் ஈடுபட்டனர். சீஸர், கான்ஸ்டான்டிநோபிள் நகர எல்லைக்குள் ஏராளமான உணவு தானியங்களைச் சேமித்திருந்தான். ஐரோப்பிய நாடுகளிலிருந்து வந்திருந்த கப்பல்கள் வீரர்களையும் ஆயுதங்களையும் கொண்டுவந்து

சேர்த்தன. கூடவே, ஏராளமான உணவு தானியங்களும் வந்திறங்கின. மேலும் கட்டிடக் கலைஞர்களும் பொறியாளர்களும் அனுபவமும் தேர்ச்சியும் பெற்ற படைத்தலைவர்களும் நகரத்தை வலுப்படுத்த வந்திருந்தனர். கடலின் இருபுறமும் துறைமுக நுழைவாயிலிலும் எதிரிக் கப்பல்கள் நுழைய முடியாதபடி பெரிய இரும்புச் சங்கிலிகளால் வேலியிடப்பட்டிருந்தன. தங்களுடைய கப்பல்கள் மட்டும் நுழைவதற்கு வசதியாக சங்கிலிகளை ஏற்றவும் இறக்கவும் விசைகள் பொருத்தப்பட்டன. நகரின் 14 மைல் சுற்றளவில் எளிதில் கண்ணில் படாதவாறு பலம் வாய்ந்த மதில் சுவர்கள் இருந்தன. ஆனால், துறைமுகத்தை நோக்கிய பகுதிகளிலுள்ள சுவர்களின் உயரம் மட்டும் குறைவாகவே இருந்தது. இவ்வழியாகவும் எதிரிகள் தாக்கக்கூடும் என்பதை அவர்கள் எதிர்பார்க்கவில்லை. சுவர்களின் வெளிப்பக்கத்தைச் சுற்றிலும் ஆழமான அகழிகள் தோண்டப்பட்டன. அகழிகளுக்கும் நகருக்கும் பாதுகாப்பாக உயரமான காவல் கோபுரங்கள் அமைக்கப்பட்டன. அவற்றில், வில் வீரர்கள் நியமிக்கப்பட்டு பீரங்கிகளும் பொருத்தப்பட்டிருந்தன. பாதுகாப்புக்காகவும் போர் ஆயத்தங்களுக்காகவும் எதையெல்லாம் செய்ய முடியுமோ அவை அனைத்தும் செய்யப்பட்டிருந்தன.

முன்பு சுல்தான் பயாஸித், பாஸ்போரஸ் ஜலசந்தியின் ஆசியக் கரையில் மிகவும் ஒடுங்கிய பகுதியில் ஒரு கோட்டைக் கட்டியிருந்தார். கான்ஸ்டான்டிநோபிள்மீது படையெடுப்பதாக முடிவு செய்த சுல்தான் இரண்டாம் முஹம்மத், பயாஸித் கட்டிய கோட்டையின் முன்புறம் இன்னொரு கோட்டை கட்டினார். கான்ஸ்டான்டிநோபிள் மீதான போரின் முதல் ஆயத்தம் இதுவாகவே இருந்தது. குறுகிய காலத்தினுள் அது கட்டி முடிக்கப்பட்டது. முந்தைய கோட்டையின் மேற்தளத்தில் பீரங்கிகள் பொருத்தப்பட்டதுபோல் இதன் மேற்தளத்திலும் பீரங்கிகள் பொருத்தப்பட்டன. இதனால், பாஸ்போரஸ் ஜலசந்திக்கு வரும் மார்க்கம் தடைபட்டதுடன் மர்மரா கடலிலிருந்து ஜலசந்தி வேறுபடுத்தப்பட்டது. இப்போது, சீஸரின் கப்பல்கள் கருங்கடலில் நுழைய முடியாது. ஆனால், ஐரோப்பிய நாடுகளிலிருந்து டான்யூப் வழியாக சீஸருக்கு உதவிகள் கிடைக்குமெனில் இந்த முன்னேற்பாடுகள் பலனளிக்காது. சுல்தான் முஹம்மதிடம் 300 சிறு கப்பல்கள் இருந்தன. 14 பெரிய போர்க்கப்பல்களை வைத்திருந்த கான்ஸ்டான்டைன் கடற்படையின்

ஒரு சிறு கப்பலுக்குக்கூட இவற்றால் ஈடு கொடுக்க முடியாது.

கான்ஸ்டான்டிநோபிள் வெற்றி : *ஹிஜ்ரீ 857 ரபீயுல் அவ்வல் 26. (கி.பி. 1453 ஏப்ரல் 6)* கான்ஸ்டான்டிநோபிளின் மதில் சுவரின் எதிரில் வந்து நின்றார் சுல்தான் இரண்டாம் முஹம்மத். உஸ்மானியப் போர்க்கப்பல்கள் மர்மரா கடலில் ஒன்றுதிரண்டு கான்ஸ்டான்டிநோபிளின் துறைமுகமான கோல்டன் ஹார்னை முற்றுகையிட்டன. தேர்வு செய்யப்பட்ட பகுதிகளில் பொருத்தமான படைப்பிரிவுகளை நிறுவியிருந்தார் முஹம்மத். பின்னர், பூமியைக் குடைந்து அதன் வழியாகச் செயற்கைச் சுவர்களை மதில் சுவர்கள் பக்கம் எடுத்துச் செல்லும்படி உத்தரவிட்டார். நகரின் மதில் சுவர்களில் தென்படும் தலைகளைக் குறி வைத்து உடனடியாகக் கொல்லும்படி வில் வீரர்களுக்கு உத்தரவிட்டார். முற்றுகையைத் திறம்பட மேற்கொண்ட இரண்டாம் முஹம்மத், முற்றுகையைப் படிப்படியாக நெருக்கினார். மிகச்சீக்கிரமாகவே அவர்கள் நகரின் மதில் சுவரை அடைந்தனர். பொருத்தமான இடங்களில் பீரங்கிகளும் கவண்களும் பொருத்தப்பட்டன. குண்டுகளும் கற்களும் தொடர்ந்து மதிலை நோக்கி எறியப்பட்டன.

முற்றுகைக்குள்ளானவர்களும் தங்களுடைய பாதுகாப்பில் மிகவும் கவனமாக இருந்தனர். ஜெனோவா படைத்தலைவன் ஜோன் கத்யாசும் கிரேக்கப் படைத்தலைவன் இளவரசன் நொதாரூசும் மிகத்திறமையாகவே பாதுகாப்பு ஏற்பாடுகளைச் செய்திருந்தனர். போப் ஐந்தாம் நிக்கோலஸின் உதவியாளரான கார்டினலின் அனுபவமும் வீரமும் வெளிப்படையாகத் தெரிந்தன. ஒன்றிணைந்த படைகளின் தலைவராக சீஸர் இருந்தான். காலை முதல் மாலைவரை தனது குதிரையின் சேணத்தின்மீதே இருந்தான் சீஸர். இரவு நேரங்களில்கூட மிக அபூர்வமாகவே சேணத்தைவிட்டு அகன்றான். தனது காலாட்படை, குதிரைப்படைகளின் ஒவ்வொரு அசைவையும் கவனித்துக்கொண்டிருந்தான். படையினரின் வீரத்தைத் தூண்டியும் உற்சாகமூட்டியும் ஊக்குவித்தும் படைத்தலைவர்களின் செயல்பாடுகளைக் கண்காணித்தும் வந்தான். முற்றுகை தொடங்கிய சிறிது நேரத்துக்குப் பிறகு பொதுமக்களுக்கும் படையினருக்கும் புதிய ஆர்வமும் உற்சாகமும் தொற்றிக்கொண்டன. சிலுவைப்போரின் மாண்புகளையும் போர்க்களத்தில் உயிரை அர்ப்பணிப்பதன் மேன்மையையும் போற்றிப் பாடியும் எடுத்துச் சொல்லியும்

மதகுருக்கள் அங்குமிங்குமாக உலவிக்கொண்டிருந்தனர்.

சுல்தான் இரண்டாம் முஹம்மத், தனது முகாமை நகரின் நுழைவாயிலான புனித ரோமன்ஸ் நுழைவாயிலின் முன் அமைத்திருந்தார். முற்றுகைக்குள்ளானவர்கள் தொடர்ந்து அந்த இடத்தையே குறிவைத்தனர். முதலில் தங்கள் காவல் அரண்களிலிருந்தும் அகழிகளிலிருந்தும் வெளிப்பட்டு முற்றுகையாளர்மீது தாக்குதல் தொடுத்தனர். உஸ்மானியப் படைகளும் திருப்பித் தாக்கவே அவர்களுக்குப் பெருஞ்சேதம் ஏற்பட்டது. ஆகவே, பாதுகாக்கப்பட்ட நகரை விட்டு யாரும் வெளிப்படக் கூடாதென்று உத்தரவிட்டான் சீஸர். இருந்தும், முற்றுகைக்குள்ளானவர்கள் எதிர்த்தாக்குதல் தொடுப்பதை நிறுத்தவில்லை. மதில்சுவரில் விரிசல்கள் விழத்தொடங்கின. உள்ளே இருந்தவர்கள் உடனுக்குடன் அவற்றைப் பழுது தீர்த்துக்கொண்டனர்.

சுல்தான் முஹம்மத் தன் படையினரை அகழிகளின் அருகில் அழைத்துச் சென்றார். அகழிகளை இணைத்துப் பாதை உருவாக்கினார். படையினர் மெதுவாக மதில் சுவரை அடைந்தனர். ஆனால், அவர்களால் சுவரில் ஏற முடியவில்லை. கிறிஸ்தவப்படையினர் எரிபொருள் ஊற்றிய தீப்பந்தங்களை முஸ்லிம் வீரர்கள்மீது எறியத் தொடங்கினர். முஸ்லிம் வீரர்களால் நெருங்கவே முடியவில்லை. சுல்தான் மற்றொரு யுக்தியைப் பயன்படுத்தினார். நகர மதில் சுவரின் உயரத்தில் பலகைகளால் கோபுரங்கள் அமைக்கும்படி உத்தரவிட்டார். அதில், உருளைகள் பொருத்தப்பட்டன. ஒவ்வொரு கோபுரத்திலும் நீண்டதொரு ஏணியும் பொருத்தப்பட்டது. அவை மதில் சுவரில் சாய்த்து வைக்கப்பட்டன. முஸ்லிம் வீரர்கள் ஏணிகளினூடே மதிலில் ஏறினார்கள். ஆனால், முற்றுகைக்குள்ளானவர்கள் அதையும் முறியடித்தனர். தீச்சிரட்டைகளை எறிந்து ஏணிகளையும் கோபுரங்களையும் எரித்தனர். புதிய முயற்சியும் பலனளிக்கவில்லை.

முற்றுகை தொடங்கப்பட்ட ஒன்பதாவது நாள், ஏப்ரல் 15 அன்று எறிகுண்டுகள், வெடி மருந்துகள், உணவுத் தானியங்கள் ஆகியவற்றுடன் ஜெனோவாவிலிருந்து புறப்பட்ட நான்கு கப்பல்கள் கான்ஸ்டான்டிநோபிள் துறைமுகமான கோல்டன் ஹார்னை நோக்கி வந்து கொண்டிருந்தன. அவை, துருக்கியக் கப்பற்படையின்

எதிர்ப்பையும் மீறி வந்து கொண்டிருப்பதாக சுல்தான் முஹம்மதுக்குத் தகவல் கிடைத்தது. இதையறிந்த சுல்தான் கடற்கரைப் பகுதியை நோக்கி விரைந்தார். மர்மரா கடலில் ஐந்து பெரிய போர்க்கப்பல்கள் கரையை நோக்கி வந்துகொண்டிருந்தன. அவற்றைத் தடுத்து நிறுத்தும்படி கடற்படைத் தலைவனுக்கு உத்தரவிட்டார். உஸ்மானியக் கப்பல்கள் எதிரிகளின் கப்பல்கள்மீது கடுமையான தாக்குதலை மேற்கொண்டன. எதிரிக்கப்பல்களின் அணிவரிசை சீர்குலைந்தது. பின்னர், துருக்கியப் போர்க்கப்பல்களால் அவை தனித்தனியாகச் சுற்றி வளைக்கப்பட்டன. ஆனால், துருக்கியக் கப்பல்கள் சிறியதாகவும் உயரம் குறைவாகவும் இருந்ததால் எதிரிக்கப்பல்களை அவர்களால் முறியடிக்க இயலவில்லை. ஒரு சிறு பலப் பரீட்சையின் முடிவில் மிகப்பெரிய எதிரிக் கப்பல்கள் கோல்டன் ஹார்ன் துறைமுகத்துக்குள் நுழைந்தன. அதைத் தொடர்ந்து கிறிஸ்தவ வீரர்கள் இரும்புச் சங்கிலியை இழுத்துவிட்டனர். துருக்கியப் படைகளால் பின்தொடர இயலாமலானது.

தனது கடற்படையின் தோல்வியை நேரடியாகப் பார்த்த சுல்தான், கடற்படைத் தலைவரை அழைத்து நையப்புடைத்து, கவனமாகவும் முன்னெச்சரிக்கையாகவும் இருக்கும்படி எச்சரித்தார். உண்மையில் கப்பற்படைத் தலைவரின் கவனக்குறைவால் ஏற்பட்ட தோல்வியல்ல அது. தங்களுடைய சிறிய படகுகள் மூலம் எதிரிகளின் பிரம்மாண்டமான கப்பல்களுக்குள் அவர்களால் ஏற முடியவில்லை. இருந்தாலும், சுல்தானின் தண்டனையின் விளைவாக அதன் பின் எந்த எதிரிக் கப்பலும் அந்த வழியாகச் செல்லவே முடியவில்லை.

பின்னர், சுல்தான் இரண்டாம் முஹம்மத், முற்றுகையில் மிக உறுதியான சில நிலைப்பாடுகளை மேற்கொண்டார். இருந்தும், இழப்புகளையும் பின்னடைவுகளையும் மீண்டும் மீண்டும் எதிர்கொள்ள வேண்டியதாயிற்று. இது கிறிஸ்தவர்களுக்கு ஊக்கத்தையும் துணிச்சலையும் கொடுத்தது. பாதுகாப்பும் உணவுப் பொருள்களும் அவர்களிடம் தாராளமாகவே இருந்தன. மேலும், அமைதி உடன்படிக்கையை மீறி ஹங்கேரிய அரசன் ஜோன் ஹானி உதவிக்கு வருவான் என்றும் அதன் பிறகு முற்றுகை தானாகவே கைவிடப்படுமென்றும் அவர்கள் நம்பியிருந்தனர். இந்தப் பின்னடைவுகளுக்கும் தோல்விகளுக்கும் வேறு யாராக இருந்தாலும்

தற்போதைக்கு இந்த முற்றுகையை விலக்கிக்கொள்வோம் என்ற முடிவுக்குத்தான் வந்திருப்பார்கள். ஆனால், சுல்தானின் மனஉறுதியும் வீரமும் அவரை உறுதியாகப் பிணைத்து வைத்திருந்தன. ஒவ்வொரு தோல்வியும் அவரை மேலும் துணிச்சலுடன் முன்நகர்த்த உதவியது.

கான்ஸ்டான்டிநோபிளை எதிர்த்துப் போரிடப் புறப்படுவதற்கு முன் சுல்தான் இரண்டாம் முஹம்மத், சமயச் சான்றோர்கள் மற்றும் இறைநேசர்களின் ஒரு குழுவையும் போர்க்களத்துக்கு அழைத்து வந்திருந்தார். அல்லாஹ்வின் அடியார்களிடமிருந்து மனவுறுதியையும் தீர்க்கமான முடிவெடுக்கும் திறனையும் அவர் மிகுதியாகப் பெற்றிருந்தார். அவரது தந்தை முராத், இஸ்லாமியப் பெரியோர்களுடனும் கல்விமான்களுடனும் ஆறாண்டு காலம் வாழ்ந்தவர். அவரது ஆன்மிக உறுதியும் இறைப்பற்றும் நம்பிக்கையும் மகனுக்குள்ளும் வேர்விட்டிருந்தன. இம் முற்றுகையின்போதும் அவர்களுடன் கலந்தாலோசனை செய்து மிகத்தெளிவுடனும் நம்பிக்கையுடனும் இருந்தார்.

முற்றுகை நீடித்துக்கொண்டிருந்த நிலையில் அவருக்குள் ஒரு திடீர் யோசனை எழுந்தது. நகரின் ஒரு புறம் கடல். கோல்டன் ஹார்ன் துறைமுகம் எந்த முற்றுகைக்கும் அசைந்து கொடுக்காது. இது வரையிலான முற்றுகைகளும் தரைப்பகுதியிலேயே நடந்து வந்தன. படையின் முழு ஆற்றலும் புனித ரோமன்ஸ் நுழைவாயிலை நோக்கியே பயன்படுத்தப்பட்டன. இப்பகுதியிலுள்ள மதில் சுவரைத் தகர்ப்பதை நோக்கமாகக்கொண்டே தாக்குதல்களும் நடைபெற்றன. எதிர்முகாமிலுள்ள மக்களும் படைவீரர்களும் இந்தப் பகுதியைப் பாதுகாப்பதில் மட்டுமே தங்கள் கவனத்தையும் உழைப்பையும் செலுத்தி வந்துள்ளனர்.

சுல்தான் முஹம்மத், அடுத்த தாக்குதலைக் கடற்கரையிலிருந்து தொடங்குவதாக முடிவு செய்தார். இது எதிரிகளின் ஆற்றலைச் சிதறடிக்கும். நகரின் சுவரை இதன்மூலம் எளிதில் தகர்த்து விடவும் முடியும். ஆனால், கோல்டன் ஹார்ன் துறைமுகத்தின் குறுக்காகப் போடப்பட்டிருந்த சங்கிலிகள் துருக்கிய கப்பற்படையை அப்பகுதிக்குள் செலுத்த இடையூறாக இருந்தன. கோல்டன் ஹார்ன் துறைமுகத்தின் கிழக்கில் பத்து மைல் அகலமுள்ள நிலப்பரப்பினூடே பாஸ்போரஸ் ஜலசந்தி. அங்கே துருக்கியக்

கப்பல்களால் எளிதில் நுழைய முடியும். சுல்தான் முஹம்மத் அரிய ஒரு செயலைச் செய்தார். கோல்டன் ஹார்ன் துறைமுகத்தின் தரைப்பகுதியிலிருந்து பாஸ்போரஸ் ஜலசந்திவரையுள்ள பகுதியில் பலகைகளையிட்டு அந்த இரவிலேயே வழிப்பாதை அமைத்தார். இது ஜுமாதல் ஊலா மாதம் 14ஆம் நாள் இரவில் நடந்தது. இந்தப் பலகையினூடே தனது 80 கப்பல்களைத் தள்ளவும் இழுக்கவும் செய்தார். பல்லாயிரக்கணக்கான வீரர்கள் சேர்ந்து, கப்பல்களைத் தள்ளினார்கள். கோட்டையின் வெளியில்கேட்ட சத்தங்களுக்கும் போர்ப்பாடல்களுக்கும் பறை முழக்கங்களுக்கும் காரணம் புரியாமல் நகருக்குள்ளிருந்தவர்கள் திகைத்தார்கள்.

இறுதியில், அதிகாலைக்கு முன் உஸ்மானியக் கப்பல்கள் கோல்டன் ஹார்ன் துறைமுகத்துக்குக் கொண்டுவரப்பட்டன. கான்ஸ்டான்டைனின் கப்பல்கள் அனைத்தும் துருக்கியக் கப்பல்களைத் தடுப்பதற்காக துறைமுகத்தைநோக்கி நிறுத்தப்பட்டிருந்தன. சூரியன் உதித்ததும், கான்ஸ்டான்டிநோபிள் மக்கள் நகரின் மதில் சுவரின்கீழ் துருக்கியக் கப்பல்கள் நின்றுகொண்டிருப்பதைக் கண்டு அதிர்ச்சியடைந்தனர். சுவர்களின் பலவீனமான பகுதிகளை நோக்கித் துருக்கிய பீரங்கிகள் குறி வைத்திருந்தன. இது கான்ஸ்டான்டைன் மக்களுக்கும் படைத்தலைவர்களுக்கும் பயத்தை உருவாக்கியது. கிறிஸ்தவக் கப்பல்களைத் திருப்பி, துருக்கியக் கப்பல்களைத் தாக்க அவர்கள் மேற்கொண்ட முயற்சியை துறைமுகத்தின் இருபுறமுமிருந்த பீரங்கிகள் தடுத்து நிறுத்தின. அவற்றிலிருந்து வெளிப்பட்ட குண்டுகள் எதிரிப்படையின் சில கப்பல்களைக் கடலில் மூழ்கடித்தன. உஸ்மானியக் கப்பற்படை முதன்முதலாக மற்றவர்களை வியப்பில் ஆழ்த்தியது. கடற்கரையிலிருந்து வந்த இந்த எதிர்பாராத தாக்குதலின் காரணமாக, கான்ஸ்டான்டிநோபிளின் படைபலத்தை இரண்டு இடங்களுக்குப் பிரிக்க வேண்டியதாயிற்று.

அன்று, மே மாதம் 24ஆம் நாள் கான்ஸ்டான்டைன் அமைதிக்கான தனது தூதுவர்களை சுல்தானிடம் அனுப்பி வைத்தான். தன்மீது இரக்கம்கொண்டு கான்ஸ்டான்டிநோபிளைத் தனக்கு விட்டுத் தரவும், கைம்மாறாக எவ்வளவு திறைவேண்டுமானாலும் செலுத்த தான் தயாராக இருப்பதாகவும் சொல்லியனுப்பினான். இதற்கான தன்னுடைய பதிலில், சீஸர் கீழ்ப்படியும் பட்சத்தில் கான்ஸ்டான்டிநோபிளுக்குப் பதில் கிரீஸின் தென் பகுதியை விட்டுக்

கொடுக்கிறேன் என்றார் சுல்தான் முஹம்மத். உஸ்மானியப் பேரரசின் மையப்பகுதியில் கிறிஸ்தவ நாடான கான்ஸ்டான்டிநோபிள் இருப்பது நிரந்தர ஆபத்தாக இருக்கும் என்பது முஹம்மதின் தொலைநோக்குப் பார்வை. மேலும், உஸ்மானிய தலைநகரமாக கான்ஸ்டான்டிநோபிள் அமைவது மிகவும் பயனுள்ளதாக இருக்கும் என்பதையும் சுல்தான் அறிவார். கான்ஸ்டான்டி நோபிள் முற்றுகையில் உஸ்மானியர்களால் ஏற்பட்ட கிறிஸ்தவ இழப்புகளுக்கும் உயிர்த் தியாகங்களுக்கும் தென்கிரீஸின் ஒரு பகுதியை அளிப்பது கொடைத்தன்மையின் சிகரமாக இருக்கும். கிழக்கு ரோமின் மகத்தான பழைய பேரரசான கான்ஸ்டான்டிநோபிளின் கடைசிப் பேரரசனாக சீஸர், விதியால் வழிநடத்தப்பட்டான். எனவே, சுல்தான் முஹம்மதின் முன்மொழிவை அவன் ஏற்கவில்லை. உஸ்மானியப் பேரரசை முன்பை விடவும் ஆவேசமாக அவன் எதிர்க்கத் துணிந்தான்.

ஹிஜ்ரீ 857 ஜுமாதல் ஊலா 19. சுல்தான் இரண்டாம் முஹம்மத், மறுநாள் அதிகாலையில் முழு அளவிலான போர் தொடங்கும் என்றும், அரசுக் கட்டிடங்களைத் தாக்க வேண்டாம் என்றும், வயது முதிர்ந்தவர்களுக்கும் பெண்களுக்கும் குழந்தைகளுக்கும் அமைதியை விரும்புகிற பிற மக்களுக்கும் துன்பம் விளைவிக்கக்கூடாது என்றும், இதைத் தவிர கான்ஸ்டான்டிநோபிளைச் சூறையாட அனுமதியுண்டு என்றும் தனது படைகளுக்கு அறிவித்தார்.

மறுநாளைய போர் குறித்து முஸ்லிம்கள் ஆர்வமும் மகிழ்ச்சியும் அடைந்தனர். அன்றிரவை அவர்கள் பாடல்கள் இசைத்தும் சுலோகங்கள் மீட்டும் பெரும் உற்சாகத்துடன் கழித்தனர். கான்ஸ்டான்டிநோபிளின் சீஸர் மறுநாளைய போர் குறித்துக் கலந்தாலோசனைகளில் ஈடுபட்டான். அமைச்சர்களையும் படைத்தலைவர்களையும் அதிகாரிகளையும் கூட்டி, கடைசித் துளி இரத்தம் இருக்கும்வரை வலுவுடன் போரிட வேண்டும் என்று ஊக்கமளித்தான். பின்னர், புனித அயாஸோஃபியா தேவாலயத்துக்குச் சென்று தங்களுடைய வெற்றிக்காகப் பிரார்த்தனை செய்தான். அங்கிருந்து நேராகத் தனது அரண்மனைக்குச் சென்றான். அது ஏற்கனவே கைப்பற்றப்பட்டிருந்தது. சிறிது ஓய்வெடுத்த பின்னர் தனது குதிரையிலேறிப் புனித ரோமன்ஸ் நுழைவாயிலுக்குச் சென்றான். அப்போது அங்கே கடுமையான போர் நடந்துகொண்டிருந்தது.

மறுநாள் அதிகாலையில் எழுந்த சுல்தான் இரண்டாம் முஹம்மத்,

தனது காலைத் தொழுகையை முடித்த பின், சமயச்சான்றோர்களையும் இறைநேசர்களையும் சந்தித்தார். இஸ்லாத்தின் வெற்றிக்காக எல்லாம் வல்ல அல்லாஹ்விடம் பிரார்த்தனை செய்யும்படி கேட்டுக்கொண்டார். சுல்தானின் ஆன்மிக வழிகாட்டி, தான் தனித்திருந்து பிரார்த்தனை செய்வதற்கு வசதியாக இடம் அமைத்துத் தருமாறு சில வீரர்களிடம் கேட்டிருந்தார். அதன்படி, அவருக்குத் தனி இடம் அமைத்துக் கொடுக்கப்பட்டது. அவர் தனிமையாக அமர்ந்து பிரார்த்தனையில் ஈடுபட்டார். யாரையும் உள்ளே அனுமதிக்க வேண்டாம் என்றும் உத்தரவிடப்பட்டது.

அதன்பின், தேர்வு செய்யப்பட்ட பத்தாயிரம் குதிரை வீரர்கள் தலைமையில் சுல்தான் முஹம்மத் போருக்குப் புறப்பட்டார். உஸ்மானியப் படையினர் பன்முகத் தாக்குதல்களை மேற்கொண்டனர். அவர்களது பீரங்கித் தாக்குதல்களும் கவண்களும் மதிலில் விரிசல்களை ஏற்படுத்தத் தொடங்கின. கிறிஸ்தவப் படைகளும் பெண்களும் பிள்ளைகளும் வீரத்துடன் எதிர்த்து நின்றனர். மதிலைத் தகர்த்து நகருக்குள் நுழைவது எளிதாக இல்லை. இரு தரப்பிலும் தலைகள் உருண்டன. துணிச்சலை யாருமே கைவிடவில்லை. நண்பகலில் போர் மேலும் தீவிரமடைந்தது. இந்நிலையில், தங்களுடைய வெற்றிக்காக இறைவனிடம் பிரார்த்தனை செய்யும்படி தனது ஆன்மிக வழிகாட்டியிடம் கேட்டுக்கொள்வதற்காக அமைச்சரை அல்லது அரசவை உறுப்பினர் ஒருவரை அனுப்பி வைத்தார் சுல்தான்.

அப்போதைய சூழல் முஸ்லிம்களைத் துணிவிழக்கச் செய்துகொண்டிருந்தது. வெற்றி கைநழுவும் நிலை. சுல்தான் இரண்டாம் முஹம்மத் பெரும் கவலையுடனிருந்தார். முழுஅளவிலான தாக்குதலுக்குப் பிறகும் நகரம் அசைந்துகொடுக்கவில்லை. முஸ்லிம்கள் தங்களால் இயன்ற முயற்சிகளையும் போர் வியூகங்களையும் பயன்படுத்தியும் கான்ஸ்டான்டிநோபிளை அசைக்க முடியவில்லை. இனிமேல் செய்வதற்கான வேறு முயற்சிகளோ போர் வியூகங்களோ இல்லை என்ற நிலையில் சுல்தானின் தூதுவர் அவரது ஆன்மிக வழிகாட்டியின் குடிலுக்கு வந்து சேர்ந்தார். தன்னை உள்ளே அனுமதிக்க மறுத்த வாயிற்காவலனை மீறி அவர் குடிலுக்குள் நுழைந்தார். அப்போது, நெற்றி நிலத்தில்பட பிரார்த்தனையில் ஆழ்ந்திருந்த அவர், தூதுவரின் வருகையை

உணர்ந்து தலை உயர்த்தி, "கான்ஸ்டான்டிநோபிள் கைப்பற்றப்பட்டு விட்டது" என்றார். வியப்பில் ஆழ்ந்த தூதுவர் திரும்பிச் சென்றார். அங்கே, நகரின் காவல் அரண்மீது உஸ்மானியக் கொடி பறந்துகொண்டிருந்தது.

உத்தரவின்படி ஆன்மிக வழிகாட்டியைச் சந்திக்க தூதுவர் புறப்பட்டதும் சுல்தானின் எதிரிலிருந்த மதில் சுவர் திடீரெனச் சரிந்து விழுந்தது. அதன் சிதைவுகள் அகழியில் விழுந்து நகருக்குள் செல்லும் வழித்தடமாக மாறியது. அதே நேரத்தில் உஸ்மானியக் கப்பற்படைத் தலைவர் ஒருவர் ஒரு கோபுரத்தைக் கைப்பற்றி அதன் உச்சியில் கொடியை ஏற்றினார். கொடியையும் தகர்ந்த மதில் சுவரையும்கண்ட துருக்கியப் படைகள் சுல்தானின் நேரடி உத்தரவின்கீழ் நகருக்குள் நுழைவதற்கான மிகக்கடுமையான தாக்குதலை மீண்டும் தொடங்கினர். அவர்களைத் துணிச்சலுடன் எதிர்கொண்டும் கிறிஸ்தவ வீரர்களால் வெற்றிபெற முடியவில்லை. முஸ்லிம்களின் இயல்பான வீரமும் துணிவும் பன்மடங்கு பெருகின. எங்கு பார்த்தாலும் கிறிஸ்தவ வீரர்களின் உயிரற்ற உடல்கள் காணப்பட்டன. முஸ்லிம் படைகள் கான்ஸ்டான்டிநோபிள் நகருக்குள் நுழைந்தன. தனது குதிரையின்மீதேறி புனித அயாஸோஃபியா தேவாலயத்துக்குச் சென்ற சுல்தான் இரண்டாம் முஹம்மத், அங்கிருந்து தொழுகைக்கு அழைப்பு விடுத்தார். பின்னர், தன் தோழர்களுடன் சேர்ந்து தொழுகையை மேற்கொண்டார். மகத்தான வெற்றியை அளித்த அல்லாஹ்வுக்கு நன்றி செலுத்தினார்.

தொடர்ந்து, சீஸரைத் தேடிக் கண்டுபிடிக்கும்படி உத்தரவிட்டார் சுல்தான். மதில் சுவர் தகர்ந்து வீழ்ந்த புனித ரோமன்ஸ் நுழைவாயிலின் அருகில் பெருமளவிலான கிறிஸ்தவர்களின் உடல்கள் கிடந்தன. அதிலொன்று கான்ஸ்டான்டைன் சீஸரின் உடல். அதில் இரண்டு இடங்களில் காயமிருந்தது. அவனது தலைதுண்டிக்கப்பட்டு சுல்தானிடம் கொண்டுவரப்பட்டது. இத்துடன், கான்ஸ்டான்டிநோபிள் வெற்றி முழுமையடைந்தது. சுல்தான் இரண்டாம் முஹம்மத் கான்ஸ்டான்டைன் அரண்மனைக்கு வரும்போது அது பாலைவனம்போல் வெறுமையாகக் காட்சியளித்தது.

ஹிஜ்ரீ 857 ஜுமாதல் ஊலா 20இல் (கி.பி. 1453, மே 29) கான்ஸ்டான்டிநோபிள் கைப்பற்றப்பட்டது. சுல்தானின்

ஆன்மிக வழிகாட்டியின் பிரார்த்தனையில் கிடைத்த வெற்றி எனும் கருத்தின்படி இது, பிரார்த்தனையின் வெற்றி என்று சொல்லப்படுகிறது. அன்று முதல், இரண்டாம் முஹம்மத், வெற்றியாளர் சுல்தான் என்று அழைக்கப்படலானார். இப்போரில், 40,000 கிறிஸ்தவர்கள் மரணமடைந்தனர். 60,000 வீரர்கள் சிறைப்பிடிக்கப்பட்டனர். கடல் வழியாகவும் தரை வழியாகவும் தப்பித்துச் சென்றவர்கள் இத்தாலியிலும் வேறு பகுதிகளிலும் குடியேறினர். சிறிது காலத்துக்குப் பிறகு இஸ்லாத்தைத் தழுவிய சீஸரின் பேரன் ஒருவன் கான்ஸ்டான்டிநோபிளில் வாழ்ந்து வந்ததாகத் தெரிய வருகிறது. ஆயினும், கான்ஸ்டான்டைன் வம்சாவளி இத்துடன் முடிவுக்கு வந்தது.

வெற்றி பெற்ற சுல்தான், கிறிஸ்தவ மக்களுக்கு முழுப்பாதுகாப்பு வழங்கினார். அவர்கள், தங்கள் உடைமைகளையும் சொத்துக்களையும் பாதுகாக்கும் வழிவகைகளை ஏற்படுத்தினார். அயாஸோஃபியா தேவாலயத்தைத் தவிர, பிற தேவாலயங்கள் அனைத்தும் கல்லறைத் தோட்டங்களும் அவர்களது கட்டுப்பாட்டின்கீழ் விடப்பட்டன. கான்ஸ்டான்டிநோபிள் மதகுருவைக் காணச்சென்ற சுல்தான், அவரை கிரேக்கத் தேவாலயத்தின் தலைவராக ஏற்றுக்கொண்டதுடன் அவரது சமயம் சார்ந்த விஷயங்களில் தன்னுடைய தலையீடு இருக்காது என்றும் உறுதியளித்தார். கிரேக்கத் தேவாலயங்களின் போஷகர் பொறுப்பையும் அவரே ஏற்றுக்கொண்டார். மதகுருக்களும் பிற மதத் தலைவர்களும் கிறிஸ்தவ ஆட்சியின்கீழ் கிடைக்காத சுதந்திரத்தையும் பாதுகாப்பையும் அடைந்தனர். மக்களின் மதச்சுதந்திரங்கள் முழுமையாகப் பாதுகாக்கப்பட்டன. பல்வேறு தேவாலயங்களுக்கு சுல்தான் மூலம் ஏராளமான சொத்துக்கள் கிடைத்தன. போர்க்கைதிகளை விடுதலை செய்து நகருக்குள் அவர்களுக்கான ஒரு குடியிருப்புப் பகுதியையும் ஒதுக்கினார். ஆட்களில்லாத ஏராளமான வீடுகளையும் கான்ஸ்டான்டிநோபிளின் பழைய பசுமைச்சூழல் தற்போது இல்லாததையும் கண்ட சுல்தான், அதன் பழைமையை மீண்டும் புனரமைக்கும்படி உத்தரவிட்டார். ஆசியா மைனரிலிருந்த 5,000 குடும்பங்களை கான்ஸ்டான்டி நோபிளில் குடியமர்த்தினார். நகரம் முன்பை விடவும் பன்மடங்கு செழிப்படைந்தது.

கான்ஸ்டான்டிநோபிள் வரலாறு : முஸ்லிம்களின்

கான்ஸ்டான்டிநோபிள் வெற்றி உலக வரலாற்றின் மகத்தான நிகழ்வுகளில் ஒன்றாகக் கருதப்படுகிறது. ஐரோப்பிய வரலாற்றாசிரியர்கள் மத்திய கால வரலாற்றை கான்ஸ்டான்டிநோபிள் வெற்றியுடன் நிறைவு செய்கிறார்கள். இதிலிருந்துதான் மறுமலர்ச்சி காலம் ஆரம்பமாகிறது. இந்த இடத்தில் கான்ஸ்டான்டிநோபிளின் வரலாற்றைச் சுருக்கமாகக் குறிப்பிடுவது பொருத்தமாக இருக்கும். இன்றைய கான்ஸ்டான்டிநோபிள் நகர், ஈஸா (அலை) காலத்துக்கு 800 ஆண்டுகளுக்கு முன் ஒரு நாடோடி இனக்குழுவால் அமைக்கப்பட்டு அதற்கு பைஸாந்தியம் என்று பெயரிடப்பட்டது. பல்வேறு நிகழ்வுகளை உள்ளடக்கிய ஒரு நகரம் அது. காலப்போக்கில் அது ஒரு மத்திய நகரமாகவும் பின்னர் ஒரு சிற்றரசின் தலைநகரமாகவும் மாறியது. கிரேக்க அரசனான அலெக்ஸான்டரின் தந்தை அதைக் கைப்பற்றுவதற்காகப் படையுடன் புறப்பட்டார். படைகள் நகரின் மதில் சுவரை அடைந்த அன்றிரவு வடதிசையிலிருந்து ஒரு பேரொளி தோன்றியது. நகர மக்கள் தற்காப்புக்காகப் போரிட்டனர். மக்கள் விழிப்புடன் இருப்பதைக்கண்ட படைகள் பின்வாங்கின. இந்நிகழ்வு டயானா பெண்கடவுளின் செயலென்று நம்பிய மக்கள் டயானாவுக்குக் கோவில் கட்டியதுடன் தங்களது சின்னமாக நிலவைத் தேர்ந்தெடுத்தனர்.

சிறிது காலத்துக்குப் பிறகு அலெக்ஸான்டர், பைஸாந்தியாவை வெற்றிகொண்டு தன் தந்தையின் தோல்விக்கு ஈடுகட்டினான். அலெக்ஸான்டரின் இறப்புக்குப் பின் பைஸாந்தியம் பல்வேறு பின்னடைவுகளை எதிர்கொண்டது. பின்னர், அதைக் கைப்பற்றிய சீஸர் கான்ஸ்டான்டைன் பெரிதும் மகிழ்ச்சியுடன் அண்மையிலிருந்த நிலப்பகுதிகளையும் இணைத்து அதைப் பெரிய நகரமாக மாற்றினான். பிறகு, அதையே தனது தலைநகராகவும் கொண்டான். அதற்கு, நவீன ரோம் என்று அவன் பெயரிட்டிருந்தாலும் கான்ஸ்டான்டைன் எனும் பெயரில் அறியப்பட்டு பின்னர், கான்ஸ்டான்டிநோபிள் ஆனது.

சீஸர் கான்ஸ்டான்டைன் கி.பி. 327இல் கான்ஸ்டான்டிநோபிளை மக்கள் செறிவுடன் வாழும் ஒரு பகுதியாக மாற்றினான். இதற்கு முந்தைய காலகட்டங்களில் கான்ஸ்டான்டைனும் அவனது முன்னோர்களும் உருவ வழிபாட்டைப் பின்பற்றுகிறவர்களாக இருந்தனர். கான்ஸ்டான்டைன் கிறிஸ்தவத்தைத் தழுவினான்.

இந்நகரம் மக்கள் செறிவுள்ள பகுதியாக மாறிய மூன்றாண்டுகளுக்குப் பிறகு, அதைப் புனித மரியாளுக்கு அர்ப்பணிக்கும் நிகழ்வைப் பெரிதாகக் கொண்டாடினான். இப்படியாக, கி.பி.330 முதல் கான்ஸ்டான்டிநோபிள் கிறிஸ்தவ நகரமானது. பிறகு, ரோமானியப் பேரரசு அதைக் கைப்பற்றியதுடன் கிழக்கு, மேற்கு என்று இரண்டாகப் பிரிக்கப்பட்டது. கிழக்குப் பகுதிக்கு அதுவே தலைநகரமானது. கி.பி. 527 முதல் 565 வரையிலும் அதை ஆட்சி செய்த சீஸர் முதலாம் ஜஸ்ட்டீனியன், நகரின் மேன்மையையும் அழகையும் மேலும் மெருகுபடுத்தினான். பல்வேறு காலகட்டங்களில் இந்நகரம் படையெடுப்புகளுக்கு உள்ளானது. ஆனால், அழிவிலிருந்து தப்பித்தும் வந்தது. உமய்யா வம்சாவளியின் தொடக்கக் காலத்தில் முஸ்லிம்களும் இதன்மீது படையெடுத்தனர். அப்போது நடந்த போரில் அபூ அய்யூப் அன்சாரி (ரலி) உயிர் துறந்தார். நகரின் மதில் சுவரின்கீழ் அவரது உடல் நல்லடக்கம் செய்யப்பட்டது. அடக்கம் செய்த இடத்தை அழிப்பதற்குக் கிறிஸ்தவர்கள் பலமுறை முயற்சி செய்தனர். முஸ்லிம்களின் அதிருப்திக்குப் பயந்து செய்யவில்லை. சுல்தான் இரண்டாம் முஹம்மத் கான்ஸ்டான்டிநோபிளை வெற்றிகொண்ட பின் அவரை அடக்கம் செய்த இடத்தில் ஒரு பள்ளிவாசல் கட்டினார். அது, ஜாமி அய்யூப் என்றழைக்கப்பட்டது.

அப்பாசியக் கிலாஃபத்தின்போது கான்ஸ்டான்டிநோபிளைக் கைப்பற்றும் முயற்சிகள் பலமுறை நடந்தன. ஆனால், ஏதாவது ஒரு காரணத்தை முன்னிட்டு அது இயலாமல் போனது. ஹிஜ்ரீ 600இல் வெனீசிலிருந்து வந்த ஒரு படை அதை வென்று லத்தீனிய ஆட்சியுடன் இணைத்து 60 ஆண்டு காலம் ஆட்சி செய்தது. லத்தீன் அப்போது ரோமிலிருந்த போப்பை தலைமை மதகுருவாகக் கொண்டிருந்தது. ஹிஜ்ரீ 660இல் அதைக் கிழக்கு ரோமானியரான கிரேக்கர்கள் கைப்பற்றி, தங்கள் ஆட்சியை நிறுவினார்கள். பின்னர், அவர்கள் ரோமானிய போப்பின் கீழிருந்து விலகினர்.

இரண்டு நூற்றாண்டுகளுக்குப் பிறகு, சுல்தான் இரண்டாம் முஹம்மத் அதைக் கைப்பற்றி கிறிஸ்தவ ஆட்சிக்கு முற்றுப்புள்ளி வைத்தார். தனது தலைநகரை அத்ரியாநோபிளிலிருந்து கான்ஸ்டான்டி நோபிளுக்கு மாற்றினார். 11 நூற்றாண்டு காலம் கிறிஸ்தவ ஆட்சியின்கீழிருந்த நாடு முஸ்லிம்களின்கீழ் வந்தது. 450

ஆண்டு காலம் முஸ்லிம்களின் தலைநகராகவும் விளங்கியது. பின்னர், அங்காரா முஸ்லிம்களின் தலைநகரானது. எனினும், முஸ்லிம்களின் பழைய தலைநகரங்களில் சிறந்ததாகவே இன்னும் அது பேசப்படுகிறது.

சுல்தான் முஹம்மதின் மேலும் சில செயல்கள் : கான்ஸ்டான்டிநோபிளை வென்ற சுல்தான் முஹம்மத், நாட்டின் வளர்ச்சியையும் மக்கள் நலனையும் நோக்கித் தனது கவனத்தைத் திருப்பினார். அதே நேரம், கிரேக்கத்தின் தென்பகுதியின்மீதும் கவனம் பதித்தார். ஏனெனில், கிறிஸ்தவக் கிரேக்கம் இத்தாலி மற்றும் கிறிஸ்தவ அரசுகளின் எதிர்ப்பு நடவடிக்கைகளுக்குக் களமாக அமைய வாய்ப்பிருந்தது. எனவே, அந்தச் சிறு கிரேக்க ஆட்சிப்பகுதியை வென்று தனது ஆட்சிப்பகுதியுடன் இணைத்துக்கொண்டார். அதே தென் கிரேக்கத்தில் போரில் முன்பொருமுறை தப்பியோடிய சீஸரின் வம்சாவளியினர் நிறுவிய மற்றொரு சிறு அரசும் இயங்கியது. அவர்களது அரசுகள் உஸ்மானியப் பேரரசிடம் வீழ்ந்த பிறகு அவர்கள் அனைவரும் முஸ்லிம்களாக மாறினர். சிறு அரசுகளைத் தன்னுடன் இணைத்துக்கொண்ட சுல்தான் இரண்டாம் முஹம்மதின் கவனம், பிறகு வெனீசை நோக்கித் திரும்பியது. அவர்கள் உஸ்மானியப் பேரரசின் மேலாண்மையை ஏற்று உடன்படிக்கைக்கு முன்வந்தனர்.

சிலுவைப் போர் வீரர்களிடையே உருவான ஒரு பிரச்சினையின் விளைவாக ஹிஜ்ரீ 601இல் கான்ஸ்டான்டிநோபிள் அரச குடும்பத்தைச் சேர்ந்த ஒருவன் நாடு கடத்தப்பட்டான். கருங்கடலின் தென்பகுதியில் ட்ராப்ஸான் எனுமிடத்தில் அவன் ஒரு சிறு அரசை நிறுவிக்கொண்டான். அந்நிலப்பகுதியை யாரும் கவனிக்கவில்லை என்பதால் 250 ஆண்டு காலம் அந்த ஆட்சி நிலைபெற்றிருந்தது. முஸ்லிம் அரசர்கள் யாராவது அதை நோக்கிப் பார்வையைத் திருப்பினால் பணிந்து கொடுத்து தன்னைப் பாதுகாத்துக்கொள்ளும் அதே அரசு, மைய அரசு ஏதாவது கிளர்ச்சியிலோ குடும்பப்பகையிலோ சிக்க நேரிட்டால் திறை செலுத்துவதை நிறுத்திக்கொள்ளும்.

கான்ஸ்டான்டிநோபிள் வெற்றியைத் தொடர்ந்து, சுல்தான் இரண்டாம் முஹம்மத் ஆசியா மைனரின் கிறிஸ்தவ அரசான ட்ராப்ஸானைக் கைப்பற்றுவதாக முடிவு செய்தார். கான்ஸ்டான்டி

நோபிள் சீஸரின் ஆதரவு நாடான ட்ராப்ஸானின் அரசன் இரானின் துருக்மான் அரசன் ஹஸன் தவீலின் மருமகனுமாவான். ஆர்மேனியாவையும் கைப்பற்றியிருந்த ஹஸன் தவீல், பலம் பொருந்திய ஓர் அரசராகவும் இருந்தார். ஆகவே, ஆசியா மைனரில் ட்ராப்ஸானின் இருப்பு உஸ்மானியப் பேரரசுக்கு ஆபத்தாக அமைந்திருந்தது. ட்ராப்ஸானும் உஸ்மானியப் பேரரசுக்கு இடர்பாடுகளை உருவாக்கும் மனநிலையில்தான் இருந்தது. இந்த ஆபத்தைப் போக்குவதாக முடிவு செய்தார் சுல்தான் முஹம்மத். ஹிஜ்ரீ 860 இல் ட்ராப்ஸானைத் தாக்கி அதைத் தனது ஆட்சிப் பகுதியுடன் இணைத்தார். ட்ராப்ஸான் அப்போது சுதந்திர அரசாக இல்லாமல் இரானின் ஒரு பகுதியாகவே கருதப்பட்டது. ஆகவே, இரான் ஆட்சியாளர் கோபம்கொண்டார். ஆனால், உடனடியாக எந்த நடவடிக்கைக்கும் அவர் முன்வரவில்லை.

கிரேக்கம் மற்றும் ஆசியா மைனர் போர்களிலிருந்து விடுபட்ட இரண்டாம் முஹம்மத், ஹிஜ்ரீ 860 இல் கான்ஸ்டான்டிநோபிளுக்குத் திரும்பினார். உஸ்மானியப் பேரரசின் பண்ணை முறை அரசுகளான செர்பியாவிலும் போஸ்னியாவிலும் எதிர்ப்புக்கான அறிகுறிகள் தென்பட்டன. காலதாமதம் செய்யாமல் அவற்றின்மீது போர் தொடுத்துத் தனது ஆட்சிப் பகுதியுடன் இணைத்துக் கொண்டார் இரண்டாம் முஹம்மத். தொடர்ந்து தன்னுடைய ஆளுநர்களை நியமித்தார்.

ஹங்கேரியுடனான போர் நிறுத்த உடன்படிக்கை முடிவடைந்திருந்தது. ஹங்கேரிய அரசன், உஸ்மானிய அரசை எதிர்ப்பதற்கான முன்னேற்பாடுகளில் ஈடுபட்டு, கிறிஸ்தவ அரசுகளிடம் உதவி கேட்டான். இதையறிந்த சுல்தான் முஹம்மத், ஹங்கேரிமீது போர்த் தொடுப்பதாக முடிவு செய்தார். ஹிஜ்ரீ 861 இல் (கி.பி. 1456 ஜூலை) உஸ்மானியப் படைகள் ஹங்கேரியை நோக்கி அணிவகுத்துச் சென்றன. கான்ஸ்டான்டிநோபிளின் வீழ்ச்சியைத் தொடர்ந்து கிறிஸ்தவ சக்திகள் அனைத்தும் உஸ்மானியர்மீதான கொழுந்து விட்டெரியும் கோபத்தில் இருந்தன. ஹங்கேரியின் தலைநகரான பெல்கிரேடும் உஸ்மானியரிடம் வீழ்ந்தால், மேற்கு ஐரோப்பா முழுவதுமே முஸ்லிம்களின்கீழ் வந்துவிடுமென்று அவர்கள் உறுதியாக நம்பினார்கள். ஆகவே, பெல்கிரேடைப் பாதுகாப்பதற்காக ஐரோப்பா முழுவதும் ஒன்றிணைந்தது.

உஸ்மானியப் படைகள் வழியிலிருந்த நகரங்களையும் ஊர்களையும் கைப்பற்றியவாறே வந்து பெல்கிரேடை முற்றுகையிட்டன. ஜான் ஹனி மிகவும் தந்திரசாலியான ஒரு படைத்தலைவர். அவன் அனுபவம் வாய்ந்த தனது படைத்தலைவர்களை வைத்து தலைநகரைப் பாதுகாக்கும் முயற்சிகளில் ஈடுபட்டான். வீரர்கள் பலர் இரத்தம் சிந்தியதன் முடிவில் ஒருவாறாக உஸ்மானியப் படைகள் நகரின் ஒரு தாழ்வானப் பகுதிக்குள் நுழைந்தன. மனம் தளராத கிறிஸ்தவர்கள் முஸ்லிம்கள் இருந்த இடத்தைவிட உயரமான இடத்தில் ஏறி நின்றுகொண்டனர்.

நகருக்குள் நுழைந்த முஸ்லிம் படைகள் ஒரு நாள் முழுவதும் வீரத்துடன் போரிட்டன. மாலையில் வெற்றி தோல்வியின்றி இரு பிரிவினரும் தங்கள் முகாம்களுக்குத் திரும்பினர். முஸ்லிம்கள் நின்றுகொண்டிருந்த இடங்களை அன்றிரவே கையகப்படுத்திய கிறிஸ்தவ வீரர்கள், முன்பை விடவும் அந்த இடத்தை பலப்படுத்தி, தங்களுக்கு வசதியாக மாற்றி அமைத்துக்கொண்டனர். முஸ்லிம்கள் மதில் சுவர்களில் ஏறிச் சூறையாடத் தொடங்கியும் நகரின் பலம் வாய்ந்த பாதுகாப்புகளின் காரணமாக வெற்றிபெற இயலவில்லை. முடிவில், சுல்தான் முஹம்மத் கடுமையான ஒரு தாக்குதலை மேற்கொண்டார். கிறிஸ்தவப் படைத்தலைவர்கள் பலரின் தலைகள் வீழ்ந்தன. ஹங்கேரிய அரசன் ஜான் ஹனியும் அதில் காயமுற்றான். வெற்றி சுல்தானை நோக்கி வந்து கொண்டிருக்கும்போது கிறிஸ்தவப் படைவீரன் ஒருவனின் தாக்குதல் சுல்தானின் தொடையில் ஆழமாகப் பதிந்தது. படைவீரர்கள் உடனடியாக அவரைத் தூக்கிச் சென்றனர். சுல்தானின் நிலை முஸ்லிம் வீரர்களைத் துணிவிழக்கச் செய்தது. அவர்களது முன்னேற்றம் தடைபட்டதுடன் பின்வாங்கவும் தொடங்கினர். கிறிஸ்தவர்களின் தாக்குதல் தீவிரமடைந்தது. கிறிஸ்தவப் படைகளைப் பல்வேறு தலைவர்கள் வழி நடத்தியதால், ஜான் ஹனி காயமுற்ற தகவலை அவனது படையிலுள்ள பெரும்பாலான வீரர்கள் அறியவில்லை. ஆனால், உஸ்மானியப் படைகளை சுல்தான் முஹம்மத் மட்டுமே தலைமை வகித்து வழி நடத்தி வந்தார்.

உஸ்மானியப் படைகளின் பின்நகர்வு கிறிஸ்தவப் படைகளுக்கு உற்சாகமூட்டியது. தங்கள் முகாமிலும்கூட முஸ்லிம்களால் அமைதியாக இருக்க முடியவில்லை. காயமுற்ற அரசரை

கான்ஸ்டான்டிநோபிளுக்கே கொண்டுசெல்ல வேண்டியதாயிற்று. முஸ்லிம்களின் வெற்றி, தோல்வியாக மாறியது. அவர்கள் பின்வாங்கியதாகவும் புறமுதுகுக்காட்டி ஓடியதாகவும் கருதப்பட்டு ஐரோப்பா முழுவதும் அதை வெற்றியாகக் கொண்டாடியது. ஆனால், இத்துடன் அது முடிவடையவில்லை. காயமுற்ற 21ஆம் நாள் ஜான் ஹனி மரணமடைந்தான். சுல்தான் இரண்டாம் முஹம்மத் ஏறத்தாழ அதே காலகட்டத்தில் காயம் குணமடைந்து எழுந்தார்.

உஸ்மானிய அரண்மனையில் வளர்ந்து இரண்டாம் முராதிடமிருந்து பல்வேறு சலுகைகளை அனுபவித்த பின்னர் அல்பேனியாவைக் கைப்பற்றிய சிக்கந்தர் பெக் குறித்து ஏற்கனவே சொல்லப்பட்டது. பெல்கிரேடில் நிகழ்ந்த உஸ்மானியரின் பின்னடைவில் ஊக்கம் பெற்றவர்களுடன் சேர்ந்து சிக்கந்தர் பெக்கும் கிளர்ச்சிகளில் ஈடுடத் தொடங்கினான். அவனது எதிர்ப்புகள்மீது முதலில் அலட்சியம் காட்டிய இரண்டாம் முஹம்மத், அவை அதிகரித்த நிலையில் அவன்மீது படையெடுத்தார். சிக்கந்தர் பெக் திறமையான ஆட்சியாளராகவும் மக்களை நேசிப்பவனாகவும் விளங்கினான். இத்துடன், அவனது ஆட்சிப்பகுதி எதிரிகள் எளிதில் வெல்ல முடியாத நிலவியல் அமைப்பைக்கொண்டதாகவும் இருந்தது. ஆகவே, உஸ்மானியரால் எளிதாக வெற்றி பெற இயலவில்லை.

நீண்டகாலப் போர்களின் முடிவில் சிக்கந்தர் பெக், ஹிஜ்ரீ 866 இல் உடன்படிக்கைக்கு முன்வந்தான். உஸ்மானியப் பேரரசுக்குப் பணிந்துபோவதாக வாக்குறுதியும் அளித்தான். சுல்தான் முஹம்மத் அவனது கோரிக்கையை ஏற்று அல்பேனியாவிலிருந்து வெளியேறினார். ஆனால், உடன்படிக்கையை மீறிய நிலையில் மீண்டும் தோல்வியடைந்த சிக்கந்தர், அல்பேனியாவிலிருந்து தப்பித்து வெனீசை அடைந்தான். அங்கே அவனுக்கு சிறப்பான வரவேற்பு அளிக்கப்பட்டது.

அல்பேனியா, உஸ்மானிய ஆட்சியின்கீழ் வந்தது. பெல்கிரேடின் தோல்விக்குப் பிறகு கிறிஸ்தவ உலகம் சுல்தான் முஹம்மதை அச்சுறுத்தலாக நினைக்கவில்லை. எனவே, அண்மையில் சுல்தானுடன் அமைதி உடன்படிக்கை செய்திருந்த வெனீஸ் மீண்டும் தலைதூக்கியது. கால தாமதமின்றி அதை ஒடுக்கிய சுல்தான், கரையோரமிருந்த பல நகரங்களைக் கைப்பற்றி தனது ஆட்சிப்பகுதியுடன் இணைத்துக்கொண்டார். வெனீசின் தோல்வி,

ஸ்க்கோத்ரா நகரை உஸ்மானியரிடம் கீழ்ப்படிய வைக்கும் நிலையை உருவாக்கியது. இப்போது, உஸ்மானியப் பேரரசு அத்ரியாட்டிக் வரையிலும் பரவியிருந்தது.

வெற்றியாளர் சுல்தான், படைத்தலைவரான அஹ்மத் கைதூக் என்பவரை ஹிஜ்ரீ 878இல் தனது தலைமை அமைச்சராக நியமித்துவிட்டுக் கிரேக்கத் தீவுகளை வெற்றிகொள்வதில் ஈடுபட்டார். இக்காலகட்டத்தில், ஹஸன் தவீல் தனது பலத்தை அதிகரித்துக்கொண்டார். ஹிஜ்ரீ 873இல் சுல்தான் அபூ ஸயீத் மிர்ஸா தைமூரைக் கைது செய்து கொன்ற ஹஸன் தவீல், ட்ராப்ஸானில் தனக்கேற்பட்ட தோல்விக்குப் பதிலாக, சுல்தான் இரண்டாம் முஹம்மதுக்கு அறைகூவல் விடுக்க முடிவு செய்தார். ஆசியா மைனரில் நடந்துவரும் பல்வேறு கிளர்ச்சிகளின் பின்னணியில் செயல்பட்டவரும் ஹஸன் தவீல்தான். ஒவ்வொரு முறையும் துருக்கிப் படையினர் அவரைத் தோற்கடிக்கவும் செய்தனர். ஆனால், முஸ்லிம் அரசான இரானை எதிர்த்துப் போரிட சுல்தான் இரண்டாம் முஹம்மத் விரும்பவில்லை. அவர் தன் தந்தை பயாஸிதின் ரோமானியாவைக் கைப்பற்றும் முயற்சியை நிறைவேற்றி வைக்கவே விரும்பினார். இதை மனதில்கொண்டு இத்தாலியை நோக்கித் தனது ஆட்சிப் பகுதியை விரிவுபடுத்தியும் வந்தார். பெல்கிரேடில் ஏற்பட்ட பின்னடைவைத் தொடர்ந்து, ஹங்கேரியின் தலைநகர் வரைக்குமிருந்த நிலப்பகுதியை வெற்றிகொண்டார். பெல்கிரேடை வெற்றிகொள்ளும் எண்ணத்தைத் தற்போதைக்கு மாற்றி வைத்து விட்டு முதலில் கிரேக்கத் தீவுகளையும் வெனீசையும் கீழ்ப்படியச் செய்தார். ஆசியா மைனரும் இரானும் அவரது மனதில் இல்லை. எனினும், அதற்கான ஒரு வாய்ப்பு திடீரென்று உருவானது.

ஹிஜ்ரீ 879. தனது தலைமை அமைச்சரிடம் கிரீமியாவைக் கைப்பற்றும்படி உத்தரவிட்டுக் கருங்கடலை நோக்கி அனுப்பி வைத்தார் இரண்டாம் முஹம்மத். நீண்ட காலமாகவே கிரீமியா செங்கீஸிய இனத்தைச் சேர்ந்த கான் ஆட்சியின்கீழ் இருந்து வந்தது. எனினும், கிரீமியாவின் தென்கரையில், கருங்கடலில் அமைந்திருந்த யாஃப்ஃபா எனும் துறைமுக நகரத்தை அண்மையில் ஜெனோவா கைப்பற்றித் தனது ஆட்சியுடன் இணைத்திருந்தது. ஆக்கிரமிப்பாளரை வெளியேற்றி யாஃப்ஃபாவை அவரது பாதுகாப்பின்கீழ்க் கொண்டு வரக்கேட்டு கிரீமியாவின் கான் அரசன் சுல்தானிடம் வேண்டுகோள்

விடுத்தான். இதை ஏற்றுக்கொண்ட சுல்தான் இரண்டாம் முஹம்மத் 40,000 வீரர்கள்கொண்ட ஒரு கடற்படைக்குத் தனது தலைமை அமைச்சரைத் தலைவராக நியமித்து அனுப்பி வைத்தார்.

நான்கு நாள்கள் முற்றுகைக்குப் பிறகு யாஃஃப்ஃஃபா துறைமுக நகரம் கைப்பற்றப்பட்டது. 40,000 ஜெனோவா வீரர்கள் கைது செய்யப்பட்டனர். பெருமளவிலான போர்ப்பொருள்களையும் கப்பல்களையும் அஹ்மத் கைதூக் கைப்பற்றினார். கிரீமியாவின் கான் அரசன், சுல்தானுக்குத் தனது நல்லிணக்கத்தைத் தெரிவித்தான். இது 300 ஆண்டு காலம் நீடித்தது. யாஃஃப்ஃஃபா, இன்னொரு கான்ஸ்டான்டிநோபிளாகக் கருதப்பட்டு வந்தது. கீழ்த்திசை நாடுகளிலும் கருங்கடலிலும் உஸ்மானியப் பேரரசு தனது மேலாண்மையைத் தக்க வைத்துக்கொள்ள இந்த வெற்றி தேவையாக இருந்தது. உஸ்மானியப் பேரரசு மேற்கொண்ட கிரீமிய, யாஃஃப்ஃஃபா இணைப்புகள் இரானிய அரசரைச் சீற்றமடைய வைத்தன. ஹஸன் தவீல், சுல்தானை வெளிப்படையாகவே எதிர்க்கத் தொடங்கினார்.

வெற்றியாளர் சுல்தான் ஹிஜ்ரீ 880இல் தன் மகன் பயாஸிதை படைத்தலைவராக நியமித்து ஆசியா மைனர் அலுவல்களைக் கவனிக்க அனுப்பிவிட்டு, ஐரோப்பியப் போர்களில் தன்னை ஈடுபடுத்திக்கொண்டார். அல்பேனியாவையும் ஹர்ஸகோவினாவையும் ஏற்கனவே வென்ற அவர், ஒன்றன்பின் ஒன்றாக மத்திய தரைக்கடல் தீவுகளைக் கைப்பற்றினார். ஹிஜ்ரீ 882இல், அவரது படைத்தலைவர்களில் ஒருவரான உமர் பாஷாவின் தலைமையிலான ஒரு படை வெனீசின் தலைநகரை அடைந்தது. வெனீஸ் நாடாளுமன்றம், தேவைப்படும்போது நாங்கள் ஒரு லட்சம் போர்க்கப்பல்களைத் துருக்கியர்களுக்குத் தந்து உதவுவதாக மிகத்தாழ்மையுடன் வாக்குறுதியளித்து உடன்படிக்கை செய்துகொண்டனர். உமர் நாடு திரும்பினார்.

ரோட்சைச் சேர்ந்த சிலுவைப் போர் வீரர்கள் சிலர், ஹிஜ்ரீ 711இல் ஒரு தனியரசை நிறுவியிருந்தனர். இத்தீவையும் அதைச் சுற்றியிருந்த தீவுகளையும் கையகப்படுத்திய இவர்கள் சிரிய, ஆசியா மைனர் எல்லைகளில் வழிப்பறிகளிலும் கொள்ளைகளிலும் ஈடுபட்டு வந்தனர். வெனீஸ், ஜேனோவா அரசுகள் இவர்களை அடக்க முன்வரவில்லை. கொள்ளையர்களின்

இலக்கு பெரும்பாலும் முஸ்லிம்களாக இருந்ததுதான் இதற்கான காரணம். உஸ்மானியரின் ஆட்சி ரோட்ஸ் வரையிலும் பரவிய நிலையில், இக்கொள்ளையர்களின் இருப்பு முஸ்லிம் அரசுக்குப் பெரும் ஆபத்தாகவும் தடையாகவும் இருந்தது. இவர்களை அடக்க சுல்தான் இரண்டாம் முஹம்மத் ஹிஜ்ரீ 885இல் ஒரு கடற்படையை அனுப்பி வைத்தார். ஆனால், அது வெற்றி பெறவில்லை. மீண்டும், அனுபவம் வாய்ந்த ஒரு தலைவரின்கீழ் இன்னொரு படையை அனுப்பி வைத்தார். அவர் தலைநகரைச் சுற்றி வளைத்துத் தீவைக் கைப்பற்றினார். நகருக்குள் நுழைந்த உஸ்மானியப் படைகள் கொள்ளையடிக்க முற்பட்டன. படைத்தலைவர் இதை அனுமதிக்க மறுக்கவே வீரர்கள் வெறுப்பும் அதிருப்தியும் அடைந்தனர். வெற்றியை முழுமைப்படுத்தாமல் படைகள் பின்வாங்கின. இதனால், படைத்தலைவருக்கும் வீரர்களுக்குமிடையே வாக்குவாதம் உருவானது. அவர்கள் வெற்றியைக் கைவிட்டு விட்டு நாடு திரும்பினர்.

சுல்தான் முஹம்மத், ரோட்சுக்குப் படையை அனுப்பிய அதே நேரத்தில், தலைமை அமைச்சர் அஹ்மத் கைதூக் தலைமையிலான ஒரு படையை தெற்கு இத்தாலியைக் கைப்பற்றுவதற்காகவும் அனுப்பி வைத்தார். இத்தாலிய கரையில் வந்திறங்கிய அஹ்மத், வெற்றியின் நுழைவாயில் என்றழைக்கப்படும் ஒட்ரான்டோ நகரை முற்றுகையிட்டார். இந்நகரை வெற்றிகொள்வது இத்தாலியையும் ரோமையும் வெற்றிகொள்வதாகவே கருதப்படும். ஹிஜ்ரீ 885இல் (கி.பி.1480 ஆகஸ்ட் 11) அஹ்மத் கைதூக் இந்நகரைக் கைப்பற்றினார். முற்றுகைக்குள்ளான எதிரிப்படையினரில் 20,000 பேர் கொல்லப்பட்டனர் அல்லது கைதாயினர். ரோமாபுரியைக் கைப்பற்றுவது இப்போது கடினமான பணியல்ல. போப், நகரைவிட்டுத் தப்பிச்செல்ல முயலும் அளவுக்கு இத்தாலி முழுவதுமே பயந்துபோயிருந்தது.

ஒட்ரான்டோவிலும் ரோட்சிலும் ஏற்பட்ட பின்னடைவுகளை அறிந்த சுல்தான், இன்னொரு தாக்குதலுக்கான ஏற்பாடுகளில் ஈடுபட்டார். எனவே, பாஸ்போரஸ் கரையில் தனது கொடியை ஏற்றிவைத்தார். தன்னுடைய தலைமையில் புதிய படை வருகிறது என்பதைக் குறிக்கவே அவ்வாறு செய்தார்.

சுல்தான் இரண்டாம் முஹம்மதின் கவனம் அப்போது மூன்று

விஷயங்களில் பதிந்திருந்தது. முதல் வேலை, இளவரசர் பயாஸிதுக்கு இடையூறாக இருந்த இரான் அரசர் ஹஸன் தவீலை அடக்குவது; அடுத்து, ரோட்சைக் கைப்பற்றுவது; மூன்றாவது, ரோமுக்குள் வெற்றிகரமாக நுழைவது. பெருமளவிலான முன்னேற்பாடுகளில் ஈடுபடுவதற்கு மாறாக, இத்திட்டங்களை அவர் இரகசியமாக வைத்திருந்தார். படைகளைத் தன்னுடைய தலைமையில் அழைத்துச் செல்வதாக இருந்தால், திட்டம் குறித்துப் படைத்தலைவரிடமோ தலைமை அமைச்சரிடமோகூட அறிவிக்காமலிருப்பது அவரது வழக்கம். படைத்தலைவர் ஒருமுறை, அடுத்த இலக்கு எதுவென்று சுல்தானிடம் கேட்டார். அதற்கு அவர், "என்னுடைய தாடியின் ஒரு ரோமத்துக்கு அது தெரியுமென்றால்கூட அதைப் பிடுங்கி நெருப்பில் போட்டுவிடுவேன்" என்றார். அவரது ஆட்சிப்பகுதிகள் அனைத்திலிருந்தும் படைவீரர்கள் வந்து கான்ஸ்டான்டிநோபிளில் குவிந்தனர். ஹிஜ்ரீ 886இல் அவர் மேற்கொண்ட மாபெரும் முன்னேற்பாடு இதுவே! சுல்தான் முதலில் இரானையும் பிறகு, ரோட்சையும் கைப்பற்றுவார். பிறகு, போப் தப்பித்தோட தருணம் பார்த்தும், தலைமை அமைச்சர் எதுவும் செய்வதற்கின்றி எதிரிப்படையின் வருகையை எதிர்பார்த்தும் இருக்கும் இத்தாலிமீது படையெடுப்பார் என்றும் அவர்கள் கருதினர்.

ஆனால், எல்லாம் வல்ல அல்லாஹ்வின் நாட்டம் வேறொன்றாக இருந்தது. சுல்தான் இரண்டாம் முஹம்மத், கான்ஸ்டான்டிநோபிளிலிருந்து புறப்பட்டதுடன் மூட்டு வலியால் கடும் வேதனை அனுபவிக்கத் தொடங்கினார். அது மிக மோசமான நிலையில், ஹிஜ்ரீ 886 ரபீயுல் அவ்வல் மாதம் (கி.பி.1481, மே, 3) மரணமடைந்தார். அவரது மிகப் பெரிய திட்டங்கள் இத்துடன் முடிவுக்கு வந்தன. படை அவரது உடலுடன் திரும்பி வந்தது. உடல், கான்ஸ்டான்டிநோபிளில் அடக்கம் செய்யப்பட்டது. 31 ஆண்டு காலம் ஆட்சி செய்த இரண்டாம் முஹம்மத் தனது 52 அல்லது 53 ஆவது வயதில் இறந்தார். அவரது மறைவு உஸ்மானியப் பேரரசுக்கு மட்டுமின்றி இஸ்லாமிய உலகுக்கே பேரிழப்பாக முடிந்தது.

சுல்தான் இரண்டாம் முஹம்மதின் ஆட்சி : சுல்தான் இரண்டாம் முஹம்மதின் ஆட்சிக் காலம் போர்களாலும் சாதனைகளாலும் நிரம்பியது. தனது ஆட்சியின்போது அவர், 12 அரசுகளையும்

இருநூறுக்கும் மேற்பட்ட நகரங்களையும் கோட்டைகளையும் கைப்பற்றினார். அவரது படை ஒரு லட்சத்து இருபத்தையாயிரம் வீரர்களுக்கும் அதிகமாக ஒருபோதுமே இருந்ததில்லை. அவரது ஆட்சிக் காலத்தில் போர்களில் இறந்த முஸ்லிம் வீரர்களின் எண்ணிக்கை எட்டு லட்சத்துக்கும் அதிகம். சுல்தானின் மெய்க்காவலர்கள் எண்ணிக்கை ஏறத்தாழ பன்னிரண்டாயிரம்.

படைகள் மற்றும் நிர்வாக அமைப்பிலுள்ள சீர்கேடுகளையும் தீமைகளையும் அகற்றுவதற்காக அவர் கடுமையான பல்வேறு சட்டங்களைத் தீட்டினார். நாட்டின் வளர்ச்சிக்கு அவை பெரிதும் துணை நின்றன. போர்களிலும் கிளர்ச்சிகளை அடக்குவதிலும் நேரத்தைச் செலவிடும் ஓர் அரசரால் சிறப்பான சட்ட திட்டங்களை உருவாக்க இயலாது. ஆனால், இரண்டாம் முஹம்மத் அதை மிகச் சிறப்பாக மேற்கொண்டார். மேலும், அமைச்சர்கள், படைத்தலைவர்கள் உட்பட பல சமயச் சான்றோர்களும் பெரியோர்களும் அவரது நடுவர் மன்றங்களில் பணியாற்றினர். அனைத்து ஆட்சிப் பகுதிகளிலும் செயல்படுத்தும் வகையில் அமைந்த அவரது சட்டங்கள், குர்ஆன், ஹதீஸ்களின் வரைமுறையை மீறாத வகையில் அமைந்திருந்தன. அதற்கு மாறாக ஏதாவது உத்தரவு அமையும் என்றால் அதைச் சுட்டிக்காட்டி திரும்பப் பெற வைக்கும் முழு உரிமையும் கல்வியாளர்களுக்கு அளிக்கப்பட்டிருந்தது.

ஒவ்வொரு நகரிலும் சிற்றூரிலும் மதரஸாக்களை நிறுவினார். அரசாங்கமே அவற்றை நிர்வகித்தும் வந்தது. மதரஸாக்களுக்கான பாடத்திட்டங்களையும் அவரே உருவாக்கினார். தேர்வுகள் நடத்தப்பட்டு சிறப்பான முறையில் தேர்ச்சி பெற்றவர்களுக்குப் பரிசுகளும் வெகுமதிகளும் பட்டங்களும் வழங்கப்பட்டன. அதற்கேற்ப தொழில் வாய்ப்புகளும் வழங்கப்பட்டன. பாடத்திட்டங்கள் இம்மைக்கும் மறுமைக்கும் உதவுவதாக அமைந்திருந்தன. சுல்தான் முஹம்மத் ஒரு சிறந்த கல்வியாளராகவும் இருந்தார் என்பது குறிப்பிடத்தக்கது.

குர்ஆன், நபிமொழி, வரலாறு, சுயசரிதை, கணிதவியல், இயற்பியல் போன்றவற்றில் திறமைபெற்றவராக இருந்தார். அரபு, பாரசீகம், துருக்கி, இலத்தீன், கிரேக்கம் ஆகிய மொழிகளில் சரளமாக உரையாடுபவர். தன்னுடைய வாழ்க்கையின் பெரும்பகுதியைப் போரிலேயே செலவிட்ட அவரால் கலை, கல்வி விஷயங்களிலும்

கவனம் செலுத்த முடிந்தது என்பது வியப்புதான்.

தேவைப்படும்போது மட்டுமே அவர் அரசவையில் அமர்ந்திருப்பார். மற்ற நேரங்களில் தனிமையையே விரும்பினார். அறிவுக்குப் புறம்பான, பொருத்தமற்ற எதுவும் ஒருபோதும் அவரிடமிருந்து வெளிப்பட்டதில்லை. சமயக் கல்வியாளர்களை மதிப்புடன் நடத்திய அவர், கல்வியை அலட்சிப்படுத்துகிற, பொய்யாகக் காட்சிப்படுத்துகிற கல்வியாளர்களை வெறுத்தார். கூட்டுத்தொழுகைகளில் பெரிதும் ஆர்வம்கொண்டார். நோன்பைத் தவறாமல் கடைப்பிடித்தார். குர்ஆன்மீது ஆழ்ந்த நாட்டம்கொண்டிருந்தார். உண்மையான கிறிஸ்தவர்கள்மீதும் அவரவர் மதங்கள்மீது ஆழ்ந்த பற்றுள்ள அனைவர்மீதும் இன, மத பேதமின்றி அன்பு செலுத்தினார்.

கோட்பாடுகள்மீது இறுக்கமான பற்று வைத்திருந்த கல்வியாளர்கள் சிலர், சிறு விஷயங்களில் கூட அப்படியே இருப்பதை அவர் விரும்பவில்லை. ஆகவே, இஸ்லாமியச் சட்ட திட்டங்களின் நுட்பங்களை அறிந்து, கடைப்பிடிக்க எளிதான வழிமுறைகளில் அரசியல் சட்டங்களை வகுத்தார்.

தனது நிர்வாகத்தின்கீழிருந்த அனைத்துத் துறைகள்மீதும் தொடர்ந்து கவனம் செலுத்தி வந்தார். குற்றவாளிகளைத் தண்டிப்பதிலும் திறமையாளர்களை ஊக்குவித்து அவர்களுக்குரிய வெகுமதிகளையும் பதவி உயர்வுகளை அளிப்பதிலும் கவனம் செலுத்தினார். அவரது இயல்பான அமைதியும் தனிமைமீதான நாட்டமும் அரசப்பொறுப்புக்கான கௌரவத்தைக் காப்பாற்றிக் கொள்ளும் பொருட்டும் யாருடனும் அதிகம் அவர் கலந்துரையாடுவதில்லை. ஆயினும், போர்க்களத்தில் படைவீரர்களிடம் மிக நெருக்கமாகப் பழகுவார். தன்னாலியன்ற உதவிகளையும் ஒத்தாசைகளையும் அவர்களுக்குச் செய்து வந்தார். ஆகவே, அவரது உத்தரவின்கீழ் தங்கள் உயிர்களை மதிக்காமல் போரில் ஈடுபட அவர்கள் தயாராக இருந்தனர். தந்தைக்கு இணையாக அவரை மதித்து வந்தனர்.

நடுத்தர உயரமும் கோதுமை நிற உடலும்கொண்ட சுல்தான் இரண்டாம் முஹம்மத், சோகமான முகஅமைப்பைக்கொண்டவர். கோபப்படும்போது அவரது முகம் பயங்கரமாகமாறிவிடும். குற்றவாளிகளுக்குக் கடுமையான தண்டனைகள் வழங்கினார். ஆகவே,

 திருட்டு, வழிப்பறி, ஊழல், ஒழுங்கீனம், கிளர்ச்சிபோன்றவை அவரது ஆட்சிப் பகுதிகளில் அடியோடு ஒழிக்கப்பட்டன. அவரது நிர்வாக அணுகுமுறையும் துணிச்சலான நடவடிக்கைகளும் இதற்கு அடிப்படைகளாக இருந்தன.

09. இரண்டாம் முஹம்மதுக்குப் பின்

வெற்றியாளர் சுல்தானுக்கு பயாஸித், ஜம்ஷெத் எனும் இரண்டு ஆண் வாரிசுகள். பயாஸித், ஆசியா மைனர் ஆளுநராகவும் ஜம்ஷெத், கிரீமியா ஆளுநராகவும் இருந்தனர். சுல்தானின் இறப்பின்போது பயாஸிதின் வயது 35, ஜம்ஷெதின் வயது 22. இரண்டாம் பயாஸித் சிறிது சோம்பலும் மென்மையான குணமும் படைத்தவர். ஜம்ஷெத் நல்ல சுறுசுறுப்பும் மனஉறுதியும் கலகலப்பான குணமும்கொண்டவர். சுல்தானின் இறப்பின்போது இருவருமே கான்ஸ்டான்டிநோபிளில் இல்லை. இத்தாலிமீதான படையெடுப்பின்போது தலைமை அமைச்சராக இருந்த அஹ்மத் கைதூக்கைப் படைத்தலைவராக நியமித்த சுல்தான், முஹம்மத் ஷா என்பவரைத் தலைமை அமைச்சராக நியமித்தார். அவர் சுல்தானின் இறப்பை வெளியிடாமலிருக்க முயற்சி செய்தார். கான்ஸ்டான்டிநோபிளுக்கு வரும்படி ஜம்ஷெதுக்கு அவர் தகவல் அனுப்பினார். இறப்புச் செய்தி வெளியானது. தலைமை அமைச்சரைக் கொலை செய்த மெய்க்காவலர்கள் அவரது இடத்தில் இஷாக் பாஷாவை நியமித்தனர். அவர், சுல்தானின் இறப்பை பயாஸிதுக்கு அறிவித்து உடனடியாக வரும்படி கேட்டுக்கொண்டார்.

அதே நேரத்தில் மெய்க்காவலர்கள் நகரைச் சூறையாடத் தொடங்கினர். வணிகர்களிடமிருந்தும் செல்வந்தவர்களிடமிருந்தும்

பணம் பிடுங்கினர். படைத்தலைவர் அஹ்மத் கைதூக்கின் நிர்வாகத்தைக் கைப்பற்றினர். ஒட்ரான்டோவை வெற்றிகொண்ட அஹ்மத் கைதூக், போர் முயற்சிகளைத் தொடர்வதற்கான அனைத்து ஏற்பாடுகளையும் செய்து வைத்திருந்தார். சுல்தானின் இறப்புச் செய்தியை அறிந்து சோர்வும் குழப்பமுமடைந்த அவர், ஒட்ரான்டோ அலுவல்களைக் கவனித்துக்கொள்ள ஒரு படைத்தலைவரை நியமித்துவிட்டு உடனடியாக கான்ஸ்டான்டிநோபிளுக்கு விரைந்தார்.

4,000 படைவீரர்களுடன் கான்ஸ்டான்டிநோபிளுக்கு விரைந்த பயாஸித், அரசுப்பொறுப்பை ஏற்றுக்கொண்டார். தங்கள் ஆற்றலை வலுப்படுத்திக்கொண்ட மெய்க்காவலர்கள், ஊதிய உயர்வு கேட்டு புதிய அரசரிடம் கோரிக்கை விடுத்தனர். மறுத்தால் கொன்றுவிடுவதாகவும் பயமுறுத்தினர். பயாஸித் பணிந்தார். பொதுக்கருவூல நிதியிலிருந்து அவர்களுக்குப் பல்வேறு வெகுமதிகளும் பரிசுகளும் வழங்கப்பட்டன. துணிச்சலும் திடமான முடிவுகளும்கொண்ட தந்தையின் ஆற்றலுக்கும் புதிய ஆட்சியாளரான மகனின் ஆற்றலுக்கும் மிகப் பெரிய இடைவெளி இருப்பது இதன்மூலம் தெரிய வந்தது.

ஆயினும், அவர் ஜம்ஷெதின் மூத்த சகோதரர் என்பதாலும், இஷாக் பாஷா தலைமை அமைச்சர் என்பதாலும் மெய்க்காவலர்களின் பலமான ஆதரவு இருப்பதாலும் அவருக்கு அறைகூவல் விடுக்கும் துணிச்சல் யாருக்கும் வரவில்லை. சிறிது காலத்தில் அஹ்மத் கைதூக் இத்தாலியிலிருந்து கான்ஸ்டான்டிநோபிளுக்கு வந்தார். அவரது இடத்திலிருந்த தலைமை அமைச்சர், பயாஸிதின் எதிரியாகவும் ஜம்ஷெதின் ஆதரவாளராகவும் இருந்ததால் அஹ்மத் கைதூக், சுல்தான் பயாஸிதுக்கு ஆதரவளிப்பதாக வாக்குறுதியளித்தார்.

தந்தையின் மரணச்செய்தி சிறிது காலதாமதமாகவே ஜம்ஷெதுக்குத் தெரிய வந்தது. அப்போது கான்ஸ்டான்டிநோபிளின் அரசுப்பொறுப்பை இரண்டாம் பயாஸித் ஏற்றிருந்தார். ஆசியா மைனரிலுள்ள நகரங்களைக் கையகப்படுத்திக்கொண்ட ஜம்ஷெத், புர்ஸாவையும் கையகப்படுத்திய பின், பயாஸித் தந்தையால் நியமிக்கப்பட்டவரில்லை என்றும், ஆகவே அவர் உரிமை கோருவதை ஏற்க முடியாது என்றும் ஆசியா மைனர் பகுதிகள் தனது ஆட்சியின்கீழும் ஐரோப்பா பகுதிகள் பயாஸிதின் ஆட்சியின்கீழும்

இருப்பதுதான் முறை என்றும் கடிதம் எழுதினார். பயாஸித் இதை ஏற்கவில்லை. அவர், ஒரே உறைக்குள் இரண்டு வாட்களுக்கு இடமில்லை என்று பதில் எழுதினார்.

சுல்தான் முஹம்மதின் ஒரு சகோதரி கான்ஸ்டான்டிநோபிளில் வசித்து வந்தார். அவர், சகோதரர்களுக்குள் பகைமையிருப்பது சரியல்ல என்றும், ஆசியா மைனர் ஆட்சிப்பகுதிகளின் உரிமையை ஜம்ஷெதுக்கு ஒதுக்குவது நல்லது என்றும் தன் மருமகனான இரண்டாம் பயாஸிதிடம் சொன்னார். பயாஸித் இதற்குச் செவிமடுக்கவில்லை. இணக்கத்திற்கான வேறு வழியும் தென்படவில்லை. தன்னால் ஜம்ஷெதுக்குச் செய்ய முடிந்த ஒரே உதவி, அவர் தனது குடும்பத்துடன் பைத்துல் முகத்தசுக்குச் சென்று வாழ அனுமதிப்பதும் பொதுக்கருவூலத்திலிருந்து அவருக்கான உதவித் தொகையை அனுப்புவதும்தான் என்றார் பயாஸித்.

தன்னால் அரசுப் பொறுப்புக்கு வர முடியாத சூழ்நிலை ஏற்பட்டால் பயாஸித் தன்னைக் கொன்று விடுவார் என்பதை உணர்ந்த ஜம்ஷெத் தற்காத்துக்கொள்ள முடிவு செய்தார். அஹ்மத் கைதூக்கின் உதவியுடன் சகோதரனை எதிர்த்துப்போரிட வேண்டிய சூழ்நிலைக்கு அவர் தள்ளப்பட்டார். இரு படைகளும் ஹிஜ்ரீ *886* இல் *(கி.பி.1481* ஜூன் *2)* மோதின. போரின் உச்சக்கட்டத்தில் ஜம்ஷெதின் சில படைத்தலைவர்களும் வீரர்களும் பயாஸிதுடன் சேர்ந்து கொண்டனர். ஜம்ஷெத் தோல்வியடைந்தார்.

ஒரு பக்கம் சகோதரர்கள் இருவரும் போரிட்டுக்கொண்டிருந்தனர். இன்னொரு பக்கம், அவர்களது ஆட்சிக்குக் கிறிஸ்தவர்களால் பெரும் ஆபத்து உருவாகியிருந்தது. ரோமை விட்டே செல்வதாக முடிவுசெய்திருந்த போப், சுல்தான் முஹம்மதின் மரணத்தை அறிந்து தனது எண்ணத்தை மாற்றிக்கொண்டதுடன் சாதகமான இந்தச் சூழ்நிலையைப் பயன்படுத்திக்கொண்டார். இத்தாலியைக் காப்பாற்றவும் துருக்கியர்களை ஒட்ரான்டோவிலிருந்து வெளியேற்றவும் அனைவரும் ஒன்றிணைய வேண்டும் என்று ஐரோப்பாவின் கிறிஸ்தவ அரசுகள் அனைத்துக்கும் தகவல் அனுப்பினார். இத்துடன் ஸ்பெய்ன், ஃபிரான்ஸ், ஆஸ்டிரியா ஆகிய நாடுகளிலிருந்து வந்த கிறிஸ்தவப் படைகள் ஒட்ரான்டோவை முற்றுகையிட்டன.

ஒட்ரான்டோ முஸ்லிம் படைகள், கான்ஸ்டான்டிநோபிளிலிருந்து எந்த உதவியையும் பெற இயலவில்லை. இருப்பினும் அங்கிருந்த துருக்கியப் படைகள் கடுமையாகப் போரிட்டன. எந்த உதவியும் கிடைக்காத நிலையில் மேலும் இரத்தம் சிந்த விரும்பாத அவர்கள் தாங்கள் பணிந்து போவதாகத் தகவல் அனுப்பினர். "அமைதியான முறையில் நகரைக் கைப்பற்ற விரும்பினால் அப்படியே செய்யுங்கள். ஆனால், பாதுகாப்பாகவும் கௌரவமாகவும் கான்ஸ்டான்டி நோபிளுக்குத் திரும்பிச் செல்ல எங்களை அனுமதிக்க வேண்டும்" எனும் ஒரு நிபந்தனை மட்டும் தான் அதில் சொல்லப்பட்டது. கிறிஸ்தவர்கள் உடனடியாக அதை ஏற்றுக்கொண்டனர். துருக்கியரின் பாதுகாப்புக்கு உத்தரவாதம் அளித்து அவர்கள் ஓர் அமைதி உடன்படிக்கையை எழுதியனுப்பினார்கள். அதன்படி துருக்கியப் படைவீரர்களும் பொதுமக்களும் வெளியேறும்போது ஒப்பந்தத்தை மீறிய கிறிஸ்தவர்கள் அவர்களைக் கொல்லத் தொடங்கினர். உஸ்மானியயரைச் சூழ்ந்துகொண்ட அவர்கள் ஏறக்குறைய அனைவரையும் கொன்றொழித்தனர். ஒட்ரான்டோவின் தெருக்களும் சாலைகளும் முஸ்லிம்களின் செந்நீரால் சிவந்தன.

இரண்டாம் பயாஸித் அரியணையேறிய பிறகு உஸ்மானியருக்கு ஏற்பட்ட மாபெரும் அதிர்ச்சியும் பின்னடைவும் இது. இத்தாலிமீதான தங்கள் பிடியை அவர்கள் இழந்தனர். இத்தாலி வெற்றிக்குத் துருக்கியர்கள் திறந்த கதவு மீண்டும் மூடப்பட்டது. இதன் காரணமாக ஸ்பெய்னிலிருந்து எதிர்பார்த்த உதவியும் கிடைக்காமல் போனது. கிறிஸ்தவர்களால் கொல்லப்பட்ட துருக்கியப் படையினரின் இரத்தத்துக்குப் பழிவாங்க அஹ்மத் கைதூக்கால் இயலாமல் போனது.

தோல்வியின் விளைவாகத் தான் இனிமேல் ஆசியா மைனரில் இருக்க முடியாது என்பதை உணர்ந்தார் ஜம்ஷெத். எஞ்சிய தன் படைத்தலைவர்கள்மீது அவர் நம்பிக்கை வைத்திருந்தார். இனி, தனது வாழ்விடம் எகிப்துதான் என்று முடிவு செய்தார். எகிப்து அப்போது மம்லுக்குகளின் ஆட்சியின் கீழிருந்தது. செர்க்கேசி இனத்தைச் சேர்ந்த அபூஸைத் கைத்பேயி என்பவர் அதன் அரசராக இருந்தார். அப்பாசிய கிலாஃபத்தின் தலைமை எகிப்தில் இருந்ததால், இஸ்லாமிய உலகம் எகிப்தின்மீது மரியாதை வைத்திருந்தது.

தன் தாயாருடனும் மனைவியுடனும் எகிப்தை

நோக்கிச்சென்றுகொண்டிருந்த ஜம்ஷெதின் உடைமைகள் உஸ்மானிய ஆட்சிப்பகுதிக்குள் வைத்து துருக்கியப் படைத்தலைவன் ஒருவனால் கொள்ளையடிக்கப்பட்டன. அவர்கள் உஸ்மானிய நிலப்பகுதியைக் கடந்தனர். கொள்ளையடித்த துருக்கியப் படைத்தலைவன் அவற்றை அரசரிடம் ஒப்படைத்துப் பாராட்டுப் பெறுவதற்காக கான்ஸ்டான்டிநோபிளிலிருந்த பயாஸிதிடம் வந்தான். தோல்வியும் பாதிப்பும் அடைந்திருந்த பயணிகளின் பொருள்களைக் கொள்ளையடித்தக் குற்றத்திற்காக பயாஸித் அவனுக்கு மரண தண்டனை வழங்கினார்.

ஜம்ஷெதையும் அவரது குடும்பத்தையும் சிறப்புடன் வரவேற்ற எகிப்து அரசர், அவரை விருந்தினராக ஏற்றுக்கொண்டார். அவரது தோல்விக்குத் தனது வருத்தங்களைத் தெரிவித்துக்கொண்டார். அபூஸயீதுடன் நான்கு மாதங்கள் தங்கியிருந்த ஜம்ஷெத், ஹஜ் கடமையை நிறைவேற்றி விட்டு மீண்டும் எகிப்துக்குத் திரும்பினார். அதே நேரத்தில், அபூ ஸயீதுக்கும் பயாஸிதுக்குமிடையே சில கடிதப் பரிமாற்றங்கள் நடந்தன. இருந்தும், எகிப்திய அரசர், ஜம்ஷெதுக்கு எதிராகச் செயல்படவில்லை. மாறாக, முன்பைவிடவும் அதிகமாக அன்பு செலுத்தினார்.

மக்காவிலிருந்து வந்த ஜம்ஷெத், போருக்கான ஆயத்தங்களில் ஈடுபட்டார். இதற்கான அனைத்து உதவிகளையும் எகிப்து அரசர் செய்துகொடுத்தார். தாயையும் மனைவியையும் எகிப்தில் விட்டுவிட்டு பயாஸிதுக்கு எதிராகப் புறப்பட்டார் ஜம்ஷெத். பாலஸ்தீன், சிரியா வழியாக அவர் ஆசியா மைனரின் தென்பகுதியை அடைந்தார். இதையறிந்த பயாஸித் தனது அனுபவம் மிகுந்த படைத்தலைவர் அஹ்மத் கைதூக்குடன் புறப்பட்டார். கடுமையான போரின் முடிவில் ஜம்ஷெத் மீண்டும் தோல்வியடைந்தார். இப்போர், ஹிஜ்ரீ 887 இல் (கி.பி.1482) நடந்தது. இந்த இரண்டாவது தோல்விக்கும் ஜம்ஷெதின் சில நயவஞ்சகப் படைத்தலைவர்கள்தான் காரணமாக இருந்தனர். எகிப்திலிருக்கும்போது ஜம்ஷெதுக்கு ஆதரவாகக் காட்டிக்கொண்ட இவர்கள், போர் தீவிரமடைந்த நிலையில் பயாஸிதுக்கு ஆதரவாக மாறினர்.

விரக்தியும் வெட்கமும் அடைந்த ஜம்ஷெத், தோல்வியுடன் எகிப்துக்குச் சென்று தன் தாயாரையும் மனைவியையும் பார்க்க விரும்பவில்லை. எனவே, ஐரோப்பியக் கிறிஸ்தவர்களின்

ஆட்சிப்பகுதி எதற்கேனும் செல்வதாக முடிவு செய்தார். எகிப்தில் பல்வேறு வாய்ப்புகள் இருந்தும் அவர் ரோட்சைத் தேர்வு செய்தார். சிறிது காலம் தங்கியிருக்க அனுமதி கேட்டு ரோட்ஸ் அதிகாரிகளுக்குக் கடிதமெழுதினார். உஸ்மானிய அரியணைக்குரியவராக ஜம்ஷெதைத் தாங்கள் ஏற்றுக்கொள்வதாகவும், ஆகவே அவரது வருகையில் தாங்கள் மகிழ்ச்சியடைவதாகவும் படையெடுப்புக்கான அனைத்து உதவிகளையும் செய்து தருவதாகவும் அவர்கள் பதிலெழுதினர். சிறு நெருடல் தென்பட்டாலும் ஜம்ஷெதுக்கு இது உற்சாகமூட்டியது. தன்னுடனிருந்த முப்பது பேர்களுடன் அவர் ரோட்சுக்குச் சென்றார். தன்னை வரவேற்பதற்குப் பெருமளவிலான மக்கள் திரண்டு வந்து கரைப்பகுதியில் நிற்பதையும் அவர் பார்த்தார். கோலாகலமான வரவேற்புடன் தலைநகருக்கு அழைத்து வரப்பட்ட ஜெம்ஷெதை நாடாளுமன்ற அதிபரான டாப்ஸன் பலத்த கரகோஷத்துடன் வரவேற்று உபசரித்தார். மரியாதைக்குரிய விருந்தினராகத் தங்க வைக்கப்பட்ட ஜம்ஷெத், தான் மரியாதைக்குரிய சிறைக்கைதியாக இருப்பதை விரைவிலேயே உணர்ந்து கொண்டார்.

சில நாள்களில் உஸ்மானியப் பேரரசின் ஆட்சியாளராக நியமிக்கப்படும்பட்சத்தில் ரோட்ஸ் அதிகாரிகளுக்குத் தேவையான அனைத்துச் சலுகைகளையும் அளிப்பதாக ஒப்பந்தம் எழுதி அதில் ஜம்ஷெதின் கையெழுத்தைப் பெற்றுக்கொண்டான் டாப்ஸன். பின்னர், பயாஸிதுக்கு ஒரு கடிதம் அனுப்பினான். அதில், ஜம்ஷெதைத் தாங்கள் கைதியாக வைத்திருப்பதாகவும், ஆகவே உஸ்மானியத் துறைமுகங்களில் தங்களது வணிக நடவடிக்கைகளுக்கு ஆதரவாக அனைத்து விதமான வரிகளிலிருந்தும் தங்களுக்கு விலக்களிக்க வேண்டும் என்றும் ஜம்ஷெதைக் கைதியாகப் பாதுகாத்து வர, ஆண்டுத் திறையாக 40,000 உஸ்மானிய டூக்காட்ஸ் செலுத்த வேண்டும் என்றும் இதற்கு உடன்பட மறுத்தால் உஸ்மானிய அரசுரிமை கோரிப் போரிடுவதற்காக ஜம்ஷெதைத் தாங்கள் விடுதலை செய்துவிடுவோம் என்றும் குறிப்பிட்டான். பயாஸித் இக்கோரிக்கையை ஏற்றுக்கொண்டார். ஆண்டுதோறும் 40,000 உஸ்மானிய டூக்காட்சுக்கும் அதிகமாகவே அவர் திறை செலுத்தி வந்தார்.

இன்னொரு கடிதத்தை ஜம்ஷெதின் தாய்க்கு அனுப்பினான் டாப்ஸன். ஜம்ஷெதை பயாஸிதிடம் ஒப்படைக்காமலிருக்கவும்

அவரைப் பராமரிக்கவும் தங்களுக்கு ஆண்டுத் திறையாக 1,50,000 செலுத்த வேண்டும் என்றும் மறுத்தால், இதைவிட அதிகம் தருவதாக வாக்குறுதியளித்திருக்கும் பயாஸிதிடம் அவரை ஒப்படைக்க நேரிடும் என்றும் எழுதியிருந்தான். இந்நிபந்தனையை ஏற்றுக்கொண்ட ஜம்ஷெதின் தாயார், ஆண்டுதோறும் எப்படியாவது இந்தத் தொகையைத் தவறாமல் செலுத்தி வைப்பதாகப் பதிலெழுதினார்.

இவ்வாறாக, ஜம்ஷெதை ஒரு நிலையான வருமான மார்க்கமாக மாற்றிக்கொண்டனர் ரோட்ஸ் அதிகாரிகள். பயாஸித், ஜம்ஷெதை மீட்பதற்காகத் தாக்குதல் தொடுத்தால் தங்கள் வருமானம் பாதிக்குமென்ற பயத்தில் ஜம்ஷெதை அவர்கள் ஃபிரான்சின் ஒரு நகருக்கு மாற்றினார்கள். தொடர்ந்து, ஒவ்வொரு நகரமாக இப்படி மாற்றிக்கொண்டே இருந்தனர். ஜம்ஷெதின் தோழர்களையும் அவரிடமிருந்து பிரித்து வைத்திருந்தனர். இறுதியில் ஃபிரான்சில் ஃபிலிப்பினா ஹெலனா எனும் நகரிலிருந்த ஜம்ஷெத்மீது நகர நிர்வாகியின் மகள் நேசம் வைத்தாள். அவருக்காகக் கட்டப்பட்ட ஒரு வீட்டில் அவர் தங்க வைக்கப்பட்டார். ஃபிரான்ஸ் அரசனின் பாதுகாப்பிலிருந்த ஜம்ஷெதின் மதிப்பு இப்போது அதிகரித்திருந்தது. எனவே, ஃபிரான்ஸ் அரசனும் ரோம் போப்பும் பிற செல்வாக்கு மிக்க கிறிஸ்தவர்களும், ஜம்ஷெதைத் தங்களிடம் ஒப்படைக்கும்படிக் கேட்டு டாப்ஸனுக்குக் கடிதமெழுதினார்கள். டாப்ஸன் இதை ஏற்கவோ வெளிப்படையாக மறுக்கவோ இல்லை. ஆனால் சிற்சில காரணங்களைச் சொல்லி காலஅவகாசம் கேட்டான்.

ஜம்ஷெத், ஹிஜ்ரீ 895 வரை ஃபிரான்சிலேயே இருந்தார். இக்காலகட்டங்களில் ரோட்ஸின் அரசதிகாரிகள் இரண்டாம் பயாஸிதிடமிருந்து பணம் பெற்றுக்கொண்டிருந்தனர். ஃபிரான்ஸ் அரசனிடம் ஜம்ஷெதை இழந்துவிடுவோமோ என்ற பயத்தில் ஜம்ஷெதைத் திருப்பியனுப்பும்படி ரோட்ஸ், ஃபிரான்ஸ் அரசனுக்கு கடிதமெழுதியது. கூடவே, ஜம்ஷெதின் தாயாருக்கும் ஒரு கடிதம் எழுதினார்கள். அதில், ஜம்ஷெதின் பயணச் செலவு வகையில் ஒரு லட்சத்து ஐம்பதாயிரம் டூக்காட்ஸ் அனுப்பி வைத்தால் அவரை மீட்டு எகிப்துக்கு அனுப்பி வைக்கிறோம் என்று எழுதியிருந்தார்கள். ஆதரவற்ற அந்தப் பெண்மணி அவர்களது கோரிக்கையை உடனடியாக நிறைவேற்றினார்.

ஜம்ஷெதை இத்தாலிக்கு அனுப்பி வைப்பதில் ஃபிரான்ஸ் அரசன் எட்டாம் சார்லசுக்கு விருப்பமில்லை. இருந்தும் ஒரு நிபந்தனையின்பேரில் இதற்கு உடன்பட்டார். போப் பிணைத் தொகையாக பத்தாயிரம் டூக்காட்ஸ் தரவேண்டுமென்றும் ஃபிரான்சின் அனுமதியின்றி ஜம்ஷெதை இத்தாலிக்கு வெளியே அனுப்பி வைத்தால் பிணைத்தொகையை இழந்துவிட நேரிடுமென்றும் ஒரு நிபந்தனை விதித்தார். ரோம் நகருக்கு வந்த ஜம்ஷெதுக்குச் சிறப்பான முறையில் வரவேற்பளிக்கப்பட்டது. போப்பின் அரண்மனையிலேயே அவர் தங்க வைக்கப்பட்டார். அவருடன் ஃபிரான்ஸ் தூதுவனும் வந்திருந்தான்.

ஃபிரான்ஸ் தூதுவனும் ஜம்ஷெதும் போப்பைக் காணச்சென்றனர். போப்பைத் தலைதாழ்த்தி வணங்குமாறு மதகுருக்களும் படைத்தலைவர்களும் அவரிடம் வற்புறுத்தினர். ஆனால், சுல்தான் முஹம்மதின் மகன் ஜம்ஷெத் இதை ஏற்றுக்கொள்ளாமல் அரச கம்பீரத்துடன் முன்நகர்ந்து சென்று போப்பின் அருகில் உட்கார்ந்து தங்களுடன் தனியாகப் பேச வேண்டும் என்றார். போப்பும் இதற்கு ஒப்புக்கொண்டார். அந்தச் சந்திப்பில், கிறிஸ்தவத் தலைவர்களின் உடன்படிக்கை மீறல்களையும் மரியாதையற்ற அணுகுமுறைகள் குறித்தும் முறையிட்ட ஜம்ஷெத், கண்கள் கலங்க தாயாரிடமிருந்தும் மனைவியிடமிருந்தும் பிரிக்கப்பட்டு துயரம் மிகுந்த வாழ்க்கை வாழ்வதை மிகுந்த மனவேதனையுடன் சொன்னார்.

இதைக் கவனமாகச் செவிமடுத்த போப்பின் கண்களும் கலங்கின. தங்களது எகிப்தியப் பயணத்தால் எந்தப் பலனும் கிடைக்காது. தந்தையின் அரியணையை உங்களால் அடைய இயலாது. உங்கள் வருகையை ஹங்கேரிய அரசன் விரும்புவதால் நீங்கள் அங்கே செல்வதுதான் நல்லது என்று அறிவுரை சொன்ன போப் தொடர்ந்து, நீங்கள் கிறிஸ்தவத்தை ஏற்றுக்கொள்வதாக இருந்தால் உஸ்மானிய அரியணையை உங்களால் எளிதில் அடைய இயலும். இந்நிலையில் முழு கிறிஸ்தவ உலகின் ஆதரவும் உங்களுக்குக் கிடைக்கும் என்றார்.

இத்துடன் பேச்சை நிறுத்திக்கொண்ட ஜம்ஷெத், "முழு உலகையும் என்னிடம் ஒப்படைப்பதாக இருந்தாலும் இஸ்லாத்தை விட்டு நான் விலகமாட்டேன்" என்றார். இதைக்கேட்ட போப், நீர் போகலாம் என்று சைகை மொழியில் சொன்னார். மீண்டும்

வீட்டுக்காவலில் வைக்கப்பட்டார் ஜம்ஷெத்.

ஜம்ஷெத் ரோமுக்கு வந்திருக்கிறார் என்பதையறிந்த எகிப்து அரசர், அவர் எகிப்துக்கு அனுப்பி வைக்கப்படுவார் என்று எதிர்பார்த்துத் தன்னுடைய தூதுவரை ரோமுக்கு அனுப்பி வைத்தார். சுல்தான் இரண்டாம் பயாஸிதும் போப்புக்கு அன்பளிப்புப் பொருள்களுடன் தூதுவரை அனுப்பி வைத்தார். போப், ரோட்ஸ் அதிகாரிகளுக்குக் கட்டுப்படுவதில்லை என்பதையும் ஜம்ஷெதை அவரால்தான் நினைத்த இடத்துக்கு அனுப்பி வைக்க இயலும் என்பதையும் பயாஸித் அறிந்திருந்தார்.

எகிப்து தூதுவர் ஜம்ஷெதைச் சந்தித்தார். கான்ஸ்டான்டிநோபிள் அரசருக்கு அளிக்கும் மரியாதையை ஜம்ஷெதுக்கும் அளித்தார் தூதுவர். பயணச் செலவின்பேரில் ஜம்ஷெதின் தாயாரிடமிருந்து டாப்ஸன் பணம் பெற்றதையும் தூதுவர் சொன்னார். இதைக்கேட்ட ஜம்ஷெத் தூதுவரையும் அழைத்துக்கொண்டு போப்பிடம் சென்று நடந்ததைச் சொன்னார். அப்பணத்தை ஜம்ஷெதுக்குத் திருப்பிக்கொடுக்கும்படி டாப்ஸனின் தூதுவனிடம் சொல்லி, பிரச்சினைக்கு முடிவு கட்டினார் போப்.

எகிப்து தூதுவர் வெறுங்கையுடன் திரும்பினார். போப்பைச் சந்தித்துப் பேரம் பேசி முடித்த பயாஸிதின் தூதுவரும் நாடு திரும்பினார். ஜம்ஷெத் தொடர்ந்து காவலில் இருந்து வந்தார்.

மூன்றாண்டுகளுக்குப் பிறகு போப் இறந்துவிடவே அவரது இடத்துக்கு இன்னொருவர் வந்தார். இவர், முன்னவரைவிட மோசமாக நடந்துகொண்டார். பதவிக்கு வந்த இவர் பயாஸிதிடம் ஒரு தூதுவனை அனுப்பி, ஆண்டு தோறும் செலுத்தும் 40,000 டூக்காட்சுக்குப் பதில், மூன்று லட்சம் டூக்காட்ஸ் மொத்தமாக அனுப்பினால் ஜம்ஷெதால் எந்தப் பிரச்சினையும் ஏற்படாதென்று சொன்னார். போப்பின் தூதுவனான ஜார்ஜ், கான்ஸ்டான்டிநோபிள் அரண்மனைக்குச் சென்றான். ஜார்ஜ், கான்ஸ்டான்டிநோபிள் அரண்மனையிலிருக்கும்போது ஹிஜ்ரீ 901 இல் ஃபிரான்ஸ் அரசன் எட்டாம் சார்லஸ், இத்தாலிமீது படையெடுத்தான். புதிய போப்பிடமிருந்து ஜம்ஷெதை மீட்பதுதான் இப்படையெடுப்பின் நோக்கம்.

ஃபிரான்சின் தாக்குதலின் விளைவாக போப் இஸ்க்கந்தர்

ரோமிலிருந்து தப்பித்துச் சென்று புனித ஆஞ்சலோ கோட்டையில் தஞ்சம் புகுந்தார். பொதுக்கருவூலத்தின் முக்கியச் சொத்தாகக் கருதப்பட்ட ஜம்ஷெதையும் தன்னுடன் அவர் அழைத்துச் சென்றிருந்தார். 11 நாள்களுக்குப் பிறகு, போப்புக்கும் ஃபிரான்ஸ் அரசனுக்குமிடையே ஓர் அமைதிக் குழு ஏற்படுத்தப்பட்டது. அதில் சார்லஸ் முன்வைத்த முதல் நிபந்தனை, ஜம்ஷெதைத் தன்னிடம் ஒப்படைக்க வேண்டும் என்பதுதான். இறுதியில் சார்லஸ், போப், ஜம்ஷெத் ஆகிய மூவரும் தனியாக அமர்ந்து கலந்துரையாடினர். போப் கேட்டார்: "இளவரசரே, நீங்கள் யாருடனிருக்க விரும்புகிறீர்கள்? ஃபிரான்ஸ் அரசனுடனா என்னுடனா?" "நான் இளவரசன் அல்ல. சிறைக்கைதி. ஆகவே, உங்கள் விருப்பம்போல் செய்துகொள்ளலாம்" என்றார் ஜம்ஷெத். முடிவில், அவரை நேப்பிள்சுக்கு அழைத்துச் சென்று ஒரு படைத்தலைவனின்கீழ்க் காவலில் வைத்தான் ஃபிரான்ஸ் அரசன்.

ஜம்ஷெதின் பெயரால் கிடைத்து வந்த பணத்தை இழந்தார் போப். மூன்று லட்சம் டூக்காட்ஸ் அளித்தால் ஜம்ஷெதின் பிரச்சினையை ஒரேயடியாக முடித்து வைப்பதாக ஏற்கனவே பயாஸிதுடன் அவர் ஒப்பந்தம் செய்திருந்தார். இந்நிலையில், உடன்படிக்கையின்படி பணத்தை அனுப்பி வைக்க வேண்டும் என்றும் நேப்பிள்சில் இருக்கும் ஜம்ஷெதை எப்படியாவது தான் கொன்று விடுவதாகவும் பயாஸிதுக்குத் தகவல் அனுப்பினார்.

தொடர்ந்து, தனது திட்டத்தை நிறைவேற்றுவதற்காக கிரேக்க நாவிதன் ஒருவனைத் தேர்வு செய்தார் போப். இஸ்லாத்தைத் தழுவிய இவனது பெயர் முஸ்தஃபா. பின்னர், இறை மறுப்பாளனாக மாறிய இவன், போப்பிடம் வேலை பார்த்து வந்தான். ஒரு சிமிழை அவனிடம் கொடுத்து நேப்பிள்சுக்கு அனுப்பி வைத்தார் போப். அதில், மாற்று மருந்தில்லாத மெல்லக் கொல்லும் விஷம் இருந்தது.

நேப்பிள்சை அடைந்தான் முஸ்தஃபா. சில நாள்களுக்குப் பிறகு, ஜம்ஷெதிடம் வந்து சேர்ந்த அவன் ஒருநாள் ஜம்ஷெதுக்கு அந்த விஷத்தை ஊட்டினான். நோயில் வீழ்ந்த ஜம்ஷெத், தனது தாயாரிடமிருந்து வந்த கடிதத்தைக்கூட வாசிக்க இயலாத நிலையை அடைந்தார். அப்போது அவர், "யா, அல்லாஹ்! முஸ்லிம்களுக்குக் கேடு விளைவிக்கும் அவநம்பிக்கையாளர்களின் முயற்சிக்கு

நான் பயன்படுவேன் என்றால் எனக்கு மரணத்தை அளித்து முஸ்லிம்களைக் காப்பாற்று" என்று வேண்டிக்கொண்டார்.

ஜம்ஷெதுக்கு விஷமூட்டிய முஸ்தஃபா விஷம் தோய்த்தச் சவரக் கத்தியால் அவரது தலைமுடியை மழித்தான். அல்லாஹ்விடம் அவர் பிரார்த்தனை செய்த அன்றே அவரது உயிரும் பிரிந்தது. ஹிஜ்ரீ 901 இல் அவர் இறந்தார். உடல், பயாஸிதுக்கு அனுப்பி வைக்கப்பட்டது. உடலை புர்ஸாவில் அடக்கம் செய்த பயாஸித் ஏற்கனவே குறிப்பிட்ட தொகையை போப்புக்கு அனுப்பி வைத்தார். ஜம்ஷெதைக் கொன்ற நாவிதனை உயர்ந்த பதவியில் நியமித்தார் போப்.

ஜம்ஷெத் அனுபவித்த வேதனைகளும் நடத்தப்பட்ட முறையும், கிறிஸ்தவர்களின் பண ஆசைக்கும் குரூரத்துக்கும் நம்பிக்கை மீறலுக்குமான சான்றுகள்.

சுல்தான் இரண்டாம் பயாஸித் : ஹிஜ்ரீ 886இல் அரியணையேறிய இரண்டாம் பயாஸித், ஹிஜ்ரீ 918 வரையிலான 32 ஆண்டுகள் ஆட்சி செய்தார். அரியணையேறிய குறுகிய காலத்தினுள் தனது சகோதரர் ஜம்ஷெதுடன் மோதலில் ஈடுபட்ட இரண்டு முறையும் பயாஸிதே வெற்றி பெற்றார். ஆனால், இவ்வெற்றி பலனளிக்கவில்லை. இத்தாலியும் ரோட்சும் அவரைத் தங்கள் கட்டுப்பாட்டுக்குள் வைத்திருந்ததால் அந்நாடுகள்மீதும் போர்த்தொடுக்க இயலவில்லை. எகிப்திய மம்லுக் வம்சாவளியினருடனான உறவும் சீர்கெட்டது. ஜம்ஷெத் எகிப்தில் தஞ்சம் புகுந்த நிலையிலும் அவரது தாயாரும் மனைவியும் இறுதிவரைக்கும் அங்கேயே இருந்ததாலும் எகிப்தியர்கள், ஆசியா மைனரின் தென்மேற்குப் பகுதிகள்மீது படையெடுத்து ஹிஜ்ரீ 890இல் சில பகுதிகளைக் கைப்பற்றினர். தொடர் பின்னடைவுகளின் முடிவில் பயாஸித், அவர்களுடன் உடன்படிக்கை செய்துகொள்ள வேண்டியதாயிற்று. இதன்மூலம் கரையோர நகரங்கள், கோட்டைகள் எனப் பலவற்றை அவர்களிடம் இழந்தார்.

துணிச்சலும் அனுபவமும் மிகுந்த அஹ்மத் கைதூக் படைத்தலைவராக இருந்தது பயாஸிதின் அதிர்ஷ்டம் என்றுதான் சொல்லவேண்டும். சில அரிய செயல்களை அஹ்மத் மூலம்தான் அவரால் சாதிக்க முடிந்தது. படைவீரர்களிடையே அவர் மிகுந்த

புகழுடன் திகழ்ந்தார். அணுகுமுறைகளை மாற்றிக்கொள்ள வேண்டுமென்று பயாஸிதை அவர் தொடர்ந்து வற்புறுத்தி வந்தார். திடமனதுடனும் துணிச்சலுடனும் செயல்பட்ட அஹ்மத், அரசதிகாரத்திற்குப் பயப்படவில்லை. பயாஸித் நீண்ட காலம் இதைப் பொறுத்திருக்கவுமில்லை.

ஹிஜ்ரீ 895இல் அரசவையில் நடந்த ஒரு நிகழ்ச்சி. மெய்க்காவலர்களின் ஆற்றலும் செல்வாக்கும் பெருகிக்கொண்டிருந்த காலகட்டம் அது. அவர்களது செல்வாக்கைக் கட்டுப்படுத்தும் நோக்கத்துடன் சில உத்தரவுகளைப் பிறப்பிக்க முடிவு செய்தார் பயாஸித். இதை ஏற்கமறுத்த அஹ்மத் கைதூக் அரசவையில் வைத்தே சுல்தானை எச்சரித்தார். இத்தகைய நடவடிக்கைகள் மெய்க்காவலர்களின் நம்பிக்கைக்குப் பாதகமாக அமையும் என்றும் இதன்மூலம் நாட்டில் குழப்பங்கள் ஏற்படும் என்றும் தெரிவித்தார். விரக்தியடைந்த நிலையில் கிளர்ச்சியாளர்களுக்கு எதிராக அவர்களால் செயல்பட இயலாது. நாட்டின் பின்னடைவுக்கும் இது காரணமாக அமைந்து விடும் என்றும் எச்சரித்தார். அப்போதைக்கு மௌனமாக இருந்த பயாஸித், அஹ்மத் கைதூக்கின் இந்தத் தலையீட்டில் பெரிதும் அதிருப்தியுற்றார்.

அஹ்மத் கைதூக்கைக் கொன்றுவிடுவதாக முடிவு செய்த பயாஸித் அவரைக் கைது செய்தார். இதையறிந்த படையினர் பயாஸிதுக்கு எதிராக ஒன்றுதிரண்டு அரண்மனையை முற்றுகையிட்டனர். படைத்தலைவரைக் கொலை செய்தால் பயாஸிதும் கொல்லப்படுவார் என்று பயமுறுத்தினர். அஹ்மத் கைதூக் விடுதலை செய்யப்பட்டார். படையினருக்குப் பயந்து மீண்டும் அஹ்மதுடன் நட்புறவுகொண்டதுபோல் நடித்தார். சிறிது காலத்துக்குப் பிறகு, படையினரைத் தொலைவில் ஒரு போருக்கு அனுப்பிவிட்டு அஹ்மத் கைதூக்கைக் கொன்றார். படைத் தலைவரான அஹ்மதின் மரணம் உஸ்மானியப் பேரரசுக்கு பேரிழப்பாக அமைந்தது.

ஹிஜ்ரீ 896இல் உஸ்மானிய, ரஷ்யப் பேரரசுகள் பரஸ்பரம் தொடர்பு வைத்துக்கொள்ள ஆரம்பித்தன. இதன் தொடக்கமாக, மாஸ்கோவிலிருந்த ஜார் மன்னன் தனது பிரதிநிதியைப் பரிசுப்பொருள்களுடன் கான்ஸ்டான்டிநோபிள் சுல்தான் பயாஸிதிடம் அனுப்பினான். ஆனால், பிரதிநிதிக்குரிய மரியாதையை அவர்

கொடுக்கவில்லை. சில நாள்களில் அவன் திரும்பிச் சென்றான். அக்காலகட்டத்தில் உஸ்மானியக் கடற்படை மிகுந்த ஆற்றலுடன் இருந்தது. ரோட்ஸ், இத்தாலி, ஃபிரான்ஸ் ஆகிய நாடுகளின் உதவியுடன் ஜம்ஷெத் படையெடுத்து வரலாம் என்ற பயத்தில் பயாஸித் அதை வலுப்படுத்தியிருந்தார். ஒருபுறம் கிறிஸ்தவர்களுடன் நட்புறவு பேணிய பயாஸித் இன்னொரு புறம் அவர்களுக்கு எதிராக தனது கடற்படையை வலுப்படுத்தி வந்தார்.

ஸ்பெய்ன் முஸ்லிம்களும் கிரெனடா அரசனும் பயாஸிதின் கடற்படை உதவியை நாடினார்கள். அவர்களுக்கு உதவி செய்திருக்க வேண்டிய பயாஸித், ஜம்ஷெதுக்கு ஆதரவாக, கிறிஸ்தவர்கள் தன்மீது போர்த் தொடுக்கக்கூடும் என்ற பயத்தில் மறுத்துவிட்டார். ஆயினும், தன்னுடைய படைத்தலைவர் கமாலின் தலைமையில் ஒரு சிறு சாதாரணப் படையை மட்டும் ஸ்பெய்னுக்கு அனுப்பி வைத்தார். ஸ்பெய்ன் கரையை அடைந்த பயாஸிதின் படையால் எதிரிகளுக்கு மிகச் சிறு சேதத்தை மட்டுமே ஏற்படுத்த முடிந்தது. ஜம்ஷெதின் மரணத்துடன் கிரேக்கத்துக்கும் இத்தாலிக்குமிடையே வெனீசின் கட்டுப்பாட்டிலிருந்த கரையோரத் தீவுகளைக் கைப்பற்ற முடிவு செய்தார் பயாஸித். இதை மனதில்கொண்டு வெனீசுடன் மோத ஆரம்பித்தார்.

ஹிஜ்ரீ 905 இல் துருக்கி கடற்படை வெனீஸ் கடற்படையைத் தோற்கடித்தது. உஸ்மானியக் கடற்படை மிக வேகமாக வளர்ச்சியடைவதைக்கண்ட கிறிஸ்தவ நாடுகள் விழித்துக்கொண்டன. துருக்கியர்கள் தங்களைத் தாக்குவார்கள் என்ற முடிவுடன் வெனீஸ், ஸ்பெய்ன், ஃபிரான்ஸ் ஆகிய நாடுகளும் போப்பின் ரோமானியப் படையும் சேர்ந்து ஒரு கடற்படைத் தாக்குதலில் ஈடுபட்டன. உஸ்மானியக் கடற்படைத் தலைவர் கமால் தலைமையில் அதை எதிர்கொண்டார் பயாஸித். எதிரிகள் தோற்றனர். பெருமளவிலான எதிரிக்கப்பல்கள் கடலில் மூழ்கின. எஞ்சியவை தப்பியோடின. இவ்வெற்றிக்குப் பிறகு கமாலின் புகழ் பரவியது. மத்திய தரைக்கடலில் உஸ்மானியக் கடற்படை அச்சுறுத்தலாக மாறியது.

துருக்கி கடற்படையின் வெற்றிக்குச் சில ஆண்டுகளுக்கு முன், அதாவது ஹிஜ்ரீ 897இல் ஸ்பெய்ன் முஸ்லிம்கள் தங்கள் ஆட்சியை இழந்திருந்தனர். இரண்டாம் பயாஸிதுடன் மோதிய போலந்து, ஹங்கேரி நாடுகள் பலவீனமாக இருந்தன. போலந்து, சுல்தானுடன்

அமைதி உடன்படிக்கை செய்துகொண்டது. போலந்தின் சில நகரங்கள் துருக்கியர்கீழ் வந்தன. சுல்தான் இரண்டாம் பயாஸித் அமைதியை விரும்பும் மனநிலையில் இருந்ததால், ஆட்சிப் பகுதியை விரிவடையச் செய்வதிலும் பேரரசின் அதிகார மேலாண்மையிலும் ஓர் எல்லைக்கு அப்பால் போகவில்லை. சுல்தான் இரண்டாம் முஹம்மதின் ஆட்சிக் காலத்தில், கிறிஸ்தவர்கள் பயந்திருந்தனர். அவருடன் இணக்கமாகச் செல்வதையே அவர்கள் விரும்பினர். தன்னுடைய மூதாதையர்போல் பயாஸித் சாதிக்கவில்லைதான். அவரது அமைதியை விரும்பும் மனநிலையும் உற்சாகமின்மையும் இதற்கான காரணங்கள். எனினும், அவரது ஆட்சியைக் குறைத்து மதிப்பிட இயலாது. அவரது காலத்தில்தான் கடற்படை மேலும் வலுவடைந்திருந்தது. பல்வேறு தீவுகளும் கரையோரப் பகுதிகளும் உஸ்மானியப் பேரரசின் கீழ் வந்தன.

சுல்தான் இரண்டாம் பயாஸிதின் ஆட்சியின்போது, ஷேக் அப்துர் ரஹ்மான் ஜாமி என்பவர், தான் எழுதிய ‘ஸில்ஸிலாத்துஸ் ஸஹ்ப்’ எனும் நூலை இரண்டாம் பயாஸிதுக்கு சமர்ப்பணம் செய்தார். அவரது ஆட்சியின்போது, ஹிஜ்ரீ 898 முஹர்ரம் 10இல் மரணமடைந்த ஷேக் அப்துர் ரஹ்மான் ஜாமி, ஹேரத்தில் அடக்கம் செய்யப்பட்டார். இதே ஆண்டில், ஏற்கனவே ஸ்பெய்ன் முஸ்லிம்களால் கண்டுபிடிக்கப்பட்ட அமெரிக்காவை கொலம்பசும் கண்டுபிடித்தார். பயாஸித் ஆட்சியின்போது போர்ச்சுகீஸ் அரசனான மனுவேல், வாஸ்க்கோடகாமா தலைமையில் அனுப்பி வைத்த மூன்று கப்பல்கள் ஹிஜ்ரீ 903 ரமளான் 20இல் (1498 மே, 20) இந்தியாவின் கோழிக்கோடு துறைமுகத்தை அடைந்து நங்கூரம் பாய்ச்சி நின்றன. ஹிஜ்ரீ 906இல், ஸஃப்வி மரபைத் தோற்றுவித்த இஸ்மாயீல் ஸஃப்வி, இரானில் அரியணையேறினார். சுல்தான் இரண்டாம் பயாஸிதின் சமகாலத்தவர்தான் இந்தியாவின் சிக்கந்தர் லோடி. இவர் உஸ்மானிய அரசரின் மறைவுக்கு மூன்று ஆண்டுகளுக்கு முன், ஹிஜ்ரீ 915இல் காலமானார். ஹிஜ்ரீ 916 ஷஅபான் 29இல், இரான் அரசராகிய இஸ்மாயீல் ஸஃப்வியை எதிர்த்து நின்ற ஸெபானிய வம்சாவளியைச் சார்ந்த துருக்மான் அரசர் கொல்லப்பட்டார். இதற்கு ஒரு மாதத்துக்குப் பிறகு, குஜராத் மன்னரான சுல்தான் மஹ்மூத் பெகர், அஹமதாபாத்தில் இறந்தார். இரண்டாம் பயாஸிதின் 32 ஆண்டு கால ஆட்சியில் குறிப்பிடத்தக்க

நிகழ்வுகள் அதிகமாக இல்லை. ஆகவே, வரலாற்றின் குறிப்பிட்ட காலகட்டங்களைப் பற்றிய பதிவை அவரது சமகாலம் சார்ந்து பிற குறிப்புகளாக இங்கு சொல்லப்பட்டன.

அக்காலகட்டங்களில் வாழ்ந்த கிறிஸ்தவ அரசர்களின் மோசமான அணுகுமுறைக்கும் நடவடிக்கைக்கும் இரண்டாம் பயாஸிதின் ஆட்சியின்போது நடந்த மற்றொரு உதாரணம்: பயாஸித், ஹங்கேரியின்மீது போர் தொடுத்தது குறித்து ஏற்கனவே சொல்லப்பட்டது. ஒருமுறை, பயாஸிதின் படைத்தலைவர்களில் ஒருவரான காஸி முஸ்தஃபாவும் அவரது சகோதரரும் ஹங்கேரி வீரர்களால் கைது செய்யப்பட்டனர். ஹங்கேரி படைத்தலைவன், காஸியையும் அவரது சகோதரரையும் மிக மோசமாகச் சித்திரவதை செய்தான். அவரது சகோதரரை சட்டுவக்கோல் ஒன்றில் குத்தி உயிரோடு நெருப்பின்மீது காட்டி இறைச்சி வேக வைப்பதுபோல் வாட்டிக்கொன்றான். காஸி முஸ்தஃபாவின் பற்கள் அனைத்தும் அடித்து உடைக்கப்பட்டன. கொடும் சித்திரவதைகளின் முடிவில் பிணைப் பணம் பெற்று அவரை விடுதலை செய்தனர். சில ஆண்டுகளுக்குப் பின் இதே ஹங்கேரி படைத்தலைவனைக் கைது செய்து முஸ்தஃபாவிடம் கொண்டு வந்தனர். அவனை எந்தச் சித்திரவதையும் செய்யாமல் ஒரே வீச்சில் கொன்றார் முஸ்தஃபா.

சுல்தான் இரண்டாம் பயாஸிதின் காலத்துக்குப் பிறகு சில உள்நாட்டுப் பிரச்சினைகளும் சீர்கேடுகளும் உருவாயின. இதற்கு வாரிசுரிமைப் பிரச்சினையும் ஒரு காரணம். பயாஸிதுக்குப் பிறந்த எட்டு மகன்களில் ஐந்துபேர் இளவயதிலேயே மரணமடைந்தனர். கர்கூத், அஹ்மத், ஸலீம் எனும் மூவர் உயிருடனிருந்தனர். இவர்களில், கர்கூத் மூத்தவர். ஸலீம் இளையவர். சுல்தான் அதிகமாக அன்பு செலுத்தியவர் அஹ்மத். தனக்குப் பிறகு அரசு வாரிசாக அவர் நியமிக்க விரும்பியவரும் அஹ்மதுதான். அஹ்மதும் கர்கூதும் அவர்களது ஆண் வாரிசுகளும் ஆசியா மைனரில் ஆளுநர்களாக இருந்தனர். ஸலீம், ட்ராப்ஸான் ஆட்சியாளராக இருந்தார். மிகுந்த துணிச்சலும் வீரமும் நற்பண்புகளும் நிரம்பிய இவர், படைவீரர்களின் அன்புக்குரியவராகவும் இருந்தார்.

இரான் ஆட்சிப் பொறுப்பை ஏற்ற இஸ்மாயீல் ஸஃப்வி, ஆசியா மைனர் முழுவதும் ஷியா கோட்பாடுகளைப் பரவச் செய்தார். அதை உஸ்மானியருக்கும் போதித்து இரான் அரசின் ஆதரவாளர்களாக

மாற்றுவது அவரது நோக்கம். இம்முயற்சிகள் பலனளித்தன. அவர்களில் பலர் ஆசியா மைனருக்குள் கொள்ளைகளும் வழிப்பறிகளும் நடத்தினர். ஆசியா மைனரின் பெரும் பகுதியையும் ஆட்சி செய்துவந்த கர்கூதும் அஹ்மதும் படைகளை அனுப்பி வைத்தனர். பல போர்கள் நடந்தன. எனினும், உஸ்மானிய அரசரின் அலட்சியமும் இளவரசர்களின் சோம்பலும் தவறான அணுகுமுறைகளும் ஷா குலீ என்பவன்கீழ் கிளர்ச்சியாளர்களை ஒன்று திரட்டின. கிளர்ச்சியாளர்கள் வலுப்பெற்றனர். இரான் அரசர் இஸ்மாயீல் ஸஃபவிக்கு ஆதரவாக இருந்தான் ஷா குலீ. உஸ்மானியப் பேரரசினுள் குழப்பங்களை விளைவிப்பதற்கு தன்னால் இயன்ற அனைத்து முயற்சிகளையும் அவன் மேற்கொண்டான்.

ஆசியா மைனரில் குழப்பங்கள் உருவான தகவல் கான்ஸ்டான்டிநோபிளுக்குத் தெரிய வந்தது. நிலைமையைக் கட்டுப்படுத்த, தலைமை அமைச்சரின்கீழ் ஒரு படையை அனுப்பி வைக்க வேண்டிய கட்டாயம் சுல்தான் பயாஸிதுக்கு ஏற்பட்டது. ஹிஜ்ரீ 917 இல், ஸ்ரீமாஷ்கில் கடுமையான ஒரு போர் நடந்தது. இதில், ஷா குலீயும் உஸ்மானிய தலைமை அமைச்சரும் கொல்லப்பட்டனர். இக்குழப்பங்களும் பின்னடைவுகளும் கர்கூத் மற்றும் அஹ்மதின் ஆட்சிப் பகுதிகளில் நடந்தன.

தான் ஆட்சி செய்து வந்த டராப்ஸானில் உஸ்மானிய அரசுக்கெதிரான எந்தக் கிளர்ச்சிகளுக்கும் ஸலீம் இடமளிக்கவில்லை. அவரது கண்டிப்பும் திறமையும்தான் இதற்கான காரணங்கள். தனது ஆட்சிப் பகுதியில் அமைதியை நிலைநிறுத்துவதற்கான அனைத்து ஏற்பாடுகளையும் அவர் செய்திருந்தார். ஸர்கீஸியாமீது படையெடுத்து அதை வெற்றிகொண்டார். இதையறிந்த இரண்டாம் பயாஸித், ஆட்சிப்பகுதியை விரிவுபடுத்துவதை நிறுத்திக்கொள்ளும்படி கான்ஸ்டான்டிநோபிளிலிருந்து மகனுக்குக் கடிதம் எழுதினார். தன்னை ஐரோப்பிய மாகாணம் ஒன்றில் நியமிக்குமாறும், இதன்மூலம் கிறிஸ்தவர்கள்மீது போர்த்தொடுக்க இயலும் என்றும், வெறுமனே ஆட்சியாளராக இருப்பது தனது இயல்புக்கு மாறானது என்றும் அவர் பதில் எழுதினார். பயாஸித், தனது வாரிசாக அஹ்மதை அறிவிக்கவிருந்த காலம் அது. படைத்தலைவர்களும் வீரர்களும் சுல்தானைச் சந்திக்கும் ஒரு வாய்ப்பைப் பெற்று, அவரது முடிவு குறித்து தங்கள் அதிருப்தியைத் தெரிவித்தனர். கர்கூத்

மூத்தவர் என்பதால் சிலர் அவரைப் பரிந்துரை செய்தனர். ஸலீமின் தொலைநோக்குச் சிந்தனையையும் வீரத்தையும் கவனத்தில் கொண்ட பெரும்பாலானோர் அவரைப் பரிந்துரைத்தனர். இதையறிந்த அஹ்மதும் கர்கூதும் அரசுப்பொறுப்பில் தங்களது வாய்ப்பின்மை குறித்துப் பதற்றமடைந்தனர். மூன்று சகோதரர்களும் அவரவர் படைபலத்தை அதிகரிக்கத் தொடங்கினர். பரஸ்பரம் வன்மமும் அதிகரித்தது.

ஸலீம் மற்றும் அரசவையின் விருப்பப்படி, ஸமுந்த்ரா எனும் ஐரோப்பிய மாகாணம் ஒன்றில் ஸலீம் நியமிக்கப்பட்டார். ஒருவரை ஒருவர் முந்தும் முயற்சிகளிடையில் ஸலீம், ஐரோப்பாவின் அத்ரியாநோபிளைக் கைப்பற்றி, தனது படை பலத்தை மேலும் அதிகரித்தார். இதையறிந்த பயாஸித், ஸலீமைத் தண்டிக்கும் நோக்கத்துடன் விரைந்தார். போர் மூண்டது. இதில், பெருமளவிலான வீரர்கள் ஸலீமைக் கைவிட்டு பயாஸிதின் பக்கம் சேர்ந்தனர். மிக எளிதாகத் தோற்கடிக்கப்பட்ட ஸலீம் அங்கிருந்து தப்பித்து ஒரு கப்பலில் கிரீமியாவை அடைந்தார். அங்கே தனது மாமாவுடன் சேர்ந்து, துருக்கி மற்றும் தார்த்தாரிய படைவீரர்களை அணி திரட்டினார்.

ஆசியா மைனரிலிருந்த அஹ்மத், கான்ஸ்டான்டிநோபிளை வெற்றிகொண்டு, தந்தை பயாஸிதை அரியணையிலிருந்து இறக்குவதற்கான முன்னேற்பாடுகளை செய்து முடித்திருந்தார். அத்ரியாநோபிளிலிருந்து மகன் ஸலீமைத் துரத்தியடித்த சுல்தான் பயாஸித், கான்ஸ்டான்டிநோபிளுக்குத் திரும்பியதும் அஹ்மத் தன்னைத் தாக்கவிருக்கிறார் என்ற செய்தியை அறிந்து இக்கட்டான சூழ்நிலைக்குள்ளானார். அரசவையினருக்கும் அவரது ஆட்சித் திறனில் சந்தேகம் உருவானது. அரசவையின் அறிவுரைப்படி அல்லது அவராகவே முன்வந்து, அஹ்மதின் தாக்குதலை முறியடிக்க உடனே படையுடன் புறப்பட்டு கான்ஸ்டான்டிநோபிளுக்கு வரும்படி ஸலீமுக்குத் தகவல் அனுப்பினார். மகிழ்ச்சியடைந்த ஸலீம், 2,000 அல்லது 3,000 படைவீரர்களுடன் கடினமான வழித்தடங்களையும் கணவாய்களையும் கடந்து கருங்கடல் கரையினூடே அத்ரியாநோபிளுக்கு வந்து அங்கிருந்து கான்ஸ்டான்டிநோபிளை அடைந்தார். ஸலீமின் வருகையை அறிந்த பயாஸித், அவரை ஸமுந்த்ரா மாகாணத்துக்குச் செல்லும்படியும்

தற்போது அவரது உதவி தேவையில்லை என்றும் தகவல் அனுப்பினார். ஆனால், படைத்தலைவர்களும் அரசவையினரும் திரும்பிச்செல்ல வேண்டாம் என்றும், கான்ஸ்டான்டிநோபிளுக்கே வருமாறும், இப்படியான ஒரு வாய்ப்பு மீண்டும் கிடைக்காதென்றும் தகவல் அனுப்பினார்கள். ஸலீம் கான்ஸ்டான்டிநோபிளுக்கு வந்தார். படையினரும் அரசவையினரும் அவரைச் சிறப்புடன் வரவேற்றனர். அரண்மனை நுழைவாயிலை அடைந்த ஸலீம், தான் அரசவைக்கு வர ஒரு வாய்ப்பளிக்கும்படி இரண்டாம் பயாஸிதுக்குத் தகவல் அனுப்பினார்.

அரசவை உறுப்பினர்கள், சமயச் சான்றோர்கள், கல்வியாளர்கள், நீதிபதிகள், சமூகத் தலைவர்கள், படைத்தலைவர்களைக்கொண்ட ஒரு அரசவைக் கூட்டத்தை ஏற்பாடு செய்தார் பயாஸித். அவர்கள் அனைவருமே ஒருமித்தக் குரலில் தனது முதிர்ச்சியையும் பலவீனத்தையும் கவனத்தில்கொண்டு மகன் ஸலீமிடம் அரசுப்பொறுப்பை ஒப்படைக்க சுல்தான் முன்வர வேண்டும் என்று கேட்டுக்கொண்டனர். இதன்படி ஸலீமைத் தனது அரசுரிமை வாரிசாக அறிவித்தார் சுல்தான். தந்தையின் தோளில் நன்றியுடன் முத்தமிட்ட ஸலீமுக்கு சில அறிவுரைகள் சொல்லிவிட்டு தனது பல்லக்கிலேறினார். பல்லக்கைப் பிடித்தபடி ஸலீமும் கூடவே சென்றார். கான்ஸ்டான்டிநோபிளிலிருந்து சென்று திமோத்திகா நகரில் குடியேறி, தனது அந்திம காலத்தைத் தொழுகையிலும் அமைதியிலும் கழிக்க விரும்பினார் பயாஸித். அரண்மனையிலிருந்து புறப்பட்ட தந்தையுடன் அரண்மனை வாயில் வரைக்கும் ஸலீமும் கூடவே சென்றார். பிறகு, திரும்பி வந்து அரியணையில் அமர்ந்தார். திமோத்திகா நகருக்குச் செல்லும் வழியிலேயே பயாஸித் மரணமடைந்தார். மூன்று மகன்களையும் ஒன்பது பேரன்களையும் அவர் விட்டுச் சென்றிருந்தார். இதில், ஸலீமின் மகன் சுலைமானும் ஒருவர். ஹிஜ்ரீ 910இல் (கி.பி. 1512, ஏப்ரல் 25) அரியணையைத் துறந்த இரண்டாம் பயாஸித், ஏப்ரல் 29இல் மரணமடைந்தார்.

உஸ்மானியப் பேரரசர் ஸலீம் : மக்களின் ஒருமனதான ஆதரவுடனும் ஒப்புதலுடனும் கான்ஸ்டான்டிநோபிள் அரியணையில் அமர்ந்த ஸலீமை ஆசியா மைனரின் ஆட்சியாளர்களான அவரது இரு சகோதரர்களும் எதிர்த்துப் போரிடத் துணியவில்லை. தங்கள் ஆதரவை வெளிப்படையாகக் காட்டிக்கொண்டும் உள்ளுக்குள்

எதிர்ப்பு நடவடிக்கைகளை மேற்கொண்டும் வந்தனர். சகோதரர்களின் இணக்கத்தில் ஸலீமுக்கும் முழு நம்பிக்கையில்லை. இதற்காக, வேறு வகையான நடவடிக்கைகளில் அவர் ஈடுபடவுமில்லை. அஹ்மத், தனது படைபலத்தை அதிகரித்தும் வரிச்சுமைகள் மூலம் நிதியையும் திரட்டிக்கொண்டார். அவரது மகன் அலாவுத்தீன், தந்தையின் தூண்டுதலின்பேரில் சுதந்திர அரசைப் பிரகடனம் செய்தார். இதையறிந்த சுல்தான் ஸலீம், தனது தலைமையிலான ஒரு படையை ஆசியா மைனருக்கு அழைத்துச் சென்றார். கரையோரமாக சில போர்க்கப்பல்களையும் அனுப்பி வைத்து அலாவுத்தீனையும் அவரது சகோதரரையும் கைது செய்து கொன்று விட்டு, புர்ஸாவைக் கைப்பற்றினார். அவர்களுடனிருந்த தனது உறவினர்கள் சிலரையும் கொன்றார்.

இதையறிந்து படையுடன் புறப்பட்ட அஹ்மத், தோற்கடிக்கப்பட்டுத் தப்பியோடினார். தோல்விக்குப் பிறகு, தனது இரண்டு மகன்களையும் இரான் மன்னர் ஸஃப்வியிடம் அனுப்பி வைத்து விட்டுத் தனியாக நின்று போராடினார். அஹ்மத் மற்றும் அவரது மகன்களின் துயர நிலையை அறிந்த அஹ்மதின் சகோதரரும் ஆசியா மைனரின் வடகிழக்குப் பகுதி ஆட்சியாளருமான கர்கூத் எச்சரிக்கை அடைந்தார். தனது அடுத்த இலக்காக 10,000 குதிரைப்படை வீரர்களுடன் கர்கூதின் ஆட்சிப் பகுதியில் ஒரு திடீர்த் தாக்குதல் நிகழ்த்தினார் ஸலீம். கைது செய்யப்பட்ட கர்கூதும் கொல்லப்பட்டார். தனது சகோதரரைக் கொன்றதற்காக பெரிதும் வருந்திய ஸலீம், சில நாள்களாக உணவு உட்கொள்ளவில்லை என்று வரலாறு குறிப்பிடுகிறது.

உஸ்மானிய இளவரசர்களின் கொலைகள் மக்களின் உணர்வுகளைக் காயப்படுத்திய நிலையில் அஹ்மதால் ஒரு பெரும் படையைத் திரட்டி ஸலீமுக்கு எதிராக அறைகூவல் விடுக்க முடிந்தது. ஸலீமின் படைகள் முதலில் சில தோல்விகளைச் சந்தித்தன. எனினும், அவரது துணிச்சலும் வீரமும் அதைப் பொருட்படுத்தவில்லை. அவர் மனம் தளரவில்லை. படையில் வீரர்களின் எண்ணிக்கையை அதிகரித்தும் அதை ஒழுங்கமைத்தும் வந்தார். இறுதியில் அவரே வெற்றி பெறவும் செய்தார். கைது செய்யப்பட்ட அஹ்மதும் கொல்லப்பட்டார். அஹ்மதுடனான அவரது இறுதிப்போர் ஹிஜ்ரீ 919இல் நடந்தது.

பழக்க வழக்கங்கள், பண்புகள், செயல்பாடுகள்போன்ற அம்சங்களில் தன் தந்தை இரண்டாம் பயாஸிதைவிட சிறந்தும், துணிச்சலிலும் திடமான முடிவுகளிலும் பாட்டனார் இரண்டாம் முஹம்மதுக்கு நிகராகவும் விளங்கினார் ஸலீம். கிறிஸ்தவ நாடுகளுக்கு அவர் ஒரு பயமுறுத்தும் கனவாக இருந்தார். ஆயினும், உள்நாட்டுப் பிரச்சினைகளுக்கும் முஸ்லிம்களின் பிரச்சினைகளுக்குமே அவர் முன்னுரிமை கொடுக்கிறார் என்பதைப் புரிந்துகொண்ட அவர்கள், அமைதி உடன்படிக்கைகள் செய்துகொள்வதிலும் எல்லைப் பகுதிகளைப் பாதுகாத்துக்கொள்வதிலும் கவனம் செலுத்தினர். சகோதரர்களின் எதிர்ப்புக்கு முடிவு கட்டிய சில நாள்களுக்குப் பிறகு, இரான்மீதும் ஆசியா மைனர்மீதும் கவனம் செலுத்தினார் ஸலீம். தனது வீரத்தையும் உறுதியையும் இரான் அரசருக்கு எதிராக அவர் பயன்படுத்தத் தவறியிருந்தால் உஸ்மானிய அரசு நிலைகுலைந்திருக்கும். இரான் அரசரான இஸ்மாயீல் ஸஃப்வி, தன்னை இமாம் ஜஅஃபர் ஸாதிக்கின் வம்சாவளியில் வந்தவர் என்று சொல்லிக்கொண்டார். ஆகவே, இரான் மக்கள் அவர்மீது உணர்வுபூர்வமாக அன்பு செலுத்தினர். சிரியாவிலும் ஆசியா மைனரிலும் ஷியா – ஸுன்னத் வேறுபாடுகள் இன்னமும் தீரவில்லை. இந்நாடுகள், ஷியா கோட்பாடு செழிப்புறும் பகுதிகளாக விளங்கின. மேலும், ஷியாக்கள் அங்கு பெருமளவில் வாழ்ந்து வந்தனர்.

இஸ்மாயீல் ஸஃப்வியின் தாய்வழிப் பாட்டி, ட்ராப்ஸான் கிறிஸ்தவ அரசனின் மகளும் ஹஸன் தவீலின் மனைவியுமாவார். நீண்ட காலம் உஸ்மானிய ஆளுகையின்கீழிருந்த ட்ராப்ஸானை இஸ்மாயீல் ஸஃப்வி தனதாக்க விரும்பினார். ஷியாக்களின் ஆதரவுடன் அரசாற்றலில் உயர்ந்து வந்த அவர், மங்கோலியர்கள் பாக்தாதைச் சூறையாடுவதில் ஷியாக்கள் வகித்தப் பங்கினை நன்கறிந்திருந்தார். வீரம்பொருந்திய இஸ்மாயீல் ஸஃப்விபோன்ற ஓர் அரசர் உஸ்மானிய பேரரசுமீது பகைமை பாராட்டுவதில் ஆச்சரியப்படுவதற்கில்லை. ஆட்சிக்கு வந்தது முதல், ஆசியா மைனரில் இரண்டாம் பயாஸிதுக்குத் தொடர்ந்து அவர் இடையூறுகள் செய்தார். அங்குள்ள மக்களுக்கு ஷியா கோட்பாடுகளைப் பிரச்சாரம் செய்யவும் அவர்களது ஆதரவைப் பெறவும் முயன்றார். இத்தகைய இடையூறுகளைக் களைவதில் பயாஸிதின் அரசு அக்கறைச்

செலுத்தத் தவறியது. ஆசியா மைனரின் ஆட்சியாளர்களாக இருந்த பயாஸிதின் இரண்டு மகன்களும்கூட இந்த ஆபத்துகள்மீது ஆழ்ந்த கவனம் பதிக்கத் தவறினர்.

ஆனால், ட்ராப்ஸான் அரசரான ஸலீம், இஸ்மாயீல் ஸஃப்வியின் நடவடிக்கைகள் குறித்து நன்றாகவே அறிந்து வைத்திருந்தார். இஸ்மாயீலின் இரகசியச் செயற்பாடுகளுக்கு அவர் இடமளிக்கவில்லை. இஸ்மாயீல் ஸஃப்வி, இரண்டாம் பயாஸிதின் ஆட்சியின்போது எல்லைப் பகுதிகள் சிலவற்றைக் கைப்பற்றியிருந்தார். பயாஸிதின் உஸ்மானிய ஆளுநர்கள் அவற்றைப் பாதுகாக்கத் தவறினார்கள். அவரும் அதற்குப் பெரிய அளவில் முக்கியத்துவம் அளிக்கவில்லை.

சுல்தான் ஸலீம், மகன்கள் மற்றும் உறவினர்கள் பிரச்சினைகளில் ஆழ்ந்திருப்பதைத் திருப்தியுடன் கவனித்து வந்தார் இஸ்மாயீல் ஸஃப்வி. மேலும், ஆசியா மைனரிலிருந்த தனது ஆட்கள்மூலம் கிளர்ச்சிக்கு ஆதரவளித்தும் வந்தார். ஸலீமுக்கு எதிராக இளவரசர் அஹ்மதின் ஆரம்பக்கட்ட முயற்சிகள் வெற்றி பெறுவதற்கான காரணமும் இதுதான். அஹ்மதின் மகன் முராதை ஆசியா மைனரில் ஸலீமுக்கு எதிராக நிறுத்தி, கான்ஸ்டான்டிநோபிள் அரியணையில் அமர்த்தும் இஸ்மாயீலின் திட்டத்தையும் ஸலீம் அறிந்தார். முராத் அப்போது இஸ்மாயீலின் பாதுகாப்பில் இருந்து வந்ததால்தான் அவரால் இதைச் செய்ய முடிந்தது. ஸலீம் கவனத்தில்கொண்ட இன்னொரு விஷயம், இஸ்மாயீல் மேற்கொண்ட ஷியா - ஸுன்னத் வேறுபாடுகளின் காரணமாக ஆசியா மைனரின் நகரங்களிலும் சிற்றூர்களிலும் உருவான அமைதியின்மை.

ஸலீம், ஆசியா மைனரில் பெரிய அளவிலான ஓர் இரகசியக் குழுவை ஏற்பாடு செய்து, இஸ்மாயீல் ஸஃப்வியின் போதனையில் ஷியாக்களாக மாறி, தலைவருக்காக உயிரை விடத் தயாராக இருப்பவர்களின் முழுமையான ஒரு பட்டியல் தயாரிக்கும்படி உத்தரவிட்டார். இதிலிருந்து, உஸ்மானியப் பேரரசின்மீது இஸ்மாயீல் தாக்குதல் தொடுத்தால் அவருடன் சேர்ந்து போரிட 70,000 மக்கள் தயார் நிலையில் இருப்பதாக ஓர் அதிர்ச்சித் தகவல் கிடைத்தது. எச்சரிக்கை அடைந்த ஸலீம் இப்பிரச்சினையை மிகுந்த நிதானத்துடன் கையாள்வதாக முடிவு செய்தார். முதலில் கிளர்ச்சியாளர்கள் அதிகம்கொண்ட பகுதிகளுக்கு அதே அளவிலான

 எண்ணிக்கையில் தேர்வுசெய்த படைவீரர்களை அனுப்பி வைத்தார். அதன் தலைவர்களிடம் கிளர்ச்சியாளர்களின் ஒரு பட்டியல் கொடுக்கப்பட்டது. ஒவ்வொரு கிளர்ச்சியாளர்களையும் குறிப்பிட்ட ஒரு நாள், குறிப்பிட்ட நேரத்தில் கொல்லவும் உத்தரவிட்டார். திட்டத்தை இரகசியமாக வைத்திருக்க வேண்டும் என்றும் அவர்களுக்கு உத்தரவிட்டார்.

உஸ்மானியப் படைவீரர்களுக்கு சிறு காயம்கூட ஏற்படாமல் ஆசியா மைனரிலுள்ள சுமார், ஐம்பதாயிரம் கிளர்ச்சியாளர்கள் கொல்லப்பட்டனர். ஷியாக்கள் என்பதற்காக இப்படிப் பெருமளவில் கொல்லப்பட்ட நிகழ்வு கொடூரமான செயல் என்பதில் சந்தேகமில்லை. எஞ்சியவர்கள் பயந்துபோய் தங்களை மாற்றிக்கொண்டனர். சுல்தான் ஸலீமைப் பொறுத்தவரைக்கும் தனது எதிரியான இஸ்மாயீல் ஸஃப்வியின் சதித்திட்டத்தை வெற்றிகரமாக முறியடித்தார். துரதிர்ஷ்டமான இந்நிகழ்வை அறிந்த இஸ்மாயீல் ஸஃப்வி பெரிதும் வருந்தினார். ஆனால், அமைதி காத்தார். சிறிது காலத்துக்குப் பிறகு, தன்னுடைய மூதாதையர் ஆட்சி செய்த அரசுரிமையை மீண்டும் அடைவதற்காக உஸ்மானியர்மீது போர்த்தொடுக்க இருப்பதாக அறைகூவல் விடுத்தார். இதையறிந்த சுல்தான் ஸலீம், அரசவையையும் படைத்தலைவர்களையும் திரட்டி, இரான்மீது படையெடுக்கும் தனது திட்டத்தை அறிவித்தார்.

இஸ்மாயீல் தனது போர் அறிவிப்பை வெளியிடும்போது இரானியரின் ஆற்றல் குறித்து அனைவருக்குள்ளும் மதிப்பிருந்த காலகட்டம். துருக்கியப் படையும் அவர்களிடம் சில தோல்விகளைச் சந்தித்திருந்தது. மேலும், துருக்கி அரசர் ஷீபானி கான், இஸ்மாயீல் ஸஃப்வியால் கொல்லப்பட்டிருந்தார். எனவே, ஸலீமின் அரசவையினரும் படைத்தலைவர்களும் இரானை எதிர்ப்பதில் ஆபத்திருப்பதாக உணர்ந்து மௌனம் காத்தனர். சுல்தான் இதை மூன்று முறை சொல்லியும் அவர்கள் பதில் சொல்லவில்லை. வாயிற்காவலனாக இருந்த அப்துல்லாஹ் முன்வந்து ஸலீமின் எதிரில் முழந்தாளிட்டு தானும் தனது தோழர்களும் துருக்கியக் கொடியின் கீழ் நின்று வெற்றிக்காகப் போரிட்டு உயிர் துறப்பதைப் பெரும் பேறாகக் கருதுகிறோம் என்றார். மகிழ்ச்சியடைந்த சுல்தான் அவரை வரி அறவீட்டாளர் பதவிக்கு நியமித்தார். அதன் பிறகு படைத்தலைவர்களும் சம்மதம் தெரிவித்தனர்.

இஸ்மாயீல் ஸஃப்வி : இஸ்மாயீலின் முன்னோர், இஸ்மாயீல் பின் ஹைதர் பின் ஜுனைத் பின் இப்ராஹீம் பின் கவாஜா அலீ பின் ஸத்ருத்தீன் பின் ஷெய்க் ஸைஃபுத்தீன் பின் ஜிப்ரீல். குடும்பத்தில் பெயரும் புகழும் பெற்று விளங்கியவர் ஷெய்க் ஸைஃபுத்தீன். அர்தபிலில் வாழ்ந்த இவர் ஆன்மிக வழிகாட்டியாக விளங்கினார். அவருக்குப் பின், அவரது பிற்கால வாரிசுகள் 'ஸஃப்வி' எனும் பெயரில் அழைக்கப்பட்டனர். ஷெய்க் ஸைஃபுத்தீனின் மறைவைத் தொடர்ந்து அவரது மகன் ஸத்ருத்தீன் தந்தையாரின் ஒட்டுப்போட்ட அங்கியை அணிந்துகொண்டு ஆன்மிகப் பணியில் ஈடுபட்டார். சுல்தான் பயாஸித் யல்தரமும் தைமூரும் இவரது சமகாலத்தவர்கள்.

ஹிஜ்ரீ 804 இல் நிகழ்ந்த ஒரு போரில் தைமூரிடம் தோல்வியடைந்த சுல்தான் பயாஸித் கைது செய்யப்பட்டார். பெருமளவிலான படைவீரர்களும் கைதாயினர். இவ்வெற்றியைத் தொடர்ந்து அர்தபிலுக்கு வந்த தைமூர், ஷெய்க் ஸைஃபுத்தீன் அடக்கம் செய்யப்பட்ட இடத்தைத் தரிசித்து விட்டு மக்களிடம், "உங்களுக்கு எதையேனும் செய்ய விரும்புகிறேன். உங்கள் கோரிக்கை என்ன?" என்று கேட்டார். "அங்காரா போர்க்களத்தில் கைதான அனைவரையும் விடுதலை செய்ய வேண்டும்" என்றனர் மக்கள். தைமூர் உடனடியாகவே அதை நிறைவேற்றினார். விடுதலைபெற்ற துருக்கிய வீரர்கள் அனைவரும் ஷியாக்களாக மாறினர். காலப்போக்கில் அவர்களது வம்சாவளி பல்கிப்பெருகியது.

தைமூரின் மறைவுக்குப் பின், அவரது பேரரசைக் கூறுகளாக்கி வாரிசுகள் பகிர்ந்துகொண்டனர். தொடர்ந்து கருங்கடலுக்கும் அஸர்பைஜானுக்கும் இடைப்பட்ட நிலப்பகுதியில் கராகோயுன்லூ இனத்தைச் சேர்ந்த துருக்மான்கள் தங்கள் ஆட்சியை நிறுவினர். இராக்கின் வடபகுதியான குர்திஸ்தானை இன்னொரு துருக்மான் இனத்தைச் சேர்ந்த அக்கோயுன்லூ ஆட்சி செய்தது. இப்பகுதி தைமூரின் காலத்திலேயே அவர்களுக்கு நிலமானியமாகக் கையளிக்கப்பட்டிருந்தது. தைமூரின் ஆட்சிக் காலத்தில் கராகோயுன்லூ இனத்தலைவனான கரா யூஸுஃப், தைமூருடன் பகைமைகொண்டு எகிப்தில் அலைந்து திரிந்துகொண்டிருந்தான். தைமூரின் இறப்பை அறிந்து, திரும்பி வந்த அவன், அஸர்பைஜானை எளிதாக வெற்றிகொண்டான். அஸர்பைஜான் தலைநகராக அர்தபிலும்,

குர்திஸ்தான் தலைநகராக தியார் பக்ரும் இருந்தன.

ஷெய்க் ஸத்ருத்தீனின் கொள்ளுப் பேரரான ஷெய்க் ஜுனைதீனிடம் பெருமளவு மாணவர்கள் இருந்தனர். இதனால் கரா யூஸுஃபின் மகனான ஷா அதிருப்தியடைந்து ஷெய்க் ஜுனைதீனை அர்தாபிலிலிருந்து சென்று விடச் சொன்னார். தன் மாணவர்களுடன் அவர், தியார் பக்ருக்குச் சென்றார். அங்கே, அக்கோயுன்லூ இனத்தைச் சேர்ந்த ஹஸன் தவீல் ஆட்சியாளராக இருந்தார். ஷெய்க் ஜுனைதீனின் வருகையை அறிந்த அவர் மகிழ்ச்சியுடன் வரவேற்றார்.

ஹஸன் தவீல், தன் சகோதரியை ஷெய்க் ஜுனைதீனுக்கு மணமுடித்து வைத்தார். துருக்மான் இனக்குழுவினரான அக்கோயுன்லூவும் கராகோயுன்லூவும் பழைய எதிரிகள். ஷெய்க் ஜுனைதீன் அரச குடும்பத்துடன் உறவு வைத்து, தனிமையிலிருந்து வெளிவந்த நிலையில் தலைமைப் பொறுப்பும் அவரது கடமைகளில் ஒன்றாக மாறியது. தனது மாணவர்கள், துருக்கியப் படைவீரர்களின் வழிவந்தவர்கள் என்பதால் மிக எளிதாக அவர்களைப் படைவீரர்களாக்கினார். மாணவர்களை வைத்து ஒரு படைப்பிரிவை உருவாக்கி அர்தபில்மீது போர்த்தொடுத்தார். இப்போரை அவரது மாணவர்களும் ஆதரவாளர்களும்கூட பழிவாங்கும் நடவடிக்கையாகவே பார்த்தனர். அனுபவமின்மை காரணமாகத் தோல்வியுற்று போர்க்களத்திலிருந்து தப்பியோடிய ஷெய்க் ஜுனைதீன், ஜஹான் ஷாவின் நண்பரான ஷிர்வான் அரசர்மீது தாக்குதல் தொடுத்தார். இங்கும் தோல்விதான் கிடைத்தது. இங்கிருந்து தப்பியோடும்போது யாரோ ஒருவன் எய்த அம்பில் உயிரிழந்தார்.

ஷெய்க் ஜுனைதீனின் மறைவுக்குப் பின் அவரது மகன் ஷெய்க் ஹைதர் ஆன்மிக வழிகாட்டியாக ஆனார். தாய் வழியில் இளவரசரும் தந்தை வழியில் தர்வீஷுமான ஹைதரிடம் உலகியலும் ஆன்மிகமும் ஒன்று கலந்திருந்தன. தந்தையைவிடவும் அதிகமான மாணவர்கள் அவரிடம் இருந்தனர். ஷெய்க் ஜுனைதீனின் இறப்புக்குப் பின், ஜஹான் ஷாவுடன் ஒரு தற்காலிக அமைதி உடன்படிக்கை செய்துகொண்ட ஹஸன் தவீல், அபூ ஸயீத் தைமூரைக் கொன்று, குராசானை இணைத்துக்கொண்டார். பின்னர், ஜஹான் ஷாவிடமிருந்து அஸர்பைஜானைப் பறித்தெடுத்து இரானின்

அரசரானார். ட்ராப்ஸான் கிறிஸ்தவ அரசனின் மகளான ஹஸன் தவீலின் மனைவிக்குப் பிறந்த பார்ஸா அல்லது ஷா பேகத்தைத் தன் மருமகன் ஷெய்க் ஹைதருக்கு மணமுடித்து வைத்தார். இவர்களுக்கு அலீ, இப்ராஹீம், இஸ்மாயீல் என்று மூன்று மகன்கள் பிறந்தனர்.

ஹஸன் தவீல் உயிருடனிருக்கும்போது அமைதியாக இருந்த ஷெய்க் ஹைதர், அவரது மறைவுக்குப் பின், அவரது மகன் யஅக்கூப் அரியணை ஏறியதும் தனது மாணவர்களை வைத்து ஒரு படையை உருவாக்கினார். தனது படையில் மற்றவர்களையும் சேரச் சொல்லி அழைப்பு விடுத்தார். தந்தையின் கொலைக்குப் பழிவாங்கும்பொருட்டு கோக்கேஸியசின் தென்பகுதியான ஷிர்வான்மீது படையெடுப்பதாக முடிவு செய்தார். ஹஸன் தவீலின் காலத்தில் ஷெய்க் ஹைதர் இதற்கு முன்வராத காரணம், அவரது தந்தை ஷெய்க் ஜுனைதீனைக் கொன்ற ஷிர்வான் அரசர் ஜஹான் ஷாவுடன் ஹஸன் தவீல் மேற்கொண்ட அமைதி உடன்படிக்கைதான். மேலும், அபூ ஸயீத் மிர்ஸா தைமூரைக் கொல்ல ஹஸன் தவீலைத் தூண்டியவரும் இதே ஜஹான் ஷாதான்.

பல நூற்றாண்டு காலமாக இரானிய வம்சாவளியினர்தான் ஷிர்வானை ஆட்சி செய்து வந்தனர். இவர்கள், பஹ்ரம் சூபின் வழிவந்தவர்கள். ஷெய்க் ஹைதர் படையெடுக்கப் போவதை அறிந்த ஃபர்க் யஸார் அதை எதிர்கொள்ளத் தயாரானார். ஹிஜ்ரீ 893 இல் இரு படைகளும் மோதின. இதில், கொலையுண்ட ஷெய்க் ஹைதரின் உடல் அர்தபிலில் அடக்கம் செய்யப்பட்டது.

ஷெய்க் ஹைதரின் மரணத்துக்குப் பின், அவரது மூத்த மகன் அலீ, ஆன்மிக வழிகாட்டியாக வந்தார். அவரைச் சுற்றியும் பெருந்திரளான மாணவர்கள் குவிந்தனர். ஹஸன் தவீலுக்குப் பின் அரசுப் பொறுப்புக்கு வந்த யஅக்கூப், தந்தை மற்றும் பாட்டனார் வழியைப் பின்பற்றி அலீயும் ஷிர்வான் அரசருடன் மோதுவார் என்று நம்பினார். ஆகவே, ஹஸன் தவீல் காலத்தில் ஷிர்வானுடன் மேற்கொண்டிருந்த அமைதி உடன்படிக்கையை மேலும் தொடர்வதாக முடிவு செய்தார். எதிர்காலத்தில் ஏற்படவிருக்கும் பிரச்சினையைத் தவிர்க்கும் நோக்கத்துடன் அலீயையும் அவரது சகோதரர்களையும் நான்கு ஆண்டுகளுக்கும் மேலாக அஸ்தகார் கோட்டையில் காவலில் வைத்திருந்தார். யஅக்கூப் இறந்த பிறகு அவரது மகன் அஹ்மத்

பெக் அரசரானார். அலீ தன் சகோதரர்களுடன் கோட்டையிலிருந்துத் தப்பித்து அர்தபிலுக்குக்குச் சென்று மீண்டும் தனது மாணவர்களை ஒன்று திரட்டினார். அலீயை அடக்குவதற்காக அஹ்மத் பெக் ஒரு படையை அனுப்பி வைத்தார். இதில் அலீ கொல்லப்பட்டார்.

போரின்போது அலீயின் இளைய சகோதரர்களான இப்ராஹீமும் இஸ்மாயீலும் அர்தபிலிலிருந்து மாறுவேடத்தில் தப்பித்து ஜிலானை அடைந்தனர். ஜிலானுக்கு வந்த சிறிது காலத்தில் இப்ராஹீம் இறந்துவிட்டார். இளையவரான இஸ்மாயீல் மட்டும் உயிருடனிருந்தார். வயதை முன்வைத்து அஹ்மத் அவரை எதிர்க்கவில்லை. முன்னாள் மாணவர்கள் அவரைச் சுற்றியிருந்தனர்.

ஹிஜ்ரீ 956. இஸ்மாயீலுக்கு அப்போது 14 வயது. அவரைச் சூழ்ந்திருந்தவர்கள் மிகக்குறுகிய காலத்தில் தங்களை ஒரு படையாக ஒழுங்கமைத்துக்கொண்டனர். இதன் உதவியுடன் இஸ்மாயீல், ஷிர்வான் அரசர் ஃபர்க் யஸார் மீது ஒரு பெரும் தாக்குதலை மேற்கொண்டார். இதில், ஃபர்க் யஸார் கொல்லப்பட்டார். இதையறிந்த அஹ்மத் பெக் அதிர்ச்சி அடைந்தார். தகுந்த முன்னேற்பாடுகளின்றி ஒரு சிறு படையுடன் குற்றவாளிகளைத் தண்டிப்பதற்காகப் புறப்பட்டுச் சென்ற அஹ்மத் பெக், இஸ்மாயீலுடன் மோதி தோல்வியடைந்தார். இதில், அஹ்மத் பெக்கும் அவருடனிருந்த வீரர்களில் பெருமளவும் கொல்லப்பட்டனர். தொடர்ந்து, அக்கோயுன்லூ இனக்குழுவைச் சேர்ந்த இன்னொருவர் ஹமதானின் அருகில் வைத்து இஸ்மாயீலுடன் போரிட்டுத் தோல்வியடைந்தார். இந்தத் தொடர் வெற்றிகளின் விளைவாக இராக், இரான், அஸர்பைஜான்போன்ற நாடுகள் இஸ்மாயீலின் கட்டுப்பாட்டின்கீழ் வந்தன. நான்கு ஆண்டுகளுக்கு முன், ஜிலானில் அவல நிலையில் வாழ்ந்துகொண்டிருந்த இஸ்மாயீல் இப்போது பலம் வய்ந்த ஓர் அரசராக மாறியிருந்தார்.

சல்திரன் போர் : ஹிஜ்ரீ 920, ரபீயுல் அவ்வல். (கி.பி. 1514 ஏப்ரல் 20) இஸ்மாயீல் ஸஃபவியின் போர் ஏற்பாடுகளை அறிந்த சுல்தான் ஸலீம், தனது படைகளை யெனி நகரத்தில் ஒருங்கிணைத்து ஆசியா மைனருக்குள் நுழைந்தார். ஒரு வாரம் சென்ற பிறகு, இஸ்மாயீல் ஸஃபவியின் ஓர் ஒற்றனைப் பிடித்த உளவுத்துறை அதிகாரி,

அவனை சுல்தான் ஸலீமின்முன் கொண்டு வந்து நிறுத்தினார். அவனைத் தண்டிப்பதற்குப் பதிலாக, இஸ்மாயீல் ஸஃபவிக்கான ஒரு கடிதத்துடன் தன்னுடைய தூதுவர் ஒருவருடன் அவனை இரானுக்கு அனுப்பி வைத்தார்.

அல்லாஹ்வைப் புகழ்ந்து விட்டு அதில் அவர் எழுதியிருந்தார்: “உஸ்மானியப் பேரரசரும், வீரர்களின் தலைவரும், கற்களை வழிபடுபவர்களையும் சத்திய மார்க்கத்தின் எதிரிகளையும் அழிப்பவரான ஸலீம் பின் சுல்தான் பயாஸித் பின் சுல்தான் முஹம்மத் பின் சுல்தான் முராத் ஆகிய நான், இரான் ஆட்சியாளரான இஸ்மாயீலுக்கு அறிவிப்பதாவது:

எல்லாம் வல்ல அல்லாஹ்வினால் படைக்கப்பட்ட இவ்வுலகம் மாற்றங்களுக்கு அப்பாற்பட்டது. மனிதனால் அறிந்துகொள்ள இயலாத எண்ணற்ற உண்மைகள் அதில் புதைத்துள்ளன. மனிதனை அதன் ஆட்சியாளனாக நியமிப்பது அல்லாஹ்வின் விருப்பம். ஆன்மிக ஆற்றலும் உடல் வலுவும் ஒருங்கிணையப் பெற்றவன் மனிதன். அல்லாஹ்வின் அற்புதங்களையும் அவனது மேன்மைகளையும் புரிந்துகொண்டு அவனை வணங்குவதற்காகப் படைக்கப்பட்டவன். இஸ்லாமியச் சிந்தனையைத் தவிர வேறு எந்த சிந்தனை சார்ந்தும் உண்மை அறிவை அவனால் பெற இயலாது. இறுதித்தூதரைப் பின்பற்றாமல் எந்த வெற்றியும் சாத்தியமில்லை.

இஸ்மாயீலே, வெற்றியும் வளமும் உம்மை ஒருபோதும் அடையப்போவதில்லை. ஏனெனில், ஷரீஅத் நியதிகளுக்கு மாறாகச் சென்றும் மீட்சிக்கான வழிவகைகளைக் கைவிட்டும் இஸ்லாத்தின் தூய்மையான புனிதக் கொள்கைகளுக்கு நீர் களங்கம் விளைவிக்கிறீர். தொழுகை இல்லங்களை அழித்தொழித்து, அநீதியான முறையில் கிழக்குப் பகுதியில் அரசாற்றலைக் கைப்பற்றியுள்ளீர். தற்போதைய இந்நிலையை அடைய நீர் தந்திரத்தையும் நயவஞ்சகத்தையும் பிரயோகித்தீர். முஸ்லிம்களுக்கு நீர் குரூரமான, இரக்கமற்றக் கதவுகளைத் திறந்துவிட்டீர். நீர் பொய்யரும் இரக்கமற்றவரும் இறைமறுப்பாளரும் மட்டுமல்ல, அநீதியாளரும் மார்க்கத்தினுள் கட்டுக்கதைகளைப் புகுத்துபவரும் குர்ஆனை அவமரியாதை செய்பவருமாக இருக்கிறீர். குறும்பு விதைகளை நெடுகிலும் தூவி வந்திருக்கும் நீர், அதற்கு விளக்கங்கள் கொடுத்து வேறுபாடுகளையும்

முரண்பாடுகளையும் உருவாக்குகிறீர். அவநம்பிக்கைக் கொடியை ஏந்துகிறீர். கீழான பண்புகளால் வசீகரிக்கப்பட்ட நீர் எல்லா வரைமுறைகளையும் கடந்து விட்டீர்.

அபூபக்ர், உமர், உஸ்மான் ஆகியோர்மீது வசை மொழியைப் பயன்படுத்த இடமளிக்கிறீர். உமது சொல்லும் செயலும் அவநம்பிக்கையின் அடிப்படையில் அமைந்திருப்பதால் உமக்கு, அதிகபட்சத் தண்டனை விதிக்க வேண்டுமென்று சமயச் சான்றோர்கள் தீர்ப்பளித்திருக்கிறார்கள். உம்மிடமும் உம்மைப் பின்பற்றுபவர்களிடமும் நிறைந்து கிடக்கும் தீமைகளையும் அசுத்தத்தையும் களைய வேண்டியது ஒவ்வொரு முஸ்லிமின் கடமை என்றும் அவர்கள் தீர்ப்பளித்திருக்கிறார்கள். உமது கொடுங்கோல் ஆட்சியிலிருந்து மக்களைக் காப்பாற்றுவதும், குர்ஆனின் கட்டளைகளைச் சரிவரப் பேணுவதும், அல்லாஹ்வின் மார்க்கமான இஸ்லாத்தை வலுப்படுத்துவதுமான நோக்கங்களை அடிப்படையாகக்கொண்டு சமயச் சான்றோர்கள் அளித்த தீர்ப்புகளை நிறைவேற்றும் பொறுப்பு எனக்கு இருக்கிறது.

ஆகவே, அரசருக்குரிய எனது அங்கிகளைக் களைந்து, போர்க் கவசம் தாங்கி, தோல்வியைக் கண்டறியாத எனது பதாகையை ஏந்திக்கொண்டு, உறையிலிருந்து வெளிப்பட்டதும் ஆவேசம் கொள்கிற எனது வாளுடனும் எதிரிகளினுள் நுழையும் வாட்களைக்கொண்ட என் வீரர்களுடனும் வந்து உம்மை வெல்வதாக முடிவு செய்துவிட்டேன். ஏற்கனவே நாங்கள் ஜலசந்தியைக் கடந்துள்ளோம். அல்லாஹ்வின் அருளால், உமது கொடுமைகளுக்கும் குழப்பங்களுக்கும் சீக்கிரமாகவே முடிவு காண்பேன். உம்மைத் தீவினைகளை நோக்கி அழைத்துச் செல்லும் ஆணவத்தை உம்மிடமிருந்து அகற்றுவேன். நான், ஷரீஅத்தைப் பின்பற்றுபவன். ஆகவே, குர்ஆனை முன்வைத்து உண்மை மார்க்கத்தைப் பின்பற்ற உமக்கு அழைப்பு விடுப்பதை என்னுடைய கடமையாகக் கருதுகிறேன். தீமையை விட்டு நீங்குவதற்கான சிறந்த வழி, அதைக் கவனத்தில்கொண்டு தீர்வு காண்பதுடன் மேலும் அவ்வழியே சஞ்சரிக்காமல் தன்னைத் தற்காத்துக்கொள்வது.

நீர் சட்டவிரோதமாகக் கைப்பற்றியிருக்கும் ஆட்சிப்பகுதிகளை எங்கள் அதிகாரிகளிடம் ஒப்படைக்க வேண்டும். உமது பாதுகாப்பின்மீது விருப்பமிருந்தால் இந்த உத்தரவுகளை நீர்

ஏற்றுக்கொள்ள வேண்டும். தவறான போக்கை விட்டு நீர் விலக மறுத்தால் உமது நிலப்பகுதிகள் அனைத்தும் எங்கள் முகாம்களால் மூடப்பட்டிருப்பதையும் எங்கள் வீரத்தின் விளைவுகளையும் காண்பீர். மாபெரும் நீதியாளனாகிய எல்லாம் வல்ல அல்லாஹ்வின் தீர்ப்பை முழு உலகமும் அப்போது அறிந்துகொள்ளும்.”

கடிதத்தில் குறிப்பிட்டபடி ஸுன்னத் வழியினரின் அடக்கத் தலங்களையும் பள்ளிவாசல்களையும் இஸ்மாயீல் அழித்ததும் அவர்களுக்கு மிகப்பெரும் இன்னல்கள் விளைவித்ததும் உண்மைதான். இஸ்மாயீலின் மூதாதையரும் ஸுன்னத் வழியினர்தானே தவிர ஷியாக்கள் அல்ல. ஷெய்க் ஜுனைதீனின் காலத்துக்குப் பிறகு நடந்த போர்களில் படைக்கு ஆள் சேர்ப்பதற்கான எளிய வழியாக, ‘அஹ்லுல் பைத்’ எனும் ஒரு குழு உருவானது. அரசியல் காரணங்களை முன்வைத்துப் படிப்படியாக, ஷியா கோட்பாட்டினுள் அவர்கள் வந்து சேர்ந்தனர். இஸ்மாயீல் ஸஃபவி, எல்லை கடந்த நிலையில் ஷியா கோட்பாட்டை நாடு முழுவதும் பரப்பினார். இரானியரும் இதற்கு ஆதரவாக இருந்ததால் தனது முயற்சியில் போதுமான அளவு அவர் வெற்றி பெற்றார். கோட்பாட்டில் அவர் காட்டிய உறுதியால் ஸுன்னத் வழியினர் பெரும் இன்னல்களுக்கு உள்ளாயினர். இதை அடக்குவதற்கு சுல்தான் பயாஸித் எந்த முயற்சியும் மேற்கொள்ளவில்லை. ஆனால், சுல்தான் ஸலீம் இதில் உடனடிக் கவனம் செலுத்தினார்.

தனது கடிதத்துக்கு இஸ்மாயீல் உடன்பட்டால் இளவரசர் முராதைத் தன்னிடம் திருப்பி அனுப்பும்படி கேட்பதற்காகவே தூதுவர் அனுப்பப்பட்டிருந்தார். கடிதத்தைப் படித்த இஸ்மாயீலின் உத்தரவின்படி அதைக் கொண்டு வந்த தூதுவரை முராத் வெட்டிக்கொன்றார். இஸ்மாயீலின் இச்செயல் மிருகத்தனமானது மட்டுமல்ல, அரச விதிகளுக்கு முரணானது. சுல்தான் ஸலீமுக்கான பதிலை ஒரு தூதுவர்மூலம் அனுப்பி வைத்தார்.

“கொந்தளிக்கும் உமது கோபத்துக்கான காரணத்தை என்னால் ஊகிக்க முடியவில்லை. அபின் போதையில் எழுதியிருக்கிறீர் என்று நினைக்கிறேன். நீர் போரிடுவதாக முடிவு செய்தால் நானும் அதற்குத் தயாராகவே இருக்கிறேன். முடிவை அல்லாஹ்விடம் விட்டு விடுகிறேன். போரின்போதுதான் உம்மால் உண்மையை உணர்ந்துகொள்ள முடியும்.” கடிதத்துடன் அபின் வைக்கப்பட்ட

ஒரு சிறு பேழையையும் சுல்தான் ஸலீமுக்கு அவர் அனுப்பி வைத்தார்.

அபின் பேழையைக்கண்ட ஸலீமின் கோபம் கடிதத்தை வாசித்ததும் மேலும் அதிகரித்தது. இஸ்மாயீலின் தூதுவரைக் கொன்று பழிவாங்கினார். தொடர்ந்து, தனது படையுடன் இஸ்மாயீல் ஸஃபவியின் தலைநகரான தப்ரீசை நோக்கிப் புறப்பட்டார். ஸிவாஸ் எனுமிடத்தில் வைத்து, தனது வீரர்களின் எண்ணிக்கையைக் கணக்கிட்டார். எட்டாயிரம் குதிரைப் படைவீரர்களும் நாற்பதாயிரம் காலாட்படை வீரர்களும் இருந்தனர். காலாட்படை வீரர்களைப் பல பிரிவுகளாக்கி ஸிவாஸிலிருந்து கைஸேரிவரையுள்ள ஒவ்வொரு பகுதியிலும் நிறுத்தினார். முன் வரிசையிலுள்ள படை நகரும்போது பின்வரிசையிலுள்ள படை நகர்ந்து அதே இடத்துக்கு வரவேண்டுமென்று உத்தரவிடப்பட்டது. உணவுப் பங்கீட்டைச் சுலபமாக்கவும் இது உதவியாக இருந்தது. இரான் ஆட்சிப்பகுதிக்குள் காலடி எடுத்து வைத்தார் சுல்தான் ஸலீம்.

மக்கள் செறிவாக வாழும் பகுதிகளும் விவசாய நிலங்களும் அழிக்கப்பட்டும் மரங்கள் அனைத்தும் வெட்டிச்சாய்க்கப்பட்டும் இருந்தன. உஸ்மானியருக்கு எதையும் விட்டு வைக்கக்கூடாது என்ற இஸ்மாயீலின் உத்தரவின்படி அவை அனைத்தும் பாழடிக்கப்பட்டிருந்தன. தங்களால் இயன்ற வரையிலான உடைமைகளுடன் மக்கள் அங்கிருந்து வெளியேற வேண்டும் என்றும் மிச்சமிருக்கும் தங்கள் உடைமைகளையும் சொத்துக்களையும் அழித்துவிட வேண்டுமென்றும் மறுத்தால் படைகளை அனுப்பி அதைச் செய்ய வேண்டியதிருக்கும் என்றும் இரான் மக்களுக்கு இஸ்மாயீல் ஸஃபவி உத்தரவிட்டிருந்தார். கான்ஸ்டான்டிநோபிளிலிருந்தும் ஏனைய ஐரோப்பிய ஆட்சிப் பகுதிகளிலிருந்தும் தேவையான உணவுப்பொருள்களையும் போருக்குத் தேவையான பிற உதவிகளையும் ஏற்கனவே ஏற்பாடு செய்திருந்த சுல்தான் ஸலீம், கப்பல்கள் மூலம் அவற்றை, ட்ராப்ஸான் துறைமுகத்துக்குக் கொண்டு வரச் செய்தார். அங்கிருந்து கழுதைகள், ஒட்டகங்கள் மூலம் அவை முகாம்களுக்குக் கொண்டுவரப்பட்டன. ஆயினும், இரானின் இந்நிலைமை அவர் எதிர்பாராத ஒன்று.

இஸ்மாயீல் ஸஃபவியின் படைகள் எந்தவித எதிர்ப்புமில்லாமல்

சொந்த நாட்டைச் சூறையாடியபடியே சென்றுகொண்டிருந்தன. ஸலீமின் படைகளால் நீண்ட தொலைவுவரை தன்னைப் பின்தொடர இயலாதென்று அவர் முடிவு செய்திருந்தார். ஓரளவுக்கு இது சரியாகவும் இருந்தது. களைப்படைந்துபோன ஸலீமின் படைகள் ஒரு கட்டத்தில் தங்களால் தொடர்ந்து முன்னேற இயலாது என்றன. இதன்மூலம் எந்தப் பலனும் கிடைத்துவிடப் போவதில்லை என்று படைத்தலைவர்களும் அறிவுறுத்தினர். ஸலீம் இதை ஏற்கவில்லை. தொடர்ந்து முன்னேறுவதுதான் அவரது விருப்பம். அப்போது அவரது படைகள் தியார் பக்ர் வழியாக அஸர்பைஜானுக்குள் நுழைந்திருந்தன.

சுல்தானின் பால்ய நண்பரும் வகுப்புத் தோழருமான ஹமதான் பாஷா, படைகளின் சார்பாக சுல்தானிடம் பேசுவதற்கு வந்தார். படையினரைப் பகைத்துக் கொள்ளாமல் திரும்பிச் செல்லும்படி அவர் கேட்டுக்கொண்டார். கோபமடைந்த சுல்தான் அவரைக் கொன்றார். இதன் பிறகு, சுல்தானுக்கு எதிராக யாரும் வாய் திறக்கவில்லை. கடினமான அந்த நீண்ட பயணத்தின் ஒரு கட்டத்தில் தாங்கள் இனிமேல் தொடர்ந்து செல்வதாக இல்லையென்று படைகள் அனைத்தும் ஒரே குரலில் அறிவித்தன. சுல்தான், குதிரையின் மீதமர்ந்தபடி படைகளைப் பார்த்துச் சொன்னார்:

“திரும்பிச் செல்வதற்காக நான் வரவில்லை. வீரர்களும் பயமின்மையை வாரிசுரிமையாகப் பெற்றவர்களும் விழுப்புண்களுக்குத் தயங்காதவர்களும் என்னுடன் வாருங்கள். கோழைகளும் பிரச்சினைகளைக்கண்டு ஓடி ஒளிபவர்களும் வீரர்களான எங்களை விட்டுத் திரும்பிச் சென்று விடுங்கள். யாருமே என்னுடன் வராமலிருந்தாலும் நான் திரும்பிச் செல்வதாக இல்லை. தனியொருவனாக நின்று போரிட்டே தீருவேன்.”

இதைச்சொல்லி விட்டு, ஆண்மையற்றவர்கள் திரும்பிச் சென்று விடவும் இதற்காக வெட்கப்படுபவர்கள் தன்னுடன் வரவும் கேட்டுக்கொண்டார். சுல்தானின் ஆவேச உரையால் தூண்டப்பட்ட வீரர்கள் அனைவரும் புதிய எழுச்சியுடன் முன்னேறிச் சென்றனர். அவரது வீரத்துக்கும் துணிச்சலுக்கும் கிடைத்த வெகுமதிபோல் கோக்கேசியாவின் கிறிஸ்தவ அரசன் பெருமளவிலான உணவுப்பொருள்களை உஸ்மானியப் படைக்கு அனுப்பி வைத்தான். இது, சுல்தானின் ஆதரவையும் அன்பையும்

பெற அவனுக்கு உதவியாக இருந்தது. அவர்கள் இஸ்மாயீலின் தலைநகரான தப்ரீசை நெருங்கினர். சுல்தான் ஸலீம், சல்திரன் பள்ளத்தாக்கை அடைந்தார். அங்கே, உஸ்மானியப் படைகளை எதிர்கொள்ள இரான் படைகள் தயாராக நின்றிருந்தன. சுல்தான் ஸலீம் மகிழ்ச்சியடைந்தார்.

சுல்தான் ஸலீம் அனுப்பிய ஒவ்வொரு கடிதத்துக்கும் இஸ்மாயீல் ஸஃப்வி கேலி செய்து பதில் எழுதினாரே தவிர, போரை இதுவரையிலும் தவிர்த்தே வந்தார். தனது தலைநகரை விட்டு அவர் விலகியிருந்தால் சுல்தான் ஸலீமின் பயணம் தப்ரீசுடன் நின்றிருக்கும். ஆனால், உஸ்மானியப் படைகள் அதற்குமேல் செல்வதை இஸ்மாயீலால் ஏற்றுக்கொள்ள இயலவில்லை. சல்திரன் பள்ளத்தாக்கிலிருந்து தப்ரீஸ் சுமார் 20 மைல் தொலைவிருந்தது. ஸலீமின் உஸ்மானியப் படைகள் ஏறத்தாழ இஸ்மாயீலின் படைகளுக்கு நிகராக இருந்தாலும் மிகவும் களைத்துப் போயிருந்தன. இஸ்மாயீலின் படைகள் புத்துணர்வுடனும் போர்க்கருவிகளுடனும் இருந்தன.

இஸ்மாயீலின் ஒற்றர்கள், உஸ்மானியப் படையினரின் வலுவையும் அவர்களது போர் வியூகங்களையும் பீரங்கிகள் பற்றியும் உளவறிந்து இஸ்மாயீலிடம் தெரிவித்திருந்தனர். அதற்கேற்ப தனது போர் வியூகத்தை இஸ்மாயீலும் மாற்றியமைத்தார். 80 ஆயிரம் வீரர்களைக்கொண்ட தனது குதிரைப் படையை இரண்டாகப் பிரித்தார். ஒரு பிரிவை படைத்தலைவர் அபூஅலீயின் தலைமையிலும் இன்னொன்றுக்குத் தானும் தலைமை ஏற்றார். உஸ்மானியர் தாக்கும்போது முன்னணிப்படை எதிர்த்து நிற்க வேண்டும் என்றும், குதிரைப் படையின் இருபிரிவுகளும் பின்பக்கமாக வந்து இருபுறமிருந்தும் தாக்க வேண்டும் என்றும் உத்தரவிட்டார்.

இரானியர்களின் படைபலத்தைக் கண்ட சுல்தான் ஸலீம், ஆசியா மைனர் படையை அதன் தலைவர் ஸனான் பாஷா தலைமையிலும், ஐரோப்பா படையை ஹுசைன் பாஷா தலைமையிலும் நியமித்து முறையே அவர்களை வலது, இடது புறங்களில் அணிவகுக்கச் செய்தார். ஏனைய படைகளை அணிவகுத்து நடுவில் நின்றார். பண்ணை வீரர்களையும் தன்னார்வ வீரர்களையும் முன்னணிப்படையில் நிறுத்தினார். பீரங்கிகளை முக்கியமான இடத்தில் நிறுத்தி வைத்தார்.

சுல்தான் ஸலீமின் பீரங்கிகள் குறித்து இஸ்மாயீல் ஏற்கனவே அறிந்திருந்தார். தன்னுடைய படைவீரர்களால் அதன் தாக்குதலை முறியடிக்க இயலுமென்று அவர் கருதினார். இரு படைகளும் மோதின. முன்னணிப் படைகள் தாக்குதலில் ஈடுபடும்போது, இஸ்மாயீலின் குதிரைப் படைகள் பின்புறமாகச் சுற்றி வந்து நடுப்பகுதியை தாக்கின. உஸ்மானியர், 'அல்லாஹு அக்பர்' என்றும் இரானியர்கள் தங்கள் அரசரைக் குறிப்பிட்டு, 'ஷா.. ஷா...' என்றும் முழங்கினர். இதனால், யார் எந்தப் படையைச் சார்ந்தவர் என்பதை வீரர்களால் தெளிவாகப் புரிந்துகொள்ள முடிந்தது. பீரங்கித் தாக்குதல்களிலிருந்து மிகத் தந்திரமாகத் தப்பித்த இஸ்மாயீலின் படைகள், பெரும் ஆவேசத்துடன் ஹுசைன் பாஷாவின் வலப்புறப் படையைத் தாக்கினர். ஐரோப்பிய படை வீரர்கள் பலர் இறந்து விழுந்தனர். இஸ்மாயீலின் படைத்தலைவரான அபூஅலீ, ஸலீமின் இடப் புற அணியின்மீது இதே முறையில் தாக்குதல் தொடுக்க முயன்றார். அவரால் அதில் முழு வெற்றி பெற முடியவில்லை. உஸ்மானியரின் பீரங்கித் தாக்குதலில் அபூஅலீயும் அவரது படையின் பெரும்பகுதியும் இறந்து விழுந்தனர். எஞ்சியவர்களை ஸனான் பாஷா மிகச் சுலபமாக புற முதுகுக்காட்டி ஓட வைத்தார்.

ஆனால், ஹுசைன் பாஷா, இரானியரைத் தோற்கடிக்க இன்னமும் போராடிக்கொண்டிருந்தார். தங்கள் போர்த்திறமையை அவர்கள் மிக நுட்பமாக வெளிப்படுத்திக்கொண்டிருந்தனர். சுல்தான் ஸலீம் மிகுந்த கவனத்துடன் போர்க்களத்தைக் கண்காணித்து வந்தார். ஸனான் பாஷாவுக்கு இனி உதவி தேவைப்படாது என்பதைப் புரிந்துகொண்ட அவர், ஹுசைன் பாஷாவுக்கு உதவியாக ஒரு படைப்பிரிவுடன் சென்றார். இரானியர் படுதோல்வி அடைந்தனர்.

களத்திலிருந்து தப்பியோடிய இஸ்மாயீல் ஸஃப்வி கைது செய்யப்பட்டதாகப் பேச்சு எழுந்தது. ஆனால், அவரைப்போல் காட்டிக்கொண்ட மிர்ஸா சுல்தான்தான் பிடிபட்டார். இஸ்மாயீல் ஸஃப்வி தப்பியோடி விட்டார். போர்க்களத்தில் ஒரு இரான் படைவீரர்கூட இல்லை. எதிரி முகாமைக் கைப்பற்றினார் ஸலீம். இஸ்மாயீல் எந்த அளவுக்குப் பயந்து ஓடியிருப்பார் என்பதை அங்கே சென்ற பிறகுதான் ஸலீம் புரிந்துகொண்டார். தனது அனைத்து உடைமைகளை மட்டுமல்ல, தனது மனைவியையும்

விட்டு விட்டு ஓடியிருந்தார். பெண்களையும் பிள்ளைகளையும் பாதுகாவலில் வைத்த ஸலீம், போர்க்கைதிகள் அனைவரையும் கொன்றார். போர்க்களத்தில் உஸ்மானியப் படைத்தலைவர்கள் பதினான்கு பேர்களும் அதே எண்ணிக்கையிலான இரான் படைத்தலைவர்களும் இறந்து கிடந்தனர். அவர்கள் அனைவரும் மரியாதையுடன் அடக்கம் செய்யப்பட்டனர். சல்திரன் போர் முடிந்த பதின்மூன்று நாள்களுக்குப் பிறகு, அதாவது ஹிஜ்ரீ 920 ரஜப் 20இல் (கி.பி. 1514 ஆகஸ்ட் 22) தப்ரீஸ் நகருக்குள் சென்றார் ஸலீம். இஸ்மாயீல் ஸஃப்வி அங்குதான் ஒளிந்திருந்தார். ஸலீம், நகருக்குள் வந்ததையறிந்த அவர் குராசானுக்கு ஓடினார். தப்ரீஸில் எட்டு நாள்கள் தங்கியிருந்த ஸலீம், அங்கிருந்து கராபக்துக்குச் சென்றார். அவர் தப்ரீஸில் இருந்தபோது, தைமூர் வம்சாவளியைச் சார்ந்த இளவரசர் என்று தன்னை சொல்லிக்கொண்ட மிர்ஸா பதியுஸ்ஸமான், சுல்தானைக் காண வந்தார். அவரை மரியாதையுடன் வரவேற்றார் ஸலீம்.

கீழ்த்திசை நாடுகள்மீது படையெடுப்பதற்கு முன், அஸர்பைஜானுக்குச் சென்று கோடை காலத்தைக் கழிக்க விரும்பினார் ஸலீம். ஆனால், படைகள் திரும்பிச் செல்ல விரும்பின. கராபக்திலிருந்து திரும்பிய ஸலீம், கான்ஸ்டான்டிநோபிளுக்குச் செல்லாமல் ஆசியா மைனரிலுள்ள அமஸ்யா நகருக்குச் சென்று கோடைகாலத்தைக் கழித்தார். பின்னர், ஆர்மேனியா, ஜார்ஜியா, கோக்கேஸியஸ் பகுதிகளைக் கைப்பற்றி உஸ்மானியப் பேரரசுடன் இணைத்தார். ஏற்கனவே அஸர்பைஜானைக் கைப்பற்றிய நிலையில், இப்போது இஸ்மாயீல் ஸஃப்வியின் கீழிருந்த குர்திஸ்தானையும் இராக்கையும் கைப்பற்றுவதாக முடிவு செய்தார். அதே நேரத்தில், கான்ஸ்டான்டிநோபிளிலிருந்த உஸ்மானியப் படைகள் கிளர்ச்சியில் ஈடுபடப்போவதாகவும் பதில் ஆளுநரிடம் அவமரியாதையாக நடந்துகொள்வதாகவும் தகவல் வந்தது. ஆகவே, அவர் கான்ஸ்டான்டிநோபிளுக்குச் செல்லவேண்டியதாயிற்று. தன்னுடைய உத்தரவுகளை நிறைவேற்றச் சொல்லி அனுபவம் வாய்ந்த படைத்தலைவர்களை நியமித்துவிட்டுப் புறப்பட்டார். அவர்கள் குறுகிய காலத்தினுள் குர்திஸ்தானையும் பாரசீக வளைகுடாவின் கரையோரப் பகுதிவரையிலான இராக் நிலப்பகுதியையும் கைப்பற்றினர். இப்போது, இஸ்மாயீல்

ஸஃப்வியின் ஆட்சிப்பகுதியில் பெருமளவும் உஸ்மானியரின்கீழ் வந்தது.

சுல்தான் ஸலீமுக்கு தப்ரீஸில் கிடைத்த இலாபங்களில் மிக முக்கியமாகக் குறிப்பிட வேண்டியது, அங்குள்ள சுமார் ஆயிரம் கட்டடக் கலைஞர்களையும் பொறியாளர்களையும் தேர்வு செய்து உயர்ந்த ஊதியமும் பிற வசதிகளும் செய்துகொடுத்து கான்ஸ்டான்டிநோபிளுக்கு அனுப்பி வைத்ததுதான். அன்றைய காலகட்டத்தில் உலகப் புகழ்பெற்றிருந்த தப்ரீசின் கட்டடக் கலைஞர்களால் கான்ஸ்டான்டிநோபிளின் முக்கிய தேவைகள் நிறைவேறின.

தோல்வியடைந்த இஸ்மாயீல் ஸஃப்வி, சுல்தான் ஸலீமுடன் இணக்கமாகச் செல்லவும் அவரது கவனத்தை இதை நோக்கித் திசை திருப்பவும் பல்வேறு முயற்சிகளில் ஈடுபட்டார். அவர் மீதிருந்த கடும் வெறுப்பின் காரணமாக எந்த சமரச முயற்சிக்கும் ஸலீம் இணங்கவில்லை. சிரிய, எகிப்து விஷயங்கள் இடையூறாக வரவில்லை எனில் இஸ்மாயீல் ஸஃப்வியின் எஞ்சிய ஆட்சிப் பகுதிகளையும் ஸலீம் கைப்பற்றியிருப்பார். இப்போது உஸ்மானியப் பேரரசுக்கு கிழக்கு எல்லைப் பகுதிகளிலிருந்த ஆபத்துகளும் விலகின. மேலும், உஸ்மானியரின் காவலிலிருந்த, தன் மனைவியைத் தன்னிடம் அனுப்பி வைக்கும்படி இஸ்மாயீல் ஸஃப்வி கடிதம் எழுதினார். இஸ்மாயீல் இறைமறுப்பாளராகவும் சமய மறுப்பாளராகவும் இருப்பதாகக் கருதிய ஸலீம், அவரது வேண்டுகோளை நிராகரித்துவிட்டு தனது படைவீரர்களில் ஒருவனான ஜஅஃபர் சல்பி என்பவனுக்கு அவளைத் திருமணம் செய்து வைத்தார். துருக்கிப் படைவீரன் ஒருவனுக்கு அவள் மனைவியாக இருப்பதை அறிந்த இஸ்மாயீல் ஸஃப்வி அதிர்ச்சியடைந்தார். சிறிது காலத்துக்குப் பிறகு அவர் இறந்து போனார்.

எகிப்து, சிரிய வெற்றிகள் : அய்யூப் வம்சாவளியைச் சார்ந்த மாலிக் அல் ஸாலே என்பவர், எகிப்தில் மம்லுக் வீரர்களைக்கொண்ட ஒரு படையை உருவாக்கினார் என்பதை ஏற்கனவே பார்த்தோம். அடிமைகளின் படை என்று குறிப்பிடப்பட்ட இவர்கள் எகிப்தில் ஆட்சிக்கு வந்தனர். இதே காலகட்டத்தில் இந்தியாவிலும் அடிமைகளின் ஆட்சி இருந்தது. இந்தியாவைப் பொறுத்தவரை

இரண்டு அரசர்கள் அடிமைகளிலிருந்து வந்தவர்கள். இதன்பின் வந்தவர்கள் அடிமை வம்சத்திலுள்ள அரசர்கள்தானே தவிர அடிமைகள் அல்ல. எகிப்தில், ஓர் அடிமை அரசர் இறந்தால் இன்னொரு அடிமைதான் அரசராக வர முடியும். இந்த அடிமை அரசர்கள் மம்லுக்குகள் என்று குறிப்பிடப்பட்டனர். சுல்தான் ஸலீமின் காலம்வரையிலும் அவர்கள் எகிப்தில் ஆட்சி புரிந்து வந்தனர். அவர்களது காலகட்டத்தில் அப்பாசிய கலீஃபாக்கள் எகிப்தில் அவர்களுக்கான பாதுகாப்பையும் அனுமதியையும் வழங்கினர். எகிப்தின் மம்லுக் அரசு மதிப்பும் வலிமையும் பெற்றிருந்தது. மம்லுக்குகள் இஸ்லாத்துக்குச் செய்த மாபெரும் சேவைகளாக கிறிஸ்தவ எதிர்ப்பை முறியடித்து இஸ்லாத்தை அங்கே நிலைநிறுத்த உதவியதையும் மங்கோலியப் படையெடுப்பைத் தடுத்து செங்கிஸ்கான் மற்றும் ஹுலகுகானின் படைகளைத் தோற்கடித்ததையும் குறிப்பிடலாம். எகிப்திய மம்லுக்குகளால் தோற்கடிக்கப்பட்ட அதே மங்கோலியப் படை, இந்திய அடிமை அரசர்களாலும் தோற்கடிக்கப்ப்ட்டது என்பது ஆச்சரியமான ஒரு ஒற்றுமை.

அய்யூப் வம்சாவளியின் முடிவிலிருந்து எகிப்து, சிரியா, ஹிஜாஸ் ஆகிய பகுதிகளில் ஆட்சி புரிந்து வந்த எகிப்திய மம்லுக்குகளுக்கு உஸ்மானியப் பேரரசுடன் பகை எதுவும் இருந்ததில்லை. ஆயினும், சுல்தான் இரண்டாம் பயாஸிதால் தோற்கடிக்கப்பட்ட இளவரசர் ஜம்ஷெத், எகிப்தில் தஞ்சமடைந்தபோது கெய்ரோவுடனும் கான்ஸ்டான்டிநோபிளுடனுமிருந்த அவர்களது நட்பு, கசப்பாக மாறியது. அவர்களிடையே கைகலப்பும் ஏற்பட்டது. இதன் காரணமாக, மம்லுக்குகளால் உஸ்மானியருக்குப் பின்னடைவும் ஏற்பட்டது. இப்போது, சுல்தான் ஸலீமின் வெற்றிகளையும், குறிப்பாக இஸ்மாயீல் ஸஃப்வியின் தோல்வியை மிகவும் உன்னிப்பாகவும் திகைப்புடனும் மம்லுக்குகள் கவனித்து வந்தனர். இரண்டாம் பயாஸிதின் காலத்தில் தங்களின் கைவசமிருந்த நகரங்களையும் கோட்டைகளையும் மீண்டும் கைப்பற்றுவதற்காக உஸ்மானியர் எகிப்தின்மீது படையெடுப்பார்கள் என்றும் மம்லுக்குகள் கருதினர். இத்துடன், சுல்தான் ஸலீமால் தோற்கடிக்கப்பட்ட இஸ்மாயீல் ஸஃப்வி, மம்லுக்குகளின் ஆதரவை வேண்டி தன்னுடைய தூதுவர்களை அனுப்பியிருந்தார். எகிப்து அரசர் கல்ஸு காஸி,

அவர்களை வரவேற்றதுடன் இஸ்மாயீலின் வேண்டுகோளையும் ஏற்றார். எகிப்தின்மீதான ஸலீமின் படையெடுப்பு குறித்து மம்லுக்குகளை அவர்கள் எச்சரித்தனர். நிலைமைகளை நுட்பமாகக் கவனித்த கல்ஸூ காஸி, அலப்போவுக்கு வந்து அங்கேயே தங்கியிருந்தார். தொடர்ந்து, சிரியாவின் எல்லைப்பகுதிகளில் போதுமான அளவு படைகளையும் குவித்தார். முன்னெச்சரிக்கை நடவடிக்கையாக இதை மட்டுமே அவர் செய்தார்.

மம்லுக்குகள் நம்பிக்கை மிகுந்த முஸ்லிம்களாக இருந்ததால் அவர்கள்மீது படையெடுக்கும் நோக்கமெதுவும் ஸலீமிடம் இல்லை. ஆயினும், இஸ்மாயீல் ஸஃபவியின் இரகசியத் திட்டத்தின் விளைவாக மம்லுக்குகளுக்குப் பின்னடைவு ஏற்பட்டது. இது, மம்லுக்குகளையும் உஸ்மானியரையும் எதிரிகளாக்கியது.

இரானிலிருந்து வந்த சுல்தான் ஸலீம் கான்ஸ்டான்டிநோபிளில் உள்நாட்டு அலுவல்களை ஒழுங்கமைப்பதில் ஈடுபட்டார். இதனிடையே, ஐரோப்பிய எல்லைகள் குறித்தும் கிறிஸ்தவ அரசுகள் குறித்தும் கவனம் செலுத்தினார். அவரது முன்னோர்கள் தொடக்க காலம் முதல் ஐரோப்பிய கிறிஸ்தவர்களுக்கு எதிராகப் போர் தொடுத்து வந்தனர். ஹிஜ்ரீ 922 இல் ஆசியா மைனரின் கிழக்குப் பகுதி ஆளுநரான ஸனான் பாஷாவிடமிருந்து ஒரு தகவல் வந்தது. சிரிய எல்லையில் மம்லுக் படைகள் முகாம் அமைத்துள்ளன என்றும் தருணம் பார்த்து அவர்கள் ஆசியா மைனரைத் தாக்க இருக்கும் வாய்ப்பை அலட்சியம் செய்துவிட இயலாதென்றும் ஆகவே, யூப்ரடீஸ் பள்ளத்தாக்கை நோக்கிப் படையெடுத்து செல்ல முடியாத நிலையில் தானிருப்பதாகவும் அதில் குறிப்பிட்டிருந்தார். உடனடியாக அமைச்சர்கள், படைத்தலைவர்கள், கல்வியாளர்கள் அடங்கிய அவசரக் கூட்டம் ஒன்றை ஏற்பாடு செய்த ஸலீம், மம்லுக்குகளின் பிரச்சினை குறித்து ஆலோசனை நடத்தினார். நீண்ட ஒரு கலந்துரையாடலுக்குப் பிறகு வட்டார மொழி அலுவலகத்தின் மேலாளர் முஹம்மத் பாஷா ஆற்றல்மிக்க ஓர் உரை நிகழ்த்தினார். அதில், உஸ்மானியப் பேரரசு தனது மேலாண்மையை நிலைநாட்ட வேண்டும் என்றும், மக்கா மதீனாவுக்கான சேவைப்பொறுப்பும் ஹிஜாஸ் பொறுப்பும் மம்லுக் அரசர்களுக்குக் கிடையாது என்றும் குறிப்பிட்ட அவர், இஸ்லாத்துக்கான மிகப்பெரும் சேவைகளான இவற்றை நிறைவேற்றுகிற உரிமையும் கௌரவமும் சுல்தான்

ஸலீமுக்கே உரியது என்றும் முடித்தார். இம்முன்மொழிவை ஏற்றுக்கொண்ட சுல்தான் ஸலீம், அவரையே தனது தலைமை அமைச்சராக நியமித்தார்.

மம்லுக்குகளை எதிர்த்துப் போரிடுவதாக முடிவு செய்தார் சுல்தான் ஸலீம். முதலில் தன்னுடைய தூதுவரை எகிப்து அரசர் கல்ஸூ காஸியிடம் அனுப்பி வைத்தார். தனக்குக் கீழ்ப்படிந்து திறை செலுத்த வேண்டுமென்றும் மறுத்தால் போர்த்தொடுக்க நேரிடுமென்றும் வலியுறுத்தினார். தூதுவர் அலப்போவில் வைத்து கல்ஸூவைச் சந்தித்தார். தகவலை அறிந்து கோபம்கொண்ட கல்ஸூ, தூதுவரைக் கைது செய்தார். இதையறிந்த சுல்தான் ஸலீம், கான்ஸ்டான்டிநோபிளிலிருந்து ஒரு படையுடன் எகிப்துக்குச் சென்றார். உஸ்மானியப் படை நெருங்கியதும் திகைத்துப்போன கல்ஸூ தூதுவரை உடனடியாக விடுதலை செய்ததுடன் அமைதிக்கான முயற்சியை மேற்கொண்டார். இதை ஏற்றுக்கொள்ளாத ஸலீம் தொடர்ந்து முன்னேறினார். தாவூத் (அலை) அடக்கம் செய்யப்பட்ட மர்ஜ் வபீக்கில் இரு பிரிவினரும் எதிர்கொண்டனர். இது, சல்திரன் போர் நடந்து இரண்டு ஆண்டுகளுக்குப் பிறகு ஹிஜ்ரீ 922இல் (கி.பி.1516 ஆகஸ்ட் 24) நடந்தது. மம்லுக்குகள் மிகுந்த வீரமும் துணிச்சலும் கொண்டவர்களாக இருந்தாலும் உள்நாட்டுப் பிரச்சினைகளில் தடுமாறி நின்ற அவர்களால் ஸலீமின் படைக்கு ஈடுகொடுக்க முடியாமல் போனது. வயது முதிர்ந்த மம்லுக் அரசர் போர்க்களத்திலேயே உயிர் துறந்தார். அலப்போ, சுல்தான் ஸலீமின் கட்டுப்பாட்டின்கீழ் வந்தது.

உஸ்மானியரின் வெற்றியில் மம்லுக்குகள் சோர்ந்துவிடவில்லை. அவர்கள் கெய்ரோவுக்கு வந்து புதிய அரசரை நியமிக்கும் ஏற்பாடுகளில் ஈடுபட்டனர். ஒருமனதாக ஓர் அரசரை நியமிக்க 24 படைத்தலைவர்கள் அவர்களிடம் இருந்தனர். அனைவருமே தலைநகருக்கு வந்தாக வேண்டும். மம்லுக்குகளின் முக்கியமான படைத்தலைவர் இல்லை என்பதை வாய்ப்பாகப் பயன்படுத்திக்கொண்ட சுல்தான் ஸலீம், டமாஸ்கசையும் பைத்துல் முகத்தஸையும் தனது கட்டுப்பாட்டின்கீழ்க் கொண்டுவந்தார். இதிலும் மம்லுக்குகளின் எதிர்ப்பு பெரிய அளவில் வெளிப்படவில்லை.

மம்லுக்குகள் தங்கள் புதிய அரசராக துமான் பேயியைத் தேர்வு செய்தனர். அரியணையேறிய துமான், பெருமளவிலான

ஒரு படையை உடனடியாகத் திரட்டி ஸலீமின் வருகையைத் தடுக்கும் நோக்கத்துடன் எகிப்து, சிரிய எல்லைகளுக்கு அனுப்பி வைத்தார். அதே நேரத்தில், எகிப்து அரசர்களுக்குச் சொந்தமான மாபெரும் செல்வம் டமாஸ்கசில் வைத்து சுல்தான் ஸலீமுக்குக் கிடைத்தது. பின்னர், அவர் பெற்ற பல்வேறு வெற்றிகளுக்கு இச்செல்வம் பேருதவியாக அமைந்தது. சமயச் சான்றோர்கள், கல்வியாளர்கள், சொற்பொழிவாளர்கள், சமயக் குழுவினர்கள், காதிகள் போன்றவர்களுக்கு இதன்மூலம் பல்வேறு உதவிகள் செய்தார். பள்ளிவாசல்கள், மதரஸாக்கள், பாலங்கள் போன்ற பணிகளுக்கும் வாரியிறைத்தார். பல்வேறு பொதுநலச் சேவைகளில் ஈடுபட்டார். எகிப்தின்மீது போர்த்தொடுப்பதற்காக ஒட்டகங்கள் வாங்கவும் பிற செலவுகளுக்கும் இதைப் பயன்படுத்தினார்.

எகிப்து படைகள் அதன் எல்லையான காஸாவரை முன்னேறியது. மக்கள் செறிவும் மண் வளமும் நிறைந்த சிரியாவினூடே சுல்தான் ஸலீம் தனது படையை அணிவகுத்துச் சென்றார். பாலைவனத்தில் நுழையும்போது ஒட்டகங்கள்மீது போதிய அளவு நீரை ஏற்றச் செய்தார். படை வீரர்களை ஊக்கப்படுத்துவதற்காகப் பல்வேறு பரிசுகள் அளித்தார். ஒரு படைப்பிரிவுடன் சேர்த்துப் பீரங்கிப் படையையும் ஸனான் பாஷாவின் பொறுப்பில் ஒப்படைத்து அவரை முன்னணிப் படையில் அனுப்பி வைத்தார். எஞ்சிய படைகளுடன் மிகவும் கவனமாக முன்னேறினார் சுல்தான் ஸலீம். பத்து நாள்கள் பயணத் தொலைவை அவர்கள் எந்தத் தடங்கலுமின்றி கடந்தனர்.

கஸ்ஸாலியின் கீழிருந்த மம்லுக் படைகள்மீது ஸனான் பாஷா தாக்குதல் தொடுத்தார். மிகுந்த வீரத்துடன் எதிர்கொண்ட மம்லுக் வீரர்களை உஸ்மானியப் பீரங்கிப் படை துரத்தியடித்தது. பீரங்கிப் படையை எதிர்கொள்ள இயலாத மம்லுக்குகள் தோல்வியுற்றனர். உஸ்மானியருக்கு மம்லுக்குகள்மீதிருந்த பயம் இத்துடன் விலகியது. உஸ்மானியரின் கைகள் ஓங்கி நின்றன.

உஸ்மானியர் மம்லுக் போர் : காஸாவில் படுதோல்வியடைந்த கஸ்ஸாலி, கெய்ரோவுக்கு வந்து உஸ்மானியப் பீரங்கிப் படையால் தங்களுக்கு ஏற்பட்ட அதிர்ச்சித் தோல்வியைத் தெரிவித்தார். துணிச்சலை இழந்து விடாத துமான், சிரியாவுக்குச் செல்லும்

வழியெங்கும் தனது படையை நிறுத்தி உஸ்மானியப் படைகளை எதிர்பார்த்திருந்தார். துணிச்சலும் வீரமும் மிகுந்த உயர்குடியில் பிறந்தவர் துமான் பேயி. ஆனால் விதி அவருக்கெதிராக இருந்தது. துமானை அரசராகத் தேர்வு செய்வதில் சில படைத்தலைவர்களுக்கு விருப்பமில்லை. ஆனால், சூழ்நிலை கருதி அவர்கள் அமைதி காத்தனர். வெறுப்பும் கோபமும் அவர்களுக்குள் புகைந்துகொண்டிருந்தன. சந்தர்ப்பம் வாய்த்திருந்தால் அவரால் இதைச் சரி செய்திருக்க முடியும். அரியணை ஏறியதுமே போருக்கான ஏற்பாடுகளில் ஈடுபட்ட நிலையில் இதற்கான வாய்ப்பு அவருக்குக் கிடைக்கவில்லை.

படைத்தலைவர்களான கஸ்ஸாலியும் ஹைரியும் இதில் உட்படுவார்கள். எகிப்தைப் பாதுகாக்கும் துமானின் நோக்கத்துக்கு மாறாக அவரைத் தோல்வியடையச் செய்யும் ஏற்பாடுகளில் ஈடுபட்டனர். இதற்காக சுல்தான் ஸலீமுடன் அவர்கள் இரகசியத் தொடர்பும் வைத்திருந்தனர். எகிப்தின் போர் வியூகங்களையும் முன்னேற்பாடுகளையும் உடனுக்குடன் அவருக்கு அறிவித்து வந்தனர்.

சுல்தான் ஸலீம் பீரங்கிகளைப் பயன்படுத்த வாய்ப்பளிக்காமல் அதைப் பொருத்துவதற்குள் படைவீரர்களைத் தாக்கி அவற்றைச் செயலிழக்கச் செய்ய வேண்டும். பிறகு, வாட்களுடனும் ஈட்டிகளுடன் போரிட வேண்டிய கட்டாயத்தை உருவாக்க வேண்டும் என்பது துமானின் திட்டம். ஆனால், படைத்தலைவர்கள் இருவரும் இதை சுல்தானிடம் அறிவித்து விட்டனர். இப்படியாக, துமானின் திட்டம் நிறைவேறாமல் போய்விட்டது. மம்லுக் படைக்குள் தனக்குச் சாதகமான இரண்டு படைத்தலைவர்கள் இருப்பது ஸலீமுக்குப் பேருதவியாக அமைந்தது.

ஹிஜ்ரீ 922இல் (கி.பி.1517 ஜனவரி 22.) ரிள்வானியாவில் இரு படையினருக்குமிடையே போர்க்கோடு வரையப்பட்டது. தன்னுடைய திட்டம் வெளிப்பட்டுவிட்ட நிலையில் துமான் பேயியால் அதை நிறைவேற்ற முடியவில்லை. மம்லுக் வீரர்கள் பீரங்கிகளின் முன்நின்று போரிட வேண்டியதாயிற்று. போர் தொடங்கியதுமே சதிகாரப் படைத்தலைவர்கள் இருவரும் உஸ்மானியருடன் சேர்ந்துகொண்டனர். இருந்தும், மம்லுக் படையினர் சோர்ந்துவிடவில்லை. மிகுந்த உறுதியுடனும்

துணிச்சலுடனும் அவர்கள் போரிட்டனர். துமான் பேயி தனது குதிரைப் படையுடன் உஸ்மானியர்மீது கடும் தாக்குதல் ஒன்றை மேற்கொண்டார். அவர்கள் தலையிலிருந்து கால்வரையிலும் போர்க்கருவிகளும் கவசங்களும் தாங்கியிருந்தனர். சுல்தான் ஸலீமை உயிருடன் பிடிப்பது அல்லது கொல்வது என்று வீரசபதம் ஏற்றிருந்த படைத்தலைவர்கள் இருவர் மிகுந்த ஆவேசத்துடன் போரிட்டனர்.

உஸ்மானியப் படையுடன் ஒப்பிடும்போது மம்லுக்குகள் சிறு படையினர்தான். ஆனால், அவர்களது போர்முறை உஸ்மானியருக்கு பூகம்பம் ஏற்பட்டதுபோன்ற அதிர்ச்சியையும் கலக்கத்தையும் கொடுத்தது. தங்களுடைய மைய அணிக்குள் மம்லுக்குகள் ஊடுருவிச்சென்றதை பெரும்முயற்சி செய்தும் உஸ்மானியரால் தடுக்க முடியவில்லை. எதிரியின் அணிக்குள் ஊடுருவிப் பிளந்து, எதிர்ப்பட்ட அனைவரையும் வெட்டிச் சாய்த்தவாறே முன்னேறிய மம்லுக்குகள் சுல்தான் ஸலீம் நின்றிருந்த இடத்தை அடைந்தனர். ஆனால், ஸனான் பாஷாவை ஸலீம் என்று நினைத்த துமான் பேயியின் படை வீரர் ஒருவர் வீசிய ஈட்டி பாஷாவின் உயிரைக் குடித்தது. மேலும், மம்லுக் படைத்தலைவர்களால் ஸலீம் என்று தவறுதலாக நினைத்துக் கொல்லப்பட்டவர்கள் அலனும் காரத்தும். இவர்களில் யாருக்குமே ஸலீமை அடையாளம் தெரியாது. துமானும் அவரது படைத்தலைவர்களும் ஸலீமின் கண்ணெதிரில் அவரது படைத்தலைவர்களைக் கொன்றுவிட்டுத் தப்பித்தனர். ஸலீம் உயிருடன் இருந்ததால் போர் மேலும் தொடர்ந்தது.

மம்லுக்குகளின் வீரத்தை நேரடியாகக்கண்ட சுல்தான் ஸலீம் திகைத்துப்போய் நின்றிருந்தார். எண்ணிக்கையில் தனது படை மிகப்பெரிதாக இருந்தாலும் பீரங்கிகளைப் பயன்படுத்தாமல் மம்லுக்குகளை வெற்றிகொள்ள இயலாது என்பதைப் புரிந்துகொண்டார். பீரங்கிகளைத் தயார்ப்படுத்தி, படையின் முன்வரிசையைக் கடந்து அவர்கள் நுழையாதிருக்க அவற்றை இயக்கினார். மம்லுக் படையினர் சாரை சாரையாக விழுந்து இறந்தனர். போரிட்டபடியே அவர்கள் வீழ்ந்தது நினைவுகூரத்தக்க ஒரு காட்சி என்கிறது வரலாறு. 25,000 மம்லுக் வீரர்கள் களத்திலேயே வீழ்ந்து இறந்தனர். இதில், ஒருவர்கூட சரணடையவோ புறமுதுகுக்காட்டி ஓடவோ இல்லை. உயிருடனிருந்த சிலர், துமான் பேயியின் பாதுகாப்பைக் கருதி

அவரை வலுக்கட்டாயமாக அழைத்துக்கொண்டு அஸ°பியாவுக்குச் சென்றனர். மம்லுக் வீரர்கள் பீரங்கித் தாக்குதலிலும் உஸ்மானிய வீரர்கள் வாள், ஈட்டிகளாலும் உயிரிழந்தனர். மம்லுக்குகள் தோட்டாவையோ வெடி மருந்தையோ பயன்படுத்தவில்லை. அவற்றைப் பயன்படுத்துவது வீரத்துக்கு இழுக்கு என்றே அவர்கள் கருதினர். துமான் பேயி அஸ°பியாவுக்குச் சென்ற பிறகு தலைநகர் கெய்ரோ பாதுகாப்பின்றிக் கிடந்தது. ஏழு நாள்களுக்குப் பிறகு கெய்ரோவுக்குள் நுழைந்த சுல்தான் ஸலீம் அதைக் கைப்பற்றினார். துமான் பேயியுடன் அஸ°பியாவுக்குச் சென்ற மம்லுக் வீரர்கள் ஒரு சிறு படையாக ஒன்று திரண்டனர்.

சுல்தான் ஸலீம் கெய்ரோவைக் கைப்பற்றிய தகவலை அறிந்த துமான் பேயி தனது படையுடன் சென்று கெய்ரோவைத் தாக்கினார். ஸலீம் அப்போது நகருக்கு வெளியே தனது முகாமில் இருந்தார். கெய்ரோ நகருக்குள் நுழைந்த துமான், துருக்கியப் படையினரைக் கொல்லத் தொடங்கினார். இந்தத் திடீர்த்தாக்குதலை அவர்களால் எதிர்கொள்ள இயலவில்லை. நகரைக் கைப்பற்றிய துமான், தெருக்களையும் வீடுகளையும் தனது கட்டுப்பாட்டுக்குள் கொண்டு வந்து பாதுகாப்பை பலப்படுத்தினார். திரும்பி நகருக்குள் நுழைய முயற்சி செய்த சுல்தான் பல்வேறு தடைகளிருப்பதைக் கண்டார். இதைத் தனக்கு விடப்பட்ட சவாலாகவும் அவமானமாகவும் உணர்ந்தார். தொடர்ந்து மூன்று நாள்கள் போர் நடந்தது. எந்த முடிவும் கிடைக்கவில்லை. வேறு வழி தெரியாத நிலையில் மம்லுக் படைத்தலைவர் ஹைரியிடம் யோசனை கேட்டார் ஸலீம். ஹைரி, ரிள்வானியாவில் நடந்த போரில் ஸலீமின் பக்கம் சேர்ந்துகொண்டவர். ஆயுதங்களைக் கீழே வைப்பவர்கள் மன்னிக்கப்படுவார்கள் என்ற ஹைரியின் யோசனை பலனளித்தது. இத்துடன் போர் முடிவுக்கு வந்தது. மம்லுக் வீரர்கள் பலர் ஸலீமிடம் வந்தனர். மற்றவர்களுக்கு அழைப்பு விடுக்கப்பட்டது. கைது செய்யப்பட்ட 800 மம்லுக் வீரர்கள் ஹைரியின் அறிவுரைப்படி கொலைசெய்யப்பட்டனர். தொடர்ந்து நகரில் கூட்டுப் படுகொலைகள் நடந்தன.

எதிர்பார்ப்பையும் நம்பிக்கையையும் இழந்துபோன துமான் பேயி, கெய்ரோவை விட்டுப் பாலைவனக் கோத்திரத்தாரிடம் சென்றார். உஸ்மானியப் படைகளால் ஐம்பதாயிரம் மம்லுக் வீரர்கள் பரிதாபமாகக் கொலை செய்யப்பட்டனர். துமான் பேயியின் வலக்

கரமான காரத் பேயி, தலைமறைவானார். துமான் பேயியையும் காரத் பேயியையும் தேடிக் கண்டுபிடிக்கும்படி உத்தரவிட்டார் சுல்தான் ஸலீம். துமான், கெய்ரோவிலிருந்து சென்றுவிட்டதாகவும் காரத் கெய்ரோவில் தலைமறைவாக இருப்பதாகவும் தெரிய வந்தது. மம்லுக்குகள் தங்களது ஆட்சியை இழந்துவிட்ட நிலையில் காரத் பேயி சரணடைவது அவரது உயிருக்கும் உடைமைக்கும் பாதுகாப்பானது என்று அறிவிக்கப்பட்டது. தான் கைது செய்யப்படுவோம் என்பதை உணர்ந்த காரத் பேயி கீழ்ப்படிந்தார்.

காரத்தை ஏறிட்டுப் பார்த்த சுல்தான், "ரிள்வானியா போர்க்களத்தில் நீர் மிகுந்த துணிச்சலுடனும் வீரத்துடனும் குதிரையில் அமர்ந்திருந்தீர். இப்போது அமைதியாக இருக்கிறீரே?" என்றார். காரத் சொன்னார்: "நான் எப்போதும்போல்தான் இருக்கிறேன். உஸ்மானியர்தான் வீரத்தையும் துணிச்சலையும் பீரங்கிகள் துணையுடன் வெளிப்படுத்தும் கோழைகளாக இருக்கிறீர்கள். சுல்தான் கல்ஸு காஸியின் ஆட்சியின்போது ஐரோப்பியர் ஒருவர், மம்லுக் வீரர்களுக்குத் துப்பாக்கிகள் வழங்குவது குறித்துப் பேசினார். ஆனால், அரசரும் அவையினரும் ஒரே குரலில் தங்கள் வீரத்துக்கு அது இழுக்கை ஏற்படுத்துமென்று மறுத்துவிட்டனர். அரசவையில் அந்த ஐரோப்பியர் வெளிப்படையாகவே, 'நீங்கள் ஒரு நாள் உங்கள் அரசை தோட்டாக்களால் இழப்பீர்கள்' என்று சொன்னார். நீங்கள் தோட்டாக்களால் வென்றவர்கள். வெற்றி - தோல்விகளை முடிவு செய்வது பீரங்கிகளல்ல என்று கருதுபவன் நான். வீரம், வாள் அம்பு ஈட்டி போன்ற ஆயுதங்களை மட்டுமே உயர்த்தும். நாங்கள் தோல்வியடைய வேண்டும் என்பது எல்லாம் வல்ல அல்லாஹ்வின் விருப்பம். நாங்கள் தோல்வியைத் தழுவினோம். உங்கள் அரசும் ஒரு நாள் முடிவுக்கு வரும். இந்த வெற்றி உங்கள் வீரத்தால் விளைந்தது அல்ல."

"அவ்வளவு வீரமிருந்தால் ஏன் இப்போது என்முன் வந்து நிற்க வேண்டும்?" என்று கேட்டார் சுல்தான். காரத் சொன்னார்: "அல்லாஹ்வின் மீதாணையாக நான் கைதியாக வரவில்லை. சுய விருப்பத்தின்பேரிலும் அரசின் அறிவிப்பை நம்பியும் வந்திருக்கிறேன். ஆகவே, நான் சுதந்திரமாக இருக்கிறேன்."

காரத் பேயியின் பார்வை அப்போது உஸ்மானிய ஆதரவாளராக

மாறிய படைத்தலைவர் ஹைரியை நோக்கித் திரும்பியது. அவரது வஞ்சகச் செயல்களுக்காக அவரைக் கண்டித்த காரத் பேயி, சுல்தான் ஸலீமைப் பார்த்து, "இவர் சிரச்சேதம் செய்யப்பட தகுதி பெற்றவர். இவர் செய்த குற்றத்துக்கு அதுவே சரியான தண்டனையாக அமையும். இவரை இப்படியே விட்டால் உம்மையும் நரகத்துக்கு இட்டுச் செல்வார்" என்றார்.

சுல்தான் ஸலீம் மிகுந்த கோபத்துடன், "உம்மை முக்கியமான படைப்பொறுப்பில் நியமிப்பதாக நான் முடிவு செய்திருந்தேன். ஆனால், நீர் அரசவைக் கௌரவத்தைக் குலைக்கும் வகையில் முரட்டுத்தனமாக நடந்துகொள்கிறீர். அவையில் அவமரியாதையாக நடந்துகொள்வது தண்டனைக்குரிய குற்றம் என்பதைக்கூட நீர் அறியவில்லை போலிருக்கிறது" என்றார். சிறிதும் பயமின்றி காரத் பேயி சொன்னார்: "உமக்குக்கீழ் பணியாற்றுகிற, உமது ஆதரவாளர்களில் ஒருவனாக மாறுகிற எனக்கு விருப்பமற்றவற்றை அல்லாஹ் வழங்காதிருப்பானாக."

இதைக்கேட்ட சுல்தான் கடுங்கோபத்துடன் மரண தண்டனையை நிறைவேற்றச் சொன்னார். அப்போது காரத் பேயி, "உமது தலையைக் குறிவைத்து ஆயிரக்கணக்கான மக்கள் காத்திருக்கும்போது, அதே நோக்கத்துடன் வாய்ப்பை எதிர்பார்த்து துமான் பேயியும் இருக்கும்போது எனது தலையை வெட்டுவதால் உமக்குக் கிடைக்கப் போகிற பலன் என்னவோ?" என்று கேட்டார். மரணதண்டனையை நிறைவேற்றுபவர் அருகில் நெருங்கியதும் ஹைரியை நோக்கித் திரும்பிய காரத், "என் தலையைக் கொண்டுபோய் உமது மனைவியின் மடியில் வைப்பீராக..." என்று சொல்லி முடிக்கவும் அவரது தலை வெட்டுண்டு வீழ்ந்தது.

அரபுக் கோத்திர மக்களைக்கொண்ட ஒரு தனிப்படையை உருவாக்கிய துமான் பேயி, உஸ்மானியர்மீதான தாக்குதல்களைத் தொடங்கினார். மம்லுக்குகளை எதிர்கொள்ள ஸலீமும் தொடர்ந்து படைகளை அனுப்பிக்கொண்டே இருந்தார். ஆனால், அவர்கள் அனைவருமே கொல்லப்பட்டனர். துமான் பேயியின் படை, அரபுக்கோத்திரப்படை, சிதறிப்போயிருந்த மம்லுக்குகளைக்கொண்ட படை என இரு பிரிவுகளாக இயங்கியது. இரு பிரிவினருக்குமே ஸலீம் மீது வெறுப்பிருந்தது. ஆனால், இந்த இரு பிரிவினருக்குள் உருவான கருத்து வேறுபாடுகளால் துமான் பேயி கவலையடைந்தார்.

தொடர்ந்து, தோல்வியடைந்து வந்த சுல்தான் ஸலீம், துமான் பேயியிக்கு ஒரு கடிதம் அனுப்பினார். அதில், துமான் பேயி தனக்குக் கீழ்ப்படிந்தால் அவரை எகிப்து அரசராக ஏற்றுக்கொள்வதாகவும், அதன் ஆட்சிப்பகுதிகளைக் கைப்பற்றுவதில்லை என்றும், ஏற்கனவே கைப்பற்றிய எகிப்து ஆட்சிப்பகுதிகள் அனைத்தையும் விட்டுக்கொடுப்பதாகவும் குறிப்பிட்டார்.

எகிப்தில் கூட்டுப் படுகொலைகள் செய்ததையும் படைத்தலைவர் காரத் பேயியைக் கொன்றதையும் மறக்க இயலாத துமான், சுல்தான் ஸலீமின் கடிதத்தைக் கிழித்தெறிந்தார். இதையறிந்த சுல்தான் ஸலீம், பழிவாங்கும் நோக்கத்துடன் 3,000 மம்லூக் வீரர்களைக் கொன்றார். துமான் பேயியைக் கொலை செய்வதற்காக பீரங்கிகளுடன் ஒரு படையை அனுப்பி வைத்தார். எகிப்து பிரமிடுகளின் அருகில் இரு படைகளும் மோதின. தங்களுக்குள் மோதிக்கொண்ட அரபு மற்றும் மம்லுக்குகளில் பெரும்பகுதியினர் மாண்டனர். இன்னொருபுறம், உஸ்மானியரின் பீரங்கிகளும் அவர்களைக் கொன்றொழித்தன. துமான் பேயியின் படைகள் முற்றிலுமாக அழிந்தன. விரக்தியும் கவலையுமடைந்த துமான் பேயி, தப்பித்தோடி மிக நெருக்கமான ஓர் அரபுக் கோத்திரத் தலைவனிடம் தஞ்சம் புகுந்தார். நயவஞ்சகனான அந்தக் கோத்திரத் தலைவன் துமானைப் பிடித்து ஸலீமிடம் ஒப்படைத்தான்.

துமான் பேயி பிடிபட்டுவிட்டதை அறிந்த சுல்தான் ஸலீம், எகிப்திலும் வெற்றி பெற்றிருக்கிறோம் என்று மகிழ்ச்சியுடன் கூறினார். தன்னிடம் அழைத்து வரப்பட்ட துமான் பேயியை வரவேற்ற ஸலீம், அவரை விருந்தினராகவே நடத்தினார். துமானைத் தங்களுடைய எதிரியாகக் கருதியிருந்த ஹைரியும் கஸ்ஸாலியும் திகைத்து நின்றனர். துமானை தனது ஆட்சியின்கீழ் மீண்டும் எகிப்து அரசராக நியமித்துவிட்டு கான்ஸ்டான்டிநோபிளுக்குச் செல்ல விரும்பினார் ஸலீம். துமான் இதை ஏற்றுக்கொள்ள வேண்டும் என்றும் விரும்பினார். ஆனால், ஸலீமின் ஒற்றர்கள் இதற்கு மாறான தகவலுடன் வந்தனர். துமான் பேயியை அரியணையில் அமர்த்தியே தீருவது என்ற நோக்கத்தில் அவரது ஆட்கள் பல்வேறு இரகசியத் திட்டங்களைத் தீட்டி வருகிறார்கள். இது, நிறைவேறுவதற்கான வாய்ப்புகளும் தென்படுகின்றன. அப்படி நிகழும்போது உஸ்மானியப் பேரரசுக்கு துமான் பெரும் அச்சுறுத்தலாக மாறுவார்

என்று ஒற்றர்களின் இரகசியத் தகவலில் குறிப்பிடப்பட்டிருந்தது. உஸ்மானியப் பேரரசைக் காப்பாற்றியாக வேண்டிய கட்டாயம் சுல்தான் ஸலீமுக்கு இருந்தது. எனவே, காலதாமதமின்றி துமானைக் கொன்றுவிடச் சொல்லி உத்தரவிட்டார் ஸலீம். ஹிஜ்ரீ 922 இல் (கி.பி. 1517 ஏப்ரல் 17) கடைசி மம்லுக் அரசரான துமான் பேயி மரணமடைந்தார்.

துமான் பேயியின் மறைவைத் தொடர்ந்து எகிப்து அரசர்களின் அச்சுறுத்தலிலிருந்து உஸ்மானியப் பேரரசு விடுபட்டது. ஆனால், எகிப்தை உஸ்மானியப் பேரரசின்கீழ் தொடர்ந்து வைத்திருப்பது எளிதல்ல என்பதையும் அவர் அறிந்திருந்தார். எகிப்தைப் பலநூறு ஆண்டுகளாக ஆட்சி செய்து வருபவர்கள் மம்லுக்குகள். அவர்களது வம்சாவளியினர் இன்னமும் அங்கே இருக்கிறார்கள். கோக்கேஸியசிலிருந்து வாங்கிய அடிமைகள் மூலம் அந்த இனம் பல்கிப் பெருகியிருந்தது. எகிப்தை ஆட்சி செய்யும் இனமாக அவர்கள் வலுப்பெற்றிருந்தனர். பெருமளவிலான அரபிகளும் அங்கே இருந்ததால் அரபுநாடு என்றே அழைக்கப்பட்டும் வந்தது. அரபிகள் சமய நிலையிலும் அரச நிலையிலும் எகிப்தில் செல்வாக்குடன் திகழ்ந்தனர். இதற்கான காரணம் சிரியா, ஹிஜாஸ் பகுதிகளுடன் அவர்களுக்கு மிக நெருங்கிய உறவிருந்ததுதான். எகிப்தின் பூர்வீகக் குடிகளான கிறிஸ்தவர்களுக்கும் யூதர்களுக்கும் அங்கே செல்வாக்கிருந்தது. கணிதவியல், விவசாயம் ஆகிய துறைகளில் அவர்கள் அதிகாரிகளாக இருந்து வந்தனர். தென்மேற்கு எல்லைப்பகுதி மாகாணங்களில் வாழ்பவர்கள் எப்போது வேண்டுமானாலும் படையெடுத்து வந்து எகிப்தைக் கைப்பற்றும் ஆற்றலுள்ளவர்களாக வேறு இருந்தனர்.

எகிப்தில் ஆளுநரை நியமித்துவிட்டு கான்ஸ்டான்டிநோபிளுக்குச் சென்ற பிறகு சிரியா, ஹிஜாஸ் மற்றும் தென்மேற்கு மாகாண உதவிகளுடன் மக்கள் கிளர்ச்சிகளில் ஈடுபடக்கூடும். ஆகவே, தொடர்ந்து எகிப்தின்மீது கவனம் செலுத்தியாக வேண்டும். இராணுவப் புரட்சிக்கும் வாய்ப்பிருக்கிறது. இதையெல்லாம் கவனத்தில்கொண்ட சுல்தான் ஸலீம் குறிப்பிட்ட காலம்வரை எகிப்தில் தங்கியிருந்து நிலைமைகளை நன்கு ஆராய்ந்தார். திரிப்போலிக்குப் படையெடுத்துச் சென்று அதைக் கைப்பற்றுவதன்மூலம் மொராக்கோவரையிலான வடஆப்பிரிக்கா முழுவதையும் தனது கட்டுப்பாட்டின்கீழ்க்

கொண்டு வருவதாக அவர் முடிவு செய்தார். ஆனால், படைகள் இதற்கு மறுத்துவிட்டன. ஆகவே, கான்ஸ்டான்டிநோபிளுக்குத் திரும்பினார்.

எகிப்து வெற்றிக்குப் பிறகு, மம்லுக்குகளின் எதிர்ப்பை மிக எளிதில் அடக்குவதற்கான வாய்ப்புகள் சுல்தான் ஸலீமுக்கு இருந்தன. ஆனால், அவர் மதியூகத்துடன் மம்லுக் படைத்தலைவரான ஹைரியை ஆளுநராக நியமித்தார். 24 உறுப்பினர்கள்கொண்ட நாடாளுமன்றத்தை முன்போல் செயல்படவும் அனுமதித்தார். ஆட்சியாளர் நீக்கப்பட்டாலோ இறந்துவிட்டாலோ புதிய ஆட்சியாளரைத் தேர்வு செய்யும் உரிமையும் அவர்களுக்கு வழங்கப்பட்டது. நாடாளுமன்ற உறுப்பினர்கள் எண்ணிக்கையில் மாற்றம் எதுவும் இல்லையென்றாலும் உஸ்மானியப் பேரரசரின் அனுமதி தேவை என்ற நிபந்தனை விதிக்கப்பட்டது. அறிவார்ந்த இன்னொரு சட்டத்தையும் அவர் இயற்றினார். தலைமை நடுவராகப் பணியாற்றும் உரிமையை அரபிகளுக்கும், வரி விதிப்பும் பிற கணக்காளர் பொறுப்புகளைக் கிறிஸ்தவர்களுக்கும் வழங்கினார். நிர்வாக முறைகளை ஒழுங்குபடுத்திய சுல்தான் பின்னர், ஐயாயிரம் குதிரைப்படை வீரர்களையும் ஐயாயிரம் காலாட்படை வீரர்களையும் தனது படையிலிருந்து நியமித்து அதன் பொறுப்பை தனது படைத்தலைவர் கைருத்தீனிடம் ஒப்படைத்தார். கெய்ரோ நகரையும் மத்திய கோட்டைகளையும் தனது நேரடிக் கட்டுப்பாட்டின்கீழ் வைத்திருக்க வேண்டும் என்றும் தன்னுடைய எல்லையைக் கடந்து செல்லக்கூடாது என்றும் கைருத்தீனுக்கு உத்தரவிடப்பட்டது.

எகிப்து வெற்றிக்குப் பிறகு, எகிப்தின் பெரிய பள்ளிவாசலில் ஜுமுஆ தொழுகைகளை சுல்தானே முன்நின்று நடத்தி வந்தார். பள்ளிவாசலில் சுல்தானுக்கு என்று விலையுயர்ந்த ஒரு தரைவிரிப்பு இடப்பட்டது. அதை அகற்றிவிடச் சொன்ன சுல்தான் படைத்தலைவர் எனும் நிலையில் தொழுகையை நடத்திவந்தார். தொழுகையின்போது உணர்ச்சிவசப்பட்டு அழுவார்.

எகிப்து வெற்றிக்குப் பிறகு தேர்வு செய்த கட்டடக் கலைஞர்கள், கைவினைஞர்கள் அடங்கிய ஒரு குழுவை கான்ஸ்டான்டிநோபிளுக்கு அனுப்பி வைத்தார். கட்டடக் கலையிலும் நகரக் கட்டமைப்பிலும் இவ்வளவு ஈடுபாடுகொண்ட சுல்தான், எகிப்தில் நீண்ட காலம் தங்கியிருந்தும் பிரமிடுகளைப் பார்க்கச் செல்லவில்லை என்பது

ஆச்சரியமான ஓர் உண்மை. ஆனால், எகிப்திலுள்ள பள்ளிவாசல்கள், மதரஸாக்கள்மீது அவர் மிகுந்த கவனம் கொண்டிருந்தார். சமயச்சான்றோர்கள்மீது ஆழமான அன்பு வைத்திருந்தார். ஊதிய உயர்வு உட்பட அவர்களுக்குத் தேவையான அனைத்தையும் செய்து கொடுத்தார்

எகிப்திலிருந்த சுல்தான் ஸலீம் அரேபியாவை வெற்றிகொள்வது அவசியமானது என்று கருதினார். புனித நகரங்களான மக்காவையும் மதீனாவையும் வெற்றிகொள்ள படைகளின் துணை மட்டும் போதாது. அங்குள்ள மக்கள் மனங்களில் இடம் பிடிக்க வேண்டும். இதை மனதில் கொண்ட சுல்தான் அரேபிய இனத்தலைவர்களுக்கு அள்ளிக்கொடுத்தார். பல்வேறு நன்மைகளை, தானே முன்வந்து செய்துகொடுத்தார். மம்லுக்குகளின் முடிவுக்குப் பிறகு இயல்பாகவே அவர் ஹிஜாஸ் அரசராக ஏற்றுக்கொள்ளப்பட்டிருந்தார். சுல்தான் ஸலீமை அரேபிய இனத்தலைவர்கள் எதிர்த்தனர் என்பது ஒருபுறம். ஆனால், அவரது தயாள குணத்தையும் அன்பையும் பாராட்டி வாழ்த்துரைகள் அனுப்பினார்கள். மக்கா, மதீனா புனிதத்தலங்களின் பாதுகாவலர் என்ற சிறப்புப் பெயரும் அவருக்குச் சூட்டப்பட்டது.

புது டில்லியின் இரண்டாம் அக்பர் ஷா, பஹதூர் ஷா, ரோமின் போப் போன்று எகிப்தின் அப்பாசிய கலீஃபாக்கள், முஸ்லிம் நாடுகளின் அரசியல் மேலாண்மையையும் முஸ்லிம்களின் சகோதரத்துவத்தையும் பேணி வாழ்ந்து வந்தனர். அவர்களுக்கென்று தனித்துவ மேன்மையோ நாடோ பலம் வாய்ந்த படையோ கிடையாது. ஆனால், பிற இஸ்லாமிய அரசர்கள், தங்கள் அரசுரிமையைப் பாதுகாக்கவும் சமூக நிலையை உயர்த்திக்கொள்ளவும் இவர்கள் அளிக்கும் சிறப்புப் பெயர்களை விருப்பத்துடன் பெற்று வந்தனர். எகிப்தின் கலீஃபாக்கள் சமயத் தலைவர்களாகவும் கருதப்பட்டனர்.

அப்பாசிய கலீஃபாக்களின் அரசாற்றலும் செல்வாக்கும் சுல்தான் ஸலீமுக்கும் இருந்தன. கடைசி கலீஃபாவிடம் கிலாஃபத்தைத் துறக்கவும் அதன் அடையாளங்களான கொடி, வாள், கேடயம் ஆகியவற்றைத் தன்னிடம் ஒப்படைக்கவும் கேட்டு இஸ்லாமிய உலகின் கலீஃபாவாக நல்லிணக்கத்துடன் தன்னை அங்கீகரிக்கச் செய்தார் சுல்தான் ஸலீம். பெயரளவிலான கலீஃபாவின் இடத்தில்

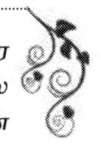

உண்மையான ஒரு கலீஃபா வந்தார். முஸ்லிம்களைப் பொறுத்தவரை அதிகாரத்தின் உச்சத்தில் இருப்பவர் கலீஃபா. அக்காலகட்டத்தில் பலம்வாய்ந்த முஸ்லிம் அரசராக இருந்தவர் சுல்தான் ஸலீம்தான் என்பதில் எந்த சந்தேகமுமில்லை.

சுல்தான் ஸலீம், ஹிஜ்ரீ 923இல் ஆயிரம் ஒட்டகங்களில் பொன்னும் வெள்ளியும் பிற விலை மதிப்புமிக்க பொருள்களுமாக எகிப்திலிருந்து புறப்பட்டார். கடைசி அப்பாசிய கலீஃபாவையும் தன்னுடன் அழைத்து வந்தார். கெய்ரோவிலிருந்து சில மைல்கள் கடந்தபோது குதிரையில் அமர்ந்தபடி தன்னுடன் பேசிக்கொண்டு வந்த தலைமை அமைச்சர் யூனுசிடம், "இன்னும் சிறிது நேரத்தில் சிரிய எல்லைக்குள் நுழைந்து விடுவோம்" என்றார் சுல்தான். தலைமை அமைச்சர் சொன்னார்: "படையின் ஒரு பகுதியைப் பாழ்படுத்தி விட்டுத் தாங்கள் திரும்பிச் செல்கிறீர்கள். வெற்றிகொண்டவர்களிடமே எகிப்தை ஒப்படைத்துவிட்டீர்கள். இந்தப் படையெடுப்பில் தாங்கள் பெற்ற நன்மை என்னவென்று எனக்குப் புலப்படவில்லை." இதைக்கேட்ட சுல்தான், தன்னுடன் வந்துகொண்டிருந்த குதிரைப்படையினரிடம் யூனுசைச் சிரச்சேதம் செய்யும்படி கோபத்துடன் உத்தரவிட்டார். யூனுஸ் கொல்லப்பட்டார். தலைமை அமைச்சராக இருந்தும் அரசியலைப் புரிந்துகொள்ளவில்லை என்பதுதான் சுல்தானின் கோபத்துக்குக் காரணமாக இருக்க வேண்டும். எகிப்து வெற்றியின்மீதான அவரது எதிர்ப்பு உணர்வை ஸலீம் புரிந்திருந்தார். அதற்கு முன், எகிப்து படையெடுப்புக்கும் அவர் எதிராகவே பேசி வந்தார். எகிப்து வெற்றியால் உஸ்மானியரின் அதிகார மேலாண்மை ஓங்கியது. எகிப்தின் நிர்வாகத்தை ஒழுங்கமைக்க இரண்டாண்டுகளாயின. இக்கால அளவினுள் சிரியா, அரேபியா, எகிப்து ஆகிய நாடுகளையும் உஸ்மானியப் பேரரசுக்குள் அவர் இணைத்திருந்தார். அனைத்தையும் விட பெரிய நன்மை, ஓர் அரசராக எகிப்தின்மீது படையெடுத்தவர் இஸ்லாமிய உலகின் கலீஃபாவாக அங்கிருந்து திரும்புகிறார் என்பது. இவை அனைத்தையும் துச்சமாக மதிக்கும் ஒருவர், சுல்தானின் எதிரியாக இருக்க வேண்டும் அல்லது மதியீனம் கொண்டவராக இருக்க வேண்டும்.

சுல்தான் ஸலீம் சில ஆண்டுகள் டமாஸ்கசில் தங்கியிருந்தார். அரசவையினர் தடுத்தும் கேட்காமல் அவர் ஹஜ் கடமையை

நிறைவேற்றச் சென்றதாக சில வரலாற்றுக் குறிப்புகளில் உள்ளன. அரேபிய இனத்தலைவர்களுடன் அவர் நல்லிணக்கம்கொண்டிருந்தார். ஆகவேதான் எந்தப் பயமுமின்றி ஹஜ் கடமையை நிறைவேற்றச் சென்றார். பின்னர், டமாஸ்கசிலிருந்து அலப்போவுக்கு வந்து அங்கும் நீண்ட காலம் தங்கியிருந்தார். நிர்வாக வசதியைக் கருதி சிரியாவைப் பல்வேறு பகுதிகளாகப் பிரித்து ஆளுநர்களை நியமித்தார். கிளர்ச்சிகள் உருவாகாமல் தடுக்கவும் இது உதவியாக அமைந்தது. ஹிஜ்ரீ 924 இல் அவர் கான்ஸ்டான்டிநோபிளுக்குத் திரும்பினார்.

கான்ஸ்டான்டிநோபிளை அடைந்ததும் வெனீசிலிருந்து ஸைப்ரசின் திறைப்பணம் வந்து சேர்ந்தது. இதற்கு முன், இந்தத் திறை எகிப்தின் மம்லுக்குகளுக்குச் செலுத்தப்பட்டு வந்தது. தொடர்ந்து உஸ்மானியருக்குத் திறைசெலுத்துவதாகவும் அவர்கள் வாக்குறுதியளித்தனர்.

சிரியாவுக்கும் பாலஸ்தீனுக்கும் புனிதப் பயணம் மேற்கொள்ளும் கிறிஸ்தவர்களுக்குப் பாதுகாப்பு வழங்கக் கோரி, ஸ்பெய்னின் கிறிஸ்தவ அரசன் தூதுவர்களை அனுப்பி வைத்தான். தனது ஆட்சிப்பகுதியின் எந்த மூலையிலும் கிறிஸ்தவப் பயணிகளுக்கு எந்த இடையூறும் ஏற்பட அனுமதிக்க மாட்டேன் என்று உறுதியளித்தார் சுல்தான். ஹங்கேரியுடனான அமைதி உடன்படிக்கை காலாவதி ஆனது. அதை, மேலும் தொடர விரும்பி வேண்டுகோள் விடுத்தான் ஹங்கேரி அரசன். உடன்படிக்கை புதுப்பிக்கப்பட்டது.

ஆசியாவிலும் ஆப்பிரிக்காவிலும் உஸ்மானியர் பெற்ற மாபெரும் வெற்றிகளைக் கவனத்தில் கொண்ட ஐரோப்பியர் மிகுந்த எச்சரிக்கையுடன் இருந்தனர். தனது ஆட்சிப் பகுதியைப் பெருமளவில் விரிவுபடுத்திய சுல்தான், இஸ்லாமிய உலகின் கலீஃபாவாகத் தேர்வு செய்யப்பட்டதையும் அவர்கள் கவனத்தில்கொண்டனர். உஸ்மானியரின் படையெடுப்பைக் குறித்துக் கேள்விப்பட்டாலே அவர்களைப் பதற்றம் தொற்றிக்கொள்ளும். எகிப்திலிருந்து அவர் கான்ஸ்டான்டிநோபிளுக்கு வந்ததை அறிந்த ஐரோப்பிய அரசர்கள் பலர் நட்புறவுவேண்டி நல்லிணக்கமும் வாழ்த்துகளும் தெரிவித்துத் தூதுவர்களை அனுப்பத் தொடங்கினர்.

சுல்தான் ஸலீம் கடுமையான இயல்பினராக இருந்தாலும்

மிகுந்த தொலைநோக்குச் சிந்தனை உள்ளவர். தான் எடுத்து வைக்கும் ஒவ்வொரு அடியின் பின்விளைவுகள் குறித்தும் எச்சரிக்கையுடன் இருந்தார். வெறும் புகழுரைகளில் தன்னை இழந்து விடுபவர் அல்ல அவர். எதிர்வருவதை முன்னுணரும் திறன் பெற்றவர். எகிப்து, சிரியா, ஹிஜாஸ், இராக், மேற்கு இரான் பகுதிகளை வெற்றிகொண்டு உஸ்மானியப் பேரரசை வலுப்படுத்தியவர். அவரது பேரரசு ஆசியா, ஐரோப்பா, ஆப்பிரிக்கா ஆகிய மூன்று கண்டங்களிலும் பரவியிருந்தது. அவரது அடுத்த இலக்கு ஐரோப்பா முழுவதையும் வெற்றிகொள்வது. அதில் அவர் அலட்சியம் காட்டவில்லை. தன்னுடைய மூதாதையர், ஐரோப்பாவை வெற்றிகொள்ள முயன்றதை அவர் அறிவார். சுல்தான் ஸலீம் முற்றிலும் இஸ்லாமியச் சிந்தனை சார்ந்த ஓர் அரசர் என்பதும் அதன் கௌரவத்தைப் பெரிதும் பாதுகாத்தவர் என்பதும் வரலாற்றாசிரியர்களின் ஒருமித்தக் கருத்து. ஆனால், அவர் தன்னுடைய வாழ்நாள் முழுவதும் முஸ்லிம் நாடுகளை வெற்றி கொள்வதற்காகப் போராடினார் என்பது மற்றொரு உண்மை. இதற்கான முக்கியக் காரணம், இஸ்லாம் ஏற்றுக்கொள்ளாத முறையில் அவர்கள் அரசாண்டதையும் வாழ்க்கை முறைகளை அமைத்துக்கொண்டதையும் குறிப்பிடலாம். தைமூருடனும் பயாஸிதுடனும் அவர் மோதியதற்கும் இதுவே காரணம்.

கான்ஸ்டான்டிநோபிளில் கிறிஸ்தவ ஆட்சி முடிவுக்கு வந்ததுடன் பெருமளவிலான முஸ்லிம்களுக்கு அமைதி கைவரப் பெற்றது. ஆனால், உஸ்மானியப் பேரரசுக்குத் தொந்தரவாக ஆசியா மைனரில் அடிக்கடி கிளர்ச்சிகள் உருவாகவே செய்தன. அரியணையேறிய சுல்தான் ஸலீமின் கவனம், தனக்கெதிரான இஸ்மாயீல் ஸஃப்வியின் இரகசியத் திட்டங்கள்மீது பதிந்தது. கிழக்குப் பகுதியிலிருந்து வந்த இந்த அச்சுறுத்தலை எதிர்கொண்டு இரானின் ஷியாக்களை அடக்கி அதன் மாகாணங்களை இணைத்துக்கொண்டார். ஆசியா மைனரில் ஷியாக்களால் உருவான கலவரச் சூழல்களை இல்லாமல் செய்தார். இளவரசர் ஜம்ஷெதை முன்வைத்து உஸ்மானியப் பேரரசுக்கு எதிரான, எகிப்து முஸ்லிம் அரசர்களின் படை நடவடிக்கைகளை எதிர்கொண்டார். எகிப்தின் அச்சுறுத்தல் ஒரு பொருட்டல்ல என்று விடுவது கிறிஸ்தவர்களுக்கு வாய்ப்பாக அமைந்து விடும். ஆகவே, ஐரோப்பிய கிறிஸ்தவர்கள்மீதான படை நடவடிக்கைக்கு முன்,

எகிப்தைத் தனது கட்டுப்பாட்டின்கீழ்க் கொண்டுவர முடிவு செய்தார். இப்போது, அவரது அடுத்த இலக்கு ஐரோப்பிய கிறிஸ்தவர்கள்.

ஆனால், எகிப்திலிருந்து திரும்பி வந்த ஸலீம், கிறிஸ்தவர்கள்மீது உடனடித் தாக்குதலில் ஈடுபடாமல் மிகுந்த எச்சரிக்கையுடன் செயல்பட்டார். முதலில், உள்நாட்டுப் பிரச்சினைகளைச் சரி செய்து விட்டு, போருக்கான திட்டமிடல்களில் ஈடுபட்டார். இதற்கிடையே ஐரோப்பிய நாடுகள் தங்களது நல்லிணக்கத்தைத் தெரிவித்துத் தூதுவர்களை அனுப்பி வைத்தன. அதை அவர் ஏற்றுக்கொண்டாலும் ஆயத்தங்களைக் கைவிட்டு விடவில்லை. கப்பல் கட்டும் துறைமுகங்கள் அமைத்தார். போர்க்கப்பல்கள் கட்டுவித்தார். குறிப்பிட்ட காலத்தினுள் 150 பெரிய போர்க்கப்பல்களும் 100 சிறிய போர்க்கப்பல்களும் கட்டப்பட்டன. அவற்றைக் கடலில் கொண்டு செல்வதற்குத் தடை விதித்தார். ஒருமுறை, தனது கப்பல் ஒன்று கான்ஸ்டான்டிநோபிளின் கரையோரமாகச் செல்வதை அறிந்து கோபத்துடன் கப்பல் தலைவரைக் கொன்றுவிடச் சொல்லி உத்தரவிட்டார். அது, புதிதாகக் கட்டப்பட்ட கப்பலென்றும் சோதனைக்காக ஓடியதென்றும் விளக்கம் சொல்லி அமைச்சர்களும் படைத்தலைவர்களும் அதன் தலைவரைக் காப்பாற்றினர்.

துப்பாக்கிகள், பீரங்கிகள், வெடிமருந்துகள் தயாரிப்பதற்காக பல்வேறு தொழிற்கூடங்கள் அமைத்தார். கூடவே, படைக்கு ஆள்களைச்சேர்க்கும் ஒரு பகுதியும் இயங்கியது. புதிய போர்க்கருவிகள் கண்டுபிடிக்கப்பட்டன. அவற்றை இயக்கும் முறைகளும் வீரர்களுக்குக் கற்பிக்கப்பட்டன. தரையிலும் கடலிலும் போர் செய்வதற்கான மாபெரும் ஏற்பாடுகளைக் கண்ட அமைச்சர்களும் படைத்தலைவர்களும் மக்களும் ஒரு பெரும் நிகழ்வை எதிர்பார்த்திருந்தனர். ஆனால், என்ன நடக்கப்போகிறது என்று யாருக்குமே தெரியாது. பல்வேறு விஷயங்களை அமைச்சர்களுடனும் அரசவையினருடனும் படைத்தலைவர்களுடனும் கலந்தாலோசனை செய்தார். சிலவற்றை மிகவும் இரகசியமாகவே வைத்திருந்தார். எதையும் அவர் அவசர கதியில் மேற்கொள்ளவில்லை. ஒன்றை முடிவுசெய்துவிட்டால் அதிலிருந்து பின்வாங்க மாட்டார். மிகுந்த கட்டுப்பாட்டைக் கடைப்பிடித்ததால் அவரது முன்னேற்பாடுகளில் எந்தச் சறுக்கல்களும் ஏற்படவில்லை.

இப்படி, இரவு பகலாக மாபெரும் போர் ஆயத்தங்களில்

மூழ்கியிருந்த சுல்தான் ஸலீம், ஐரோப்பாவை வெற்றிகொள்ளும் தனது பொறுப்பை மகன் சுலைமான் அஸாமிடம் ஒப்படைத்துவிட்டு, ஹிஜ்ரீ 926 ஷவ்வால் 6 இல் (கி.பி.1520 செப்டம்பர் 22) காலமானார்.

கான்ஸ்டான்டிநோபிளிலிருந்து அத்ரியாநோபிளுக்கு அணிவகுத்துச்சென்ற சுல்தான் ஸலீம், வழியில் ஓரிடத்தில் முகாம் அமைத்துத் தங்கியிருந்தார். அப்போது, அவரது தொடையில் ஒரு கட்டி இருப்பது தென்பட்டது. மருத்துவர், குதிரையில் பயணம் செய்யக்கூடாதென்று தடுத்தார். அதை அவர் ஏற்கவில்லை. கட்டி புரையோடியதன் விளைவாக அவரது மரணம் நிகழ்ந்தது.

சுல்தான் ஸலீம் ஆட்சியின் சுருக்கம் : சுல்தான் ஸலீம் எட்டு ஆண்டுகள், எட்டு மாதங்கள், எட்டு நாள்கள் ஆட்சி செய்தார். நீண்ட காலம் ஆட்சிசெய்த பலம் வாய்ந்த அரசர்கள் பலர் செய்ய முடியாத மிகப்பெரிய சாதனைகளை நிகழ்த்தியவர் சுல்தான் ஸலீம். அவரது சிறந்த பண்பாகச் சொல்லப்படுவது, சமயச்சான்றோர்கள் சிறப்புடன் வாழ வழியமைத்துக் கொடுத்தது. சிறு தவறுகள் இழைத்த அமைச்சர்களும் படைத்தலைவர்களும்கூட அவரது தண்டனையிலிருந்து தப்பவில்லை. அனைவருமே அவர்மீதான பயத்துடன்தான் வாழ்ந்து வந்தனர். ஆனால், சமயச் சான்றோர்கள்மீதும் கல்வியாளர்கள்மீதும் அவர் கோபம் கொள்வதில்லை.

ஒரு முறை, நிதியமைச்சக அதிகாரிகள்மீதான கோபத்தில் அவர்களுக்கு மரணதண்டனை வழங்கும்படி உத்தரவிட்டார் சுல்தான். இதையறிந்த கான்ஸ்டான்டிநோபிளின் காதி ஜமாலி, அவர்கள் அதிகபட்ச தண்டனைக்குரிய குற்றவாளிகள் அல்ல என்றும் அவர்களை விடுதலை செய்ய வேண்டுமென்றும் அறிவுறுத்தினார். நிர்வாக விஷயங்களில் நீங்கள் தலையிடக் கூடாது என்றார் சுல்தான். காதி ஜமாலி சொன்னார்: “நாட்டு நலனில் தாங்கள் அக்கறை கொண்டிருப்பதுபோல், தங்களுடைய மறுமை நலன்மீது நான் அக்கறை கொண்டிருக்கிறேன். தங்களுடைய உத்தரவுக்கான காரணங்கள் எதுவாக இருப்பினும் தங்களுடைய மறுமைக்கு அது உகந்தது அல்ல. குரூரமானவர்கள்மீதும் இரக்கம்காட்டி அவர்களைத் திருத்துபவர்களுக்கே எல்லாம் வல்ல அல்லாஹ் நன்மைகளும்

வெகுமதியும் அளிக்கிறான்.” இதைக்கேட்டு மனம் மாறிய சுல்தான், அவர்களை விடுதலை செய்தார்.

மற்றொரு நிகழ்வு: கான்ஸ்டான்டிநோபிளிலிருந்து இரானுக்குப் பட்டு ஏற்றுமதி செய்வதைத் தடை செய்திருந்தார் சுல்தான் ஸலீம். விற்பனை செய்பவர்களையும் கொண்டுசெல்பவர்களையும் கைது செய்யவும் உத்தரவிட்டார். இதன்படி ஏறத்தாழ 400 பேர் கைது செய்யப்பட்டனர். அவர்களது சொத்துக்களைப் பறிமுதல் செய்யவும் அவர்களுக்கு மரண தண்டனை வழங்கவும் உத்தரவிட்டார் சுல்தான். அப்போது அத்ரியாநோபிளுக்குச் சென்ற சுல்தான் தன்னுடன் காதி ஜமாலியையும் அழைத்துச் சென்றார். பயணத்தின்போது மரணதண்டனை விதிக்கப்பட்டவர்களுக்காகப் பரிந்துரை செய்தார் காதி. “அரசின் நியாயமான உத்தரவை ஏற்க மறுப்பதை விடவும் பெரிய குற்றம் என்ன இருக்கிறது?” என்று கேட்டார் சுல்தான். காதி ஜமாலி கேட்டார்: “அரசு உத்தரவு அவர்களைச் சென்றடையாத நிலையில் ஏற்பட்டிருக்கும் இந்தத் தவறுக்கு அவர்கள் பொறுப்பல்லவே?”

இதை, ஒரு தலைமை அமைச்சர் சொல்லியிருந்தால் தலை பறிபோயிருக்கும். காதி ஜமாலின் பதில் அவருக்குக் கோபமூட்டியது. இருப்பினும், தனது நிர்வாக விஷயங்களில் தலையிட வேண்டாம் என்று மட்டும் சொன்னார். சுல்தானின் அனுமதியில்லாமலும் சுல்தானுக்கான மரியாதையை அளிக்காமலும் காதி ஜமாலி கோபத்துடன் அங்கிருந்து சென்றுவிட்டார். அதிர்ச்சியடைந்த சுல்தான், காதி செல்வதையே பார்த்துக்கொண்டு நின்றார். பிறகு, சிந்தனையிலாழ்ந்த அவர், கைது செய்யப்பட்டவர்களின் உடைமைகளைத் திருப்பிக்கொடுத்து அவர்களை விடுதலை செய்யும்படி மறுஉத்தரவு பிறப்பித்தார். தொடர்ந்து, உஸ்மானியப் பேரரசின் தலைமை காதியாக ஜமாலியை நியமித்திருப்பதாக அவருக்குத் தகவல் அனுப்பினார். அவரது நியமனத்தை ஏற்க மறுத்தாலும், சுல்தான் ஸலீமுக்கு காதி ஜமாலி தொடர்ந்து பல்வேறு நன்மைகளை செய்து வந்தார் என்று வரலாறு குறிப்பிடுகிறது.

சுல்தான் ஸலீமின் ஆட்சிக்கு அவரது சமயப்பற்று அளவீடாக முன்வைக்கப்படுகிறது. அவரது ஆட்சிக் காலத்தில் அப்பாசியரின் இஸ்லாமியக் கிலாஃபத் உஸ்மானியரிடம் வந்து சேர்ந்தது.

இதன் பிறகுதான் பெயரளவிலான கலீஃபாக்களுக்குப் பதில் ஆற்றல்மிக்கவர்கள் கலீஃபாக்களாக வந்தனர். இதே காலகட்டத்தில் மார்ட்டின் லூதர் கிறிஸ்தவத்தில் பல்வேறு சீர்திருத்தங்களைக் கொண்டு வந்தார். இது, முஸ்லிம்கள் ஐரோப்பாவில் நுழைந்ததன் பின்விளைவு. இந்தியாவில் கபீர் தாசின் சமய சிந்தனைகளின் காலகட்டமும் இதுவே. இவர், சிக்கந்தர் லோடியின் சமகாலத்தவர். கபீர் தாஸ் ஹிஜ்ரீ 924இல் கோரக்பூருக்கு அருகிலுள்ள மகாரில் இறந்தார். ஹிஜ்ரீ 922இல் சுல்தான் ஸலீமின் காலத்தில்தான் கைக்கடிகாரம் கண்டுபிடிக்கப்பட்டது. உஸ்மானிய வம்சாவளியின் முதல் கலீஃபாவான ஸலீம் தனது 52ஆவது வயதில் மரணமடைந்தார்.

கிறிஸ்தவ வரலாற்றாசிரியர்கள் சுல்தான் ஸலீம் தனது பேரரசை விரிவாக்கம் செய்ததை முன்வைத்து அவரது சமயப்பற்றைக் காழ்ப்புணர்ச்சியுடன் விமர்சிக்கிறார்கள். உண்மையை அவர்களால் உணர முடியவில்லை என்பதுதான் உண்மை. நாடு பிடிக்க வேண்டும்; கிறிஸ்தவத்தை அழிக்க வேண்டும்; உலகில் முஸ்லிம்கள் மட்டுமே இருக்க வேண்டும். இதுதான் அவரது கொள்கை என்பது அவர்களது விமர்சனம். இது வரலாற்றை முற்றிலுமாகத் திசைதிருப்பும் போக்கு. கிறிஸ்தவ நாடுகளின் மனிதப் பண்புகளற்ற செயல்பாடுகளையும் அநாகரிகமான நடைமுறைகளையும் எளியோரை வலியோர் ஒடுக்கி வாழ்ந்ததையும் இறைசிந்தனையை ஓரம் கட்டியதையும் கொடுங்கோன்மை அரசாட்சி செய்வதையும்கண்டு அனைவரையும் ஒரு குடையின்கீழ் கொண்டுவந்து ஏற்றத்தாழ்வுகளை இல்லாமல் செய்ய வேண்டும் என்பதுதான் சுல்தான் ஸலீமின் கொள்கை. இஸ்லாத்தின் கொள்கையும் இதுவே. இதற்கு முரணாக இருந்த முஸ்லிம் நாடுகள்மீதும் அவர் படையெடுத்தார்.

கிறிஸ்தவ நாடுகள் அனைத்தையும் வெற்றிகொண்டு, இஸ்லாமிய ஆளுகைக்குள் கொண்டு வருவதன் மூலம் தனது ஆட்சிப்பகுதியில் வேறு சமயக்கொள்கைகளை இல்லாமல் செய்ய வேண்டுமென்ற எண்ணம் சுல்தான் ஸலீமின் மனதில் உருவாவதற்கான காரணங்களும் இவைதான். இதை உணர்ந்த கிறிஸ்தவர்கள் சிலர், ஸலீமிடம் வந்து அவரது முன்னோர்கள் சமயம் தொடர்பான அனைத்து உரிமைகளையும் தங்களுக்கு வழங்கியதையும் இதில், எங்களது தலையீடு இருக்காது என்று வாக்குறுதி அளித்திருப்பதையும்

சொன்னார்கள். ஸலீமின் அரசவையிலிருந்த இஸ்லாமிய அறிஞர்களும் காதி ஜமாலியும் இதற்கான நியாயத்தை ஸலீமிடம் எடுத்துச் சொன்னார்கள். பின்னர், சுல்தான் ஸலீம் தனது எண்ணத்தை மாற்றிக்கொண்டார் என்கிறது வரலாறு.

சில முஸ்லிம் அரசர்களுக்கு நாடு பிடிக்கும் ஆசை இருந்தது உண்மைதான். ஆனால், மானுட உயர்வை மனதில்கொண்டு படையெடுத்த அரசர்களின் செயல்பாடுகளையும் இதே கண்ணோட்டத்துடன் அணுகுவது சார்பு நிலைப்பாடு. மனித குலத்துக்குச் செய்யும் வரலாற்று அநீதி.

சுல்தான் ஸலீம் மேலும் சிறிது காலம் உயிருடனிருந்தால் அவரது எண்ணம் ஒரு வேளை நிறைவேறியிருக்கும். ஆனால், எல்லாம் வல்ல அல்லாஹ்வின் தீர்ப்பு வேறுவிதமாக இருந்தது.

ஆறாம் பாகம் முற்றுப்பெறுகிறது.